'Make Yourself Unforgettable' या पुस्तकाचा मराठी अनुवाद

स्वतःला अविस्मरणीय बनवा

अशी व्यक्ती बना की प्रत्येक जण तुम्हाला लक्षात ठेवेल आणि कुणीही तुम्हाला विरोध करू शकणार नाही

डेल कार्नेगी ट्रेनिंग

अनुवाद

अॅड. शुभदा विद्वांस

मेहता पब्लिशिंग हाऊस

Please contact us at **Mehta Publishing House Pvt. Ltd.,** Pune 411030.
✆ +91 020-24476924 / 24460313 / Mob. No. 9545000513
Email : production@mehtapublishinghouse.com
Website : www.mehtapublishinghouse.com

- *या पुस्तकातील लेखकाची मते, घटना, वर्णने ही त्या लेखकाची असून त्याच्याशी प्रकाशक सहमत असतीलच असे नाही.*

MAKE YOURSELF UNFORGETTABLE by **Dale Carnegie Training**

Translated into Marathi Language by Adv. Shubhada Vidwans

स्वतःला अविस्मरणीय बनवा / मार्गदर्शनपर

अनुवाद : ॲड. शुभदा विद्वांस
Email : author@mehtapublishinghouse.com

मराठी अनुवादाचे व प्रकाशनाचे हक्क : मेहता पब्लिशिंग हाऊस प्रा. लि., पुणे.

संस्थापक : सुनील अनिल मेहता

प्रकाशक : मेहता पब्लिशिंग हाऊस प्रा. लि.,
१९४१, सदाशिव पेठ, माडीवाले कॉलनी, पुणे ४११०३०.

मुद्रक : पार्कसन्स ग्राफिक्स

मुखपृष्ठ : मेहता पब्लिशिंग हाऊस

प्रकाशनकाल : ऑक्टोबर, २०१९ / पुनर्मुद्रण : फेब्रुवारी, २०२३

किंमत : ₹ २२०

P Book ISBN 9789353173296
E Book ISBN 9789353173524
E Books available on : amazonkindle Apple Books Google Play Books

---

ओळख

खाली आम्ही जी सुप्रसिद्ध कविता दिली आहे तिच्याशी तुम्ही आधीच परिचित असाल असे आम्हाला वाटते. इंग्रजी भाषेतील ही कविता जगभरातील जास्तीत जास्त लोकांनी वाचली आहे असा आमचा दावा आहे आणि म्हणूनच आम्ही न्याय्यपणे असे म्हणू शकतो की, 'ही जगातील सर्वांत जास्त लोकप्रिय कविता आहे.'

ही कविता रुडयार्ड किपलिंग याने १९०९ साली प्रसिद्ध केली. किपलिंगच्या म्हणण्याप्रमाणे साउथ आफ्रिकेतील एका ब्रिटिश ऑफिसरच्या शोषणावरून त्याला ही कविता सुचली; परंतु आज ती कोणत्याही ठिकाणी आणि कोणत्याही वेळी समर्पक वाटते. इथे या पुस्तकाचा विषय 'दर्जेदार' आणि 'स्वत:ला अविस्मरणीय बनवणे' हा आहे आणि अशा वेळी आम्हाला रुडयार्ड किपलिंगच्या या कविते व्यतिरिक्त दुसरे काहीही समर्पक वाटत नाही. तुम्ही एकदा हे पुस्तक वाचून पूर्ण केलेत की तुम्हाला पुन्हा ही कविता वाचावीशी वाटेल आणि कदाचित तुम्हाला त्यानंतरही कितीतरी वेळा ही कविता पुन्हा-पुन्हा वाचण्याचा मोह होईल.

जेव्हा तुमच्या भोवतालचे सर्व लोक संयम सोडत असतील आणि
तुमच्यावर दोषारोप करत असतील तेव्हा तुम्ही संयम बाळगा.
जेव्हा तुमच्या भोवतालचे सर्व लोक तुमच्याबद्दल शंका घेत असतील
आणि त्याचा फायदा घेत असतील तेव्हा तुम्ही स्वत:वर विश्वास ठेवा.
तुम्ही जर वाट पाहताना थकला नाहीत, अधिक वाट पाहू शकलात,
तुमच्याशी कोणी खोटे बोलले तरी, तुम्ही खोटे बोलला नाहीत किंवा

तुमचा तिरस्कार केला गेला, परंतु तुम्ही कुणाचा तिरस्कार केला नाहीत
आणि तरीही तुम्ही इतरांना शहाणे आणि चांगले वाटला नाहीत...

तुम्ही स्वप्ने पाहू शकलात, आणि तरीही स्वप्नांना तुमच्यावर
सत्ता चालवू दिली नाहीत,
तुम्ही विचार करू शकलात, परंतु तरीही फक्त विचार करणे हे
तुमचे ध्येय नव्हे,
तुम्हाला तुमच्या मार्गात विजय मिळाले, कधी संकटांशी सामना केलात
आणि तरीही त्या दोघांनाही तुम्ही समान वागणूक दिलित.
तुम्ही, स्वत:विषयीचे सत्य ऐकू शकलात.
काही लबाड लोकांनी त्याचा सापळा बनवून तुम्हाला मूर्ख ठरवले
तुम्ही काही वेळेस अयशस्वी ठरलात तरी सुद्धा खचून
न जाता पुन्हा नव्या जोमाने उभे राहिलात

जरी तुम्ही तुमचे सर्वस्व गमावले तरी पुन्हा नव्याने सुरुवात केली
फक्त एवढेच नाही तर तुम्ही तुमच्या अपयशाबद्दल विसरायला शिकलात.
जुन्या कडू आठवणी उगाळू नका आणि तिथेच रेंगाळू नका.
आणि त्याबद्दल एक शब्दही उच्चारू नका,
तुम्ही तुमच्या हृदयाला, स्नायूंना आणि शरीरालाच
जरी त्यांची ताकद संपली तरी बजावू शकलात की तुम्ही तुमचे काम चालू ठेवा,
जे की फक्त तुमच्या अंतरीच्या इच्छाशक्तीनेच ते शक्य आहे,
आणि ती इच्छाशक्तीच सांगेल, 'चला उठा, कामाला लागा'

तुम्ही सर्वसामान्य जनतेशी सुद्धा तेवढ्याच प्रेमाने बोलू शकलात,
जेवढ्या प्रेमाने तुम्ही राजाबरोबर चालला आहात.
सर्वसामान्यांशी तुमचे नाते तुटू देऊ नका,
तुमच्या शत्रूवरही तुमच्या मित्रासारखे प्रेम करा
तुमच्या शत्रूवरही तुम्ही तुमच्या मित्रासारखे प्रेम करू शकलात.
तर तुम्हाला कुणीच दुखावू शकणार नाही.
सगळ्यांवर प्रेम करा, सगळ्यांना क्षमा करा...
तुम्हाला मिळणाऱ्या वेळेचा पुरेपूर उपयोग करा
तुम्हाला एक मिनिट मिळाला तर सर्व साठ सेकंदाचा विनियोग करा
ही पृथ्वी आणि त्यावरील प्रत्येक गोष्ट तुमचीच आहे

आणि हे सर्व तुम्ही लक्षात ठेवलेत तर अधिक काय सांगायचे... सर्व जग तुम्ही जिंकलेले आहे.

हे काही साखरेचे गोड-गोड आवरण असलेले जगाविषयीचे कटू सत्य आहे असे नव्हे. किपलिंग अशा मताचा आहे की, आयुष्य म्हणजे समुद्रकिनारी केलेली मौजमजा नव्हे; आयुष्यात असे अनेक प्रसंग येणार आहेत जेव्हा तुम्हाला ठेच लागणार आहे, तुम्ही फसवले जाणार आहात, तुमच्यावर दोषारोप होणार आहेत, तुमच्या पाठीत खंजीर खुपसला जाणार आहे, तुम्ही निराश होणार आहात. त्यातून काही सकारात्मक निष्पन्न होईल असेही नाही आणि तुम्ही या सगळ्या आपत्तींमधून गेलात तरीही तुम्हाला भरपूर संपत्ती मिळेल, शहाणपण येईल किंवा तुम्ही निरोगी राहाल असे कोणतेही आश्वासन तुम्हाला किपलिंग देत नाही. किपलिंग जरूर असे म्हणतो की, 'ही पृथ्वी आणि त्यावरील सर्व काही तुमचेच आहे' पण त्याचा अर्थ काय? आपल्याला तरी खरेच सर्व पृथ्वी हवी आहे काय?

ते असो; तुम्हाला काही मिळो अथवा न मिळो, किपलिंग तुम्हाला एवढे वचन मात्र नक्की देतो, की तुम्ही कोण असणार आहात. तुम्ही 'पुरुष' असणार आहात किंवा तुम्ही विशिष्ट पुरुष असणार आहात परंतु तरीही किपलिंग जे म्हणतो की, 'ही पृथ्वी आणि त्यावरील सर्व तुमचेच आहे.' याचा अर्थ आपल्याला त्याला विचारावा लागेल.

आपण आपल्या समजुतीखातर त्याचा अर्थ 'दर्जा', अभिजात वर्तणूक असा लावूया. परंतु एवढ्या कसोट्या पार करून आपण 'पुरुष'च बनणार असू तर सर्व 'स्त्री-शक्ती', 'स्त्री मुक्ती' संघटना आपल्या विरुद्ध शस्त्रे परजतील. आपण स्त्री द्वेष्टे तर नाही नक्कीच.

म्हणून त्या शब्दाचा अर्थ खरेतर 'शहाणपण' असा आहे. तुम्ही जर ही कविता काळजीपूर्वक वाचलीत तर जी कडवी तुम्हाला काही कसोट्या करायला सांगत आहेत- त्याची उत्तरे अवघड आहेत. मग ही अवघड उत्तरेच बरोबर आहेत का? आणि तरीही तुम्हाला काही भौतिक सुखे मिळतील याची शाश्वती नाही. ती फक्त अशी एक अवस्था आहे जिथपर्यंत तुम्ही शेवटी येऊन पोहोचाल. जरी आपण या कवितेतील जगाशी समरस झालो आणि तसे वागलो तरी तुम्ही 'पुरुष' आहात याची पोचपावती तुमच्याशिवाय इतरांना असेल का?

कदाचित हीच शेवटची कसोटी आहे आणि तीच सर्वांत अवघड आहे.

कवितेचे खरे सार कशात आहे तर ती 'स्व-आदर' दर्जा या विषयाशी येऊन ठेपते. जे लोक खरेच दर्जेदार आहेत त्यांना आपण दर्जेदार आहोत हे माहीत असते मग इतरांनी ते मानो किंवा न मानो! जसे की कुणीतरी म्हटले आहे की 'जर

तुमच्याकडे कुणी पाहिले नाही तर तुमचे अस्तित्व नसते का?' जेव्हा तुम्ही खोलवर हृदयापासून असे उत्तर देऊ शकता की, मला जसे घडावे अशी आशा होती तसेच मी घडलो आहे, तेव्हा तुम्ही तुमची सर्व ध्येये गाठलेली असतात. हाच तर आपल्या पुस्तकाचा विषय आहे आणि पुन्हा ते सांगायचे आहे की तुमच्याही आयुष्याचा हेतू हाच असणार आहे.

चला तर मग, आपण पुढे बघू या!

मनोगत

'स्वतःला अविस्मरणीय बनवा' हा 'Make Yourself Unforgettable' या डेल कार्नेगींच्या विचारांवर आधारित मूळ इंग्रजी पुस्तकाचा मराठीमधील अनुवाद आहे. हे पुस्तक डेल कार्नेगी यांच्या इतर वैशिष्ट्यपूर्ण पुस्तकांप्रमाणेच आहे. हे पुस्तक अत्यंत विश्वसनीय आहे. ते वाचण्यास व समजण्यास अत्यंत सोपे आहे. काही वेळेस तर असा भास होतो की पुस्तक जणू आपल्याशी बोलत आहे.

तुमची मनापासून स्वतःला अविस्मरणीय बनवण्याची इच्छा आहे का? त्यासाठी तुम्हाला तुमच्या वर्तणुकीत, बोलण्यात, विचारांमध्ये एक दर्जा राखावा लागेल; ज्याला डेल कार्नेगी 'class' असे म्हणतात. class किंवा दर्जा म्हणजे नेमके काय? 'दर्जा' या शब्दाची व्याप्ती मोठी आहे. परंतु ढोबळ मानाने सांगायचे झाले तर दर्जेदार मनुष्य हा एक गुड ह्युमन बीइंग असलाच पाहिजे. जो इतरांना मदत तर करतोय परंतु त्याचबरोबर स्वतःची ध्येये सुद्धा पूर्ण करतो.

हे पुस्तक तुम्हाला, तुम्ही लोकांच्या भाऊगर्दीमध्ये ठळकपणे उठून कसे दिसाल याविषयी मार्गदर्शन करते. जमावाचे नेतृत्व तुमच्याकडे कसे येईल या विषयीच्या चार युक्तीच्या गोष्टी सांगते. तुमच्याविषयी सकारात्मक मत कसे तयार होईल व तुमचा लोकांवर प्रभाव कसा पडेल याची गुपिते या पुस्तकात दिली आहेत.

या व्यतिरिक्त या पुस्तकामध्ये —

* संभाषण मार्गात अडथळे येऊ नये म्हणून सांगितलेल्या सहा पायऱ्या अभ्यासपूर्ण आहेत.
* आपल्या नैतिक मूल्यांना अकस्मितपणे बाधा आणणारे चार मुद्दे दिले आहेत.

* आत्मविश्वास वाढविण्याचा नवीन मार्ग दाखवला आहे.
* आपल्या अंगी लवचीकपणा बाणवून भीतीपासून मुक्तता मिळविण्याची नवीन तंत्रे दिली आहेत.
* आपली वर्तणूक दर्जेदार होण्यासाठी पाच सामाजिक कौशल्यांचा मंत्र दिला आहे.

एकदा का तुम्ही या पुस्तकातल्या युक्त्या नैसर्गिकरीत्या व विनासायास आत्मसात केल्या की लवकरच तुम्हाला असे लक्षात येईल की सर्वच क्षेत्रात लोक तुमच्याशी अधिक सकारात्मकपणे व अधिक आपुलकीने वागत आहेत.

वेळेचे व्यवस्थापन आणि ताणतणावाचे व्यवस्थापन त्याचबरोबर संयम बाळगण्याचे महत्त्व ही प्रकरणे विशेष अनुकरणीय आहे. मी स्वत: तर, जो पर्यंत मी स्वत:ला अविस्मरणीय बनवत नाही तोपर्यंत हे पुस्तक वाचतच राहणार आहे. माझी तुम्हाला एक कळकळीची विनंती आहे की हे पुस्तक तुम्ही घाईघाईने वाचून संपवू नका. सावकाश अर्थ समजावून घेऊन, त्यावर विचार करून मगच पुढे जा.

– ॲड. शुभदा विद्वांस

अनुक्रमणिका

१

अविस्मरणीय ऊर्जा

दर्जेदार, अभिजात, सर्वश्रेष्ठ श्रेणी ही एक अशी अद्‌भुत ऊर्जा असते जी लोकांना खऱ्या अर्थाने अविस्मरणीय बनवते. दर्जेदार या शब्दाची व्याख्या करण्यापेक्षा ही संज्ञा समजून घेणे अधिक सोपे आहे. दर्जेदार, अभिजात असे जे काही आपल्या भोवती असते ते आपल्याला जाणवते पण आपल्याला ते नेमके शब्दात पकडता येत नाही. ते नेमके काय असते? हे पुस्तक तुम्हाला फक्त या प्रश्नाचे उत्तर देऊन थांबणार नाही तर दर्जेदार कृतींविषयीची तुमच्या आयुष्यातील खरीखुरी उदाहरणे पण देणार आहे. अशा कृती, ज्या सोप्या नसतात त्या जेव्हा तुम्ही कराल तेव्हा तुम्ही अक्षरशः स्वतःला अविस्मरणीय बनवाल.

(तुम्हाला आणखी एक गोष्ट सांगावीशी वाटते की दर्जेदार, अभिजात कृती जशा सहज ओळखायला येतात तशाच एखाद्या स्त्री किंवा पुरुषामध्ये या गोष्टीची वानवा आहे हे सुद्धा सहज समजते. लोकांना तुमच्यामधील ही कमतरता दिसू देण्याची संधी देऊ नका.)

दर्जेदार गोष्टींबद्दल तुम्हाला बरेच काही सांगायचे आहे आणि ते इतके महत्त्वाचे का आहे हे सुद्धा पुढील प्रकरणांमध्ये आम्ही तुम्हाला सांगणार आहोत. ते वाचल्यानंतर दर्जेदार कृती म्हणजे काय याची तुम्ही तुमची स्वतःची व्याख्या बनवणार आहात. आणि त्यामुळे तुम्हाला भेटणाऱ्या प्रत्येकालाच तुमचे व्यक्तिमत्त्व अविस्मरणीय वाटावे अशी परिणामकारक, व्यवहार्य साधने तुमच्या हाती येणार आहेत. तुमच्या आयुष्यातील कोणत्याही प्रसंगात किंवा तुमच्या व्यवसाय-उद्योगामध्ये यापेक्षा अधिक किमती गोष्ट कोणती असणार आहे? आत्ता कदाचित या सर्वश्रेष्ठ श्रेणीचे संपूर्ण महत्त्व तुम्हाला समजणार नाही पण जेव्हा तुम्ही या पुस्तकाच्या

शेवटच्या पानापर्यंत पोहोचाल तेव्हा ते तुम्हाला निश्चितपणे समजेल.

'दर्जेदार' या शब्दाचा संभ्रमित करणारा अर्थ परंतु उद्योगधंद्यामध्ये किंवा इतर व्यक्तींसोबत होणाऱ्या संभाषणांच्या वेळी जाणवणारा त्यांचा सुस्पष्ट परिणाम आपण सुरुवातीला बघू. आता अमेरिकन इतिहासातील ऐन महत्त्वाच्या प्रसंगी अशा दर्जेदार कृतीमुळे चित्र कसे पालटले आणि त्या ऐतिहासिक क्षणापासून तुम्ही काय शिकलात हे जाणून घेणे महत्त्वाचे ठरेल.

पुढील प्रकरणांमध्ये 'दर्जेदार' या शब्दाची खऱ्या अर्थाने व्याख्या करण्यासाठी जे आवश्यक घटक लागतात त्यांचा आपण शोध घेणार आहोत आणि शेवटच्या प्रकरणामध्ये या भौतिक जगामध्ये यशाच्या माध्यमातून दर्जेदार कृती स्वत:ला कशी व्यक्त करते ते आपण पाहणार आहोत. दर्जेदार कृतीचे यश मिळवून देण्याची ही खास क्षमताच कौतुकास्पद आहे. जसे की एखादा प्रसिद्ध ॲथलिट आपल्या उच्च प्रतीच्या खेळामुळे आपल्या संघामध्ये अधिक चांगले खेळाडू निर्माण करतो.

'दर्जेदार' या संकल्पनेविषयी अधिक खोलवरच्या अभ्यासास सुरुवात करताना आपण हा गुण कसा आत्मसात करू शकतो ते समजण्यासाठी आपण एका विशेष ऐतिहासिक प्रसंगाकडे एक नजर टाकू- अध्यक्षीय वादविवादाच्या चर्चेचा हा ऐतिहासिक नमुना म्हणजे 'दर्जेदार' या शब्दाच्या व्याख्येत चपखल बसणारा आहे. हे चर्चासत्र २६ सप्टेंबर १९६० रोजी रंगले. त्या चर्चेत भाग घेणारे होते त्या वेळचे मॅसेच्युसेट्सचे संसदपटू जॉन एफ केनडी आणि उपाध्यक्ष रिचर्ड एम निक्सन.

त्यानंतर आत्तापर्यंतच्या अनेक वर्षांमध्ये या घटनेविषयी अनेक पुस्तके लिहिली गेली. परंतु त्यापैकी एकाही पुस्तकामध्ये त्या चर्चेतील 'अभिजात', 'दर्जेदार' शैलीविषयी चकार शब्द काढला गेला नाही. खरे सांगायचे तर त्या चर्चेतील 'अभिजात', 'दर्जेदार' शैली हाच त्या वादविवादाचा आत्मा होता. आणि कुणाची जीत झाली आणि कुणाची हार झाली हे त्याचेच पडसाद उमटले होते, ज्यामुळे संपूर्ण इतिहासाला वेगळी दिशा मिळाली.

जॉन एफ केनडी आणि रिचर्ड निक्सन यांच्यामध्ये जे वाक्युद्ध झाले ते दूरदर्शनवर चित्रित करण्यात आले त्या वेळी त्या दोघांचेही व्यक्तिमत्त्व तेजाने तळपत होते. दोघेही निवडणुकीमधील आपल्या पक्षाच्या यशाबद्दल प्रचंड आशावादी होते. त्या दोघांचीही कारकिर्द एकमेकांपेक्षा भिन्न असली तरी ती प्रभावी होती.

१९६० मधील त्या निवडणुकीस उभे असलेल्या सर्वच उमेदवारांनी त्यांच्या पक्षाच्या रूढी, परंपरा पाळल्या होत्या. पहिल्याच फेरीमध्ये केनडी यांनी देदीप्यमान यश मिळवून त्यांच्यापेक्षा अधिक अनुभवी असणाऱ्या सिनेटर हुलर्ट हम्फेरी यांना हरवले होते. पश्चिम व्हर्जिनिया आणि व्हिस्कोन्सिन मधील केनडी यांची जीत ही त्यांना अध्यक्षपद मिळवून देणारी महत्त्वाची संधी ठरली. कारण मॅसेच्युसेट्स

सारख्या राज्यात जिथे प्रामुख्याने कॅथॉलिक्स कमी संख्येने आहेत तिथे लोक रोमन कॅथॉलिक अध्यक्ष स्वीकारतील का, अशी शंका सगळ्यांना होती.

केनडींच्या धर्मामुळे त्यांच्या पक्षामध्ये काहीशी अनिश्चितता निर्माण झाली होती, परंतु पश्चिम व्हर्जिनिया आणि व्हिस्कोन्सिन येथील प्रचंड प्रतिसादामुळे संभ्रमाचे हे काळे ढग विरून गेले. या विजयानंतर केनडींनी लगेचच धारिष्ट्य दाखवत राजकीय खेळी खेळून आपले सहकारी निवडले. टेक्सास मधील सिनेटर लिंडन जॉन्सन यांच्या निवडीमुळे केनडींच्या नॉर्थईस्ट मधील महत्त्वाच्या पाठीराख्यांना धक्का बसला, परंतु या सत्ताधारी पक्षाकडे आता राष्ट्रीय तिकीट होते. संसदेतील बहुमत मिळवणारा जॉन्सन हा अत्यंत कुशल आणि अनुभवी नेता होता ज्याला वॉशिंग्टनची खडान् खडा माहिती होती. निश्चितच तो एक उत्तम योद्धा होता आणि त्याने कधी हार पत्करली नव्हती.

परंतु दुर्दैवाची एकच गोष्ट अशी होती की त्याला जरी उपाध्यक्ष म्हणून निवडले होते तरीसुद्धा केनडी आणि जॉन्सन यांचे एकमेकांशी तितकेसे चांगले पटत नव्हते. परंतु केनडी यांनी स्वत:च्या भावना बाजूला ठेवून राष्ट्रहिताचा व्यवहार्य निर्णय घेतला. खरोखर ही त्याची 'दर्जेदार' अभिजात खेळी नव्हती का? या प्रश्नाकडे आपण नंतर पुन्हा येऊ.

केनडी यांनी त्यांचे मंत्रीमंडळ बनवल्यानंतर दोन आठवड्यांनी रिचर्ड निक्सन हे रिपब्लिकन पक्षाचे उमेदवार बनले. ज्याची परिणती भविष्यात 'वॉटरगेट स्कॅन्डल' हे प्रकरण उघडकीस येण्यात झाली. त्यांच्या या उमेदवारीच्या काळात ते कितपत लोकप्रिय होते याचा अंदाज करणे काहीसे अवघड आहे. नेमके त्याच काळामध्ये अमेरिकेला सोव्हिएट युनियनकडून अणुहल्ल्यांच्या धमक्या येत होत्या, ती चिंता होती. त्या वेळी निक्सन यांची एका ट्रेड शोच्या वेळी रशियन प्रमुख निकिता क्रुश्चेव्ह यांच्याबरोबर भेट झाली तेव्हा, त्यांनी प्रभावीपणे आपले मुद्दे मांडले होते. त्यांच्या व्हेनेझुएलाच्या एका भेटीमध्ये सुद्धा त्यांनी अमेरिका-विरोधी घोषणा देणाऱ्या मोठ्या जमावाला नामोहरम केले होते. अमेरिका प्रतिकूल परिस्थितीमध्ये असताना निक्सन यांनी अमेरिकेला दिलासा दिला. ही गोष्ट खरी की, सुरुवातीच्या काही मोजक्या प्रसंगी त्यांना मानहानी झेलावी लागली. परंतु त्यातूनच स्वत:ला सावरून उच्च शिखर गाठले आणि असे दिसते की पुढेही असेच घडेल. निश्चितच पुन्हा निवडणूक जिंकण्याइतके ते लोकप्रिय आहेत.

केनडी आणि निक्सन या दोघांकडून जी परिस्थिती सादर केली गेली ती काही बाबतीत अगदी सारखी होती तर काही बाबतीत भलतीच भिन्न होती. कमी-अधिक प्रमाणात दोघेही अमेरिकेच्या भल्याविषयीच पारंपरिक पद्धतीने बोलत होते. परंतु केनडी यांनी लोकांच्या संतुष्टतेला आव्हान केले ज्याचा परिणाम काहीसा सकारात्मक

झाला. त्यांच्या अनेक भाषणांमध्ये ते 'मिसाइल गॅप' बद्दल बोलले, जी आयुधे आंतरराष्ट्रीय खेळींसाठी रशियाकडे उपलब्ध होती. खरे तर प्रत्यक्षात असा काही फरक नव्हता पण लिंडन जॉन्सन यांना आपल्या मंत्रीमंडळात घेतल्या कारणाने केनडींनी आपले हेतू साध्य करण्यासाठी काही गोष्टी हेतुपुरस्सर केल्या.

रिपब्लिकन पक्षाचे परकीय धोरणाविषयीचे काही कडक मुद्दे लक्षात घेता केनडींच्या तुलनेत, जसे की ते १९६० च्या निवडणुकांमध्ये दिसले, निक्सन यांना शांतिदूत म्हणून नजरेसमोर आणणे अवघड होते. त्या पूर्वी नुकतेच प्रेसिडेंट आयझेनहॉवर जे नाझी-जर्मनी युद्धात सुप्रीम कमांडर होते त्यांनी इशारा दिला होता की 'मिलिटरी इंडस्ट्रियल कॉम्प्लेक्स' ची प्रचंड वाढ होत आहे ज्यामुळे अमेरिकन जनजीवन विसकळीत होते आहे. आयझेनहॉवरच्या या विषयावरील भाषणाचा उत्साहाने भारावलेल्या शांतीदूतावर प्रभाव पडला आणि त्यांनी आयझेनहॉवरचे ऐकायचे ठरवले होते. पण प्रत्यक्षात मात्र त्यांनी सोव्हिएट मिलिटरीच्या दबावाला न झुकता अमेरिकन स्वातंत्र्याची कास धरली.

निक्सन त्या वेळी उपाध्यक्ष पदावर होते. त्यांच्या प्रचारसभांमध्ये नेहमी सुरक्षित आणि उज्ज्वल भविष्य देण्याविषयीची आश्वासने असत परंतु त्याचा संदर्भ सहसा रिपब्लिकन पक्षाच्या तत्त्वांवर आधारित असे. जसे की मुक्त व्यापारीकरण आणि सरकारी खर्चांमध्ये काटछाट. अमेरिकनांच्या हिताच्या गोष्टींखेरीज केनडी व निक्सन दोघेही सोव्हिएट रशियाच्या भांडकुदळपणाबद्दल बोलायचे, शिवाय परकीय धोरणांबाबत त्यांचे एकमत होते. तरीही केनडी यांचा जोर खास करून मिलिटरी अधिक बळकट करण्यावर होता. या दोन्हीही नेत्यांच्या प्रचारसभेतील एकवाक्यतेबरोबरच ते दोघे एकमेकांपासून कसे वेगळे आहेत हेसुद्धा लोकांना समजले.

आता दोघांच्याही कार्याचे मूल्यमापन करण्यासाठी चर्चासत्र सुरू झाली होती, दोघेही नेते त्याच वर्षी म्हणजे १९४६ साली काँग्रेसमध्ये आले होते. परंतु निक्सन यांनी ते उपाध्यक्ष असताना जी परकीय विषयक धोरणे राबवली होती त्यांचे भांडवल करून जमेची बाजू उचलून धरली. केनडींकडे मात्र हे बिरुध नव्हते आणि त्यामुळे पहिल्या चर्चासत्रात निक्सन यांचे पारडे अधिक जड होते की काय अशी चिन्हे दिसू लागली. हे सारेच मोठे अटीतटीचे होते कारण सर्व राष्ट्राचा विचार करता रिपब्लिकन्सची संख्या डेमोक्रॅट्स पेक्षा फारच कमी होती. त्यामुळे व्हाइट हाउसपर्यंत पोचण्याच्या शर्यतीमध्ये या छोट्या-छोट्या गोष्टींपासून फार मोठा लाभांश मिळण्याची शक्यता होती.

पण ज्या वेळी निक्सन यांचे पारडे जड होण्याच्या बेतात होते त्याच वेळी प्रसारमाध्यमांमध्ये अशा काही विचित्र घटना घडल्या ज्याचा परिणाम निवडणुकीला वेगळेच वळण लावण्यावर झाला.

निक्सन यांचा भर त्यांची परकीय धोरणे आणि देशांतर्गत धोरणे अधोरेखित करण्यावर होता, परंतु त्यांच्या वरिष्ठांनीच त्याच्यावर बोळा फिरवला. १९६० सालच्या हिवाळ्यात प्रेसिडेंट आयझेनहॉवर यांनी एक प्रेस कॉन्फरन्स बोलावली. खरे तर त्यांना प्रेस कॉन्फरन्स बोलावण्यामध्ये मुळीच रुची नव्हती, ती कधी एकदा संपवतो असे त्यांना झाले होते. तशातच एका पत्रकाराने त्यांना प्रश्न विचारला की, 'देश घडवण्याच्या दृष्टीने उपाध्यक्ष निक्सन यांनी कोणते महत्त्वाचे निर्णय घेतले?' यावर प्रेसिडेंटने असे उत्तर दिले की, 'मला एक आठवड्याची मुदत द्या, मी विचार करून सांगतो.' खरे तर प्रेसिडेंटचा निक्सन यांचा अपमान करण्याचा जराही हेतू नव्हता, ते फक्त विनोद करून वातावरणातील आणि त्यांचा स्वत:चा ताण हलका करण्याचा प्रयत्न करत होते. परंतु प्रेसिडेंटच्या या टिप्पणीचा केनडी यांना खूप फायदा झाला. प्रेसिडेंटच्या या वक्तव्यामुळे केनडी यांची परकीय धोरणाविषयीच्या अननुभवाविषयीची उणी बाजू झाकली गेली. केनडी म्हणाले, 'होय! मि. निक्सन हे अनुभवी आहेत. पण त्यांचा अनुभव हा केवळ माघार, पराभव आणि दुर्बलता या विषयीचाच आहे.'

त्याचबरोबर निक्सन यांच्यासमोर इतरही अनेक अडचणी उभ्या राहिल्या. रिपब्लिकन पक्षाची राष्ट्रीय बैठक झाल्यानंतर त्यांना संपूर्ण पन्नास राज्यांमधील प्रचार करण्याची जबाबदारी पेलण्याचे वचन द्यावे लागले. परंतु त्यांच्या गुडघ्यात जंतुसंसर्ग झाल्यामुळे त्यांचे दोन आठवडे पूर्णपणे वाया गेले. त्यानंतर त्यांची प्रकृती तितकीशी चांगली नसतानासुद्धा आपल्या आतील गोटातील सहकाऱ्यांचा सल्ला झुगारून ते प्रचारकार्यात दाखल झाले. आणि आता या थकल्या-भागल्या उमेदवाराने आपले सगळे लक्ष प्रथमच दूरदर्शनवर चित्रित होणाऱ्या अध्यक्षीय चर्चासत्रावर केंद्रित केले. निक्सन हे मुळातच चतुर वादविवादपटू होते. राष्ट्रीय दूरदर्शनवर आपल्या प्रतिस्पर्ध्याबरोबर चर्चा करण्याची संधी त्यांनी दवडली नाही. परंतु जसजशी संध्याकाळ होऊ लागली तसतशी प्रसारमाध्यमातील राजकारण्यांनी उपाध्यक्षांविरुद्ध अनेक बारीकबारीक मुद्दे उपस्थित केले.

केनडी यांनी या प्रसंगासाठी खास मेहनत घेतली होती. ते पूर्ण तयारीनिशी मैदानात उतरले होते. नुकतेच धर्माविषयी त्यांना जे प्रश्न विचारले गेले होते त्याची त्यांनी जी उत्तरे दिली त्यावरून त्यांच्यामध्ये असलेले अनेक गुण जगजाहीर झाले. त्याचबरोबर प्रचंड पाठिंबा असलेल्या निक्सनसारख्या विरोधकाशी संघर्ष करण्याच्या त्यांच्या क्षमतेवर आणि नेतृत्वावर लोकांनी प्रचंड विश्वास दाखवला. उपाध्यक्ष निक्सनसुद्धा खूप तयारीनिशी आले होते परंतु त्या चर्चासत्रातून जे काही निष्पन्न झाले ते त्यांच्यासाठी फारसे फलदायी नव्हते.

निक्सन यांचे दुर्दैव अजूनही पाठ सोडत नव्हते. इतरही प्रसारमाध्यमांबरोबरच्या

त्यांच्या मुलाखती तितक्याशा प्रभावी ठरल्या नाहीत. त्याउलट केनडी यांच्या पदरी झुकते माप पडत होते. विशेषत: मार्टिन ल्युथर किंग ज्युनियर यांना अटलांटा येथे अटक झाल्यानंर केनडी तातडीने त्यांच्या मदतीला धावले आणि त्यामुळे सर्व काळ्यांची मने त्यांनी जिंकली. उपाध्यक्ष निक्सन मात्र मोठ्या कात्रीत सापडले आणि त्यांना इतक्या मोठ्या मुद्द्यावर मौन धारण करावे लागले. केनडींनी मात्र प्रसारमाध्यमांचा योग्य वापर करून आपली सहिष्णुता दर्शवणारी आणि मंत्रमुग्ध करणारी प्रतिमा अधिक बळकट केली. निवडणुकीच्या या शर्यतीत शेवटच्या टप्प्यावर प्रेसिडेंट आयझेनहॉवर यांनी आपला पाठिंबा निक्सन यांना जाहीर केला. या कृतीची डेमोक्रॅट्सकडून खूप हेटाळणी केली गेली आणि निक्सन यांना स्वबळावर निवडणूक जिंकणे अशक्य दिसत आहे असा त्यातून मथितार्थ काढला गेला. उपाध्यक्षांचे हे दुबळेपण प्रेसपर्यंत पोचले, शिवाय पहिल्या चर्चासत्रातील निक्सन यांची अपयशी कामगिरी, आयझेनहॉवर यांनी करून दिलेला गैरसमज आणि प्रसारमाध्यमांमध्ये केनडी यांचे छोटे-छोटे विजय आणि रिपब्लिकन पक्षाची चुकलेली गणिते या सगळ्यांचा एकत्रितपणे झालेला परिणाम त्यांना सोसावा लागला.

केनडी आपल्या वस्तुस्थितीच्या, आकलनशक्तीच्या जोरावर निक्सन यांना रोखू शकले, परंतु निक्सन केनडींच्या ओरोप-प्रत्यारोपाला स्वत:च्या बळावर उत्तर देत राहिले. हे शाब्दिक युद्ध दूरदर्शनवरील चर्चासत्रामुळे दृश्य स्वरूपात लोकांसमोर आले. लोकांना केनडींचे उत्तम, आकर्षक उमदे व्यक्तिमत्त्व भावले परंतु त्याचवेळी निक्सन खूप थकलेले, आजारी दिसत होते. निक्सन यांच्या या दुबळ्या प्रतिमेला अनेक घटक कारणीभूत होते. आरोग्यविषयीच्या त्यांच्या समस्या वाढत होत्या, आणि परिणामी त्यांचे वजन प्रचंड घटले होते. त्याशिवाय चर्चासत्रासाठी जो सेट स्टुडिओमध्ये रंगवला होता त्याचा रंग सुकल्यानंतर हलका करडा दिसत होता जो निक्सन यांच्या सूटशी मिळताजुळता होता. अधूनमधून कॅमेरामन जे फ्लॅश मारत होते त्यामधून निक्सन कपाळावरचा घाम पुसताना दिसत होते. चहूबाजूंनी त्यांची कोंडी झाली होती आणि त्यांचा खुळखुळा बनवण्यात आला होता. त्याच वेळी केनडी यांची कॅमेऱ्यासमोरची प्रतिमा लुभावणारी होती.

एक गोष्ट ठळकपणे लक्षात आली की ज्या लोकांनी भाषण रेडिओवर ऐकले त्यांना असे वाटले की निक्सन यांचीच सरशी झाली. उलट ज्यांनी भाषण दूरदर्शनवर ऐकले व पाहिले त्यांना वाटले की केनडी हेच विजयी होणार. यामागचे कारण अगदी साधे आहे. निक्सन यांचे सादरीकरण अगदी उत्तम होते परंतु केनडी यांचे दूरदर्शनवरील व्यक्तिमत्त्व अत्यंत दर्जेदार होते, डोळ्यात भरणारे होते.

'क्लास ॲडव्हान्टेज' या संज्ञेचा नेमका अर्थ काय? याचा अर्थ केनडी निक्सन यांच्यापेक्षा अधिक श्रीमंत होते असा तर निश्चितच नाही आणि खरेतर हा मुद्दाच

नाही. इथे क्लास किंवा दर्जेदार या संज्ञेविषयी एक महत्त्वाचा मुद्दा समजून घ्यायचा आहे की, केनडी यांना 'क्लास अ‍ॅडव्हान्टेज' मिळाला तो त्यांच्या शांत, संयमित, सुशील व्यक्तिमत्त्वामुळे. निक्सन यांच्या बोलण्याचा मथितार्थ उत्तम असू शकेल परंतु केनडी यांची संयमित बोलण्याची शैली अधिक प्रभावी ठरली. अगदी खरे सांगायचे तर त्या रात्री, त्या चर्चासत्रात अशी कोणतीही लोकहिताची गोष्ट बोलली गेली नाही किंवा परराष्ट्रीय धोरणाविषयीसुद्धा काही सांगितले गेले नाही, भाषणाला कोणतेही अनपेक्षित वळण लागले नाही, किंवा कोणतेही आवाजाचे चढउतार नव्हते. जे मुद्दे चर्चिले गेले तेसुद्धा आजच्या जगाशी सुसंगत नव्हते. लोकांच्या लक्षात राहिले ते जॉन एफ केनडी यांचे आत्मविश्वासाने भारलेले, विसावलेले उमदे व्यक्तिमत्त्व! हीच गोष्ट अभिजात होती जरी रिचर्ड निक्सन हे कितीही मुरलेले, अनुभवी आणि सुप्रसिद्ध संसदपटू होते तरीही!

हे कसे घडले? आत्तापर्यंत पहिले अध्यक्षीय भाषण या विषयावर जे काही लिहिले गेले त्यामधून तीन मुद्दे उपस्थित होतात. या संपूर्ण पुस्तकात वेळोवेळी आपण या तीन मुद्द्यांचे सविस्तर विवेचन करणार आहोत. पण आता तुम्हाला हे लक्षात ठेवायचे आहे की तुमच्याही आयुष्यात आणि कामाच्या ठिकाणी जेव्हा असे काही मुद्दे उपस्थित होतील तेव्हा तुम्ही ते कसे हाताळणार आहात याचे चिंतन करणे गरजेचे आहे. तुम्हाला पंतप्रधानाच्या शर्यतीत भाग घ्यायचा नाही पण पन्नास वर्षांपूर्वी केनडी आणि निक्सन यांना निर्णय घेताना ज्या समस्या आल्या त्या तुम्हालाही येऊ शकतात. वरवर पाहता असे वाटेल की तो तांत्रिक भाग आहे किंवा प्रक्रियेचा भाग आहे परंतु ते तसे नाही. तो तुमच्यातील दर्जेदार मूल्यांचा आविष्कार असणार आहे, किंवा दर्जेदार मूल्यांच्या आकलनाचा भाग असणार आहे आणि खास करून तुम्ही ज्या प्रकारे संवाद साधणार आहात त्यावरून तुमच्याविषयीचं मत बनणार आहे.

इथे प्रथमत: एक गोष्ट लक्षात घ्या की त्या वादविवादात भाग घेणाऱ्या दोन व्यक्तींची भाग घेण्यामागची कारणे निरनिराळी होती. केनडींसाठी तर वादविवादात भाग घेणे ही त्यांची सकारात्मक निवड होती. पर्यायाने ते काहीही गमावणार नव्हते, उलट काहीतरी मिळवण्यासाठीच त्यांनी भाग घेतला होता. पण निक्सन यांच्यासाठी ते त्यांच्यावर लादलेले होते. सगळ्यात वाईट गोष्ट ही होती की हा अनर्थ त्यांनी स्वत:वर ओढवून घेतला होता, तेही त्यांच्या हितचिंतकांच्या विरोधात जाऊन. निक्सन यांच्या सल्लागारांनी त्यांना कळकळीने सांगितले होते की केनडी यांच्यासोबत चर्चासत्र घेऊ नका.

परंतु निक्सन यांना तसे वागण्यास भाग पडले. त्यांना असे वाटले की आपण काहीतरी सिद्ध करून दाखवू, कदाचित इतरांना नाही दाखवले तरी स्वत:ला सिद्ध करून दाखवू.

त्यामुळे त्यांची कृती ही पूर्णपणे मजबूत नव्हे तर डळमळीत पायावर आधारलेली होती.

कमालीची बदलणारी परिस्थिती कुणाही निर्णय घेणाऱ्या व्यक्तीवर आघात करणारी एक अवस्था असते. मग भले बाह्य परिस्थिती कोणतीही असू दे! लोक जितके अधिक सामर्थ्यवान बनतात तितके ते आपणास मिळालेल्या सत्ताधारी पदास आपण किती लायक आहोत हे सिद्ध करण्याच्या प्रयत्नांमध्ये अडकून बसतात, त्यांना सातत्याने आश्वासित करण्याची आणि आधार देण्याची गरज पडते; ज्यामुळे ते 'पुढे-पुढे' करणाऱ्या लोकांच्या घोळक्यात रमतात आणि मग त्यांना स्वत:बद्दल साशंक होण्याची गरजच पडत नाही.

एखाद्या व्यक्तीचा उत्तम दर्जा किंवा उत्तम श्रेणी ही कधीही निरिच्छेने व्यक्त होत नाही. दर्जेदार गोष्ट ही नेहमीच सकारात्मक असते आणि ती एक आनंदाने केलेली निवड असते. जर तुमची प्रेरणा नकारात्मक असेल तर जरी तुमची कृती दर्जेदार असेल तरीही त्यातून काहीही सकारात्मक निष्पन्न होत नाही. म्हणून अशी चूक करू नका. नकारात्मक प्रेरणा या आपल्या आपणच ओळखू येतात, काही वेळेस अनपेक्षितरीत्या आणि ओशाळवाण्या पद्धतीने!

दर्जा, श्रेष्ठत्व आणि संवाद यांच्यामध्ये आवश्यक असा संबंध असतो. जी माणसे सुस्पष्टपणे संवाद साधून आपण कोण आहोत आणि आपले वैचारिक दृष्टिकोन काय आहेत याची स्पष्ट कल्पना देतात त्यांच्या हातून दर्जेदार गोष्टी घडतात. नेता बनण्यासाठी तुम्हाला तिथे असलेल्या लोकांमध्ये सर्वांत हुशार, स्मार्ट असण्याची गरज नाही. अनेक इतिहासकारांनी हे खुलेपणाने स्वीकारले आहे की देशाचे आत्तापर्यंत अध्यक्षपद भूषवलेल्यांपैकी दोन सर्वांत हुशार अध्यक्ष होते ते म्हणजे जिमी कार्टर आणि रिचर्ड निक्सन. जिमी कार्टरकडे इलेक्ट्रीकल इंजिनीअरिंगची पदवी होती आणि निक्सनकडे ड्युक विद्यापीठाची वकिलीची पदवी होती. असे असूनही राजकारणामध्ये रोनाल्ड रेगन हे सर्वांत लोकप्रिय आणि प्रभावी अध्यक्ष म्हणून अविस्मरणीय ठरले, ज्या माणसाने सर्व शीतयुद्धे मोडून काढली. ते उत्तम संवादकर्ता होते. त्यांच्या भाषणात इस्ट व वेस्ट बर्लिनमधली दुफळी मोडून काढण्यासाठी ते म्हणाले 'टिअर डाउन दॅट वॉल' तेव्हाच त्यांनी स्वत:ला अविस्मरणीय बनवले. त्यांचे हे भाषण म्हणजे काही त्यांच्या शैक्षणिक पदव्यांचा परिपाक नव्हता. ते जे बोलले व ज्या पद्धतीने अंत:करणापासून बोलले त्यामुळे दर्जेदार ठरले.

अविस्मरणीय लोकांचे बोलणे हे द्रष्टेपणाचे असते. आश्चर्याची गोष्ट म्हणजे त्यांनी काय केले किंवा ते काय करणार आहेत याबद्दल ते नसते, तर भविष्यात काय घडणार आहे याची चाहूल त्यांना अगोदरच लागते. इतर लोक कल्पनाही करू शकत नाही असे जगाचे चित्र त्यांच्या नजरेसमोर येते आणि ते त्यांच्या शब्दांमध्ये

इतरांना त्याबद्दल सांगतात. त्यांचा मुद्दा समजावून सांगण्यासाठी ते संख्याशास्त्राचा आधार घेत नाहीत. ते त्यांची कल्पकता वापरतात.

उत्तम संवादकर्ता होण्यासाठी तुमच्या अंगी प्रामुख्याने दोन गुण असावे लागतात. पहिला म्हणजे प्रखर आशावाद. निराशावादाला 'अभिजात' संज्ञेत जागाच नाही. अविस्मरणीय व्यक्ती सद्यपरिस्थितीपलीकडील चांगल्या काळाचे चित्र डोळ्यांपुढे रंगवते. ते चांगले दिवस कधी येतील? कसे येतील? या विषयीचे तपशील ते देतात.

उत्तम संवादकर्त्याच्या अंगी त्याने भविष्याचे जे उज्ज्वल चित्र रंगवले आहे ते साध्या-सोप्या शब्दांमध्ये इतरांबरोबर वाटून घेण्याची हातोटी असावी लागते. त्यासाठी खूप शब्दजंजाळाची आवश्यकता नसते. फक्त अशी भाषा वापरणे गरजेचे असते की जी ट्रक ड्रायव्हरलाही समजेल आणि शास्त्रज्ञालाही समजेल, साधी, सोपी, आकलन होणारी आणि पुनरुच्चार करता येण्याजोगी.

वाक्प्रचार जसे की, 'मला दिसतंय की...' किंवा 'माझी कल्पना आहे की...' किंवा 'माझा असा विश्वास आहे की...' फार प्रभावी ठरतात. त्या कल्पना तुमच्याही विचाराधीन होतात आणि तुमच्या कल्पनाशक्तीला पंख फुटून तुमच्या नजरेसमोर ते चित्र अवतीर्ण होते. उदाहरणार्थ तुम्हाला असे सांगायचे आहे की जेव्हा लोक त्यांचे काम आनंदाने करतात तेव्हा त्यांची उत्पादकता वाढते आणि त्यांच्या एकूणच आयुष्यातील सुख वाढते. परंतु हेच तुम्ही जेव्हा आकडेमोड करून संख्याशास्त्राचा आधार घेऊन कार्यप्रणालीत सुधारणा केल्याने लोकांचा काम करण्याचा उत्साह द्विगुणित होतो आणि कामाचा दर्जा सुधारतो असे सांगण्याचा प्रयत्न केलात तर कोण तुमचे ऐकेल? भले तुमची विधाने कितीही बरोबर असली, तरी!

पण समजा त्या ऐवजी तुम्ही असे म्हणालात,

'माझी अशी कल्पना आहे की तो दिवस फार दूर नाही की आपल्यापैकी जो कुणी कामाला जातो तो किंवा ती प्रत्येक जण आनंदाने कामाला जाईल. मला असे जग दिसते आहे. तुम्ही अशी कल्पना करू शकता का, की तुम्ही दररोज कामाला जात आहात आणि तुम्ही जे काम करताय ते तुम्हाला आवडते आहे आणि तुमच्या सहकाऱ्यांवरसुद्धा तुम्ही प्रेम करत आहात? तुम्हाला काय वाटते त्यामुळे तुमच्या कामावर त्याचा प्रभाव तर पडेलच परंतु तुमच्या वैयक्तिक आयुष्यावरसुद्धा त्याचा प्रभाव पडेल. माझ्या कल्पनेतले जग असेच आहे आणि जर आपण सर्वांनी मिळून ते तसे बनवण्याचा प्रयत्न केला तर नक्कीच माझ्या कल्पनेतले जग प्रत्यक्षात उतरेल. चला, मला साथ द्या. तुम्हीच नेतृत्व स्वीकारा. जर तुम्ही नेतृत्व स्वीकारले, लोकांना प्रेरणा -स्फूर्ती दिली तर मला माहीत आहे की आपण यशस्वी होऊ. तुम्ही तुमच्या भोवतालच्या लोकांना प्रेरणा दिली तर आपल्यापैकी प्रत्येक जण जागृत

होईल आणि मन:पूर्वक आनंदाने कामावर जाईल. पटतेय का तुम्हाला माझे बोलणे?'

अर्थ तोच आहे परंतु संदेश मात्र वेगळा गेला आहे.

असे कधीही विचारू नका की 'तुमचा देश तुमच्यासाठी काय करू शकतो?' असे विचारा की, 'तुम्ही तुमच्या देशासाठी काय करू शकता?' असा प्रश्न जॉन एफ केनडी यांनी त्यांच्या १९६१ सालच्या अध्यक्षीय भाषणामध्ये विचारला होता. हा प्रश्न अविस्मरणीय का ठरला? ते स्वत: अविस्मरणीय का ठरले? केनडींनी कधीही आपल्याला त्यांचे शिष्यत्व पत्करायला सांगितले नाही किंवा कधी नेतृत्वही करायला सांगितले नाही. त्यांनी आपल्यापुढे देशसेवा करण्याचे आव्हान ठेवले. हाच तर प्रामाणिक दर्जेदार कृतीचा उपरोध आहे. खऱ्या अर्थाने स्फूर्ती देणारी आणि अविस्मरणीय माणसे लोकांचे नेतृत्व करायला सरसावत नाहीत तर ते लोकांची सेवा करण्यास पुढे सरसावतात. तर्कशास्त्रातील या सूक्ष्म फरकामुळे चांगल्या नेत्याला असे लोक निष्ठा आणि आदर बहाल करतात, जे बदल्यात त्यांची सेवा करतात. अविस्मरणीय होण्यासाठी अनुयायी होणे गरजेचे असते. जोपर्यंत एखादी व्यक्ती सामान्य जनतेचे हित जपत नाही, त्यांची कामे करत नाही तोपर्यंत सामान्य जनतेला त्यांचे अनुयायी व्हावेसे का वाटेल?

तुम्ही जितकी लोकांची कामे कराल तेवढे तुमच्या भोवतालच्या लोकांच्या विश्वासाला पात्र ठराल. तुम्ही केवळ 'वरिष्ठ' आहात म्हणून नव्हे तर एवढ्यासाठी की तुम्ही लोकांच्या गरजा जाणता आणि तुम्ही त्या जाणून घेऊन त्या पूर्ण करण्याचा निश्चय केला आहे म्हणून.

अविस्मरणीय व्यक्तीला इतरांना मदत करावीशी वाटते आणि त्यातूनच ते त्यांचे व्यक्तिमत्त्व घडवत असतात. अविस्मरणीय व्यक्ती कधीही इतरांना आपली कामे करण्यास सुचवत नाही. आणखी एक सांगायचे म्हणजे अविस्मरणीय व्यक्ती नजरेसमोर असे चित्र रंगवतात की सर्व लोक त्यांची कामे कुणावर अवलंबून न राहता स्वत: करत आहेत.

आणि या पुस्तकाचा हेतू तोच तर आहे!

२

प्रतिकूल परिस्थितीतही अभिजात वर्तणूक

असे दिसते की आयुष्यात घडणाऱ्या सर्वच घटनांच्या बाबतीत आपण जबाबदार नसतो. किंवा त्यावर आपले नियंत्रण नसते. असे समजा की सोसाट्याचे वादळ सुटले आणि तुमच्या शेजारच्या अंगणातील झाड तुमच्या छपरावर पडले किंवा त्याहीपेक्षा वाईट म्हणजे तुमच्या अंगणातील झाड शेजारच्यांच्या घरावर पडले तर? एखादा माणूस आजारी पडतो आणि दुसरा एकदम धडधाकट असतो. जॉयला लॉटरी लागते तर जिमचे लॉटरीचे तिकीटच हरवून जाते. अशा प्रकारे आयुष्यात कोणत्याही घटना कशाही स्वरूपात घडत असतात. सर्व नशिबाचाच भाग असतो.

हे जरी खरे असले तरीही जेव्हा आपण दर्जेदार, अभिजात वर्तणुकीच्या दृष्टिकोनातून विचार करतो तेव्हा आपल्याला केवळ नशिबाला बोल लावून चालत नाही. जर तुमची वर्तणूक दर्जेदार असावी असे तुम्हाला वाटत असेल किंवा तुम्हाला स्वत:ला अविस्मरणीय बनायचे असेल तर तुम्हाला शंभर टक्के जबाबदारी उचलावी लागेल. तुमच्या स्वत:च्या कृत्याची जबाबदारी तर तुम्हाला स्वीकारावीच लागेल परंतु ज्या लोकांची स्वत: जबाबदारी उचलण्याची क्षमता नसते अशांच्या वतीनेही तुम्हाला जबाबदारी उचलता आली पाहिजे आणि ज्या गोष्टी तुमच्या नियंत्रणापलीकडच्या आहेत अशा गोष्टींचीही जबाबदारी तुम्ही घेतली पाहिजे. तुमचे बरोबर आहे की तुम्ही काही वादळ घडवून आणले नाही पण कधीतरी तुमच्या मनात आले असेल की जर जोराचे वादळ झाले तर हे झाड पडू शकते. मला हे सांगण्याची गरज नाही की माझ्या अपेक्षा जरा जास्तच अवाजवी आहेत. हे सोपे नाही हे मला कळते, या गोष्टी आपोआपही घडणार नाहीत. परंतु अशा दृष्टिकोनातून गोष्टींकडे बघणे हीच तर दर्जेदार वर्तणूक आहे.

पण फक्त एवढ्यानेच भागणार नाही, फक्त जबाबदारी स्वीकारून भागणार नाही. तुम्हाला ते अगदी सहज, नैसर्गिकरीत्या घडले आहे असे भासवावे लागेल. तुम्हाला जर असे वाटत असेल की अशा प्रकारची दर्जेदार वर्तणूक वगैरे म्हणजे स्वत:शी संघर्ष करणे आहे तर कोणत्याही प्रकारे हा संघर्ष बाह्यत: दिसायला नको.

आता मी तुम्हाला एक खरी घडलेली गोष्ट सांगतो. एक कौटुंबिक छोटेखानी व्यवसाय चालवणाऱ्या व्यक्तीच्या ट्रकवर टेड हा ड्रायव्हर म्हणून काम करत होता. त्याची बायको गरोदर होती आणि तिचे दिवस भरत आले होते. तिच्या प्रसूतीच्या वेळी काही गंभीर समस्या उपस्थित झाल्या आणि परिणामी हॉस्पिटलचे बिल वीस हजार डॉलर्स इतक्या अवाढव्य रकमेपर्यंत गेले. जरी टेडची पत्नी व मूल उत्तम तब्येतीत होते तरी त्याला आता मोठ्या आर्थिक समस्येला तोंड द्यावे लागत होते. त्याने इन्शुरन्स कंपनीकडे सर्व कागदपत्रे सादर केली होती व इन्शुरन्स कंपनीने हे बिल द्यावे असा अर्जही केला होता. परंतु इन्शुरन्स कंपनीने काहीतरी कारण पुढे करून बिल नाकारले होते. आता वीस हजार डॉलर्स इतकी रक्कम उभी करणे टेडला दुरापास्त होते. म्हणून नाइलाजाने तो त्याच्या मालकाला वॉरेनला भेटायला गेला. वॉरेनने टेडची समस्या लक्षपूर्वक ऐकून घेतली आणि त्याला दिलासा दिला की तो स्वत: इन्शुरन्स कंपनीशी बोलेल. आता टेडला असे वाटले की नक्कीच त्याला इन्शुरन्सचे पैसे मिळतील आणि जरी नाहीच मिळाले तरी नेमकी अडचण कुठे आहे याचा वॉरेन नक्कीच छडा लावेल.

त्यानंतर काही दिवसांनी वॉरेन स्वत: ऑफीसमध्ये आल्याआल्याच टेडकडे गेला व म्हणाला, 'टेड, माझ्याकडे तुझ्यासाठी एक चांगली बातमी आहे. मी इन्शुरन्स कंपनीशी बोललो आणि त्यांनी तुझ्या हॉस्पिटलच्या बिलाची रक्कम देण्याचे मान्य केले आहे. त्यामुळे आता तुला पैशांची चिंता करण्याचे कारण नाही.'

टेडने त्याच्या मालकाचे अत्यानंदाने आभार मानले. तो भारावून गेला. त्याच्या मालकाने त्याच्या वतीने त्याची इन्शुरन्स कंपनीकडे ज्या प्रकारे बाजू मांडली त्याची त्याने प्रशंसा केली. त्यानंतर कित्येक वर्षांनी वॉरेन मृत्यू पावला. टेड सांत्वनासाठी वॉरेन यांच्या पत्नीकडे गेला असता बोलण्याच्या ओघात वॉरेनने त्याला इन्शुरन्स कंपनीचे पैसे मिळवून देण्यात कशी मदत केली हे सांगितले. त्या वेळी वेगळेच सत्य बाहेर पडले. वास्तविक वॉरेनने स्वत: ते हॉस्पिटलचे बिल भरले होते. अर्थातच त्याच्यासाठी ही रक्कम फार नव्हती त्यामुळे पैसे हा काही फारसा चिंतेचा विषय नव्हता. मात्र वॉरेनला एकाच गोष्टीची चिंता वाटली होती की, टेडला हे समजायला नको की त्याने (वॉरेनने) हे बिल भरले आहे. एखाद्या गरजू व्यक्तीला आर्थिक मदत करणे ही निश्चितच श्रेष्ठ दर्जाची कृती होती. परंतु त्याला हे जाणवून देणे की 'मी तुला तुझ्या संकटात मदत केली आहे' ही निश्चितच दर्जेदार कृती नव्हे.

जे लोक दर्जेदार असतात त्यांना दुसऱ्यांना ओशाळवाणे करणे आवडत नाही. मग ती गोष्ट फारशी गंभीर असो किंवा नसो; जसे टेडच्या बाबतीत झाले, आणखी असेच एक उदाहरण मी तुम्हाला प्रसिद्ध गीत लेखक आणि संगीतकार कोल पोर्टर याच्या विषयी सांगतो. त्याचे वागणे-बोलणे हे प्रत्येक बाबतीतच अतिशय दर्जेदार असे. त्याच्या मित्रांना घरी बोलवून खान-पान करायला त्याला आवडत असे. न्यू यार्क मधील वॉल्डॉर्फ अस्टोरिआ या हॉटेलमध्येच तो राहत असे. असेच एके दिवशी पोर्टरच्या मित्रांपैकी एक मित्र पोर्टरकडे काचेच्या वस्तूंचा किती चांगला संग्रह आहे या गोष्टींची प्रशंसा करत होता. नेमके त्याच वेळी त्याच्या हातातून कित्येक हजार डॉलर्स किंमत असलेला जपून ठेवलेला खानदानी बाउल निसटला व फुटला. आत्तापर्यंत असलेले हसते-खेळते वातावरण एकदमच निवळले आणि तिथे स्मशानशांतता पसरली. त्याबरोबर पियानोवर बसलेला कोल पोर्टन त्वरेने भयभीत झालेल्या त्या पाहुण्याकडे आला व म्हणाला, 'अरेरे! तुझ्या हातून बाउल निसटला ना?' असे म्हणत त्याने तिथे असलेला दुसरा बाउल हातात घेतला व म्हणाला, "अरे, त्यात काय एवढे? असे घडू शकते, ते निसटणारेच आहेत आणि त्याने मुद्दामच हातातून तो दुसरा बाउल खाली टाकला व असे भासवले की जणू काही चुकून तो त्याच्या हातातून खाली पडला व म्हणाला, 'बघ, आता माझ्याही हातातून निसटलाच ना!' आणि हसत म्हणाला, 'अरे, असे अनेकदा घडते. तू नको वाईट वाटून घेऊस आणि इथे नेहमी येत जा, तुझे स्वागतच आहे.'

तुमच्यावर जर असा प्रसंग आला असता तर तो तुम्ही कसा हाताळला असता? तुमच्या या पाहुण्याने जी चूक केली तिला मोठ्या मनाने तुम्ही माफ केले असते? तुमच्या चेहेऱ्यावरचे भाव बदलले असते? की तुम्ही मनातल्या मनात तो बाउल फुटल्यामुळे आपले किती नुकसान झाले याची आकडेमोड करत बसला असता? आणि आता पुन्हा अस्साच बाउल मिळेल का याची चिंता करत बसला असता. जरी ही चूक तुमची नसली तरी तिथे पुन्हा हसते-खेळते वातावरण निर्माण करण्याची जबाबदारी तुम्ही उचलली असती का? थोडक्यात मला तुम्हाला असे विचारायचे आहे की अशा प्रसंगात तुम्ही सर्वसामान्य व्यक्तीसारखे वागले असता की तुम्ही दर्जेदार कृती केली असती?

दर्जेदार कृती ही नेहमी आपली आपणच दृग्गोचर होते पण खरी कसोटी तेव्हाच असते जेव्हा एखादी प्रतिकूल परिस्थिती निर्माण होते. त्यामुळेच जी दर्जेदार माणसे असतात ती समस्यांकडे संधी म्हणून पाहण्यास स्वत:ला प्रशिक्षित करतात. तुम्हाला कदाचित हे विचित्र वाटेल परंतु काही व्यक्ती याच तत्त्वानुसार जगतात आणि त्याच माणसांना खऱ्या अर्थाने आपण अविस्मरणीय म्हणू शकतो. इन्शुरन्स व्यवसायामध्ये अब्जावधी डॉलर्सचा धंदा करून आपले साम्राज्य निर्माण करणारे कै.

डब्लू क्लेमेंट स्टोन यांचा तर वाईट बातमीकडे बघण्याचा दृष्टिकोन अनोखा होता. त्यांनी अशी स्वत:ला एक स्वयंशिस्तच लावून घेतली होती की, कोणतीही बातमी किंवा माहिती भले कितीही आपल्या विरोधात असली तरी 'एक्सलंट' अशा शब्द उद्‌गारायचा. कोणत्याही परिस्थितीमध्ये, भले कितीही वाईट असू दे, ते त्यामधून सकारात्मक संधी शोधत असत आणि जर अशी कोणतीही संधी त्या परिस्थितीमध्ये दडलेली नसेलच तर ते स्वत: निर्माण करत.

आम्ही हे तुम्हाला आधीच सांगितले की, हे अजिबातच सोपे नाही. पण ते सोपे असूच शकत नाही.

इ.स. १९८२ मध्ये शिकागो मधील एका औषधाच्या दुकानात, टायलेनॉल या औषधाच्या बाटलीमध्ये कुणीतरी विष मिसळले आणि ते प्यायल्याने आठ माणसे मृत्युमुखी पडली. जॉन्सन अॅण्ड जॉन्सन कंपनीच्या तत्कालीन सी.ई.ओ. यांनी या दुर्घटनेची संपूर्ण जबाबदारी स्वीकारली. खरे सांगायचे तर या विष मिसळण्याच्या गोष्टीशी कंपनीचा तसा अर्थार्थी काहीही संबंध नव्हता. एकतीस लाखांपेक्षा अधिक टायलेनॉलच्या बाटल्या माघारी बोलावण्यात आल्या आणि त्यांचा नाश केला गेला. त्यांची किंमत शंभर मिलियन डॉलर्स एवढी होती. हा निर्णय योग्य होता का? त्या वेळी जॉन्सन अॅण्ड जॉन्सन कंपनीचे सी.ई.ओ. होते जेम्स बर्क. त्यांच्या मते, 'दुर्घटनेच्या प्रसंगी कंपनी आणि तिचे अधिकारी कसे वागतात हाच तर कसोटीचा क्षण असतो.' वेगळ्या शब्दात सांगायचे तर अवघड समस्यांना तोंड देताना ते तुमच्यावर कुणीतरी जबरदस्तीने लादले आहे असे वाटू देऊ नका. नाहीतर तुम्ही आहात तिथेच राहाल. ही तर तुम्हाला तुम्ही कोण आहात आणि तुम्ही कसे आहात हे दाखवून देण्याची संधी आहे.

तुम्ही स्वत:च तुम्हाला उच्च पातळीवर कसे नेऊन ठेवणार आहात आणि तिथूनच पुन्हा नव्याने जगायला सुरुवात करणार आहात या विषयी विचार करा. दर्जेदार, अभिजात कृतीची हीच खरी व्याख्या आहे हे तुम्हाला समजेल. ही सुरुवात चांगलीच आहे.

प्रतिमा आणि वास्तव

ताइबि काह्‌लेर नावाचे एक क्लिनिकल सायकॉलॉजीस्ट (मानसोपचारतज्ज्ञ) आहेत त्यांनी पीएच.डी. केलेली आहे. त्यांनी मानवी प्रेरणांविषयी उद्‌बोधक असा सखोल अभ्यास केला आहे. विशेषत: काह्‌लेर यांनी अशा काही विशिष्ट श्रद्धा किंवा समज शोधून काढले आहेत ज्यांच्यावर आधारित माणसे आपल्या आयुष्यात कृती करत असतात. काही वेळेस त्याचे परिणाम सकारात्मक दिसतात परंतु बरेचदा त्या कृती

त्यांना आत्मविनाशाकडे ढकलतात. जेव्हा लोक त्यांची अभिजात, दर्जेदार वृत्ती सोडून खालच्या पातळीवर उतरतात तेव्हा वस्तुत: तसे वागण्याचा त्यांचा हेतू नसतो. उलटपक्षी त्यांचा हेतू सकारात्मक असतो परंतु त्यांना चुकीचे मार्गदर्शन मिळते. ताइबि काह्लेर यांचे विचार समजून घेण्यासाठी त्यांनी एखाद्या व्यक्तीस विशिष्ट कृती करण्यासाठी ज्या चार प्रकारच्या दिशा मिळतात ते समजून घेणे गरजेचे आहे.

काह्लेरने कार्यप्रवण करणाऱ्या ज्या दिशा सांगितल्या आहेत त्यापैकी पहिली आहे, 'परिपूर्ण असण्याविषयीची गरज'. याचा अर्थ असा की काह्लेर म्हणतात, 'तुम्ही परिपूर्ण असायलाच हवे. तुम्ही प्रत्येक बाबतीत बरोबरच असले पाहिजे. तुम्ही जे काही कराल त्या प्रत्येक बाबतीत तुम्ही यशस्वीच झाले पाहिजे आणि तुम्ही नेहमीच जिंकले पाहिजे.'

आपल्या आता लक्षात आले असेल की या समजापोटीच रिचर्ड निक्सन यांनी पहिल्या अध्यक्षीय चर्चासत्रामध्ये भाग घेतला, नव्हे चर्चासत्रात भाग घेण्यासाठी, ते आव्हान स्वीकारण्यासाठी आणि त्यामध्ये जिंकण्यासाठी त्यांनी स्वत:वर जबरदस्ती केली. खरे तर असे न वागण्याची अनेक स्पष्ट कारणे उघड-उघड दिसत असतानासुद्धा ते तसे वागले. अर्थात त्यांच्या या कृतीमागे सकारात्मक कारण होते ते म्हणजे त्यांना त्यांची 'दर्जेदार, अभिजात' वर्तणूक दाखवायची होती. परंतु समस्या ही होती की त्यांची ही वर्तणूक भीतीपोटी होती. आपण परिपूर्णतेमध्ये कुठे तरी कमी पडत आहोत अशी भीती त्यांच्या मनात होती. दुर्दैवाने त्यांना जी भीती वाटली तीच खरी ठरली.

व्यक्तीला आत्मविनाशाकडे देणाऱ्या काही महत्त्वाच्या मनोधारणा –

- सदासर्वकाळ मी बलशाली आणि सामर्थ्यवानच दिसले पाहिजे. खरे तर हे मूलभूत गैरसमजावर आधारित असते की जर मी घाबरलेला किंवा भयभीत दिसतो तर मग मी सामर्थ्यवान नाहीच.
- मी नेहेमीच नेतृत्व केले पाहिजे, बाकी सर्व माझे अनुयायी असावेत, अशी तातडीची गरज काही लोकांना सतत असते. खरे सांगायचे तर अत्यंत यशस्वी माणसे ही सुरुवातीपासून इतरांपेक्षा उठून दिसतात. मी लक्षाधीश असलेला सर्वांत कमी वयाचा तरुण असेल असा आग्रह किंवा तिशीच्या आतला सर्वोत्कृष्ट कामगिरी करणारा तरुण मी असेन, असे म्हणणे म्हणजे स्वत:च स्वत:साठी पिंजऱ्यात अडकवणे असते. असे करू नये, तरीही अनेक तरुण यामध्ये अडकतात.

- कसेही करून इतरांना खूश ठेवण्याची इच्छा आणि त्यासाठी खोटी-खोटी स्तुती आणि प्रशंसा करून आपल्या कृतीला मान्यता प्राप्त करून घेणे. वास्तविक चांगल्या कृतीची प्रशंसा होणे, त्याची नोंद घेतली जाणे हे स्वीकारार्हच आहे. पण स्वत:च स्वत:ची टिमकी वाजवून घेणे गैर आहे. तसेच इतरांच्या इच्छा जाणून घेऊन त्याप्रमाणे आपल्यात बदल करणे चांगलेच आहे, परंतु जो पर्यंत इतर लोक तुमच्यावर खूश नाहीत तोपर्यंत तुम्ही तितकेसे चांगले नाही असा गैरसमज करून घेऊ नये.

डेल कार्नेगींशी संबंध

जरी 'दर्जेदार' किंवा 'अभिजात' असा शब्द डेल कार्नेगी यांनी त्यांच्या पुस्तकात कधी वापरला नाही तरी आज आपण ज्या विचार-प्रणालींविषयी चर्चा करत आहोत त्या डेल कार्नेगी यांच्या पुस्तकांचा स्थायीभाव होता. त्या पुस्तकांनी लक्षावधी लोकांची आयुष्य बदलली. मला असे वाटते की आता आपण ज्या विषयी बोलत आहोत तेच डेल कार्नेगी यांना सांगायचे होते आणि या कल्पना खास करून जबाबदारी स्वीकारणे आणि जबाबदारींना ओझे न समजता त्यांच्याकडे संधी म्हणून पाहणे या कार्नेगींनी मांडलेल्या कल्पनांशी किती साधर्म्य साधतात हे तुमच्या लक्षात येईल.

आम्ही आधी सांगितल्याप्रमाणे हे काही रॉकेट सायन्स नाही. 'दर्जेदार' असणे म्हणजे फार काही अवघड किंवा गुंतागुंतीचे असण्याची आवश्यकता नाही. निक्सन -केनडी यांच्या चर्चासत्राच्या प्रसंगामध्ये आपण पाहिले की प्रेक्षकांवर पहिली छाप पाडणे या विषयीचे काही मूलभूत नियम आहेत ते पाळणे आणि समयोचित वागणे यामुळे फार फरक पडतो आणि ते महत्त्वाचेच असते.

तुम्ही स्वत: कसा पोशाख परिधान करता, याबद्दल तुमचे स्वत:चे काय मत आहे? छान नीटनेटके तयार होणे, सुसंस्कृत आचरण करून दुसऱ्यावर छाप पाडणे या गोष्टी तुम्हाला त्रासदायक वाटतात की तुम्ही त्याकडे एक संधी म्हणून पाहता. तुमचे ऑफिस किंवा तुम्ही ज्या ठिकाणी काम करता तेथील वातावरण, तेथील परिस्थिती कशी आहे? तुमच्या या वैयक्तिक बाबींच्या बाबतीत तुम्ही समाधानी आहात की तुम्हाला त्यामध्ये काही बदल करून तुमच्या कंपनीची किंवा संस्थेची प्रतिमा बदलाविशी वाटते?

तुम्हाला जर तुम्ही आहात त्यापेक्षा वेगळे असण्याची गरज वाटत असेल किंवा तुम्ही मनमानी करून दुसऱ्यांचे विचार ऐकून घेत नसाल तर कदाचित तुम्ही चूक

करत आहात. इथे आपण कुणी त्याचे स्वातंत्र्य गमावून स्वीकारार्हता मिळवावी या विषयी बोलत नाही. अगदी खरे सांगायचे तर आपण अगदी साध्या-साध्या गोष्टीतील स्वरूप सकारात्मकरीत्या जपण्याचा प्रयत्न करत आहोत. जेव्हा रिचर्ड निक्सन यांनी टीव्हीवरील चर्चासत्रासाठी ग्रे रंगाचा सूट घातला तेव्हा कदाचित त्यांनी असा विचार केला असेल की मला हवा तो रंग घालण्याचे स्वातंत्र्य मला आहे हे लोकांना कळावे. कदाचित कुणीतरी त्यांना असेही सांगितले असेल की दूरदर्शनवरील स्टुडिओमध्ये गडद रंगाचा सूट अधिक चांगला दिसेल परंतु आपण वेगळे आहोत आणि आपण स्वत:चे कपडे स्वत: निवडतो. हा अधिकार आपल्याला आहे असे त्यांना दर्शवायचे असेल. परंतु दर्शकांपैकी कुणीही या शक्यतांचा विचार केला नाही. त्या उलट त्यांनी रिचर्ड निक्सन उठावदार दिसले नाहीत अशा नकारात्मक प्रतिक्रिया दिल्या. ज्या लोकांनी तो कार्यक्रम रेडिओवर ऐकला, ज्यांनी निक्सन यांना पाहिले नाही त्यांना निक्सन जे बोलले ते आवडले. परंतु ज्यांनी दूरदर्शनवर कार्यक्रम पाहिला त्यांनी त्यांचा संदेश केवळ त्यांच्या कपड्यांवरून नापसंत केला. खरे तर कपडे ही किती क्षुल्लक बाब होती.

आता आपण याच मुद्द्याकडे याच्या उलट दृष्टिकोनातून पाहू. जेव्हा लोक तुमच्याशी बोलत असतात तेव्हा तुम्ही त्यांच्या बोलण्याकडे लक्ष देऊन ऐकत असता की त्यांनी कोणता पोशाख केला आहे? ते कोणते शब्द वापरत आहेत किंवा इतर तपशिलांमुळे तुमचे लक्ष विचलित होत असते? किंवा तुम्ही इतरांचे केवळ एवढ्याच कारणासाठी ऐकता का की ती व्यक्ती बोलायची थांबली की तुम्हाला बोलण्याची संधी मिळणार आहे? की तुम्ही मुद्दामच ऐकण्याचे कौशल्य प्राप्त करून घेतले आहे? खरोखर ऐकण्याची कला असलेली माणसे फार दुर्मीळ आहेत आणि जर अशा दुर्मीळ लोकांपैकी तुम्ही एक असाल तर तुम्ही आणखी एक पाऊल पुढे टाकून स्वत:ला खऱ्या अर्थाने अविस्मरणीय बनवू शकता.

जेव्हा समोरची व्यक्ती जे काही बोलत आहे त्याच्याशी तुम्ही सहमत नसाल तेव्हा तुम्ही कसा प्रतिसाद देता? तुम्हाला एखादा विशिष्ट विषय किंवा काही विशिष्ट माणसे त्रासदायक वाटतात का? आपल्याकडे असे विषय किंवा अशी माणसे टाळण्याच्या अनेक युक्त्या आहेत. परंतु पुन्हा महत्त्वाचा मुद्दा असा येतो की जे लोक दर्जेदार, किंवा अभिजात वर्गात मोडतात ते अशा वेळी स्वत:वर संयम ठेवतात आणि जबाबदारी स्वीकारतात. जेव्हा बोलणारी समोरची व्यक्ती सुसंगत बोलत नसते, ते तुम्हाला पटणारे नसते. कदाचित बोलणारी व्यक्ती काहीच माहिती नसताना बोलत असते. परंतु हे सगळे जगाला माहीत करून देणे हे तुमचे काम नव्हे. तुमची जबाबदारी एवढीच की, तुम्ही त्यांना शांतपणे, संयमितपणे प्रतिसाद देणे, एका शब्दात सांगायचे तर 'दर्जेदार' पद्धतीने.

डेल कार्नेगी यांच्या सर्वांत प्रसिद्ध आणि लोकप्रिय पुस्तकाचे शीर्षक आहे *'हाऊ टू विन फ्रेन्ड्स अॅन्ड इन्फ्लुएन्स पिपल.'* हे शीर्षक संपूर्ण जगाला माहीत आहे आणि त्या शीर्षकाचा साधेपणा हीच त्याची ताकद आहे. परंतु या शीर्षकाबद्दल खऱ्या अर्थाने जाणून घ्यायचे असेल तर एका शब्दाकडे आपल्याला खूप निरखून पाहावे लागेल. आश्चर्याची गोष्ट म्हणजे तो एक शब्द आहे 'अॅन्ड'. सर्वसामान्य संभाषणात 'अॅन्ड' हे केवळ शब्दयोगी अव्यय आहे, म्हणजे दोन शब्दांना जोडणारे. परंतु इथे त्या शब्दाला वेगळेच महत्त्व प्राप्त झाले आहे. डेल कार्नेगींच्या शीर्षकातील 'अॅन्ड' या शब्दाचा अर्थ आहे 'इन ऑर्डर टू' म्हणजे हेतू दर्शवणारे. शीर्षकाचे दोन भाग केवळ अॅन्ड या शब्दाने एकत्रित बांधले गेले आहेत असे नाही तर एक भाग दुसऱ्याला समृद्ध करतो आहे. ही गोष्ट फक्त एवढ्यापुरतीच मर्यादित नाही की मित्र जोडा आणि प्रभाव पाडा, तर मित्र जोडल्यामुळेच तुम्हाला प्रभाव पाडण्याची संधी मिळणार आहे. मित्र जोडल्यामुळे तुम्हाला प्रभाव पाडण्याची ताकद मिळणार आहे. अगदी शक्य तितक्या कमीत कमी शब्दात सांगायचे म्हणजे प्रेम मिळाल्यामुळेच आदर मिळणार आहे.

असा सगळा विचार करून आपण म्हणू शकतो की हे फार साधे आहे, हे रॉकेट सायन्स नव्हे! हे जरी तितकेसे सोपे नसले तरी फारसे अवघड किंवा गुंतागुंतीचे नाही. या प्रकरणाचा शेवट जी काही तत्त्वे शिकलो त्याने करू. हे फक्त वाचून सोडून द्यायचे नाही तर अगदी आजपासूनच आचरणात आणायचे आहे.

पहिले तत्त्व हे की तुम्ही स्वत:शी वचनबद्ध होणार आहात की तुम्ही दर्जेदार कृती करणार आहात आणि स्वत:ला अविस्मरणीय व्यक्ती बनवणार आहात. दुसऱ्यावर टीका करू नका, दुसऱ्याचा निषेध करू नका किंवा कुणाबद्दल तक्रारही करू नका. का नाही करायची? इतर लोक तक्रारी करत राहतात तेव्हा ते ऐकायला तुम्हाला आवडते का? तुमच्या प्रिय व्यक्तीचा कुणी निषेध करत असेल तर ते तुम्हाला आवडेल का? जर एखादी व्यक्ती टीकेची झोड उठवत असली तर अशा व्यक्तीमुळे तुम्ही प्रभावित व्हाल का? मला असे वाटते की या सर्व प्रश्नांची उत्तरे तुम्हीच तुम्हाला द्यायची आहेत.

दुसऱ्यावर टीका करण्याऐवजी किंवा तक्रार करण्याऐवजी मनामध्ये कृतज्ञता आणि दुसऱ्याबद्दलची प्रशंसा जागवा. हे मी तुम्हाला केवळ अशासाठी सांगत नाही की तुम्हाला पॉलीयाना (समोरच्या व्यक्तीचे केवळ गुण लक्षात ठेवायचे व दोष विसरून जायचे) बनायचे आहे, तर हे केवळ तुम्ही तुमच्या सकारात्मक स्व-हितासाठी करायचे आहे. पुन्हा एकदा मी तुम्हाला असे विचारतो की, तुमच्या सभोवताली जर सकारात्मक आणि प्रशंसा करणारे लोक असतील तर तुम्हाला कसे वाटेल? नक्कीच अशा प्रकारचे लोक सगळ्यांना आवडतात. तुम्हालाही त्यांच्याशी

मैत्री करावीशी वाटेल आणि जसे डेल कार्नेगी म्हणतात की जे आपल्यावर प्रभाव टाकतात तेच आपले मित्र असतात. जे नेहमीच नकारात्मक वागतात, नकारात्मक बोलतात त्यांना आपण विसरून जातो, निदान आपली तशी इच्छा असते. तुम्हाला अगदी प्रामाणिकपणे सांगतो की सकारात्मक माणसे फक्त संस्मरणीयच नसतात तर ते अक्षरश: अविस्मरणीय असतात.

दुसऱ्याची प्रशंसा करण्याचा, कृतज्ञता दर्शवण्याचा, आशावादी राहण्याचा आणि अशाच इतर अनेक सकारात्मक भावना दर्शवण्याचा उत्तम उपाय कोणता? तुम्ही जे बोलला ते पुसून टाकण्यासाठी तुमच्या चेहऱ्यावर कोणते भाव पाहिजेत- त्यासाठी हसा! यापेक्षा अधिक सोपे काय असू शकते? हसण्यापासून कोणकोणते फायदे होतात हे अधिक तपशीलवार मी तुम्हाला सांगण्याची गरज नाही. पण शोधनिबंधात काय सांगितलेले आहे ते पाहणे मोठे मौजेचे ठरेल. हसण्यामुळे चेहऱ्याचे स्नायू ताणले जातात, मेंदूमधील काही विशिष्ट न्युरोकेमिकल्सना चालना मिळते व ते उद्दीपित होतात. त्या न्युरोकेमिकल्सचा संबंध आनंदाच्या आणि सुखाच्या भावनांशी असतो. म्हणून शरीरशास्त्राच्या अगदी मूलभूत पातळीवर हसणे हे तुमच्या आरोग्यासाठी उत्तम असते.

खळखळून हसणे तर गालातल्या गालात हसण्यापेक्षा कितीतरी अधिक फलदायी असते. वीस वर्षांपूर्वी किंवा त्याहीपेक्षा अधिक वर्षे झाली असतील, नॉर्मन कुझीन्स याने एक प्रचंड खप झालेले पुस्तक लिहिले होते. त्यामध्ये त्यांनी असे लिहिले की त्याच्या गंभीर आजारपणावर मात करण्यासाठी त्या काळात त्याने अनेक कॉमेडी सिनेमे पाहिले; त्यानंतरही आजतागायत खळखळून हसण्याचे शारीरिक आणि भावनिक परिणाम काय होतात यावर मोठ्या प्रमाणात अभ्यास केला गेला. एका मजेदार अभ्यासामध्ये तर आयुष्याच्या वेगवेगळ्या टप्प्यांवर आपण किती वेळा हसतो याचा मागोवा घेण्यात आला. त्यामध्ये त्यांनी असे सांगितले की वयाच्या तीन वर्षांच्या टप्प्यावर आपण सर्वांत जास्त हसतो. इतके की दिवसभरात शंभर वेळा! पण त्यानंतर मात्र आपले खळखळून हसणे हळूहळू कमी होत जाते. त्यानंतरही काहीतरी आयुष्यात आपल्याला आवडणारे आणि मौजमजेचे घडते आणि काही लोक पूर्वीपेक्षाही अधिक हसू लागतात तर काही मिठाची गुळणी धरून बसतात.

याचा संबंध काही अंशी आनुवंशिकतेशी असतो; पण लक्षात ठेवा जी माणसे 'दर्जेदार', 'श्रेष्ठ' असतात ते नक्कीच शंभर टक्के जबाबदारी स्वत:कडेच घेतात. ते त्यातून असा बोध घेतात की जसजसे आपले वय वाढत जाते तसतसे आपल्या जबाबदाऱ्या वाढत जातात, दु:खाला सामोरे जावे लागते. त्यामुळे हे सर्व नैसर्गिकच आहे. पण याचा अर्थ असा नव्हे की तुम्ही हे असेच घडायला परवानगी द्यावी, हे

सुद्धा नैसर्गिक आहे की वय वाढते तसतसे शारीरिकदृष्ट्या आपण दुर्बल होत जातो, आपले वजन वाढत जाते. परंतु लाखो लोक या नैसर्गिक प्रक्रियेला विरोध करताना दिसतात. तुम्ही स्वतः तुमच्या भावना सकारात्मकच ठेवाल अशी वचनबद्धता तुम्ही स्वत;शी करा. त्याचबरोबर तुमचे शरीरही तुम्ही निरोगी ठेवू शकाल. परंतु 'वचनबद्धता' हा शब्दच मुळात एक गुरुकिल्ली आहे. ती आपली आपण होत नाही, तशीच ती सहजही होत नाही. आपण या पूर्वीही चर्चा केल्याप्रमाणे सर्वसामान्यपणे श्रेष्ठत्व मिळवणे तितकेसे सोपे नाही. तुम्हाला ते मिळते आहे असे दिसावे लागेल.

पुढील प्रकरणामध्ये आणि इतरही प्रकरणांमध्ये आपण 'दर्जेदार', 'श्रेष्ठ', 'अभिजात' या संज्ञेची काही ठळक वैशिष्ट्ये बघणार आहोत. ती नेमकी काय आहेत आणि तुम्ही ती स्वत:च्या अंगी कशा प्रकारे विकसित करू शकाल आणि त्याचा तुम्हाला आणि तुमच्या भोवतालच्या लोकांना कसा फायदा होऊ शकेल. परंतु या प्रकरणामध्ये आम्ही तुम्हाला संपूर्ण जबाबदारी स्वीकारण्याची जी विचारप्रणाली सांगितली आहे, तो या सर्वांचा मूळ गाभा किंवा पाया आहे ज्याच्यावर 'दर्जेदार' या संकल्पनेची इमारत उभी राहणार आहे.

दर्जेदार वर्तणुकीची ताकद तुमच्यामध्ये आहेच. तुम्हाला तिचा उपयोग करून स्वत:ला खऱ्या अर्थाने अविस्मरणीय व्यक्ती बनवायचे आहे.

३

प्रेरणा घ्या पण अनुकरण नको

एखाद्या मोठ्या कार्पोरेशन मधील 'ह्युमन रिसोर्सेस' या विभागात काम करणाऱ्या कुणालाही तुम्ही त्यांच्या अनुभवांविषयी विचारले तर तुम्हाला जी उत्तरे मिळतील त्यामध्ये प्रचंड विरोधाभास आढळेल. एक चांगली गोष्ट अशी आहे की व्यवस्थापकाच्या जागेसाठी जे उमेदवार अर्ज करतात ते पूर्वीपेक्षा अधिक गुणवत्ताधारक आहेत. त्यांच्या शैक्षणिक प्रगतीचा आलेख देदीप्यमान असाच आहे. त्यांच्याकडे व्यावसायिक व्यवस्थापनाच्या, अकाउन्टिंगच्या पण पदव्या आहेत. त्यांचा कामाचा अनुभव दांडगा आहे, त्यांच्या वरिष्ठांनी त्यांची जी प्रशंसा केली त्याविषयीची पत्रेसुद्धा आहेत, त्यांच्या मुलाखतींमध्ये त्यांनी अत्यंत प्रभावीपणे उत्तरे दिली आहेत, ते ज्या कंपनीत काम करण्यास उत्सुक आहेत त्या कंपनीची आणि तिच्या आर्थिक धोरणांचीही खडान् खडा माहिती आहे.

आता एक वाईट किंवा दुर्दैवाची गोष्ट अशी आहे की, यातील प्रत्येक जण कागदपत्रांची छाननी केली असता उत्तमच दिसतो किंवा मुलाखतीमध्ये हुशारच वाटतो पण ते सर्व जण अगदी एकमेकांसारखेच असतात, जणू काही एकाच मुशीतून काढल्यासारखे. हे सर्व उमेदवार आपण यशस्वी, लायक व्यवस्थापक म्हणून कसे पसंतीस उतरू या विषयावरील त्यांनी केलेला अभ्यास जणू एकाच पाठ्यपुस्तकातून केला आहे असे वाटते. कोणतेही चढउतार झेलण्याची त्यांच्यात ताकद नाही किंवा एखादी चूक करण्याची जोखीमही ते पत्करणार नाहीत. त्यांच्यापैकी कुणीही असे म्हणत नाही की, 'माझ्याकडे अशा काही कल्पना आहेत की ज्या पूर्णपणे नव्या आणि वेगळ्या आहेत.' लोक हल्ली एखाद्या गोष्टीचा 'शिल्पकार' होण्यासाठी घाबरतात आणि परिणामी 'नावीन्य' ही आता ऱ्हास पावलेली कला

झाली आहे.

अमेरिकन व्यवसाय जगतातली हीच तर समस्या आहे. परंतु ही अशा लोकांसाठी सुवर्णसंधी आहे ज्यांना नावीन्याचा ध्यास आहे आणि आपल्या स्वत:च्या नवीन कल्पना कामाच्या ठिकाणी कशा राबवायच्या, त्यांना मूर्त स्वरूप कसे द्यायचे हे ज्यांना समजले, अशा व्यक्ती इतर सामान्यांच्या भाऊगर्दीत उठून दिसतात. तुम्ही लगेचच तुमचे वेगळेपण दाखवू शकता, तुमचे यश खुलवून सांगू शकता. त्यासाठी तुम्हाला तुमची बलस्थाने कोणती आणि तुमच्या उणिवा कोणत्या हे जाणून घेण्याची अंत:प्रेरणा हवी, त्याचबरोबर तुमच्या क्षमतांचा जास्तीत जास्त उपयोग करून घेणारी बुद्धिमत्तासुद्धा हवी. मला तर वाटते की त्याही पेक्षा आणखी एका गोष्टीची गरज आहे ती म्हणजे प्रेरणा, स्फूर्ती - जी तुमच्यामध्ये ऊर्जा निर्माण करेल, तुम्ही जे सांगाल त्यामुळे खळबळ उडवून देईल, त्याचबरोबर तुम्ही कसे दिसता आणि सगळ्यात महत्त्वाचे तुम्ही जे काम करता ते तुम्हाला समजावून सांगता आले पाहिजे. या प्रकरणामध्ये आपण यापैकी काही विषयांवर बोलणार आहोत.

तुम्हाला स्वत:ला अविस्मरणीय व्यक्ती बनवण्याच्या मार्गातील पहिली पायरी ही की, तुम्ही स्वत:कडे कोणत्या नजरेने पाहत याचा आधी विचार करा. स्वत:बद्दलच्या या आकलनावरच तुमची प्रतिमा उभी राहील. जर तुमचे हे स्व-आकलन किंवा तुमची स्व-प्रतिमा ही तुमच्या इच्छित प्रतिमेपेक्षा खूप वेगळी असेल तर तुमचे स्वत:विषयीचे सकारात्मक मत बनवण्यास अधिक कष्ट पडतील - खास करून जेव्हा तुम्हाला तुमची नेमकी समस्या काय आहे या विषयीचे ज्ञान असेल तर! अनेक लोकांचा हा अनुभव असतो की काहीतरी कारणामुळे आपल्याला स्वत:बद्दल जेवढा विचार करायची गरज असते तेवढा आपण करत नाही. खरे तर इतर लोकांचे आपल्याबद्दल जेवढे चांगले मत असते तेवढेसुद्धा आपले स्वत:बद्दल नसते.

कदाचित स्वत:ला अहंगंडाच्या दोषारोपातून वाचवण्यासाठी तुम्ही असे मुद्दामच स्वत:ला हलके लेखत असाल किंवा तुम्हाला तुमची स्व-प्रतिमा अधिक भडक रंगवणे आवडत नसेल. इतरांनी आपले कौतुक करावे, स्वत:च स्वत;ची टिमकी वाजवू नये या विचारांचे तुम्ही असाल; परंतु असा न्यूनगंड बाळगणे स्वत:ला हलके लेखणे हे निश्चितच तुमच्या प्रगतीच्या मार्गात अडसर बनू शकते. म्हणून चला, लगेच या क्षणापासून स्वत:बद्दलची न्यूनत्वाची भावना सोडून द्या आणि तुमच्या बलस्थानाविषयी विचार करा. यामुळे तुम्ही आत्मविश्वासाने भारून जाल, एवढेच नाही तर तुम्ही ज्या यशासाठी पात्र आहात ते यशसुद्धा तुम्हाला मिळेल, शिवाय अशी शक्यता आहे की, जगातील तुमच्या स्व-प्रतिमेविषयीच्या सत्याच्या तुम्ही खूप जवळ येऊन पोहोचाल.

जोपर्यंत तुम्ही स्वत:बद्दलची न्यूनत्वाची भावना झटकून टाकणार नाही तोपर्यंत लोकांनीही तुम्हाला जर हलके लेखले तर त्याचे आश्चर्य वाटून घेऊ नका. परंतु या पुस्तकाचा आणि विशेषत: या प्रकरणाचा उद्देश हा आहे की तुम्हाला इतरांपेक्षा श्रेष्ठ शाबित करण्यामध्ये तुम्हाला मदत करणे.

त्या दिशेने आगेकूच करण्याचा आणखी एक चांगला उपाय तुम्हाला सांगतो. आता आपण तुमच्या जीवनातील तीन वेगवेगळे पदर उलगडून पाहणार आहोत आणि त्यामध्ये तुम्ही प्राप्त केलेल्या विशेष यशाचा आढावा घेणार आहोत. ते तीन पदर आहेत,

- तुमचे काम, व्यवसाय, धंदा, नोकरी, वगैरे
- तुमचे शिक्षण
- तुमचे तुमच्या कुटुंबीयांबरोबरचे आणि मित्रमंडळींसोबतचे नाते-संबंध

आपण आता तुम्ही तुमच्या आयुष्यात कोणकोणत्या गोष्टी योग्य केल्या त्या बघू. जरी काही गोष्टी तुम्ही तुमच्या इच्छेप्रमाणे करू शकला नाहीत तरी आता यापुढे तुम्ही त्या तुम्हाला जशा प्रकारे योग्य वाटतील त्या प्रकारे कराल यासाठी स्वत:ला वचनबद्ध करणार आहात. इथे आपण अशा गोष्टींचा विचार करणार आहोत ज्यासाठी तुम्हाला स्वत:वर गर्व वाटतो. जर आत्ता तुम्हाला त्याविषयी गर्व वाटत नसेल तर अजूनही त्या बदलण्याची तुम्हाला संधी आहे.

लक्षात ठेवा, आपल्या भूतकाळातील, वर्तमानकाळातील किंवा भविष्यातील यशावर प्रसिद्धीचा झोत टाकणे म्हणजे तुम्हाला अहंगंड आहे किंवा तुम्ही आत्मप्रौढी करता किंवा तुम्ही आत्ममग्न आहात असा गैरसमज करून घेऊ नका. हे तुम्ही ज्या कौतुकाला पात्र आहात त्याबद्दलच स्वत:ची पाठ थोपटत आहात आणि त्यामुळेच तुम्ही गर्दीतही उठून दिसणार आहात.

काम, व्यवसाय, धंदा, नोकरी, वगैरे

कदाचित असे असेल की सध्या तुम्ही जे काम करत आहात ते तुम्हाला जे हवे तेच होते किंवा असेही असेल की जे तुम्ही कधीही अपेक्षिले नव्हते अशा कार्यक्षेत्रामध्ये तुम्ही आहात. कदाचित तुम्ही जे काही करत आहात त्याबद्दल तुम्ही आनंदी असाल किंवा तुमच्या कामाबद्दल तुम्ही नाराज असाल. पण आत्ता या क्षणी तरी आपण ते सर्व बाजूला ठेवू. तुम्ही जिथे काम करत आहात किंवा ज्या कारणासाठी तिथे काम करत आहात त्यातील विविध मुद्दे वगळून आपण आता तुमच्या कामाच्या ठिकाणी तुम्ही जे यश प्राप्त केले आहे त्याचा आढावा घेऊ. हे यश कदाचित तुम्ही तुमच्या मालकासाठी जे काम केले त्याविषयी असेल अथवा तुम्ही स्वत:साठी जे काही केले

त्याविषयी असेल अथवा तुम्ही तुमच्या सहकाऱ्यांना जी मदत केली त्याविषयी असू शकेल.

हे समजून घेण्यासाठी अशी कल्पना करा की तुम्ही बिल गेट्स आहात. जगातल्या सर्वांत श्रीमंत समजल्या जाणाऱ्या व्यक्तींपैकी एक. तुम्ही म्हणजे बिल गेट्स तुमच्या ४८ हजार चौ.फुटाच्या भव्य प्रासादातून एक फेरफटका मारत आहात. जे घर सिएटल जवळ आहे आणि आत्ता मी सांगितला तो प्रश्न स्वत;च्या मनाला विचारा की, 'तुमच्या व्यवसायामध्ये तुम्ही केलेली सर्वांत उत्तम कामगिरी कोणती?' व्यवसायातील घेतलेले निर्णय म्हणजे तुमच्या कम्प्युटर ऑपरेटिंग सिस्टीमला आयबीएमचे लायसेन्स मिळवून देणे आणि तेही पैसे न खर्च करता! शिवाय इतर कम्प्युटर उत्पादकात सुद्धा लायसेन्स देण्याचे हक्क स्वत:कडे राखून ठेवणे ही तुमची सर्वोत्कृष्ट कामगिरी म्हणावी लागेल. आयबीएम कंपनीसुद्धा आनंदाने तयार झाली कारण शेवटी काही झाले तरी जगातील एवढ्या बलाढ्य कंपनीशी स्पर्धा करण्यास कुणीच तयार होणार नाही अशी त्यांना खात्री होती. एवढ्या एका निर्णयामुळे तुमची सिस्टीम आणि तुमची कंपनी संपूर्ण जगात बलाढ्य ठरली आणि तुम्ही, बिल गेट्स, साठ कोटी डॉलर्स पेक्षा अधिक पैशांचे धनी झालात.

कदाचित तुम्हाला तुमच्या या सर्वोत्तम यशाकडे एका वेगळ्याच दृष्टिकोनातून पाहायला आवडेल. ज्या तुमच्या एका निर्णयामुळे तुम्हाला एवढा प्रचंड पैसा मिळाला त्याच्यावर लक्ष केंद्रित करण्याऐवजी तुम्ही तो पैसा दानधर्मामध्ये कसा वाटला, याला तुम्ही अधिक महत्त्व द्याल. कारण बिल गेट्स इतका मोठा दाता अजून कुणी झाला नाही. आफ्रिका आणि आशिया या खंडातील राष्ट्रांना बिल गेट्सकडून आरोग्य आणि शिक्षण यासाठी लाखो डॉलर्स दिले जातात. परंतु तरीही वॉशिंग्टन येथील अवाढव्य घरामधील डिजिटल कलाकृतींचा जेवढा बोलबाला आहे तेवढा त्याने केलेल्या दानधर्माचा नाही. पण निश्चितच हे गर्व करण्यासारखे आहे.

तुमच्या व्यवसायातील तुमच्या सर्वोच्च यशाबद्दल निवड करणे हे सर्वस्वी तुमच्या हाती आहे. ते कदाचित उघड-उघड किंवा सर्वश्रुत असेल किंवा ती गोष्ट फारशी कुणाला माहीतही नसेल. परंतु जेव्हा तुम्ही त्याचा विचार कराल तेव्हा नक्कीच गर्वाने तुमची छाती फुलून येईल. म्हणून क्षणभर थांबा आणि मगच तुमचे सर्वोत्तम यश कोणते याचा निर्णय घ्या.

तुमचे शिक्षण

यशप्राप्तीच्या आढाव्यातील आमचे दुसरे महत्त्वाचे क्षेत्र आहे शिक्षण आणि शिक्षणाबद्दलची तुमची व्याख्या इथे जरा अधिक व्यापक असायला हवी. तुम्हाला तुमच्या संपूर्ण शालेय जीवनात कायम 'अ' श्रेणीच मिळत गेली का? असे असेल तर उत्तमच आहे आणि ते अभिमान बाळगण्याजोगे आहे. परंतु ते तुमच्या प्रगतीपुस्तकामध्येच राहणार आहे. गर्दीत उठून दिसण्यासाठी तसा काही तुम्हाला त्या प्रगतीपुस्तकाचा उपयोग नाही. कोणत्याही उच्च विद्यापीठाची प्रवेशप्रक्रिया हाताळणारा अधिकारी तुम्हाला सांगेल की ते सामान्य गुणतक्ता असणाऱ्या विद्यार्थ्यांचा श्रेणीतक्ता ते त्यांना हवा तसा भरू शकतात. त्याचप्रमाणे एमबीए प्रवेशाच्या अर्जासोबत डिन्स लिस्ट अंडरग्रॅज्युएट रेकॉर्ड जोडलेले असते. म्हणून शैक्षणिक यशाचे निकष मार्कांच्या चौकटीत बंदिस्त करून ठेवू नका. या गोष्टीचा विचार करा की जे दुसऱ्या कुणालाही माहीत नाही ते तुम्हाला माहीत आहे.

तुम्ही खरोखर काय करायला शिकला आहात? लेखन किंवा चित्रकला किंवा शिवण किंवा तुमच्या गाडीची दुरुस्ती, हे तुम्ही शिकलात का? हे कौशल्य तुम्ही कसे आत्मसात केले? तुम्ही हे दुसऱ्या कुणाकडून शिकलात का? की तुम्ही त्या विषयी वाचून शिकलात? की तुम्ही स्वतःच ते ज्ञान आत्मसात केले, की हे कौशल्य प्राप्त करण्यासाठी तुम्हाला सातत्याने त्याचा अभ्यासही करावा लागला व प्रत्यक्षात त्या गोष्टी हाताळाव्याही लागल्या? शैक्षणिक यश म्हणजे इथे मला असे म्हणायचे आहे की तुम्ही खऱ्या अर्थाने त्या विषयात पारंगत झालात आणि त्या विषयातले तुमच्या इतके ज्ञान दुसऱ्या कुणालाच नाही. तुम्ही जे काही शिकलात त्याबद्दल तुम्ही अभिमान बाळगू शकता का? आता या पुढे त्या दिशेने विचार करा.

तुमचे जवळचे नातेसंबंध

आता आपण तुमच्या आयुष्यातल्या अशा बाबींकडे वळू की ज्या तुमच्यासाठी सगळ्यात जास्त महत्त्वाच्या असतील. वैचित्र्याची गोष्ट अशी की जेव्हा तुम्हाला तुमची ध्येये पूर्ण करायची असतात तेव्हा याच गोष्टींबरोबर तुम्हाला संघर्ष करावा लागतो, इथेच तुम्हाला तडजोडी कराव्या लागतात.

जर तुम्ही लोकांना असे विचारले की त्यांना त्यांच्या आयुष्यात काय करायचे आहे, तर तुम्हाला अनेक वेगवेगळी उत्तरे मिळतील आणि ते अपेक्षितच असेल. पण तुम्ही जर त्यांना 'का?' विचारले तर— विशेषतः त्यांना मुले असतील तर तुम्हाला सहसा एकच उत्तर मिळेल, भले शब्दरचना वेगळी असेल परंतु मथितार्थ

तोच, ती उत्तरे सर्वसामान्यपणे अशी असतील— 'हे मी काही माझ्या स्वत:साठी करत नाही, हे मी माझ्या कुटुंबासाठी करतो.' किंवा 'मी हे माझ्या जवळच्या लोकांसाठी आणि जे लोक माझ्यावर अवलंबून आहेत त्यांच्यासाठी करतो.'

जे लोक सध्या विशीमध्ये आहेत त्यांच्याकडूनही तुम्हाला अशी उत्तरे मिळतात आणि जे सध्या त्यांच्या साठीमध्ये आहेत त्यांच्याकडूनही तुम्हाला अशीच उत्तरे मिळतात. मानवी नातेसंबंधांमध्ये भावनांचा महापूर आणि एकमेकांप्रती घेण्यात आलेले कष्ट असतात. परंतु या सगळ्याच्या बदल्यात आपल्याला काय मिळाले याचा आपण विचार करतो? आपल्या आयुष्यात आलेल्या लोकांकडून आपण काय मिळवले हे जाणून घेण्यासाठी आपण वेळ काढतो? आता मी तुम्हाला तेच करायला सांगत आहे.

तुमच्या आयुष्यात आलेल्या लोकांबरोबर तुमचे जे नातेसंबंध आहेत त्यापैकी सगळ्यात जास्त आनंददायी नातेसंबंध तुम्हाला कुणाबरोबर वाटले? आता आठवणीत मागे जाऊन पाहताना असा कोणता क्षण तुम्ही सांगू शकाल की तुम्ही असे म्हणाल, 'मला आज अगदी कृतकृत्य झाल्यासारखे वाटते.' मग भले ते विवाहाबाबत असो किंवा पदवीधर होण्याचा किंवा तत्सम वैयक्तिक पातळीवरचा प्रसंग असो. परंतु तो असा प्रसंग असला पाहिजे की तेव्हा तुम्हाला स्वत:विषयी अत्यानंद व्हायला हवा की या मानवी नातेसंबंधांमधून तुम्ही नक्कीच काहीतरी अपरिमित असे मिळवले आहे.

आता जेव्हा तुम्ही स्मरणशक्तीला ताण देऊन, आठवणींच्या हिंदोळ्यावर झुलत असता - कामधंद्यामधील, ऑफिसमधील आठवणी किंवा शैक्षणिक कालावधीतील आठवणी किंवा नातेसंबंधांमधील हा क्षण आठवता तेव्हा तुमच्या मनात जो आनंद दाटून येतो त्याच्या मागे काहीतरी प्रामाणिक कारण असते. तुम्ही जेव्हा या आनंददायी भावनेशी आणि त्या हृद्य क्षणांशी पुन्हा नव्याने जोडले जाता त्या भावना आणि ते क्षण कधीही विसरू नका. जेव्हा कधी संकटकाळी तुमची पावले डगमगतील तेव्हा या सुखद आठवणी तुम्हाला घट्ट धरून ठेवतील आणि तुमचे तारू भरकटू देणार नाहीत. सध्याच्या या स्पर्धात्मक युगामध्ये, जलद गतीने धावणाऱ्या जगामध्ये तुम्हाला पाय घट्ट रोवून उभे राहणे सोपे जाईल; परंतु फक्त भूतकाळातच रमू नका. असे केल्याने तुम्हाला भेटणाऱ्या लोकांना तुम्ही अविस्मरणीय वाटावे हे या मार्गातील तुम्ही उचललेले ते महत्त्वाचे पाऊल असेल. त्यापेक्षाही अधिक महत्त्वाचे असे की तुम्हाला स्वत:लाच तुम्ही अविस्मरणीय वाटाल.

तुमचा झेंडा उत्तुंग फडकवा

आपण हे पाहिलेच आहे की आजच्या व्यावसायिक बाजारपेठेत केवळ उच्च शैक्षणिक पात्रता असून भागत नाही. विशेषत: जेव्हा इतरांचीसुद्धा शैक्षणिक गुणवत्ता तुमच्या इतकीच असेल तेव्हा! आता उरलेल्या प्रकरणात आपण हेच पाहणार आहोत की तुम्ही इतरांपेक्षा उठून कसे दिसाल? आपण हे पाहू या की तुमची व्यवस्थापक या नात्याने तसेच एक उत्तम सहकारी आणि मित्र म्हणूनसुद्धा योग्यता कशी अमूल्य आहे. आपण हेसुद्धा पाहणार आहोत की तुमच्या कल्पना नावीन्यपूर्ण असणार आहेत. त्यामुळे शर्यतीत धावणाऱ्या इतर उमेदवारांपेक्षा तुमचे वेगळेपण उठून दिसणार आहे आणि हे वेगळेपण सकारात्मक असणार आहे. अशा प्रकारे यश तुमच्या पायाशी चालत येईल आणि निश्चितच स्वत:ला अविस्मरणीय बनवण्याच्या मार्गावर तुम्ही खूप दूरपर्यंत येऊन पोहोचाल.

व्यवसायातील नेतृत्व हे मुख्यत: दोन गुणांमुळे तुमच्याकडे चालत येते, एक म्हणजे द्रष्टेपण आणि दुसरे म्हणजे तुमचे तांत्रिक अलौकिक ज्ञान. प्रस्थापित कारखान्यांमध्ये जे लोक उच्च पदावर काम करतात त्यांच्याकडे या दोन गुणांपैकी निदान एक तरी गुण निश्चितच असतो, पण कधीकधी किंवा क्वचितच हे दोन्ही गुण असतात. द्रष्टेपण याचा अर्थ हा की जे इतर लोक पाहू शकत नाही ते पाहण्याची अलौकिक क्षमता यांच्यामध्ये असते. फोर्ड कंपनीमधील उच्च अधिकारी ली आयकोका याला प्रथम जाणीव झाली की सध्याचे ऑटोमोबाइल मार्केट हे रेसिंग कारसाठी त्याच बरोबर इतर रस्त्यांवरील वाहनांसाठी अनुकूल आहे आणि म्हणूनच त्याने 'मुस्तांग' या विशिष्ट कारची निर्मिती करण्याचा आग्रह धरला. स्टीव्हन जॉब्स यालाच प्रथम ही जाणीव झाली की, कम्प्युटर्स हे वेगवेगळ्या भागांमधून न विकता त्यांची विक्री टेलिव्हिजन प्रमाणे एकसंघ संचामध्ये करावी.

शंभर वर्षांपूर्वी वॉल्टर क्रिस्लर हा एका लोकोमोटीव्ह कंपनीमध्ये (स्वयंचलित) प्लान्ट मॅनेजर होता, त्याने असे ठरवले की आपण गाड्यांचा व्यवसाय करावा, कारण त्या वेळी तो भरभराटीला आलेला उद्योग होता. समस्या ही होती की वॉल्टर क्रिस्लर याला गाड्यांविषयी त्या वेळी फारशी माहिती नव्हती. फक्त ते रस्त्यावरील घोड्यांची संख्या कमी करत होते. ही समस्या सोडवण्यासाठी क्रिस्लरने एक अनोखा उपाय योजला. त्याने त्या वेळची टी फोर्ड ही लोकप्रिय गाडी विकत घेतली. तिचे काम कसे चालते हे जाणून घेण्यासाठी त्याने त्या गाडीचा प्रत्येक भाग वेगळा केला आणि नंतर तो पुन्हा जोडला. त्यानंतर पुन्हा एकदा आपल्याला गाडीची रचना व कार्य नीट समजले आहे का याची खात्री करण्यासाठी त्याने पुन्हा एकदा गाडी संपूर्ण सुटी केली आणि पुन्हा जोडणी केली. त्यानंतर पुन्हा आपल्या कामकाजात

परिपूर्णता यावी, ते बिनचूक व्हावे म्हणून आणखी अठ्ठेचाळीस वेळा त्याने गाड्यांचे भाग सुटे करून पुन्हा जोडणी केली. म्हणजे एकूण पन्नास वेळा त्याने हे काम केले. अशा पन्नास प्रयत्नांनंतर क्रिस्लरचे द्रष्टेपण, केवळ आज अमेरिकेतील हायवेवर त्याच्या हजारो गाड्या पळताना दिसतात, एवढ्यापुरतेच मर्यादित नाही तर त्याच्या मन:पटलावर गाडीचे यांत्रिक तपशील जणू कोरले गेलेले आहेत.

कदाचित तुम्ही 'द म्युझिक मॅन' नावाचे नाटक पाहिले असेल. या नाटकाचा नायक खूप भराभर बोलणारा असतो. तो एका छोट्या गावामध्ये आपले प्रचंड मोठे बॅन्ड पथक निर्माण करण्याच्या इराद्याने येतो. तथापि त्याला स्वत:ला एकही वाद्य वाजवता येत नसते किंवा अशा बॅन्ड पथकाचे नेतृत्व कसे करायचे याचीही माहिती त्याला नसते. अशा बॅन्ड पथकासाठी संगीताविषयी किंवा त्यांच्या रचनांविषयी जी कौशल्ये लागतात तीसुद्धा त्याच्याकडे नव्हती.

'द म्युझिक मॅन' ही प्रचंड करमणूक करणारी हास्यकथा आहे. पण ती काही अगदीच अवास्तव नाही. संगणक उद्योगक्षेत्रातील काही व्यवस्थापकांना संगणकावर दस्तऐवज कसे बनवतात हे माहीत नसते. ऑटोमोबाइल क्षेत्रातील काही उच्च अधिकाऱ्यांना गाडीचे टायर बदलता येत नाही. आम्ही तर एकदा एका कंपनीचा उपाध्यक्ष असा पाहिला की त्याला पोटॅटो (बटाटा) या शब्दाचे स्पेलिंग लिहिता आले नव्हते. तम्ही ज्या उद्योगधंद्यामध्ये काम करता तेथील मूलभूत गोष्टींचे तुम्हाला ज्ञान नसणे ही शरमेची गोष्ट आहे आणि ते जगजाहीर होणे ही तर अधिकच शरमेची बाब आहे. तर मग आता तुमच्या बाबतीत अशी फजिती होऊ नये म्हणून काय करता येईल ते आपण पाहू.

तुमची स्वत:ची ओळख स्वत:लाच पटवण्यासाठी काही प्रश्न विचारणे ही या बाबतची पहिली पायरी आहे. जर या प्रश्नांची तुमची उत्तरे 'नाही' अशी आली तर ताबडतोब तुम्हाला कामाला लागावे लागेल आणि जरी बरीचशी उत्तरे तुमची 'हो' अशी आली तरी या प्रश्नांचा वापर तुम्ही मार्गदर्शनासाठी करू शकता. तुम्ही काम करत असलेल्या क्षेत्रातील तुमचे ज्ञान विस्तृत करण्यासाठी ही प्रश्नावली तुम्हाला उपयुक्त ठरेल. तुम्हाला माहीत असलेल्या हुशार, विद्वान लोकांकडे तुमचे लक्ष वेधून घेण्यासाठी किंवा ज्या लोकांकडून तुम्ही काही शिकू शकाल किंवा ज्या लोकांविषयी तुम्हाला अधिक जाणून घ्यायचे आहे अशा लोकांशी संपर्क वाढवण्यासाठी याचा उपयोग होईल. सर्वसामान्यपणे असे म्हणता येईल की आम्ही तुम्हाला आत्ता जे प्रश्न विचारणार आहोत ते तुमच्या भल्यासाठीच आहेत.

इथे खाली असे काही प्रश्न दिले आहेत जे तुम्हाला तुमच्या तांत्रिक कौशल्याबाबत विचार करायला लावतील.

- तुमच्या कल्पना आणि तुमची मते सहज स्वीकारली जातात का? की

तुमच्या सूचनांना नेहेमीच आव्हान दिले जाते किंवा त्या अव्यवहार्य समजल्या जाऊन झिडकारल्या जातात?

● लोक तुमच्याकडे सल्ला मागायला किती वेळा येतात? कोणत्याही समस्येत किंवा तांत्रिक अडीअडचणीत तुमचा सल्ला किंवा निर्णय विचारला जातो का? की लोकांना तुमच्या ज्ञानावर भरवसा नाही असे दिसते?

● तुम्ही तुमच्या व्यवसायात किंवा कारखान्यात कालानुरूप नवीन सुधारणा करता का? की सर्व कामकाजे जुन्या पद्धतीने चालू ठेवण्याबाबत तुम्ही विशेष आग्रही असता?

या प्रश्नांवर विचार करा. जर तुम्ही असे करत असाल तर तुमची तांत्रिक गुणवत्ता वाढवण्यासाठी काही विशिष्ट कृती तुम्हाला कराव्या लागतील आणि त्या उपयुक्त ठरतात का किंवा त्यांना मान्यता मिळते का हेसुद्धा पाहावे लागेल.

तुम्ही ज्या उद्योगधंद्यात आहात तिथे त्या-त्या विषयांवर प्रसिद्ध होणारी नियतकालिके वाचत जा आणि तुमच्या उद्योगधंद्याशी संबंधित असलेल्या प्रमुख इंटरनेट साइट पाहत जा. प्रसिद्ध कंपनीमधील महत्त्वाच्या उच्च अधिकाऱ्यांची नांवे आणि त्यांची पदे या विषयी माहिती मिळवा. नवीन उत्पादने आणि त्यांच्या निर्मितीद्वारे पुरविण्यात येणाऱ्या सेवा यांच्याविषयी चर्चा करा. तुम्ही काम करत असलेल्या उद्योगजगतातील घोषणा, ब्रीदवाक्ये, ओळी, खास व्यावसायिक शब्द वापरताना ते सहज मुखोद्गत होतील याची काळजी घ्या. सगळ्यात महत्त्वाचे म्हणजे तुमच्या उद्योगधंद्याच्या तांत्रिक बाजू समजून घेण्यासाठी विशेष प्रयत्न करा. तुम्ही जर हे करू शकलात तर आज जी माणसे व्यवस्थापकीय पदांवर आहेत त्यांच्यामध्ये तुमचे व्यक्तिमत्त्व अधिक उठून दिसेल. तुमचे प्रयत्न सुफळ ठरतील. तांत्रिक दृष्ट्या तुम्ही कुशल ठरलात तर तुमच्या व्यक्तिमत्त्वाला मोठीच झळाळी प्राप्त होईल, आणि तांत्रिक कुशलता ही दुर्मीळ असल्यामुळे एकूणच तुमचे व्यक्तिमत्त्व अविस्मरणीय ठरेल.

संवाद साधण्यात तुम्ही अपयशी ठरता का?

आता आपण हे पाहिले की उद्योगक्षेत्रातील खडान्खडा माहिती असल्यामुळे प्रभुत्व मिळवून तुम्ही स्वत:ला इतरांपेक्षा श्रेष्ठ कसे सिद्ध करू शकता. पण त्याचबरोबर तुम्हाला जे काही समजले आहे ते तुमच्याबरोबर काम करणाऱ्या तुमच्या सहकाऱ्यांशी तुम्हाला वाटून घेता आले पाहिजे. आपल्याला असे आपापल्या क्षेत्रात प्रभुत्व मिळवलेले अनेक लोक माहीत आहेत परंतु अद्याप त्यांनी त्यांचे ज्ञान इतरांबरोबर वाटून घेतलेले नाही.

एक विचित्र गोष्ट अशी आहे की ज्या लोकांना संवाद चांगल्या प्रकारे साधता

येत नाही त्यांना त्यांच्यातील या कमतरतेविषयी फारशी कल्पना नसते. एखादा इंजिनीअर सर्व फळाभर आकृत्या काढेल, आकडेमोड लिहील आणि अशी अपेक्षा करेल की ऐकणाऱ्याला तो काय सांगतो आहे ते समजेल. खरे तर समोर बसलेल्या कुणालाच काही समजलेले नसते. ते त्यांच्या आकलनशक्तीच्या पलीकडचे असते किंवा त्याही पेक्षा काहीतरी वाईट असते, परंतु उघडपणे तसे कुणी कबूल करत नाही. म्हणून आता ताबडतोब आपण काय करणार आहोत तर तुम्ही संवाद कशा प्रकारे साधू शकता आणि तुमची ही क्षमता वाढविण्यासाठी कोणते उपाय योजायचे. तुमच्या कल्पना कितीही नावीन्यपूर्ण असल्या तरीही जो पर्यंत त्या बाकीच्यांना समजत नाहीत तो पर्यंत त्या निष्फळच मानाव्या लागतील आणि तसे झाले तर तुम्ही अविस्मरणीय बनू शकता परंतु वेगळ्या अर्थाने (!), जे तुम्हाला अपेक्षित नाही.

इथे काही प्रश्न आणि काही कल्पना मांडल्या आहेत ज्या उपयुक्त ठरतील.

तुम्ही ज्या लोकांबरोबर काम करता त्यांच्या सहवासात राहणे तुम्हाला आवडते का? हा प्रश्न अर्थातच इतरांनासुद्धा तुमच्या सहवासात राहणे आवडते का हे समजून घेण्यास उपयुक्त आहे. कै. मारलन ब्रॅन्डो याला एकदा असे विचारण्यात आले की तो स्वत:ला हॉलिवूड मधील सर्वोत्तम अभिनेता समजतो का? वास्तविक हा प्रश्न काहीसा त्याची खिल्ली उडवण्यासाठी केला गेला होता. परंतु ब्रॅन्डो याने अत्यंत समर्पक उत्तर दिले. तो म्हणाला 'मी सर्वोत्तम अभिनेता आहे किंवा नाही हे फारसे महत्त्वाचे नाही, परंतु आज मला प्रेक्षकांच्या हृदयात जी जागा मिळाली आहे ती स्पृहणीय आहे. लोक मला ओळखतात आणि मी त्यांच्या संपर्कात असावे अशी त्यांची इच्छा असते. ते मलाही आवडते आणि त्यांनाही आवडते. माझ्या भोवतालच्या लोकांचे आयुष्य मी अधिक मजेदार बनवतो. मी नेहेमीच खूप चांगले वागतो असे नाही परंतु मी नेहमीच एकसारखाही वागत नाही; त्यामुळेच सिनेमाचे निर्माते मला त्यांच्या सिनेमात घेण्यास उत्सुक असतात. आणि म्हणूनच लोकांना मला बघायला आवडते.' तुम्ही पण या बाबतीत ब्रॅन्डो सारखेच आहात का? तुमच्या सहकाऱ्यांच्या सहवासात राहण्याची इच्छा नसतानाही तुम्ही त्यांच्याबरोबर राहता का? तुमचे उत्तर हो असेल तर तुम्ही योग्य मार्गावर आहात. जर तुमचे उत्तर 'नाही' असेल तर विचार करा की तुम्हाला कुणाच्या सहवासात राहणे आवडेल? आणि त्यासाठी तुम्हाला कोणता व्यवसाय निवडावा लागेल?

काही वेळेस सहकाऱ्यांशी बोलणे अगदीच गरजेचे असते असे नव्हे, तेव्हाही तुम्ही तुमच्या सहकाऱ्यांशी संवाद साधता का? म्हणजे फोनद्वारे, इ-मेलद्वारे किंवा व्यक्तिश:? की तुम्हाला तुमचे काम एकट्यानेच करत बसणे आवडते? हॉवर्ड ह्युजेसइतका संवाद साधण्यात दुबळा असलेला माणूस मी अद्याप दुसरा कुणी

पाहिला नाही. हॉवर्ड ह्युजेस हा तांत्रिक बाबतीत अत्यंत प्रवीण होता, आणि खरोखरच तो अविस्मरणीय होता. तो स्वत: विमानाचे डिझाइन बनवत असे, ते स्वत: उडवत असे आणि त्यावरचा सिनेमा पण दिग्दर्शित करत असे. परंतु आपल्या नोकरांशी संवाद साधणे त्याच्यासाठी अत्यंत कठीण होते. ह्युजेसने एकदा एका इंजिनीअरची मुलाखत घेतली. मुलाखत संपत असतानाच त्याने त्याला सांगितले की तो इंजिनीअर या पदासाठी अयोग्य आहे; परंतु ह्युजेस त्याला त्यापेक्षा वेगळे व अधिक चांगले काम देईल. त्याला पगार इंजिनीअर इतकाच मिळेल आणि ते काम अधिक सोपे असेल. त्या उमेदवाराला काय करायचे तर हॉटेलच्या एका सुटमध्ये सकाळी नऊ वाजेपासून संध्याकाळी पाच वाजेपर्यंत बसायचे - फक्त टेलिफोनची रिंग वाजली की पहिल्या घंटीला रीसीव्हर उचलायचा. बस्स एवढेच त्या उमेदवाराला सांगितले गेले. कोणतीही पुढील माहिती त्याला दिली गेली नाही आणि तो ह्युजेसला कोणते प्रश्नही विचारू शकला नाही. त्या उमेदवाराने ती नोकरी स्वीकारली आणि त्या हॉटेलच्या खोलीत तब्ब्ल तीन आठवडे नोकरी केली. परंतु टेलिफोन एकदाही वाजला नाही. तो यापेक्षा अधिक सहन करू शकला नाही. त्याने नोकरी सोडली.

तुम्हाला हे उदाहरण अशक्यप्राय वाटत असेल पण असे घडते. जेव्हा तुम्ही एखाद्यावर योग्य तो संवाद न साधता काम सोपवता आणि त्या कामामागचा हेतू आणि कार्यकारणभाव समजून सांगत नाही तेव्हा असेच घडते. त्या कामामागचा हेतू तुम्हाला स्पष्ट माहीत असतो पण तो तुम्हाला त्या व्यक्तीला स्पष्ट शब्दात सांगावा लागतो. तुम्ही जर तसे करू शकला नाहीत तर तुम्ही धनाढ्य हॉवर्ड ह्युजेस असणे बरे; कारण तुम्ही त्याचे नोकर झालात तर तुमच्या कार्यक्षेत्राला मर्यादा पडतील.

आणखी काही मुद्दे

जर तुमचे एखाद्याबरोबर मतभेद झाले तर तुम्हाला असे वाटते का की नेहमी आपणच जिंकावे? असे असेल तर तुमचे शब्द अत्यंत काळजीपूर्वक वापरा. कारण समोरची व्यक्ती तुम्ही काय बोललात ते विसरून जाईल परंतु तुम्ही कसे व्यक्त झालात हे कायम लक्षात ठेवील.

जेव्हा दोन व्यक्ती तुमच्यासमोर भांडत आहेत आणि त्यापैकी एक रागाने बेभान होऊन दुसऱ्यावर प्रचंड तोंडसुख घेत आहे अशा वेळी त्या पैकी एकाची बाजू तुम्ही भावनेच्या आहारी जाऊन घ्याल का? बाकी लोकांनी जरी मते प्रदर्शित केली तरी तुम्ही घाईघाईने कोणत्याही निर्णयाला येऊ नका. कोणत्याही भांडणाला दोन बाजू असतात आणि सगळ्यात शहाणपणाचा सल्ला हाच की गरज नसताना त्या भांडणात पडू नका.

सगळ्यात महत्त्वाचे म्हणजे व्यवस्थापक म्हणून काम करणे किंवा नोकर

म्हणून काम करणे ही तारेवरची कसरत असते. सर्वांशी मिळून मिसळून राहणे चांगलेच असते परंतु फक्त मिळून मिसळून राहणे एवढेच पुरेसे नसते. संस्थेच्या संस्कृतीशी मिळतेजुळते घेणे हे चांगलेच आहे परंतु वॉटरकूलरच्या आसपास घोटाळणे हे योग्य नव्हे.

'मला तुम्ही खरेच खूप आवडता.'

सॅली फिल्ड हिला ॲकॅडमी अवॉर्ड मिळाले तेव्हा ते स्वीकारताना सॅलीने हे उद्‌गार काढले. तिच्या या उद्‌गारांनी आपण हेलावून गेलो असे अनेक लोकांनी सांगितले. शोधनिबंध असे सांगतात की, जेव्हा आपण एखाद्या नवख्या व्यक्तीला भेटतो तेव्हा तीन मुद्दे आपल्या मनात येतात. पहिला असा की, हा नवखा भेटणारा माणूस कितपत हुशार आहे आणि त्याचे शिक्षण किती आहे? ज्ञानाच्या बाबतीत तो माझ्याच क्षेत्रात माझ्यावर मात तर करणार नाही ना? की, आमच्या दोघांची क्षेत्रे, पातळ्या वेगळ्याच आहेत? ही व्यक्ती बौद्धिकदृष्ट्या नक्की माझ्यापेक्षा कनिष्ठ आहे का? की मी या आइनस्टाइनमुळे घाबरून गेलो आहे?

अशा वेळी दर्जेदार किंवा अभिजात वर्तणूक हीच असेल की आता लगेचच एवढा बाऊ करू नका; पराचा कावळा करू नका. बहुतांश लोक बुद्धिवंतांच्या सान्निध्यात अस्वस्थ होतात आणि हुशार लोकांकडे पाठ फिरवतात. तसेच मूर्ख लोकांबरोबरही बोलणे टाळतात.

तेव्हा समोरची व्यक्ती कशी आहे ते पाहून वागा.

एखाद्या नवीन माणसाला आपण प्रथम भेटतो तेव्हा त्याच्याविषयी दुसरा निष्कर्ष आपण जो काढतो तो आर्थिक बाबतीतला असतो. समोरची व्यक्ती श्रीमंत आहे की गरीब? ती किराणा सामान आणण्यासाठी क्रेडिट कार्ड वापरते की तिची क्रेडिट कार्डसूची स्वत:ची कंपनी आहे.

पुन्हा तुम्हाला हेच सांगायचे आहे की इतके टोकाला जाऊन विचार करण्यामध्ये काही फारसा फायदा नाही. जसे बुद्धिमत्ता पहिल्या भेटीत समजून घेणे अवघड असते तसेच समोरच्याची आर्थिक परिस्थितीसुद्धा पहिल्या भेटीत कळणे अवघड असते. आपण आर्थिक अडचणीत आहोत असे लोकांना समजले तर ते घाबरतात. म्हणून नवीन ओळख असताना पैसा हा विषय मध्ये आणू नका आणि पैशामुळे नवीन ओळखीत बाधा येऊ देऊ नका.

लोक खूप घाईघाईने नव्याने भेटलेल्या व्यक्तीबद्दल निष्कर्षाला येतात. तो स्मार्ट आहे किंवा तो वा ती खूप श्रीमंत आहे, परंतु तिसरा मुद्दा निश्चितच यापेक्षा अधिक महत्त्वाचा आहे आणि हा एक असा गुण आहे ज्याच्यामुळे आपण हेलावून जातो. ज्याचा उल्लेख आपण मागील प्रकरणाच्या शेवटी केला आहे. ही तिसरी गोष्ट म्हणजे लोक विचार करतात की ही नव्याने भेटलेली व्यक्ती मैत्री करण्याच्या

लायकीची आहे किंवा नाही. असे नाही की पुढे जाऊन तुम्ही मदत करणार आहात किंवा नाही किंवा तुम्ही त्यांच्याबरोबर गोल्फ खेळताना जिंकणार आहात की हरणार आहात. फक्त एवढेच की तुमची त्यांच्याशी मैत्री होईल की नाही? हा मानवी स्वभाव आहे. माणसाला नवीन मैत्रीमधून फक्त तेवढेच हवे असते आणि डेल कार्नेगींनीच लोकांना हे प्रथम दाखवून दिले.

कुणाशी आपली तार का जुळेल किंवा समोरच्यातील कोणती गोष्ट आपल्याला भावेल याचे अचूक स्पष्टीकरण देणे सोपे नसते. परंतु आपल्या आयुष्यात आपल्या संबंधात येणारे आणि आपल्या आजूबाजूनी जाणाऱ्या लोकांच्या मनात आपल्याबद्दल हा मैत्रीचा धागा, ही असोशी निर्माण करणे ही फार महत्त्वाची गोष्ट असते आणि तीच तुमचे वेगळेपण गर्दीमध्येसुद्धा खुलवते. डेल कार्नेगी यांच्याइतके कुणीच 'मैत्री' या संकल्पनेचे अचूक आणि थोडक्या शब्दात विश्लेषण केलेले नाही. त्यांनी मैत्री होण्याची चार तत्त्वे थोडक्यात सांगितली आहेत. त्यापैकी एक तत्त्व तर फक्त एका छोट्या शब्दाचे आहे आणि ही चार तत्त्वे तुमच्यासाठी यशसुद्धा खेचून आणू शकतील. या प्रकरणातील आपला विषय तुम्हाला तुम्ही नावीन्यपूर्ण कल्पनांनी भारलेले स्वतंत्र व्यक्तिमत्त्व आहात हे भासविण्याचा आहे. हे मुद्दे नक्कीच तुम्हाला त्यासाठी मदत करणार आहेत. पण मी तुम्हाला आग्रहाने हे सुचवीन की या प्रकरणामध्ये तुम्ही जे काही वाचले त्याचा वापर 'दर्जेदार'पणाची इमारत बांधण्याचा पाया म्हणून करा. लक्षात ठेवा; प्रत्येक मानवाला मैत्रीच हवी असते आणि ती कशा प्रकारे करायची याबद्दलची पुढील चार तत्त्वे बघा.

पहिली गोष्ट म्हणजे समोरच्या व्यक्तीमध्ये प्रामाणिकपणे रुची घ्या. यातील 'प्रामाणिकपणे' हा शब्द अधिक महत्त्वाचा आहे. खोटारडेपणा नको. इतर लोकांच्या आयुष्यातील सुखदुःखाबद्दल आत्मीयता वाटावी म्हणून स्वतःला प्रशिक्षित करा. तुम्ही स्वतः खूप आकर्षक, हेवा वाटावा असे असाल परंतु याचा अर्थ असा नाही की, फक्त तुम्हीच सर्वोत्तम आहात, देखणे आहात, हुशार आहात. समोरच्याला हे कळू द्या की तुम्हाला या गोष्टीची जाणीव आहे.

दुसरे तत्त्व असे की समोरच्या व्यक्तीचे नाव लक्षात ठेवा आणि जाणीव असू द्या की भले ते नाव कोणत्याही भाषेतील असेल परंतु त्याच्यासाठी ते सर्वांत महत्त्वाचे आहे. म्हणून त्याच्या नावाचा योग्य उच्चार करा. तुम्ही एखाद्या नवीन व्यक्तीला भेटलात की त्याचे नाव लक्षात ठेवण्यावर लक्ष केंद्रित करा. तुमच्या संभाषणात ते नाव हेतूपूर्वक वापरा म्हणजे तुम्ही ते विसरणार नाही.

तिसरे तत्त्व असे की समोरचा माणूस तुमच्यासाठी खूप महत्त्वाचा आहे असे त्याला जाणवू द्या. हे जाणीवपूर्वक प्रामाणिकपणे करा. प्रामाणिकपणा ही फार महत्त्वाची गोष्ट आहे; एक पूर्वीची म्हण अशी आहे की, 'प्रत्येकाकडून काही ना

काही शिकण्यासारखे असते आणि ते विद्वान माणसालाच समजते.' जर तुम्हाला विद्वान म्हणवून घ्यायचे असेल, तुम्हाला अविस्मरणीय बनायचे असेल, तुम्हाला जर 'दर्जेदार' कृती करायची असेल तर समोरच्या व्यक्तीकडून तुम्ही काय शिकू शकता याचा शोध घ्या. आत्ता या क्षणी तुमच्या समोर उभे राहून जो बोलतो आहे त्याचे बलस्थान शोधा.

आणि चौथे व शेवटचे अगदी एका शब्दातले तत्त्व म्हणजे 'हास्य.' याच्यापेक्षा अधिक सोपे काय असू शकते? हास्य. म्हणून आत्ता लगेच हसा!

४

सन्माननीय प्रामाणिकपणा

आपण अशा समाजामध्ये राहतो जिथे संवाद कौशल्यांचे महत्त्व अधिक आहे. आपण ही संवादकौशल्ये कशा प्रकारे वापरतो यावर आपले सुशिक्षितपण आणि सुसंस्कृपण निर्भर करते. जी माणसे स्वत:ला अधिक चांगल्या प्रकारे व्यक्त करण्याची क्षमता बाळगतात ती माणसे आपल्याला अधिक आवडतात; पण त्याच वेळी आपल्याला हेसुद्धा जाणवते की स्वत:ला व्यक्त करण्याचे आणखीही काही प्रकार आहेत.

पहिल्या प्रकरणामध्ये आपण हे पाहिले की प्रेसिडेन्ट केनडी आणि रिचर्ड निक्सन यांच्या वादविवादाच्या चर्चासत्रात प्रेसिडेन्ट केनडी यांनी लोकांवर अधिक चांगल्या प्रकारे छाप पाडली. परंतु रोनाल्ड रेगन आणि बराक ओबामा यांच्या व्यक्त होण्याच्या शैली अगदी वेगळ्या असल्या तरीसुद्धा त्याही तितक्याच प्रभावी होत्या. त्या सर्वांमध्ये मात्र एक गोष्ट सामाईक होती आणि ती म्हणजे दोघेही अविस्मरणीय होते.

या दृष्टिकोनातून पाहता अशा निष्कर्षाला येणे योग्य होईल का, की सुसंवाद साधण्यासाठी काही विशिष्ट गोष्टी आवश्यक आहेत? सर्वच प्रभावी संवादांमध्ये निश्चितच काही विशिष्ट तत्त्वे अनुसरलेली असतात; परंतु 'व्यक्ती तितक्या प्रकृती' या उक्तीप्रमाणे लोकांची व्यक्त होण्याची प्रत्येकाची अशी एक खास शैली असते. म्हणून नीट लक्ष देऊन ऐका. या प्रकरणाच्या शेवटी तुमच्या लक्षात येईल की कोणत्या प्रकारची संवादशैली तुमच्या कृतीला अविस्मरणीय आणि दर्जेदार बनवते.

खरे तेच बोला (सत्यम् ब्रुयात्)

संवाद प्रभावीपणे साधण्याचा पाया कोणता असे जर विचारले तर एका शब्दात सांगता येईल, 'प्रामाणिकपणा.' याचा अर्थ खरे तेच सांगणे. प्रभावी संवाद साधण्याचा आपला हेतू लक्षात घेता आम्ही इथे गृहीत धरतो की तुम्ही हे तत्त्व स्वीकाराल. जर तुमच्या कृतीला 'दर्जेदार' असा किताब घ्यायचा असेल तर इथे फसवेगिरीला, खोटारडेपणाला थारा नाही. तुम्हाला अविस्मरणीय बनवायचे याचा अर्थ असा नाही की स्वत:ला अडचणीत टाकणारी सत्ये सांगायची. तुम्ही आता हे बघणार आहात की स्वत:ला प्रामाणिकपणे व्यक्त करण्याचेसुद्धा अनेक निरनिराळे मार्ग आहेत. जे फक्त तुमच्यासाठीच उपयुक्त नाही तर ऐकणाऱ्यांसाठीसुद्धा उपयुक्त आहेत.

काही वेळेस सत्य काय आहे ते थोडक्यात आणि लवकरात लवकर सांगून टाकणे श्रेयस्कर ठरते. उदाहरणच द्यायचे तर छोट्याशा सशाला जेव्हा डोक्यावर पान पडले तेव्हा फार भीती वाटली आणि त्याला वाटले की आभाळच कोसळले; म्हणून ही महत्त्वाची गोष्ट आडवळणाने किंवा सावकाश कुणाला सांगण्याच्या फंदात तो पडला नाही. ती धोक्याची सूचना ताबडतोब दिसेल त्याला देणे हे त्याला गरजेचे वाटले, म्हणून तो सांगत सुटला, 'आभाळ पडले पळा, पळा.' जरी एखादी गोष्ट तातडीची नसली तरी तिच्याबद्दल लोकांशी थेटपणे बोलणे गरजेचे असते लोकांनाही ते हवे असते; आणि त्यांच्यासाठी ते गरजेचेसुद्धा असते.

संवादाची ही थेटपणे बोलण्याची जी शैली आहे त्याला आपण 'स्पष्टवक्तेपण' म्हणू या. सर्वसामान्यपणे बोलायचे झाले तर अमेरिकन लोक असे म्हणतात की त्यांना स्पष्टपणे, परखडपणे, मनात काही न ठेवता बोलणे आवडते. 'खरे सांगायचे तर मॅडम... ' अशा प्रकारचे बोलणे आपल्याला आवडते आणि आपण असेच बोलतो.

जाताजाता आपण एक सुस्पष्ट संवादाचे उदाहरण पाहू आणि जर संवादामध्ये असा सुस्पष्टपणा नसेल तर कोणत्या समस्या उद्‌भवतात ते पाहू.

जेनिस ही एका पूर्व किनाऱ्यावरील घरगुती खाद्य पदार्थ बनविणाऱ्या एका कंपनीची मार्केटिंग विभागातील डायरेक्टर आहे. एके दिवशी तिला अनपेक्षितपणे कंपनीच्या सुपरवायझर आणि मुख्य अधिकाऱ्याकडून भेटीसाठी बोलावण्यात आले. त्या भेटीचा हेतू हा होता की संवादकौशल्यामध्ये कशा प्रकारे सुधारणा करण्यात येईल. परंतु जेनिसला या गोष्टीचे आश्चर्य वाटले की अधिक प्रमाणावरील चर्चा ही तिला जमेस न धरताच केली गेली. तिला असे सांगण्यात आले की तिच्या काही जबाबदाऱ्या आता दुसऱ्या एका स्वतंत्र कॉन्ट्रॅक्टरवर सोपवण्यात आल्या आहेत.

जेनिस त्या कंपनीमध्ये गेल्या दहा वर्षांपासून काम करत होती; तिला तिचा हा विश्वासघात केला गेला असे वाटले. तिला हे समजत होते की काही वेळेस कामाच्या वाटणीत बदल करावा लागणे हे गरजेचे असते परंतु जी प्राथमिक चर्चा झाली त्यामध्ये तिला सहभागी का करून घेण्यात आले नाही? आणि मग चर्चा जर आधीच तिच्याशिवाय संपवायची होती तर मग तिला चर्चेमध्ये भाग घेण्यासाठी का बोलावण्यात आले?

खरे सांगायचे तर कारण उघड होते— जेनिसच्या सुपरवायझर्सला वाटले की जर जेनिसच्या कामाबद्दल त्यांनी तिची उघडउघड टीका केली असती तर ती रागावली असती. त्यांचे कदाचित बरोबरही असेल, परंतु मुद्दामच तिला चर्चेपासून लांब ठेवण्यात आले या गोष्टीमुळे ती अधिकच रागावली.

इथे नेमके काय घडले तर 'अप्रामाणिकपणा.' आणखी व्यापक अर्थाने सांगायचे झाल्यास 'दर्जेदार'पणाचा इथे लवलेशसुद्धा नाही. तुम्हाला आठवत असेल की 'दर्जेदारपणा' हा प्रामुख्याने तुमच्या कल्पना आणि तुमची कृती यांची संपूर्ण जबाबदारी स्वीकारण्यावर असतो. परंतु इथे जबाबदारी घेण्याच्या ऐवजी जबाबदारी टाळण्याची कृती घडली; त्यांनी जबाबदारी कुणा एकावर न सोपवता सर्वांच्या माथी मारली, जेणेकरून कुणा एका व्यक्तीला जबाबदार धरले जाऊ नये. अगदी कंपनीच्या वरिष्ठ व्यवस्थापकालासुद्धा! स्वत:ला अविस्मरणीय करण्याच्या ऐवजी इथे स्वत:ला अंधारात लपवण्याचा प्रयत्न केला गेला.

जेव्हा एखादा कटू किंवा कठोर निर्णय घ्यायची वेळ येते तेव्हा वरिष्ठ अधिकारी सुद्धा ज्यांना त्या निर्णयामुळे नुकसान होणार आहे अशा लोकांबरोबर समोरासमोर थेट चर्चा करण्याचे टाळतात. ज्या व्यक्तीबद्दल कठोर निर्णय घ्यायचा आहे अशा व्यक्तीशी संवाद साधून चर्चा करण्याऐवजी हे उच्च अधिकारी आपल्या कोर्टात आलेला बॉल दुसरीकडे टाकतात आणि इतरांची मते घेतात. त्यांच्याकडून आपल्या निर्णयाला आधार मिळवतात. त्यामुळे फक्त अफवा पसरतात आणि सांघिक कार्य खालावते आणि जे मूलभूत संवाद घडायला पाहिजेत तेच खुंटतात.

जेनिसला जर हे आधीच समजले असते की तिच्याबरोबर अशा प्रकारचा खोडसाळपणा आणि अप्रामाणिक वर्तणूक होणार आहे तर तिने काय केले असते? आपल्यावर अन्याय होऊ नये, आपले नुकसान होऊ नये म्हणून तिच्याकडून कोणती 'दर्जेदार' कृती अपेक्षित होती?

जेनिससाठी आदर्श गोष्ट तर ही होती की तिने तिच्या सुपरवायझर्सशी इतके विश्वासपूर्ण संबंध प्रस्थापित करायला हवे होते की तिच्याविरुद्ध ज्या काही तक्रारी असतील किंवा अपेक्षा असतील त्या व्यक्त करण्यामध्ये सुपरवायझर्सना काही अडचण आली नसती. एक गोष्ट तर खरी की जर ते खरोखर चांगले अधिकारी

असते तर त्यामध्ये त्यांना अवघड वाटण्यासारखे किंवा घाबरण्यासारखे काही नव्हते. हा त्यांच्या कामाचाच भाग होता. पण सगळेच अधिकारी तेवढे धडाडीचे नसतात, जसे ते असायला हवे! दुसरी गोष्ट तर अशी की, जर जेनिसला या गोष्टीची जराही चाहूल लागली असती की काहीतरी बदल होऊ घातले आहेत तर तिने इतर कुणी काही बोलायची वाट न पाहता स्वतःच त्या विषयाला हात घालायला हवा होता. जर तिने असे विचारले असते की, 'माझे काही चुकते आहे का?' तर ते अधिक बरे झाले असते. काही वेळेस तुम्हाला स्वतःच संवादामध्ये उतरावे लागते. असे करणे म्हणजे आपण कुणाचा पिच्छा पुरवल्यासारखे होत नाही किंवा ते अनावश्यक नसते असेही नाही. हे फक्त आपली न्याय्य बाजू अव्हेरली जाऊ नये व आपले हितसंबंध जपले जावे यासाठी असते, खासकरून अनिश्चित कारणांसाठी तरी! व्यावहारिक दृष्टीने विचार करता खरोखरच यामुळे तुम्ही अविस्मरणीय बनता.

जरी तुम्ही व्यवस्थापक या पदावर असताना वरिष्ठांकडून असा एखादा तुमच्या विरोधात निर्णय लादला गेला तरी तुम्ही त्याला लगेच शरण गेलेच पाहिजे असे नाही. जर त्या व्यवस्थापकाला असे वाटले की वस्तुस्थितीची शहानिशा न करता त्याच्या गैरहजेरीत हा निर्णय घेतला आहे तर तो वरिष्ठांना प्रश्न विचारू शकतो की, असे काय घडले की ज्यामुळे तुम्ही मला इथे येण्यास मज्जाव करत आहात? मला ती गोष्ट जाणून घेण्यास आवडेल आणि जर माझे काही चुकत असेल तर माझी चूक दुरुस्त करून तुमच्याबरोबर सहभागी होणे मला आवडेल. अशा प्रकारे तुम्ही तुमच्याकडून मोकळेपणाने बोलून संवाद सुरू करा. जशी गरज असेल त्याप्रमाणे त्यांना तुमच्या बरोबर संवाद साधण्यास भाग पाडा.

जरी आम्ही उघड-उघड आणि स्पष्टपणे बोलण्याचा सल्ला तुम्हाला दिला असला तरी या गोष्टीची कायम जाणीव ठेवा की त्यामध्ये थोडीशी जोखीम असतेच. जेव्हा तुम्हाला स्पष्ट बोलावेसे वाटते आणि तुम्हाला असे वाटते त्यात घाबरण्यासारखे काही नाही तर बहुधा तुम्ही तितकेसे स्पष्ट बोलत नसला पाहिजेत. 'द एम्परर्स न्यू क्लोट्स' या लहान मुलांच्या दंतकथेत जसे तो लहान मुलगा उघड-उघड खरे बोलून आपला जीव संकटात टाकतो. उघडपणे खरे बोलायला अंगी धारिष्ट्य लागते. ती एक दर्जेदार कृती आहे. जेव्हा तुम्हाला असे वाटते की माझा प्रामाणिकपणा व्यक्त झालाच पाहिजे तेव्हा तुमच्याकडे दुसरा पर्यायच नसतो.

त्यांची मने आणि हृदय जिंका

जेव्हा तुम्हाला इतरांच्या सहकार्याची गरज पडते तेव्हा तुमची 'दर्जेदार वर्तणूक' पणाला लागते. त्याचबरोबर तुमच्या समोर खूप मोठ्या संधी चालून येतात.

विशेषत: जेव्हा इतरांची मते आणि त्यांच्या कल्पना तुमच्या मतांपेक्षा वेगळ्या असतात! कधी परिस्थिती अशी असते की त्या वेळी तुमच्या कौशल्यांचा काळजीपूर्वक समन्वय साधावा लागतो. अवघड परिस्थितीशी सामना करण्यासाठी तुमची वैयक्तिक ताकद महत्त्वाची असते. वरवर पाहता आपली मतभिन्नता लपवणे हे परस्परांमध्ये मतैक्य होऊन दोघांच्या संमतीने कृती करू शकण्यापेक्षा अधिक सोपे वाटते. समोरच्याला योग्य प्रश्न विचारून, त्याच्यावर कोणतीही टीकाटिप्पणी न करता त्याचे प्रामाणिक हेतू समजून घेण्यासाठी तुमच्याकडे त्या प्रतीची भावनाशीलता असणे गरजेचे असते.

'हाऊ टू विन फ्रेन्ड्स् ॲन्ड इन्फ्लुअन्स पिपल' या पुस्तकामध्ये डेल कार्नेगी यांनी ज्या तत्त्वांबद्दल लिहिले आहे त्यांचा थेट संबंध संवादाशी आहे.

खालील मुद्दे कायम लक्षात ठेवा –

- *वादविवाद जिंकण्याचा एक सर्वोत्तम उपाय म्हणजे तो टाळावा.*
- *समोरच्या व्यक्तीच्या मताचा आदर करा. त्या व्यक्तीला कधीही असे सांगायला जाऊ नका की ते चुकीचे आहेत.*
- *जर तुमचे चुकत असेल तर ताबडतोब ते ठळकपणे कबूल करा.*
- *सुरुवात मैत्रीपूर्ण करा. समोरची व्यक्ती मान्यतापूर्वक 'हो' असेच म्हणेल याची काळजी घ्या.*
- *समोरच्या माणसाला अधिक बोलण्याची संधी द्या.*
- *समोरच्या व्यक्तीला असे वाटू द्या की ती कल्पना त्याची किंवा तिचीच आहे.*
- *हळुवारपणे बोला.*
- *योग्य ठिकाणी हसून प्रतिसाद द्या.*
- *जर संघर्ष होणे अटळच असेल तर विनाशर्त माघार घेण्यामध्ये वाईट वाटून घेऊ नका. नेहमी समोरच्या व्यक्तीला सन्माननीय माघार घेण्याची संधी द्या.*

संघर्ष मिटवताना...

संघर्ष मिटवताना बुद्धिवादी पावले उचलणे जितके सोपे तितके प्रत्यक्षात ते अवघड असते. काही वेळेस तुम्ही शांत राहू शकत नाही किंवा ते तुम्हाला तर्कशुद्ध वाटत नाही किंवा तुम्ही मन तितके मोठे करू शकत नाही. विल्यम जेम्स या मानसशास्त्रज्ञाने

असे लिहून ठेवले आहे की, 'आपल्याला असे वाटते की आधी भावनांचा उगम होतो आणि त्याला अनुसरून कृती होते. परंतु वास्तवात तसे नाही. भावना आणि कृती हातात हात घालूनच जातात; म्हणून आपल्या कृतींवर आपले नियंत्रण ठेवले तर अप्रत्यक्षपणे भावनासुद्धा आपल्या नियंत्रणाखाली येतील.'

वेगळ्या शब्दात सांगायचे झाल्यास जेव्हा तुम्ही, शांत, संयमित, तर्कशुद्ध अशा कृती करता तेव्हा तुम्ही शांत, संयमित व्यक्ती बनता. जेव्हा तुम्ही खेळकर वृत्तीने काम करता तेव्हा तुमचे मनसुद्धा सैलावते आणि अधिक खेळकर बनते. आणखी एक जादूई गोष्ट अशी घडते की ज्या व्यक्तीशी तुम्ही असे खेळकरपणे वागता त्या व्यक्तीमध्येसुद्धा त्याच भावना जागृत होतात.

मुत्सद्देगिरी

काही वेळेस जे लोक स्वत:ला योग्य पद्धतीने व्यक्त करू शकत नाहीत ते स्वत:च्या या कमतरतेचे रूपांतर गुणांमध्ये करण्याचा प्रयत्न करतात. ते म्हणतात, 'भलेही मला शब्दांच्या करामती चांगल्या जमत नसल्या तरी पण निदान तुम्हाला एवढे तर माहीत आहे ना, की माझी पार्श्वभूमी काय आहे, निदान मी प्रामाणिक तरी आहे.'

ही असली विधाने नेमक्या कोणत्या कल्पनेवर आधारित असतात? या विधानाचा गर्भितार्थ असा की, ज्या लोकांना शब्दांचा खेळ चांगला जमतो, ज्यांचे शब्दभांडार विपुल आहे, ते जन्मत:च अप्रामाणिक आहेत की काय? असा विचार करणे हे नक्कीच सडक्या मेंदूचे काम आहे. प्रामाणिकपणाची अनेक वेगवेगळी रूपे असतात. प्रत्येक व्यक्तीलाच परखडपणे बोलता येईल असे नव्हे किंवा प्रत्येक व्यक्ती परखडपणे बोलतही नाही.

अविस्मरणीय संभाषण करणारी माणसे अशी असतात की ज्यांना हे माहीत असते की आपल्याला नेमके काय बोलायचे आहे परंतु जे लोक त्यांचे बोलणे मन लावून ऐकतात त्यांच्या गरजा काय आहेत याची त्यांना जाणीव असते. त्या गरजा काय असतात याचा आपण एकेक करून परामर्श घेऊ.

कृतीमधील सभ्यता

बाकी कोणत्याही गोष्टींपेक्षा एकमेकांमध्ये जिव्हाळा निर्माण होणे हे अधिक महत्त्वाचे असते. स्पष्टपणे कुणाचाही मुलाहिजा न ठेवता केलेले संभाषण हे संघर्षात्मक असू शकते. अशी आशा आहे की तो संघर्ष सकारात्मक असावा. परंतु थोडेसे मुत्सद्देगिरीने

केलेले संभाषण, समोरच्यांच्या भावना दुखावू न देता केले जाणारे संभाषण हे सभ्यतापूर्ण वातावरणात होऊ शकते, कदाचित पुलाखालून बरेच पाणी वाहून गेलेले असते. त्याची जास्त चर्चा करायची गरज नाही; याचा अर्थ असा नव्हे की तुम्ही अप्रामाणिकपणे वागलात. याचा अर्थ फक्त एवढाच की तुम्ही मुत्सद्देगिरीने वागलात.

पुढे मी तुम्हाला असे सांगीन की कोणत्याही समस्येकडे शांतपणे आणि सर्व बाजूंनी विचार करून पहा. समोरच्याला दोष देणे किंवा त्याच्यावर टीका करण्याने काहीही साध्य होत नाही. असे करण्याने उलट समोरची व्यक्ती आपली बाजू अधिक प्रभावीपणे मांडण्याचा प्रयत्न करते आणि वैयक्तिक दृष्टिकोनातून प्रतिसाद देते. तुम्ही जर अधिकच रागावला असाल तर तुम्ही त्या समोरच्या व्यक्तीच्या यशाला दूषणे देऊन अपयश खुलवून सांगण्याचा प्रयत्न करता व तो किती नालायक आहे हे पटवून देता. परंतु पुन्हा तेच सांगायचे तर हे तुम्ही स्वत:वर चिखल उडवून घेण्यासारखे असते.

समोरच्या व्यक्तीला त्याची किंवा तिची बाजू सांगण्यास तुम्ही संधी देता किंवा नाही याबद्दल दक्ष राहा. समोरची व्यक्ती जे काही सांगते आहे ते आदरपूर्वक ऐका. पुन्हा एकदा तुम्हाला तेच सांगायचे की वादविवाद किंवा संघर्ष टाळा.

विधायक सूचना करा. अशी खात्री असू द्या की तुम्ही सूचना ज्या प्रकारे करत आहात त्यामुळे लोकांची मानहानी होणार नाही किंवा त्यांच्या जिव्हारी लागणार नाही. प्रश्न विचारताना 'कुणी?' पेक्षा 'काय' वर भर द्या. चर्चेमध्ये जे चुकीचे घडले आहे त्यावर लक्ष केंद्रित करा. ते कोणत्या व्यक्तीने केले, त्याच्या काय चुका झाल्या याचे विश्लेषण नको, तुम्हाला जेव्हा प्रश्नोत्तरांच्या दरम्यान तुम्ही लक्षपूर्वक ऐकताना सकारात्मक बदल दिसेल तेव्हा त्याचे तोंडभरून कौतुक करा. त्यानंतरही पुढील प्रगतीचा आढावा घेण्यासाठी आणि चुकांच्या दुरुस्तीसाठी गोड बोलून मागोवा घ्या.

तुम्ही जेव्हा एखाद्या कामगाराची मुलाखत घेणे संपवाल तेव्हा त्याचा तुमच्या कंपनीला किती उपयोग होईल याविषयी आश्वासित करा. जर तुम्ही खरोखरच दर्जेदार प्रकाराने वागलात तर मुलाखत देणारी व्यक्ती तुमच्या सूचना पाळण्यासाठी प्रेरित होऊनच घरी जाईल, हे काही केवळ भीतीपोटी घडणार नाही तर त्याला किंवा तिला त्यांचा भविष्यकाळ तुमच्या कंपनीमध्ये आणि तुमच्या बरोबर राहूनच उज्ज्वल होईल याची खात्री पटेल.

इथे तुम्हाला मी एक शेवटची युक्तीची गोष्ट सांगतो. काही लोकांना हे खूप सोपे वाटेल तर काहींना हे खूप अवघड वाटेल. बोलताना तुमचा आवाज कधीही चढवू नका. जेव्हा दोन व्यक्तींमधील आवाजाची घनता काही ठरावीक डेसिबल्सच्या मर्यादेपलीकडे गेली तर त्यामधून कोणतीही सकारात्मक गोष्ट साध्य होत नाही.

जेव्हा दोन माणसे एकमेकांच्या अंगावर ओरडतात तेव्हा काही गोष्टी नक्कीच घडतात, मात्र त्या चांगल्या नसतात. एखाद्या व्यवस्थापकाबद्दल जेव्हा लोक त्याच्या पाठीमागे कागाळ्या करतात तेव्हा सगळ्यात वाईट वाक्य तर ते हे उद्‌गारतात की, 'ती किंवा तो नुसतेच खेकसतात.'

टेडी रुझवेल्ट म्हणतो, 'अगदी हळुवार बोला आणि हातात एक मोठी काठी घ्या, आणि जर तुमच्याकडे मोठी काठी नसेल तरी सावकाश आणि हळुवारच बोला.'

शिस्त – एक शेवटचा घटक

शिकागोमध्ये एका इन्शुरन्स कंपनीमध्ये अधिकारी म्हणून सुमारे पस्तीस वर्षांहूनही अधिक काळपर्यंत काम केल्यानंतर जिम आता निवृत्त होणार होते. त्यांनी व त्यांच्या पत्नीने जॉईसने मिळून फ्लोरिडा मध्ये घर घेतले होते, आणि निश्चितच त्यांचा पहिला मिडवेस्टर्न विंटर चुकू नये याची ते आतुरतेने वाट पाहत होते. फ्लोरिडा पर्यंत गाडीने दूरवर प्रवास करायचा म्हणून ते खूप उत्तेजित झाले होते. त्यांना काही घाई नव्हती आणि नवीन घरी राहायला जाण्यासाठी ते हवा तितका वेळ घेऊ शकत होते.

परंतु घटनाच अशा काही घडल्या की त्यांनी जो वेळ अपेक्षिला होता त्यापेक्षा त्यांना कितीतरी अधिक वेळ लागला. ते नॉर्दर्न अलाबामा मधून सकाळी दहा वाजता जात असताना गाडीमधून एक मोठ्ठा आवाज आला. तो काही स्फोट वगैरे नव्हता परंतु धातूच्या काहीतरी दोन वस्तू एकमेकांवर आदळत असाव्या असे वाटले आणि त्यामधून सातत्याने एक कर्कश आवाज येत होता. जे काही चालले होते ते नक्कीच चांगले चिन्ह नव्हते. ताबडतोब जिमने गाडी हळू केली. जवळपास अगदी पायी चालण्याइतका वेग कमी केला आणि हायवेच्या उजव्या बाजूच्या मार्गात गाडी घातली. सुदैवाने तिथून काही यार्डांवरच बाहेर पडण्याचा मार्ग होता. म्हणजे निदान त्यांना आता आंतरराज्यीय अटीतटींच्या नियमांच्या उल्लंघनाला तरी तोंड द्यावे लागले नसते. शक्य तितके गाडी हळू चालवून जिम हायवेच्या रॅम्पमधून बाहेर पडले. अजूनही गाडीमधून कर्कश आवाज येण्याचे थांबले नव्हते. परंतु जसजसा गाडीचा वेग कमी होत होता तसतसे आवाजाचा कर्कशपणा कमी होत होता. जिम आणि जॉईस एकमेकांशी एक शब्दही बोलले नाहीत. ते फक्त एकमेकांकडे बघत राहिले. गेल्या कित्येक वर्षांपासून त्यांनी निवृत्तीची अनेक स्वप्ने पाहिली होती; परंतु असा प्रसंग कधी त्यांनी अपेक्षिला नव्हता.

जिमने जेव्हा चढाच्या सर्वांत वरच्या टोकाशी आले तेव्हा तेथून त्यांना थोडेसे

पुढे एक सर्व्हिस स्टेशन दिसले. शक्य तितके हळूहळू जाऊन ते त्या सर्व्हिस स्टेशनशी पोहोचले व त्यांनी गाडीचे इंजीन बंद केले.

जिम आणि जॉईसला तिथे नॉर्म भेटला ज्याच्याशी पुढे दिवसभरात त्यांची चांगली ओळख झाली. नॉर्मकडे पाहून असे वाटत होते की जणू काही केनडींच्या राजवटीपासून त्याने कशातच बदल केलेला नव्हता, परंतु गाडीची काळजी कशी घ्यायची याविषयी त्याला चांगले ज्ञान होते. जरी नॉर्म खूप जाडाजुडा होता तरीही तो चपळपणे गाडीच्या चेसीजच्या खाली रांगत गेला. त्याची चपळता एखाद्या पालीसारखी होती.

गाडीच्या खालूनच त्याने जाहीर केले. "हे बघा रस्त्यात पडलेली लोखंडी साखळी ॲक्सलभोवती गुंडाळली गेली आहे आणि हा विळखा खूपच जास्त घट्ट बसला आहे आणि त्यामुळे गाडीच्या चाकाच्या अंडरकॅरेज मध्ये भोक पडले आहे."

जिमच्या कानावर जे काही पडले ते काही त्याला फारसे रुचले नाही. त्याला गाड्यांमधले फार काही कळत नव्हते परंतु त्याला एवढी जाणीव मात्र नक्कीच झाली की आता काही तासांचा खोळंबा तर नक्कीच झाला आहे. तेवढ्यात नॉर्मच्या आणखी काहीतरी लक्षात आले आणि तो उदगारला, "प्रचंड घोटाळा आहे."

जिमने नकारार्थी मान हलवत विचारले, "बरं! हे सगळं दुरुस्त व्हायला किती वेळ लागेल?"

नॉर्मने हळूच डोके हलवले. जणू काही त्याला कोणत्यातरी सर्वांत कठीण शब्दाचे स्पेलिंग विचारले होते. तो म्हणाला, "आता या क्षणाला काही सांगणे अवघड आहे. आधी आपल्याला ॲक्सल पासून ती लोखंडी साखळी दूर करावी लागेल. त्यासाठी मला टॉर्च वापरावा लागेल आणि मला हे काम अत्यंत काळजीपूर्वक करावे लागेल. मग आपल्याला कळेल की गाडीच्या आतल्या भागाचे नेमके किती नुकसान झाले आहे. हे नीट करण्यासाठी आपल्याला थोडेसे वेल्डिंग पण करावे लागेल; त्यामुळे आत्ता या क्षणाला मी तुम्हाला अधिक तपशील देऊ शकत नाही.

"मी नक्कीच हे समजू शकतो असे मला वाटते. परंतु साधारण कितीपर्यंत अंदाजे खर्च येईल असे तुम्हाला वाटते?" जिम म्हणाला.

त्यावर नॉर्म म्हणाला, "मी तुम्हाला आत्ता सांगितले तेच पुन्हा सांगतो की या क्षणाला मी काहीच सांगू शकत नाही." मग नॉर्म एकदम गप्प बसला. यापेक्षा अधिक काही सांगण्याची त्याला गरज वाटली नाही; कारण तुमच्याकडे दुसरा काही उपाय आहे का? नाही ना. हे त्याच्या नजरेतून आधीच स्पष्ट झाले होते.

नॉर्मला काम सुरू करण्याची सूचना देण्यापूर्वी जिम त्यांच्या पत्नीला खासगी बोलण्यासाठी जरासे बाजूला नेऊन म्हणाले, "निवृत्त होणे म्हणजे असे असेल तर मला लगेचच परत जाऊन कामावर रुजू होणे आवडेल."

जॉईस हसली व म्हणाली, "तुम्हाला घरी परत जाऊन कामावर रुजू व्हावेसे वाटते कारण आपल्या मनाविरुद्ध इथे अडकून पडलो आहोत." नंतर ती पुढे म्हणाली, "आपण या घटनेकडे एक शोकांतिका म्हणून पाहण्याऐवजी मजेदार गोष्ट म्हणून का बघत नाही! नाहीतरी आपण आता गाडी मिळाल्याशिवाय इथून पुढे जाऊ शकत नाही. तर यापेक्षा आपण इथे आपल्याला मिळालेल्या वेळेचा सदुपयोग का करू नये? यापेक्षाही अधिक काही वाईट घडू शकले असते. चल, त्याला लगेचच काम सुरू करायला सांग म्हणजे आपणही इथून बाहेर पडून कुठेतरी फेरफटका मारून येवू."

काही मिनिटांमध्येच नॉर्मने त्यांची गाडी 'सर्व्हिस बे' मध्ये नेली. तो काम करत होता तेवढ्या वेळात जिम आणि जॉईस त्या गॅस स्टेशनच्या परिसरात फिरून आले. तिथे करण्यासारखे काहीच नव्हते; आणखी एक गॅस स्टेशन होते परंतु ते या राज्याच्या सीमेच्या पलीकडे होते. नंतर पाऊस पडायला सुरुवात झाली. ट्रक्स पाण्यातून सू-सू आवाज करत हायवेवरून पाणी उडवत चालल्या होत्या. त्यामुळे त्यांचा नाइलाज झाला आणि ते पुन्हा नॉर्म जिथे गाडीचे काम करत होता तिथे सर्व्हिस बे मध्ये येऊन बसले.

नॉर्म काम करता करता खूप बोलत होता. त्याने त्याच्या कुटुंबाविषयी, त्याच्या कुत्र्यांविषयी, गाड्यांविषयी, घराविषयी, घराच्या छपराविषयी आणि तळघराविषयी खूप काही सांगितले. परंतु तो फुटबॉल विषयी अधिक बोलत होता. प्रत्येक खेळाविषयीचे अगदी बारीकसारीक तपशील त्याला आठवत होते. काही वेळेस बोलताना तो इतका रंगून जात होता की एखाद्या अटीतटीच्या क्षणाचे वर्णन करताना तो हातातले काम थांबवत असे.

अशा प्रकारे कित्येक तास काम केल्यानंतर जिम जॉईसला पुन्हा बाजूला घेऊन म्हणाला, "मला असे वाटते तो मुद्दामच शक्य तितके हळूहळू काम करत आहे. तो कसाबसा वेळ काढत आहे; तो खरे तर मेकॅनिक नाहीये. तो उगीच दिखावा करतो आहे." जॉईस त्याला अजूनही आश्वासित करत होती, "तू याच्याकडे एक आव्हान म्हणून पहा. भविष्यात आपण या गोष्टीवर नक्कीच हसू."

जेव्हा घड्याळात पाच वाजायला आले तेव्हा शेवटी एकदाचा नॉर्मने त्याचा वेल्डिंग टॉर्च बंद केला. आख्खा दिवसभर काम चालू होते. तो जिम आणि जॉईसला म्हणाला, "खरेच फार मोठे व किचकट काम होते पण त्या निमित्ताने आपली एकमेकांशी ओळख झाली, खरे ना?"

जिमने चेहऱ्यावर बळेबळे हसू आणून म्हटले, "हो, अगदी खरे. तर आता आम्ही किती पैसे द्यायचे ते सांगा."

नॉर्मने एक क्षणभर विचार केला मग सहजच हात हवेत हलवत म्हणाला,

"छे! काळजी करू नका; मी हे विनामूल्य केले आहे. पण ती १९७४ मधली मॅच तुम्हाला आठवते ना किती अटीतटीची..."

इथे जिम आणि जॉईसला खऱ्या अर्थाने मित्र जोडण्याची आणि त्यांच्यावर प्रभाव पाडण्याची संधी मिळाली होती आणि त्यांनी त्याचा पुरेपूर उपयोग करून घेतला. जरी हे सोपे नव्हते तरी त्यांनी संघर्षात्मक परिस्थितीमध्येही सुसंवाद साधण्याची संधी दवडली नाही. शब्दांमधूनही काही गोष्टी ज्या व्यक्त केल्या गेल्या नाहीत त्या भावनांमधून व्यक्त झाल्या. परिणामी त्यांची गाडीच फक्त फुकट दुरुस्त करून मिळाली असे नाही. हे अविस्मरणीय होते. अशा प्रसंगामध्ये आपला तोल ढळू न देणे, संयम राखणे यामध्येच सभ्यता असते.

५

लक्षपूर्वक ऐकणे – सर्वोत्तम संवाद कौशल्य

सर्व संवादकौशल्यांचा विचार करता तुमचे नातेसंबंध उत्तम राखण्यासाठी 'लक्षपूर्वक ऐकणे' हे सर्वांत प्रभावी संवादकौशल्य आहे; परंतु 'लक्षपूर्वक ऐकणे' हा गुण सर्वांमध्येच निसर्गतः नसतो. त्यासाठी खास प्रयत्नपूर्वक ही सवय अंगी बाणवून घ्यावी लागते. खासकरून जेव्हा तुम्ही नव्यानेच उत्तम श्रोता बनण्याचा प्रयत्न करत असता.

दुर्दैवाने, अधिकतर माणसे खऱ्या अर्थाने लक्षपूर्वक ऐकत नाही. समोरची व्यक्ती बोलत असताना ती कधी बोलणे थांबवते व आपल्याला बोलायची कधी संधी मिळते याची वाट बघत गप्प बसून राहतात. त्यात चुकीचे काही नाही कारण हा मनुष्य स्वभाव आहे. संभाषणामध्ये आपण उतरू शकतो की नाही अशी भावना होते; निदान उतरण्याची इच्छा होते. परंतु हे एक असे क्षेत्र आहे जेव्हा आपली सभ्यता आपल्या या तीव्र इच्छेला विरोध करते. म्हणून लगेचच प्रतिक्रिया देण्याची घाई करू नका. स्वतःवर संयम ठेवा.

उत्तम श्रोता असणे हे अत्यंत मौल्यवान कौशल्य आहे. या विषयावर खूप मोठे संशोधन केले गेले आहे. अनेक प्रकारची रूपके आणि व्याख्या श्रवणकलेसाठी वापरण्यात आल्या आहेत. परंतु त्या सर्वांमधून एकच संदेश मिळतो तो म्हणजे शब्दांचा शब्दशः अर्थ घेण्यापलीकडे बरेच काही आकलन होणे गरजेचे असते.

काही वेळेस उत्तम श्रवण करणे याचा अर्थ गप्प बसून राहणे असे काही लोकांना वाटते. ज्या लोकांनी लक्षपूर्वक ऐकण्याचे कौशल्य आत्मसात केले आहे ते इतर लोकांना अधूनमधून गप्प बसण्याचीही संधी देतात त्याचबरोबर बोलण्याचीही संधी देतात. खऱ्या अर्थाने लक्षपूर्वक ऐकणे यामध्ये अनेक शब्दांपलीकडचे आणि

कानांना ऐकू न येणारे असे घटक असतात. जसे की देहबोली, चेहऱ्यावरील हावभाव, सांस्कृतिक गृहीतके आणि बोलणाऱ्यांच्या आणि ऐकणाऱ्यांच्या एकमेकांना दिलेल्या प्रतिक्रिया.

हे तर नक्कीच की ऐकण्याचा अनुभव हा प्रत्येक व्यक्तीचा भिन्न असतो, तो त्या त्या वेळच्या संदर्भावर अवलंबून असतो. जसे की कोण कुणाशी बोलत आहे, बोलण्याचा विषय काय आहे, ते संभाषण कोणत्या ठिकाणी घडते आहे? एखाद्या पोलीस ऑफिसरने नियमांचे उल्लंघन केले म्हणून तुम्हाला बाजूला ओढत नेत असतानाचे त्याचे बोलणे ऐकणे हे तुमच्या आठ वर्षांच्या मुलीचे बोलणे ऐकण्यापेक्षा किंवा तुमच्या ऐंशी वर्षांच्या सासऱ्याचे बोलणे ऐकण्यापेक्षा वेगळे असते.

खाली श्रवणकलेच्या निरनिराळ्या पातळ्यांचे वर्गीकरण केलेले आहे, म्हणजे अगदी समोरच्याच्या बोलण्याकडे दुर्लक्ष करण्यापासून ते अधिक उत्साहाने समोरच्या बोलण्याकडे दुर्लक्ष करण्यापर्यंत आणि अधिक उत्साहाने समोरचे बोलणे ऐकून स्वत:चा फायदा करून घेण्यापर्यंत! ते वाचत असताना तुमची स्वत:ची श्रवणकला कोणत्या वर्गात मोडते याचेही चिंतन करा. ते लक्षात घेऊन स्वत:ला अविस्मरणीय कसे बनवता येईल याचा विचार करा. लोक जेव्हा तुमच्याशी बोलत असतात तेव्हा त्यांच्याकडे संपूर्ण लक्ष द्या; ही तुमची सभ्यता असते.

नाइलाजाने ऐकणे (संपूर्णपणे दुर्लक्ष करणे) –

कुणीतरी तुमच्याशी काहीतरी बोलते आहे पण तुमचे मुळीच लक्ष नाही, मारून मुटकून तुम्ही तिथे बसला आहात. ही त्या व्यक्तीकडे दुर्लक्ष करण्याची एक अपराधीपण मनात न येऊ देता केलेली कृती असते. काही वेळेस त्या व्यक्तीला वाईट वाटू नये म्हणून नुसते हुंकार देणे ही गोष्ट योग्य ठरते. परंतु ती व्यक्ती केवळ तिच्या किंवा त्याच्या समाधानासाठी तुम्हाला लांबलचक लेक्चर देऊन अडकवून ठेवत असेल तर त्यावर उत्तम उपाय म्हणजे तुम्ही केवळ शरीराने तिथे बसा परंतु तुमच्या मनाला मात्र सहलीला हवाईला जाण्याची परवानगी द्या. परंतु याची खात्री असू द्या की तुम्ही हा जाणीवपूर्वक, पूर्ण विचारांती घेतलेला निर्णय आहे. केवळ त्या व्यक्तिचा अनादर करायचा म्हणून नव्हे!

कमीतकमी ऐकणे किंवा ऐकल्यासारखे भासवणे –

मुळात जेव्हा आपण नाइलाजाने ऐकतो तेव्हा तो एकमार्गी प्रवास असतो. म्हणजे समोरचा माणूस बोलत सुटतो, तुम्ही तिथे त्याच्यासमोर शरीराने असता पण तुमचे

मन दूरवर कुठेतरी सहलीला गेलेले असते. तुमचा त्यामध्ये सहभाग किंवा शाब्दिक प्रतिसाद शून्य असतो. परंतु जेव्हा तुम्ही किंचित लक्ष देऊन ऐकता तेव्हा तुमचा संभाषणात काही प्रमाणात तरी सहभाग असतो आणि एका बाजूला तुमचे दिवास्वप्न पाहणेही चालू असते. तुम्ही ऐकता आणि काही तरी थातूरमातूर उत्तरही देता; काय प्रतिसाद द्यायचा हे तुम्ही आधीच ठरवलेले असते. त्या व्यक्तीला जे उत्तर आवडेल तेच तुम्ही देता मग भलेही तुमचे स्वत:चे मत काहीही असो. दुर्दैवाने, असे कुणाबरोबर घडते, तर लहान मुलांबरोबर आणि वृद्ध व्यक्तींबरोबर! व्यवसाय-धंद्यामध्येसुद्धा जेव्हा एखाद्या सुपरवायझरला असमाधानी नोकरांविषयीच्या तक्रारी सांगण्यासाठी बोलावले जाते तेव्हाही अशाच प्रकारचे 'श्रवण' घडते. काही वेळेस बोलणाऱ्यालासुद्धा ते अपेक्षितच असते. परंतु सहसा अशा प्रकारे फारसे मनावर न घेण्याचे ते बोलणे असते. अशा बोलणाऱ्या व ऐकणाऱ्या व्यक्तींच्या वयात खूप फरक असतो किंवा कार्पोरेट क्षेत्रातील व्यक्तींच्या पदांमध्ये फरक असतो. त्यामुळेच बोलणाऱ्या व्यक्ती आपली नाराजी उघडपणे नोंदवत नाहीत परंतु मनातल्या मनात ते नक्कीच असे म्हणत असतात, 'जरा माझ्या बोलण्याकडे कृपा करून लक्ष द्याल का प्लीज?'

मी तुमचे बोलणे लक्षपूर्वक ऐकतो, पण ते माझ्याबद्दल असेल तर –

हे बहुधा सर्वांत जास्त पाहायला मिळणारे श्रवणकलेचे वैशिष्ट्य असते जेव्हा सहसा बोलणारे व ऐकणारे हे एकाच कुटुंबातील सदस्य नसतात किंवा कामाच्या ठिकाणी सहकारी नसतात किंवा जीवश्चकंठश्च मित्र नसतात! इथे तुम्हाला बोलणाऱ्यामध्ये थोडीशी रुची निर्माण होते आणि तो जे काही शब्द बोलतो त्याविषयी तुमच्या प्रतिक्रिया काहीशा सौम्य असतात. परंतु तुम्ही वस्तुत: तसाच आणि गंभीरपणे विचार करत असल्यामुळे तुम्ही जे ऐकता त्यामध्ये तुमचे स्वत:चे आकलन घालता आणि ते शब्द तुमच्या अपेक्षेप्रमाणे आणि मागणी प्रमाणे फिरवून तुमच्या विचारसरणीमध्ये फिट्ट बसवता. हे म्हणजे जाणूनबुजून ठरवून केलेले श्रवण असते, फक्त फरक असा की जोपर्यंत बोलण्याचा विषय तुमच्याकडे बोट दाखवत नाही तोपर्यंत तुम्ही तेवढी सजगता दाखवत नाही. अशा प्रकारचे श्रवण हे काहीसे जोखमीचे असते. अशा प्रकारचे संभाषण तुम्हाला वास्तवतेपासून आणि भावनांपासून दूर नेऊन चुकीचे मार्गदर्शन करते. तुम्ही समोरच्याचे बोलणे ऐकत असता आणि माहिती मिळवत असता, परंतु तुमची स्वत:ची निश्चित अशी विरोधी मते असल्यामुळे व त्यांच्यापेक्षा वेगळा दृष्टिकोन असल्यामुळे तुम्ही बदल स्वीकारण्यास तयार नसता. समोरची व्यक्ती जे बोलते त्याला तुम्ही तुमच्या विश्वास आणि समजांना साजेशी गाळणी

लावता. काही वेळेस याचा परिणाम असा होतो की तुमच्यावरील हल्ला परतवून लावण्यासाठी तुम्ही बोलणाऱ्या बरोबर सहमत होता. कदाचित याचा परिणाम असहमती दर्शविण्यातसुद्धा होतो. बरेचदा तर असे घडते की तुम्ही तुमची स्वत:ची कथा सांगण्यास उद्युक्त होता, जी वास्तवापेक्षा अधिक चांगली असते; खरे ना? अगदी छोटीशी संधी जरी मिळाली तरी तुम्ही बोलता. एकदा का तुमच्या मधील या प्रवृत्तीचा तुम्हाला शोध लागला की तुमच्याही नकळत तुमच्याकडून असे घडते किंवा तुमच्याबरोबर असे घडते.

"मुद्द्याचे तेवढे ऐकणे–"

खास करून पुरुषांमध्ये अशा प्रकारचे संभाषण असते. दोन पुरुष एकमेकांशी बोलत असताना फक्त बातम्यांची आणि माहितीची शुद्ध स्वरूपात देवाणघेवाण होते. स्त्रियांसाठी मात्र एकमेकींशी मैत्री प्रस्थापित करण्यासाठी, जिव्हाळ्याचे संबंध निर्माण होण्यासाठी असे फक्त मुद्द्याचे बोलणे आणि मुद्द्याचे ऐकणे निरर्थक ठरते. स्त्री आणि पुरुष जेव्हा एकमेकांशी बोलतात तेव्हा अपेक्षांचे हे वेगळेपण अनेकदा गैरसमज निर्माण करते. जेव्हा संभाषणाचा हेतू हा फक्त एखादी घटना सांगणे इतकाच मर्यादित असतो तेव्हा हे ठीक असते; परंतु जेव्हा भावना आणि हेतू व्यक्त करायचे असतात तेव्हा हे असले कौशल्य अपुरे ठरते. प्रथमत: आपण हे लक्षात घ्यायला हवे की माणसे जेव्हा एकमेकांशी संवाद साधतात तेव्हा बरेचदा ते आपल्या भावनांच्या आणि हेतूंच्या अमलाखाली असतात आणि वरवर पाहता जे शब्द वापरले जातात त्यांचा गर्भितार्थ आणि संदर्भ वेगळे असतात. त्यामुळे 'मुद्द्याचे ऐकणे' ही श्रवणकला तुम्हाला छोटीशी लढाई कदाचित जिंकून देईल परंतु मोठ्या युद्धात मात्र तुम्हाला हार मानावी लागेल. एखाद्या प्रसंगावर तुम्ही तात्पुरती मात करू शकाल परंतु दीर्घकालीन व्यूह रचण्यासाठी हे उपयुक्त ठरणार नाही.

सहसंवेदनापूर्वक ऐकणे –

या प्रकारची श्रवणकला मात्र परिपूर्णतेकडे नेणारी असते. यामध्ये शब्दांचा वापर भावनाशीलतेने केलेला असतो. देहबोली आणि चेहऱ्यावरील भावसुद्धा प्रामाणिक भावना दर्शवतात. ऐकणारी व्यक्ती योग्य रीतीने प्रतिसाद देत असते. बोलणाऱ्या व्यक्तीच्या भावना ऐकणाऱ्या व्यक्तीच्या थेट हृदयाशी जाऊन भिडलेल्या असतात आणि त्याला त्याची योग्य जाणीव असते. बोलणाऱ्या व्यक्तीच्या दृष्टिकोनातून तुम्ही त्या परिस्थितीकडे पाहू शकता आणि त्याचा बरा-वाईट परिणाम तुमच्या

मनावर होत असतो. तुम्हाला ती गोष्ट पटत नसेल तर तुमचे प्रामाणिक मत तुम्ही उघडउघड मांडता पण त्याच वेळी परिस्थितीचे वास्तववादी आकलन करून घेण्यासाठी तुम्ही धडपडत असता.

सर्वोत्तम श्रवण कौशल्य –

सहसंवेदनापूर्वक श्रवण हे परिपूर्णतेच्या जवळ नेणारे असले तरी या प्रकारच्या श्रवणकलेमध्ये ऐकणारी व्यक्ती नुसती ऐकण्यावर थांबत नाही तर कृती करण्यास पुढे सरसावते. तुम्ही समोरच्याची समस्या ऐकून फक्त हाताची घडी, तोंडावर बोट न ठेवता बोलणाऱ्याला काही सकारात्मक बदल घडावे म्हणून नवीन कल्पना सुचवता, उपाय सांगता. काही वेळेस तर बोलणाऱ्याच्या वतीने काही कृती करण्याची तयारी दर्शवता. याचा अर्थ असा नव्हे की तुम्ही बोलणाऱ्याच्या वतीने काही निर्णय घेता. हे फक्त सर्वोत्तम प्रकारचे श्रवण असते. ज्यामध्ये ऐकणाऱ्याकडे काही पर्याय असतात आणि त्यांच्याद्वारे त्याची बोलणाऱ्याला मदत करण्याची तीव्र इच्छा असते. आत्तापर्यंत पाहिलेल्या सर्व प्रकारच्या श्रवणकलेमध्ये सर्वोत्तम प्रकारच्या श्रवणकलेत समोरच्या माणसाच्या हितावर अधिक प्रकाश टाकला जातो.

काही सर्वसामान्य चुका –

जेव्हा काही गैरसमज होतात, विशेषत: कामाच्या ठिकाणी तेव्हा सहसा सर्व अनर्थाचे खापर बोलणाऱ्यावर फोडले जाते. आपला असा विश्वास असतो की जो काही संदेश असेल तो बोलणाऱ्याने ऐकणाऱ्यापर्यंत सुस्पष्टपणेच पोहोचवला पाहिजे. पण ऐकणाऱ्या विषयी काय म्हणावे? इथे आपलाच एक मूलभूत गैरसमज आहे. आपण बोलणे ही एक कला आहे असे मानतो पण त्याच वेळी आपल्या हे लक्षात येत नाही की ऐकणे हीसुद्धा एक कला आहे आणि ती जाणीवपूर्वक शिकावी लागते, त्यामध्ये सुधारणा करावी लागते आणि त्यात परिपूर्णता मिळवावी लागते.

हे कसे घडते ते पाहण्यासाठी ऐकणारे कोणत्या सर्वसामान्य चुका करतात त्याचा एक आढावा घेऊ. मग त्यावर आपण काही व्यवहार्य सूचना जाणून घेऊ. या सूचना फक्त चुका होऊ नये आणि तुमची श्रवणकला शक्य तेवढी प्रभावी व्हावी यासाठी उपयुक्त आहेत.

लक्षात घ्या खाली जी काही स्वभाववैशिष्ट्ये वर्णिली आहेत ती मुळात चांगली किंवा वाईट अशी काही नाही. काही वेळेस ते 'जसे की डॉक्टरांनी लिहून दिल्याप्रमाणे' असेल परंतु व्यक्ती व्यक्तींमधील संवाद घडत असताना आदर्श गोष्ट

तर हीच की परिस्थितीचे योग्य आकलन करून जाणीवपूर्वक पर्याय निवडून आपण निवडलेल्या पर्यायाचे पर्यवसान कशात होणार आहे हे समजून घ्यावे.

मनातल्या मनात तालीम करणे – जेव्हा बोलणाऱ्याकडे तुमचे लक्ष नसते तेव्हा ही चुक घडते, तुम्ही जे काही ऐकताय ते तुमच्या मेंदूपर्यंत पोहोचतच नाही कारण बोलण्याची संधी मिळाली तर आपण काय बोलायचे याची तालीम मनात चालू असते. तुम्ही वरवर दाखवता की तुम्हाला ऐकण्यात रुची आहे परंतु तुमच्या मनात आता आपण यावर काय बोलायचे हेच विचार चालू असतात. काही लोक तर संवादाचा संपूर्ण सिक्वेन्स तयार ठेवतात, ‘मी असे म्हणीन, मग त्यावर ती असे म्हणेल, मग मी तिला असे उत्तर देईन, वगैरे वगैरे.

मूल्यमापन – बोलणाऱ्या बद्दल तुम्ही पूर्वग्रहदूषित होऊन तो असफल किंवा कंटाळवाणा वक्ता आहे असे मत प्रदर्शित केले, आणि कदाचित तुमचे बरोबर असले तरी तुम्ही टीकाकार आहात असा दोषारोप तुमच्यावर होऊ शकतो.

वरचढपणा – तुझ्यापेक्षा मी कसा वरचढ आहे हे दाखवणारे काही लोक असतात. म्हणजे तुमच्या कानावर काहीही पडले तरी त्याचा संदर्भ प्रत्यक्ष तुमच्या स्वत:च्या अनुभवांशी असतो आणि जो निश्चितच सांगणाऱ्यापेक्षा अधिक रुचीपूर्ण व वैविध्यपूर्ण असतो. म्हणजे बोलणारा तुम्हाला त्याने पकडलेल्या माशाबद्दल सांगतो की तुम्ही लगेच त्याला तुमच्या गोष्टीत घेऊन जाता की तुम्ही कसा यापेक्षाही मोठ्ठा मासा पकडला होता. ज्या लोकांमध्ये अशी वरचढ असण्याची प्रवृत्ती असते ते समोरच्याचे बोलणे संपेपर्यंतसुद्धा वाट पाहत नाहीत.

खरे सांगायचे तर – तुमच्याकडे सगळ्या समस्यांवर उपाय असतो. तुम्हाला समोरच्याचे संपूर्ण बोलणे ऐकायचीसुद्धा गरज नसते. त्यापूर्वीच तुम्ही तुमचे शहाणपण आणि अंत:प्रेरणा पाजळायला सुरुवात करता. परंतु तुम्ही जे काही ऐकताय त्याच्याशी तुमची माहिती साधर्म्य साधणारी आहे का? ‘खरे सांगायचे तर...’ नी सुरुवात करणारे काही जण असा विचार करतात.

दोष शोधणारे – काही वेळेस केवळ गंमत म्हणून तुम्ही तुमची असहमती दर्शवता आणि तुम्हाला वाटते की तुम्ही किती महत्त्वाचा मुद्दा मांडला. आपण चुकीचे नाही हे दाखवण्याचा कसोशीने प्रयत्न करता.

शांत करणारे – हे समोरच्याचे दोष शोधण्याच्या अगदी उलट आहे. परंतु प्रत्यक्षात झाडाझडती घेण्याचा हा एक वेगळा मार्ग आहे. तुम्ही बोलणाऱ्याला सौम्य सकारात्मक प्रतिसाद देत असता आणि प्रामाणिकपणे त्याच्या बोलण्याकडे तुमचे लक्ष नसते, 'बरोबर, अगदी, मला कळतंय, विश्वास बसत नाही, मस्त, खरेच, वगैरे सारखे शब्द उच्चारून तुम्ही खोलवर संवादात शिरू इच्छित नाही.

बगल देणे – याचा अर्थ लगेचच विषय बदलणे, विषयाला बगल देणे. श्रवणकलेतील इतर चुकांप्रमाणेच ही चूक सहसा ऐकणारी व्यक्ती बोलणाऱ्या व्यक्तीपेक्षा श्रेष्ठ असते तेव्हा घडते.

श्रवणकौशल्य आत्मसात करण्याची आयुधे –

इतरांच्या बोलण्याकडे प्रभावीपणे लक्ष देऊन ऐकणे हे उत्तम संवाद साधण्याचे सर्वांत मूलभूत आणि सामर्थ्यशाली असे अस्त्र आहे. जेव्हा एखादी व्यक्ती स्वयंस्फूर्तीने आपले बोलणे थांबवून समोरच्याच्या बोलण्याकडे काळजीपूर्वक लक्ष देते तेव्हा त्यांच्यातील संवाद अधिक सोपा होतो आणि संवाद साधण्यातील अडचणी नाहीशा होतात.

प्रभावी श्रवणकलेसाठी अनेक साधने आणि तंत्र उपलब्ध आहेत. परंतु यापैकी कोणतेही साधन तुम्ही योग्य प्रकारे वापरले नाही तर ते प्रभावी ठरत नाही. कुशल श्रोत्याला माहीत असते की बोलणाऱ्याला नेमका कुठे प्रतिसाद द्यायचा. कोणत्या परिस्थितीत त्याला कसे आश्वासित करायचे. परंतु जे अकुशल श्रोते असतात ते परिस्थिती बिघडवतात. कुशल श्रोता जी साधने वापरतो तीच ते पण वापरण्याचा प्रयत्न करत असतात, परंतु ही साधने वापरण्याची त्यांची पद्धत परिस्थितीशी उत्तम मेळ घालत नाही.

उत्तम श्रवणकला आत्मसात करण्यासाठी काही साधनांची यादी दिली आहे त्यामुळे सामान्यपणे सुसंवाद साधण्यास मदत होईल. जेव्हा तुम्ही या साधनांविषयी वाचत जाल तेव्हा फक्त त्या साधनांचाचा विचार करू नका, तर तुमच्या आयुष्यात तुम्ही अशा विशिष्ट प्रसंगांना कसे तोंड दिले आहे आणि ही साधने त्या-त्या प्रसंगात कशी प्रभावी ठरली याचा विचार करा.

समोरच्याचे बोलणे उत्साहाने ऐका, नाइलाजाने ऐकल्यासारखे करू नका – तुमच्या समोर बसलेल्या व्यक्तीचे बोलणे ऐकण्याची मानसिक पातळीवर तुमची तयारी नाही कारण तुम्हाला तुमच्या कम्प्युटरच्या स्क्रीनमध्ये किंवा तुमच्या आयपॉडमध्ये अधिक रुची आहे. तेव्हा समोरच्या व्यक्तीला प्रामाणिकपणे आणि नम्रतेने सांगा की,

'आपल्याला बोलण्यासाठी ही वेळ योग्य नाही आणि मग त्याला किंवा तिला दुसरा पर्याय सुचवा. परंतु जर तुम्ही समोरच्या व्यक्तीचे बोलणे ऐकायचे ठरवले असेल तर मग शक्य तेवढे जास्तीत जास्त लक्ष त्याच्या बोलण्यावर केंद्रित करा.'

तुमच्या अपेक्षा बाजूला ठेवा – खऱ्या अर्थाने समोरच्याचे बोलणे लक्षपूर्वक ऐकणे याचा अर्थ असा की बोलणारी व्यक्ती जे काही बोलते ते तसेच्या तसे समजून घेणे. तुमच्या स्वत:च्या अपेक्षांची आणि इच्छा आकांक्षांची गाळणी लावून ऐकणे नाही. तुम्ही जर एखादी सर्कस पाहायला बसला असाल किंवा गाण्याच्या मैफिलीत असाल तर तुम्हाला एखाद्या व्यक्तीचे बोलणे त्रासदायक वाटेल व आपल्या आवडीच्या कामात अडथळा वाटेल. त्याचप्रमाणे जेव्हा तुमच्या मनात काही संघर्ष चालू असेल, तुमची मन:स्थिती उत्तम नसेल तर तुम्ही समोरच्या व्यक्तीकडे लक्ष देऊ शकत नाही.

प्रश्न विचारा – ज्या व्यक्तीविषयी माहिती पुरवली जात आहे त्या व्यक्तीबद्दलचे तीन प्रश्न विचारणे हा एक चांगला उपाय आहे. खास करून तुम्ही जेव्हा वरिष्ठ असता तेव्हा हे योग्य ठरते. उदाहरणार्थ जर तुम्ही व्यवस्थापक आहात आणि तुमच्या टीममधील सदस्य काही समस्या घेऊन आला तर त्याला त्या समस्येविषयी तीन प्रश्न विचारा. एकदा का तुम्हाला ही सजगता आली की तुमच्याकडून हे तत्त्व आपोआप कसे पाळले जाते याचेच तुम्हाला आश्चर्य वाटेल. अर्थात ही फार सभ्यतापूर्ण कृती झाली जी इतर सभ्यतापूर्ण कृतींइतकीच दुर्मीळ असते.

नजरेला नजर भिडवा – बोलताना व्यक्तीच्या नजरेत नजर मिसळून जेव्हा तुम्ही त्याचे बोलणे ऐकता तेव्हा ते अत्यंत परिणामकारक असते आणि त्याचे आकलन चटकन होते; याशिवाय आणखी असे की बोलताना नजर हटवल्यास नकारात्मक संदेश जातो किंवा आपल्या मनात बंडखोरी आहे असे वाटते. म्हणून अगदी चुकूनसुद्धा असे घडू देऊ नका.

लक्ष द्या... आणि लक्ष देत राहा – अनेकदा असे घडते की लोक बोलणाऱ्याकडे सुरुवातीला लक्ष देतात परंतु त्याने संपूर्ण बोलणे होईपर्यंत धीर धरत नाहीत. काही वेळेस संभाषण सुरळीत होईपर्यंत आपले मनातले बोलायला बोलणारा कचरतो; म्हणून बोलणाऱ्याला लगेचच नाउमेद करू नका. समोरची व्यक्ती जे बोलते त्याचा थोडक्यात गोषवारा अधूनमधून सांगितला तर तुम्हाला कितपत समजले आहे हे बोलणाऱ्याला कळण्याचा उत्तम मार्ग आहे.

सगळ्यात शेवटी मला तुम्हाला हे सांगायचे आहे की प्रभावी श्रवणकौशल्याचे मुख्य गुपीत तर हे आहे की बोलणाऱ्याला आणि ऐकणाऱ्याला एकमेकांबद्दल वाटणारा आदर. तुम्ही समोरच्याचे बोलणे लक्षपूर्वक ऐकणार आहात, त्याच्या चुका बरोबर ठरवत नाही आणि जर तुम्ही टीका करत सुटला नाहीत तरच समोरची व्यक्ती तुमच्याशी मोकळेपणाने बोलेल आणि जर ते मोकळेपणाने बोलू शकले नाहीत तर ते बोलूच शकणार नाहीत. जेव्हा तुम्ही काही ऐकलेत आणि नकळत तुमच्या मुखातून काही भावनिक प्रतिसाद देणारे उद्‌गार बाहेर पडले तर त्याची संपूर्ण जबाबदारी तुम्ही घ्या. जेव्हा समोरच्याच्या सुख-दुःखात तुम्ही एकरूप व्हाल तेव्हा तो प्रसंग खऱ्या अर्थाने 'दर्जेदार' असेल आणि तुम्हाला दर्जेदार शाबित करेल. खास करून जेव्हा लोक खूप वैयक्तिक आणि वेदनामयी अनुभवांबद्दल बोलतात तेव्हा असे घडते. एखाद्याबद्दल वाईट वाटणे हे एखाद्याबद्दल आदर वाटण्यापेक्षा वेगळे असते. यासाठी समोरच्या व्यक्तीच्या भावना खऱ्या अर्थाने जाणून घेणे गरजेचे असते. एकदा का हे जमले तर तुम्ही तुमची स्वत:ची मते आणि दृष्टिकोन समोरच्या व्यक्तीबरोबर वाटून घेण्यासाठी सज्ज असता.

६

उत्कटता – एक मूलभूत तत्त्व

इ. स. १९९० मध्ये इंटरनेटची प्रचंड धूम माजली आणि डॉट.कॉम ऐन बहरात होते तेव्हा किती अधिकाधिक संधी ओढून घ्यायच्या, किती प्रचंड पैसा मिळवायचा याला काही मर्यादाच नव्हत्या. जर तुमच्यात अविचारी आक्रमकता असेल तर अनेक लोकांमध्ये ती होती. नुकतीच 'रीअल इस्टेट' च्या क्षेत्रातसुद्धा अशीच तेजी होती. असे वाटत होते की रीअल इस्टेटच्या किंमती अशाच कायम आभाळाला भिडत राहणार. परंतु 'कायम' या शब्दाचे भाषांतर अवास्तव प्रमाणात 'दीर्घकाळ' असे होऊ शकले असते.

असे काय घडले? जर लोक इतक्या मोठमोठ्या कंपन्या फायद्यामध्ये चालवू शकतात तर मग ते अशा मूर्खासारख्या चुका कशा काय करू शकतात? पण काही लोक मूर्ख नव्हते. तर ते फक्त हावरट होते. पण काय घडले आणि का घडेल हे फारसे महत्त्वाचे नाही तर त्यापेक्षा अशा घटना घडू नये; खास करून ज्याचा तुमच्या आयुष्यावर आणि कामकाजावर विपरित परिणाम घडेल. म्हणून कोणती उपाययोजना करावी ते पाहणे आवश्यक आहे.

असा विचार करायचा तर वेगवेगळ्या पातळीवर अनेक मुद्दे उपस्थित होतील आणि त्यामध्ये नैतिक मूल्यांचा पण विचार करावा लागेल. कंपनीच्या धोरणांची पूर्तता करणे आणि तिचे कायदेकानून पाळणे हे करताना नैतिक मूल्यांची बाजी लागते हे वास्तव आहे. जेव्हा औपचारिक नियमांची पायमल्ली होते तेव्हा ठळक सूचना दिल्या जातात आणि मग त्या कारणांसाठीच कंपनीला त्या बाबतीत फारशा समस्या नसतात; त्यांच्याकडे ते 'किरकोळ बाबी' या दृष्टीने बघतात. दररोजच्या अनौपचारिक कृती ह्या मोठ्या प्रमाणात नैतिक समस्या उभ्या करतात आणि

सुधारणेसाठी तिथेच तर मोठी संधी आहे.

बहुधा तुम्ही छोट्या छोट्या गोष्टी करण्याचे विसरता परंतु त्याचा तुमच्या भोवतालच्या लोकांवर मोठ्या प्रमाणावर परिणाम होतो; तो सकारात्मक किंवा नकारात्मक असतो. तुम्ही 'दर्जेदार' कृती करता की तुम्ही अगदीच सामान्य आहात यापैकी एक- असा शिक्का ते तुमच्यावर लावतात. तुमची इच्छा असो किंवा नसो, तुम्ही त्यांच्यासमोर एक उदाहरण ठेवत असता.

मग तुम्हीच विचार करा की तुमची कृती, तुमचे शब्द आणि तुमचा दृष्टिकोन यामधून कोणते संदेश तुम्ही देत आहात? स्वत:च्या मनालाच प्रश्न विचारा की तुम्ही खाली दिलेल्या गोष्टींपैकी कोणत्या गोष्टी करता.

- तुमच्या ऑफिसच्या कामकाजाच्या वेळांत तुम्ही तुमच्या वैयक्तिक व्यवसायाची कामे करता का?
- कंपनीची साधनसामग्री मग भले ती टाकून दिलेली का असेना त्याचा वैयक्तिक कामांसाठी उपयोग करता का?
- आजारी नसतानाही 'मी आजारी आहे' असा फोन करून दांड्या मारता का?
- अश्लील आणि पांचट विनोद सगळ्यांना सांगत सुटता का?
- एखाद्या व्यक्तीबद्दल नकारात्मक कुचाळक्या करता का? किंवा एखाद्याबद्दल अफवा पसरवता का?
- कंपनीची निंदानालस्ती करता का? किंवा तुमच्या सहकाऱ्यांबद्दल वाईट बोलता का?
- 'गुपीत' या सदरामध्ये मोडणारी कंपनी विषयीची माहिती इतरांना सांगता का?
- आपली चूक कबूल करण्यात किंवा चूक दुरुस्त करण्यात अपयशी ठरता का?
- माहीत असूनही मुद्दामच कंपनीचे नीतीनियम किंवा कार्यप्रणालीचे उल्लंघन करता का?
- तुम्ही एखादी गोष्ट करण्याचे कबूल केले परंतु ती करण्यात अपयशी ठरलात का?
- इतरांना आवश्यक असलेली माहिती मुद्दाम लपवून ठेवलीत का?
- माहीत असूनही दुय्यम प्रतीचा माल पाठवलात का किंवा दुय्यम दर्जाची सेवा दिली का?
- विक्री करताना थोड्या प्रमाणात का होईना अप्रामाणिकपणा केला का?

- अवाजवी भेटवस्तू किंवा आर्थिक लाभ स्वीकारला का?
- दुसऱ्या कुणी केलेल्या सत्कृत्याचे श्रेय स्वत: घेतले का?
- समोरची व्यक्ती चूक करते आहे हे जाणूनसुद्धा तो संकटात सापडावा म्हणून त्याला ती करू दिली का?

अशी कितीही मोठी यादी होऊ शकेल! परंतु अशा आणि या प्रकारच्या वरवर पाहता क्षुल्लक वाटणाऱ्या गोष्टींमुळे तुम्ही कोण आहात आणि तुमचे व्यक्तिमत्त्व कसे आहे हे प्रतिबिंबित होते. जेव्हा याचा संबंध नीतीमूल्याशी आणि एकनिष्ठतेशी येतो तेव्हा प्रत्येक गोष्टच महत्त्वाची असते, खास करून प्रत्येक क्षुल्लक गोष्ट!

नीतीमूल्ये म्हणजे लक्ष वेधून घेणे

डोव सीडमन हा अशा पुस्तकाचा लेखक आहे ज्या पुस्तकाचे शीर्षक काहीसे संतापजनक आहे. शीर्षक आहे, *'हाऊ: व्हाय हाऊ वुई डू एनिथिंग मिन्स एव्हरीथिंग...* व्यवसायधंद्यात (आणि आयुष्यातसुद्धा)' सीडमन यानी त्यांच्या वेबसाइटवर असे स्पष्टीकरण केले आहे - वेबसाइटचे नाव आहे हाऊज मॅटर डॉट कॉम. संकल्पना अशी की यश म्हणजे केवळ आपण केलेली कृती किंवा त्या कृतीद्वारे आपण कमावलेला पैसा एवढेच नव्हे तर ज्या साधनांच्या मदतीने आपण यश मिळवले ती साधने आपण यशामधून वगळू शकत नाही.

निश्चितच हे सदासर्वदा खरे असते; परंतु यशामधून साधनांना आपण वगळू शकत नाही ही कल्पना नवीन आहे. परंतु सीडमनला असे वाटते की संवादामधील क्रांती आणि उच्च प्रतीचे तंत्रज्ञान यांच्यामुळे सर्व चित्रच पालटून गेले आहे. कोणत्याही व्यक्तीला स्वतंत्रपणे किंवा कंपनीलासुद्धा केवळ उत्पादन आणि सेवा यांच्यावर अवलंबून असलेला स्पर्धात्मक फायदा टिकवून ठेवणे अवघड झाले आहे. तंत्रज्ञानामुळे हुबेहूब पुनरुत्पादन सोपे झाले आहे किंवा आहे त्यामध्ये सुधारणा सोपी झाली आहे. परिणामी नातेसंबंध आणि नावलौकिक हे अधिक महत्त्वाचे ठरत आहे.

सीडमन म्हणतो ते असे;

> *सध्या जग एकसंध झालेले आहे. त्यामधील प्रत्येक स्वतंत्र व्यक्ती आणि संस्था जे एकमेकांशी जिव्हाळ्याचे व बळकट संबंध प्रस्थापित करतात ते जिंकतात. पूर्वीच्या काळी आपली उत्पादने आणि आपण देऊ केलेली सेवा - आपली बलस्थाने हे आपल्याकडे यश खेचून आणत असत. आज, आपल्याला आवश्यक असणाऱ्या वस्तूंची सहजपणे नक्कल केली*

जाते किंवा उत्पादनावरून प्रक्रिया ठरवायची उलटी पद्धत आली आहे. फायदा टिकवून ठेवणे आणि यश प्राप्त करणे हे तुम्ही काय काम करता यापेक्षा कसे काम करता यावर अवलंबून असते. ही पद्धती कंपनीसाठी आणि त्यात काम करणाऱ्या लोकांसाठी फायदेशीर आहे.

आज आपण कसे वागतो आणि इतरांशी कसे संबंध प्रस्थापित करतो त्यावर तुम्ही इतरांपेक्षा कसे वेगळे आहात ते ठरते. पूर्वी ज्या गोष्टी गुणवैशिष्ट्ये समजल्या जायच्या म्हणजे एकनिष्ठता, झपाटलेपण, नम्रता आणि सत्य आज व्यवसायात यश मिळवून देणाऱ्या चलनी नोटा झाल्या आहेत, नावलौकिक आणि फायदा मिळवून देणारी साधने झाली आहेत.

परिस्थितीजन्य नैतिक मूल्ये

आता आपण काही काल्पनिक परिस्थितीचा अभ्यास करणार आहोत जी आपल्या वैविध्याने भरलेल्या आयुष्यात येऊ शकते. तुम्ही तुमची कल्पनाशक्ती पणाला लावून स्वत:ला त्या परिस्थितीमध्ये समाविष्ट करणार आहात आणि त्या परिस्थितीमध्ये तुमच्यासमोर ज्या समस्या उद्‌भवतील त्यावरील तीन काल्पनिक उपायांपैकी एक उपाय निवडणार आहात. आत्ता सारेच काल्पनिक असल्यामुळे शक्यता ही आहे की तुम्ही नीतीमूल्यांनी भरलेलाच उपाय आत्ता निवडाल. परंतु स्वत:शी प्रामाणिक राहून त्या परिस्थितीमध्ये तुम्ही कोणता उपाय निवडला असता याची कबुली द्या. जरी तुम्ही निवडलेला उपाय नैतिकदृष्ट्या योग्य नसेल तरी स्वत:ला दूषणे देऊ नका; परंतु ती माहिती तुम्ही ज्या मार्गावरून जाणार आहे तिथे दिशादर्शक म्हणून तुम्ही वापरू शकता.

आता हा पहिला प्रसंग पाहा.

एक खूप मोठी विनाफायदा काम करणारी संस्था आहे. तिला एका शाळेतील विशेष गरजा असणाऱ्या मुलांना आर्थिक मदत करायची आहे. तुमच्यावर शाळेला लागणाऱ्या आर्थिक गरजेचे मूल्यमापन करण्याची जबाबदारी टाकली.

राज्यातील अनेक कुटुंबातील मुलांना आर्थिक साहाय्याची गरजच होती; परंतु तुम्हाला असा संशय आला की त्यापैकी काही कुटुंबे आपले आर्थिक उत्पन्न जाणूनबुजून कमी दाखवत होती, जेणेकरून त्यांना अधिक आर्थिक मदत मिळेल. तुम्ही स्वत: ज्या माध्यमांमधून चौकशी केली त्या मधून असे निष्पन्न झाले की एक कुटुंब आपले आर्थिक उत्पन्न प्रत्यक्षापेक्षा कमी दाखवत आहे. परिणामी त्या मुलाचे आर्थिक मदतीचे पॅकेज जवळपास ५०टक्क्यांनी वाढणार आहे.

तुम्हाला हे माहीत आहे की त्या कुटुंबातील मुलीला जर शाळेकडून आर्थिक साहाय्य मिळाले नाही तर शाळेकडून पुरविण्यात येणाऱ्या सेवा बंद होतील. तिला त्या आर्थिक साहाय्याची गरज आहे. तुम्हाला हेसुद्धा माहीत आहे की, शाळेकडून त्या मुलीला ज्या सेवा पुरविण्यात येतात त्यामुळे तिचा शारीरिक आणि मानसिक विकास उत्तम होत आहे.

आता अशा वेळी तुम्ही काय कराल? तुम्ही हातावर हात ठेवून बसाल का? जरी कुटुंबाचे उत्पन्न कमी असले तरी ते त्यांनी जेवढे कळवले तितकेही कमी नाही हे सत्य शाळेला समजणे गरजेचे आहे. परंतु त्यामुळे मुलीचे भवितव्य धोक्यात येणार आहे. शिवाय दुसरे असे की त्या कुटुंबाचे नेमके उत्पन्न किती आहे याची शहानिशा करण्याची जबाबदारी तांत्रिक दृष्ट्या शासनाची आहे.

तुम्ही शाळेच्या प्रशासनाशी या परिस्थिती विषयी बोलाल का? खरे सांगायचे तर शाळेच्या प्रशासकालाही ही गोष्ट आधीच माहीत आहे असा तुम्हाला संशय आहे आणि त्याला बळकट कारणसुद्धा आहे. परंतु हे सगळे तुम्ही उघड करून दाखवले तर त्या कुटुंबाबरोबर तो प्रशासकसुद्धा अडचणीत येईल. तर मग तुम्ही त्यांना अडचणीत आणाल का?

की तुम्ही एखाद्या वकिलाशी किंवा नियामक मंडळाशी संपर्क साधून या आर्थिक घोटाळ्याविषयीच्या तुमच्या संशयाबद्दल सांगाल?

एक क्षणभर या परिस्थितीचा विचार करा. लक्षात ठेवा की हा केवळ एक सराव प्रकार आहे; या समस्येवरील उपायासाठी तुम्हाला कोणतीही श्रेणी किंवा मार्क दिले जाणार नाहीत. परंतु तुम्ही जो कोणता पर्याय निवडाल तो अत्यंत प्रामाणिकपणे निवडा इतकेच आमचे म्हणणे आहे.

आता हा पुढचा काल्पनिक प्रसंग पाहा.

तुम्ही तुमच्या कंपनीमध्ये मार्केटिंग विभागात व्यवस्थापक या पदावर आहात. कम्प्युटर आणि इंटरनेट वापरण्यात तुम्ही पटाईत आहात. तुम्हाला सगळ्या तांत्रिक बाबी समजतात. तुमच्या कंपनीच्या प्रेसिडेन्टची अशी खात्री आहे की काही कामगार बराचसा वेळ इंटरनेटवर गेम खेळण्यात घालवतात. प्रेसिडेन्टने तुम्हाला असा आदेश दिला आहे की त्यांच्या नकळत तुम्ही त्यांच्या इंटरनेट वापरावर नजर ठेवायची आहे. तुम्ही तांत्रिक बाबतीत प्रवीण आहात, तुम्ही हे सहज करू शकता.

अशा वेळी तुम्ही काय कराल?

तुम्ही खरोखरच इतर कामगारांचे इ-मेल्स आणि वेबसाइटचा वापर तपासून पाहाल? कारण हा प्रेसिडेन्टचा आदेश आहे.

की तुम्ही प्रेसिडेन्टला असे सुचवाल की इंटरनेटचा थोड्या प्रमाणात वापर हा

स्वीकारार्ह समजला जाईल अशी कंपनीची धोरणे असावीत. की तुम्ही अनौपचारिक पद्धतीने तुमच्या सहकाऱ्यांशी बोलाल आणि त्यांना प्रेसिडेन्टची त्यांच्या विषयी जी तक्रार आहे त्याबद्दल सांगाल?

आता आपण तिसरा प्रसंग पाहू

तुम्ही एका प्रसिद्ध विद्यापीठामध्ये पदवी पर्यंतच्या शाळेत रसायनशास्त्र विषयामध्ये पीएच.डी. करत आहात. तुमच्या थिसीससाठी तुम्ही अनेक प्रयोगांच्या मालिका पूर्ण केल्या आहेत. ह्या प्रयोगांमधून तुम्ही जी उपयुक्त माहिती गोळा केली ती तुम्ही जे संशोधन करत आहात त्याला समर्पक अशीच आहे. त्यापैकी काही तुमच्या संशोधनाच्या विरोधात आहे.

तुमच्या प्रयोगावर आधारित असा एक पेपर तुमच्या 'प्रोफेशनल सायंटिफिक जर्नल' मध्ये प्रकाशित करावा असे तुम्हाला सांगण्यात आले आहे. जर गोळा केलेल्या माहिती पैकी तुम्हाला अनुकूल असलेल्या माहितीच्या आधारेच फक्त तुम्ही पेपर प्रकाशित केला तर नक्कीच तुम्हाला तुमची पीएच.डी. मिळण्याची दाट शक्यता आहे. या शिवाय तुम्हाला अधिक आर्थिक मदत मिळण्याचीसुद्धा शक्यता आहे.

तर दुसरीकडे तुमच्या पेपरमध्ये तुम्ही मिळवलेली संपूर्ण माहिती - सकारात्मक आणि नकारात्मकसुद्धा प्रकाशित केली तर तुम्ही फार मोठी जोखीम पत्करणार आहात. जी संस्था तुमच्या संशोधनासाठी आर्थिक साहाय्य करत आहे ती नाराज होईल आणि कदाचित तुमच्या आर्थिक साहाय्यात काटछाट करेल.

तुम्ही संपूर्ण माहिती सकारात्मक आणि नकारात्मक पेपरमध्ये प्रकाशित कराल का?

की तुम्ही असा पेपर प्रकाशित कराल की ज्यामध्ये तुमच्या संशोधनाला आधार देणारीच माहिती असेल?

की तुम्ही तुमच्या संपूर्ण रिसर्च प्रोजेक्टची मुळापासून पुनर्बांधणी तुम्हाला नव्याने मिळालेल्या माहितीच्या आधारे कराल?

आता पुढचा प्रसंग पाहा –

एका ग्राफिक डिझाइन फर्ममध्ये तुम्ही साहाय्यक पदावर आहात. तुम्ही तुमचे काम करीत असताना, त्या दरम्यान वार्षिक अहवाल आणि इतर काही दस्तऐवज तुमच्या नजरेस पडले. सहसा तुम्ही कागदपत्रे तयार करता, मग डिझाइनरच्या सहकार्याने ले-आउट तयार करता नंतर बाहेरच्या प्रिंटरकडून ती कागदपत्रे मोठ्या प्रमाणावर प्रिंट करून आणता.

जेव्हा तुमचे नवीन ब्रोशर प्रिंटरकडून तयार होऊन येण्याच्या बेतात होते तेव्हा त्या ब्रोशरमधील तिसऱ्या पानावरील हेडलाइनमध्येच एक छोटीशी चूक आहे हे तुमच्या लक्षात आले. तुम्ही ही चूक तुमच्या सुपरवायझरच्या लक्षात आणून द्याल का? जरी एकूण कामाच्या प्रमाणात ती चूक अत्यंत क्षुल्लक असली आणि त्या ब्रोशरमधून एकूणच जो काही संदेश देण्याचा हेतू होता त्याला त्यामुळे कोठेही बाधा येत नव्हती? की, वेळ आणि पैसा वाचवण्याच्या उद्देशाने तुम्ही त्या चुकीकडे काणाडोळा कराल आणि ब्रोशरच्या सर्व प्रती वाटून टाकाल? की, तुम्ही स्वत:च्या ग्राफिक आर्टिस्टशी बोलाल; ज्याच्या लक्षात कदाचित ही चूक ब्रोशर बनवतानाच आली असेल आणि त्याला विचाराल का की ही चूक कशी काय घडली? अशा वेळी तुमच्या सुपरवायझरला त्याने विचारल्यास तुमच्या ग्राफिक आर्टिस्टची चूक आहे हे सांगण्याची तुमची मानसिक तयारी आहे का?

आता शेवटचा प्रसंग –

एका बातमी देणाऱ्या प्रख्यात मासिकाच्या 'वरिष्ठ संपादक' या पदासाठी तुम्ही अर्ज करत आहात. सध्या तुम्ही दुसऱ्या एका प्रकाशकाकडे 'स्टाफ रायटर' म्हणून काम करत आहात. परंतु तुम्हाला ले-ऑफ चा फायदा मिळून तुम्ही वर्षभरापासून संपादकाच्या अनेक जबाबदाऱ्या पार पाडत आहात. तुम्ही ज्या नवीन पदासाठी अर्ज केला आहे त्यातील माहिती गांभीर्याने घेतली जावी असे तुम्हाला वाटते.

तुमच्या अर्जातील माहिती तुम्ही कशी भराल? त्याच्यात तुम्ही स्वत:चे वर्णन कसे कराल?

तुम्ही 'संपादक' हे बिरुध स्वत:ला लावाल का? कारण किमान वर्षभर तरी तुम्ही संपादकाच्या जबाबदाऱ्या पार पाडल्या आहेत आणि जर तुम्ही ते स्पष्ट केले नाही तर तुम्ही स्वत:च स्वत:वर अन्याय करणार आहात.

की तुम्ही तुमचे सध्याचे अधिकृत 'स्टाफ रायटर' हे बिरुध तुमच्या अर्जामध्ये लिहिणार आहात, जरी त्यामधून तुमचे डाटाबेसचे कौशल्य जे तुम्ही दररोज वापरता, ते प्रतिबिंबित होत नाही?

की, तुम्ही स्वत:च तुमच्या सद्य:स्थितीला चपखल बसणारे एखादे नवीन बिरुध शोधून काढणार आहात ज्यामधून तुमचे योग्य वर्णन केले जाईल? ते अधिकृत बिरुध नसेल परंतु त्याच्याद्वारे तुम्हाला जो संदेश पोहोचवायचा आहे तो नक्कीच पोहोचवता येईल.

आत्ता आपण जे काही काल्पनिक प्रसंग पाहिले त्या विषयी कधी पेपरमध्ये बातमी छापून येणार नाही किंवा संध्याकाळच्या सातच्या बातम्यांमध्येही त्याचा

उल्लेख होणार नाही. परंतु या अशा नैतिक मूल्यांविषयीच्या समस्या असतात ज्यांच्याशी आपण दररोज संघर्ष करत असतो. ते अशा प्रकारचे प्रश्न असतात ज्यांची उत्तरे आपल्याला नीतीमूल्यांचा सांभाळ करणारा व्यवस्थापक आणि तत्त्वनिष्ठ मनुष्य म्हणून द्यावी लागतात.

तुमच्या संबंधात अशाही कुणी व्यक्ती आल्या असतील ज्या तुम्हाला अशी कृत्ये करण्यास भाग पाडत असतील जी तुम्हाला अनैतिक वाटतात; त्यापैकी कुणीतरी तुमच्या कंपनीमध्ये तुमचे वरिष्ठ असतील. अशा वेळी तुम्ही कसा प्रतिसाद द्याल? तुम्ही स्वत:ची प्रतिष्ठा, नोकरी धोक्यात घालाल का? की 'एकमेका साहाय्य करू अवघे धरु सु(!)पंथ? असे कराल.

तेच तर अधिकांश माणसे करतात. त्यांच्यापैकी काही जण पुढे निघून जातात. तर काही जणांना नोकरीवर पाणी सोडावे लागते आणि काही तर तुरुंगातसुद्धा जातात. म्हणून तुमच्या नैतिक मूल्यांबरोबर कधीही तडजोड करू नका; त्यापेक्षा मोहाला मागे सारा. आपली मते खंबीरपणे जपा. जर फक्त 'नाही' म्हणणे अधिक सोपे वाटत असेल तर 'नाही'सुद्धा मोठ्या खुबीने म्हणा.

विशेषत: जे लोक अनीतिमान आहेत त्यांना शिव्या देऊ नका, त्यांची निंदा करू नका; त्या ऐवजी आपल्या भावना व्यक्त करा. जरी तुम्हाला कुणी लाच देऊ केली आणि तुम्हाला हे अपमानास्पद वाटले तरीही तुमची मते शांतपणे, समोरच्याला न दुखावता किंवा त्याच्यावर दोषारोप न करता मांडा. 'तू' पेक्षा 'मी' वर भर द्या. असे म्हणा,

- *या विषयी माझी काही गंभीर मते आहेत.*
- *मला प्रामाणिकपणे वाटते की हे चुकीचे आहे.*
- *जे मला चुकीचे वाटते ते मी करू शकत नाही.*

नंतर त्यांना पर्याय सुचवा –

- *मला असे वाटते की तुला काय साध्य करून हवे आहे हे मला समजले आणि हे साध्य करण्याचे यापेक्षा अधिक चांगले मार्गही आहेत.*
- *असे समज की आपला हा प्रयत्न करून झाला आहे.*
- *आपण अधिक सोप्या पद्धतीने हीच गोष्ट साध्य करू शकतो.*

आपल्या तत्त्वांशी तडजोड न करणे हे नोकरी व्यवसायातील इतर बाबींइतकेच महत्त्वाचे असते. हे एक कौशल्य असते व मुलाखत घेण्यासारखे किंवा वाटाघाटी करण्याइतके महत्त्वाचे आहे.

प्रतिमा खरी नसते

'नैतिक मूल्ये पाळणारी एक अविस्मरणीय व्यक्ती' अशी स्वत:ची प्रतिमा तयार करणे एवढीच गोष्ट पुरेशी नसते. आपली मनाची तात्त्विक बैठक पक्की करण्यापूर्वीच आपल्याबद्दल असे मत निर्माण करणे म्हणजे जेव्हा आपल्याला ॲस्पिरीनची गरज असते तेव्हा शरीरावर बॅन्डएडच्या पट्ट्या चिटकवण्यासारखे असते. सर्वांगीण उत्तम आरोग्य राखण्याऐवजी रोगाची लक्षणे दिसली की उपचार करण्यासारखे असते.

तत्त्वनिष्ठतेने वागणे हे तुम्हाला स्वत:बद्दल कसे वाटते यावर अवलंबून असते. नैतिक मूल्ये पाळणाऱ्या व्यक्तीचा आतला आवाज असे सांगतो की, जे लोक अशा प्रकारची कृत्ये करतात त्यांच्यासारखा मी नाही. काही जणांना उत्कटतेने भावना व्यक्त करणे जमत नाही. जोपर्यंत उत्कटतेच्या तत्त्वाशी ते जुळवून घेऊ शकत नाही तोपर्यंत लोकांकडूनही तुम्ही अपेक्षा करू शकत नाही की ते तुम्हाला हवे तसेच स्वीकारतील.

तुमचे शब्द आणि तुमच्या मनातील तुमचे समज यांच्यामधील तफावत अनेक वेगवेगळ्या प्रकाराने दिसून येते. जोपर्यंत तुमची स्वत:ची वैचारिक बैठक पक्की होत नाही तोपर्यंत तरी! तुम्ही सर्वच लोकांना सर्वच वेळी मूर्ख बनवू शकत नाही. मग तसा प्रयत्न करण्याचा तरी त्रास का घेता? त्याऐवजी मोठ्या प्रमाणात लोकांमध्ये उत्कटतेने व्यक्त होण्याची गरज पोहोचवा आणि स्वत:ची ओळख अविस्मरणीय बनवा.

या तत्त्वाचे संगोपन अनेक वेगवेगळ्या प्रकाराने करता येईल. नैतिक मूल्यांबाबत तुमचा असलेला स्व-आदर वाढवण्याची आणखी एक युक्ती म्हणजे भूतकाळातील तुम्ही मिळवलेल्या तुमच्या यशाकडे एक नजर टाका. यामध्ये नेमकेपण हवे. व्यावसायिकदृष्ट्या तुम्ही जे यश मिळवले त्यातील तीन ठळक प्रसंग आठवा आणि तीन यशस्वी प्रसंग तुमच्या वैयक्तिक जीवनातील आठवा, की ज्याबद्दल तुम्हाला खरोखरच अभिमान वाटतो. या यशाच्या स्रोतामध्ये तुमच्यामधील कोणते विशेष गुण, तुमची बलस्थाने, तुमचे स्वभावविशेष प्रकर्षाने जाणवले याचा विचार करा. लोकांना तुम्ही कोणत्या प्रकारची व्यक्ती आहात हे जाणवले? असे करणे म्हणजे बढाईखोरपणा नव्हे. तुमच्या चांगल्या कृत्यांमुळे जर तुमची छाती गर्वाने फुगली तर नक्कीच एखादे दिवशी तुमच्या हातून असे एखादे लाजिरवाणे कृत्य करण्यापासून ती तुम्हाला रोखेल.

एलिनोर रुझवेल्ट म्हणतात, 'तुमच्या परवानगी शिवाय कुणीही तुम्हाला स्वत:बद्दलची न्यूनत्वाची भावना देऊ शकणार नाही.' आपल्यापैकी बरेचसे लोक, अगदी यशस्वी असले तरीही स्वत:बरोबर नकारात्मक भावनांचे ओझे वाहतात. या

भावना कदाचित त्यांच्या पालकांनी, शिक्षकांनी, वरिष्ठांनी किंवा सहकाऱ्यांनी दिलेल्या असू शकतात. किंवा कदाचित त्यांनीच स्वत:च्या कल्पनांनी स्वत:चे हे चित्र रेखाटलेले असू शकते. परंतु आपल्याकडे येणारे हे नकारात्मक संदेश परतवण्याची ताकद नेहमीच आपल्यात असते आणि या नकारात्मक संदेशांना जाणीवपूर्वक सकारात्मक बनवणे आपल्याच हाती असते.

काही वेळेस आपल्या स्वत:बद्दलची सकारात्मक चित्रे आपल्याला इतरांकडून मिळतात. अशा वेळी ती घट्ट पकडून ठेवा. त्यावर लक्ष केंद्रित करा. अशा प्रकारच्या सकारात्मक पावत्या, थँक्यू म्हणणारी ग्रिटिंग कार्ड्स, तुमच्या कामाचे यथायोग्य मूल्यमापन, तुमच्या कामाचे केलेले कौतुक हे सगळे एखाद्या फोल्डरमध्ये साठवून ठेवा.

इथे मी तुम्हाला आणखी एक सूचना करतो. तुमच्यातील चार नकारात्मक गोष्टी किंवा स्वत:च स्वत:वर टीका करण्याजोग्या चार गोष्टी लिहून काढा. नंतर त्या नकारात्मक बाबींचे परिवर्तन करून स्वीकारार्ह दृष्टिकोन बनवा. आता हा जो नवीन दृष्टिकोन बाळगणार आहात त्याला काही पुराव्यांचा आधार द्या.

उदाहरणार्थ, असे असू शकते की तुम्ही अत्यंत गबाळे आहात. तुमच्या वस्तू जागेवर सापडत नाहीत असा तुमचा स्वत:बद्दलचा नकारात्मक दृष्टिकोन आहे. खरे तर प्रत्यक्षात तुम्ही तसे गबाळे वगैरे काही नाही, फक्त तुम्ही कामात खूप व्यस्त असता. तर मग असे लिहून बघा— गेल्या आठवड्यात, माझ्या इतर जबाबदाऱ्या पाडत असतानाच मी एक नवीन सॉफ्टवेअर तयार करण्याचा आराखडा बनवला आहे. त्या संबंधात मी एक मीटिंगसुद्धा घेतली. बारा डॉक्युमेंट्समध्ये आवश्यक ते बदल केले आणि ५३ कॉल्स केले. हे सगळे जमवून आणण्यासाठी कामामध्ये सुसूत्रतेची नितांत गरज होती.

डेब्रा बेन्टन हिने तिच्या 'लायन्स डोन्ट नीड टू रोअर' या पुस्तकामध्ये असे लिहिले आहे की, 'आयुष्य हे नातेसंबंधांची मालिका असते आणि व्यवसाय हीसुद्धा नातेसंबंधांची मालिका असते फक्त ती अर्थकारणाशी जोडलेली असते.' आयुष्यात काय किंवा व्यवसायात काय आपल्याला सातत्याने लोकांच्या माध्यमातूनच काम करावे लागते. परंतु जेव्हा स्वत:बद्दलच आपली नकारात्मक मते असतील तेव्हा इतरांबरोबर काम करण्यामध्ये आपल्याला अडचणी येतात.

काही वेळेस आपल्यालाही असा विचार करण्याचा मोह होतो की जे लोक अनैतिकतेने वागतात ते इतरांपेक्षा उठून दिसतात. परंतु शोधनिबंध असे सांगतात की प्रत्यक्षात असे नसते. आपल्यापैकी प्रत्येक जणच सातत्याने आपण घेतलेल्या प्रमुख जबाबदारींचे आणि मिळालेल्या फळाचे मूल्यमापन करत असते. जेव्हा लोकांना असे वाटते की आता आपल्याकडे गमावण्यासारखे काहीच नाही तेव्हा ते

काही वेळेस कायद्याचे आणि नीतिमूल्यांचे उल्लंघन करतात. त्याचप्रमाणे ज्या लोकांना असे वाटते की आयुष्यात आपण खूप काही मिळवू शकतो तेसुद्धा हाच पर्याय निवडतात.

नेमके काय घडते

नैतिकतेच्या बाबतीत विचार करता एक गोष्ट आपल्याला गमावणे कधीच परवडत नाही, ती म्हणजे तुमच्या भोवतालच्या लोकांच्या डोळ्यांमध्ये असणारा तुमचा आदर, तुमची ख्याती आणि गंमतीची गोष्ट अशी की तुमची ख्याती ही तुम्ही स्वत:बद्दल किती आदर राखता यावरच अवलंबून असते. त्याच कारणासाठी तुम्हाला एखाद्या सत्कृतीचे फळ मिळो अथवा न मिळो परंतु तुम्ही स्वत:च्या कृतीकडे ती सभ्यता पूर्णच आहे असे पाहिले पाहिजे. अशी विचारसरणी तुमच्या इतर कृतींसाठी सुद्धा संरक्षकच ठरतील. तुम्ही किती पैसे मिळवले यापेक्षाही तुमच्या नैतिक मुल्यांचा संबंध तुमचा स्वत:विषयी आदर वाढवण्यासाठी उपयुक्त ठरतो. तुम्ही तुमचे यश अधिकाधिक खुलवून त्याचा आनंद घेण्यासाठी पात्र आहात आणि ते गरजेचेही आहे. जर तुम्ही आयुष्यभर पैसेच वाचवत आला असाल तर मात्र हे अवघड आहे.

एक जुनी म्हण आहे जी इथे चपखल बसते. ती अशी– तुम्ही तुमच्या तत्त्वांवर ठाम राहिला नाही तर क्षुल्लक कारणाने तुमचे मनोधैर्य कोसळू शकते. स्वत:ची मते छातीठोकपणे लोकांना सांगा मग भले तुम्ही एकटे पडलात तरी चालेल. श्रेष्ठ, दर्जेदार कृती म्हणून स्वत:च्या बाजूने आधी उभे राहा. तुम्ही स्वत:ला अशी एक दैवी निर्मिती समजा की जी भलतीसलती जोखीम घेऊच शकत नाही. असे केल्याने तुमच्या लक्षात येईल की उत्कटता ही सकारात्मक स्व-रुची मध्ये बदलली आहे. त्यामुळे केवळ अधिक पैसा मिळवण्यासाठी किंवा अधिक सत्ता गाजवण्यासाठी वेड्यावाकड्या गोष्टी करण्याचा मोह तुम्हाला होणार नाही; कारण तुम्हाला हे माहीत असेल की तुम्ही मुळातच श्रीमंत आहात.

कायद्याच्या मर्यादा

राष्ट्रीय पातळीवर, अमेरिकन्स हे व्यावसायिक नीतिमूल्यांना कसा प्रतिसाद देतात हे जगजाहीर आहे. आपण नवीन नवीन कायदे तयार करत आहोत; फौजदारी कायदे अधिक मोठ्या आणि कडक दंडांस अमलात आणत आहोत. उदाहरणार्थ, वॉल स्ट्रीटवर जॉर्ज डब्लू बुश यांनी जे भाषण ठोकले त्यामध्ये ज्यांनी मेल फ्रॉड व वायर

फ्रॉड केले आहेत त्यांना आणि न्यायालयीन कामकाजात अडथळे आणले त्यांना तुरुंगवास आहे त्यापेक्षा दुप्पट करावा अशी सूचना केली. यू एस मध्ये टपालाद्वारे व इलेक्ट्रॉनिक मिडियाद्वारे ज्या सेवा दिल्या जातात त्यापासून वंचित केल्यास तो गुन्हा समजला जातो.

कायद्याचे हात अधिक बळकट करावे याबद्दल दुमत नाही, परंतु त्यामुळे कॉर्पोरेट जगतातील नैतिक समस्या सुटतील असे वाटत नाही. याचे कारण असे की, फौजदारी कायदे लोकांना कायद्याच्या चौकटीत न अडकता कसे वागावे याच्यावर अधिक लक्ष केंद्रित करतात. पन्नास वर्षांपूर्वी आर्थिक घोटाळ्यांबाबतची फौजदारी गुन्ह्याच्या व्याख्येची व्याप्ती फारच मर्यादित होती. उदाहरणार्थ एखाद्या पब्लिक लिमिटेड कंपनीने तिच्या भागधारकांचे हितसंबंध जपण्याऐवजी स्वत:चा अधिक फायदा करून घेणे हा गुन्हा मानला जात नसे. अर्थात हे चुकीचे आहे, असे जरी सगळ्यांना मान्य असले तरीसुद्धा त्याच्यासाठी कायद्यामध्ये शिक्षेची तरतूद नव्हती.

जर सी ई ओच्या अनैतिक कृत्यामुळे एखाद्या शेअरहोल्डरचे आर्थिक नुकसान झाले तर त्या शेअरहोल्डरला राग येणे साहजिक आहे. परंतु, 'ग्राहकाने सावधानता बाळगलीच पाहिजे' हे तत्त्वसुद्धा मान्यताप्राप्त आहे. तुम्हाला हे माहीत होते किंवा माहीत असायला हवे होते की तुम्ही ज्या व्यक्तीच्या व्यवहारात पैसे गुंतवले आहेत तो कदाचित भंपकसुद्धा असू शकतो. तुम्ही ती जोखीम पत्करली आणि त्यामध्ये तुमचे हात भाजले. ही चांगली विचारसरणी नसली तरी आहे हे असेच आहे.

परंतु आज चित्र बरेचसे पालटलेले दिसते. फौजदारी कायद्यामध्ये आता आर्थिक घोटाळे आणि फसवणूक या बाबतीतली तीनशेहूनही अधिक कलमे जारी करण्यात आली आहेत. पूर्वी आपल्या कायद्याला ज्या मर्यादा पडायच्या त्याच्या पुष्कळ पुढे आता कायद्याचे हात पोहोचले आहेत. या फौजदारी कायद्यातील नवीन कलमांच्या साहाय्याने आता कार्पोरेट जगतातला प्रामाणिकपणा वाढवणे ही आपली जबाबदारी आहे. परंतु नुकत्याच घडलेल्या घटना काही वेगळेच सुचवतात. याचे कारण बहुधा असे असू शकते की पूर्वी आपण ज्याला नैतिक प्रश्न असे संबोधत होतो त्याचे रूपांतर आता कायदेशीर तांत्रिक बाबींमध्ये झाले असावे. आजच्या जगात उच्च अधिकाऱ्यांना बऱ्यावाइटाची आणि प्रामाणिकपणाची चाड असण्याऐवजी कायद्याच्या कचाट्यातून सुटकारा मिळवण्यासाठीची धडपड दिसते.

परिणामी कॉर्पोरेट जगतातील गुन्हा करणारे लोक शिक्षेतून सुटका मिळवतात कारण कायदा कसा गुंडाळायचा याचे अनेक नवनवीन मार्ग त्यांना माहिती आहेत. जे अधिकारी प्रामाणिक आहेत ते आपले काम सन्माननीयरीत्या करण्यावर लक्ष केंद्रित करण्याऐवजी अप्रामाणिक अधिकारी जो खेळ कायद्याशी खेळतात तसाच ते पण खेळतात. फौजदारी कायद्यावर आपण वाजवीपेक्षा अधिक अवलंबून राहिलो

आणि नागरी कायद्यांकडे, विशेषत: नैतिक मूल्यांकडे दुर्लक्ष केले तर असेच परिणाम पाहायला मिळणार आहेत.

याच संबंधातील आणखी एक समस्या म्हणजे तथाकथित उच्चभ्रू गुन्हेगारांचे खटले ज्यांच्या सुनावणीच्या दरम्यान अधिक जोर हा त्यांच्या कायदेशीर आणि बेकायदा वागणुकीवर दिला जातो. प्रतिवादी सहसा त्यांनी जर गुन्हा केल्याचे सुस्पष्टपणे दिसत असेल तर सुनावणीपूर्वीच गुन्हा कबूल करून टाकतात आणि वकीलही सहसा त्यांनी गुन्हा शाबीत न केल्यामुळे त्यांच्याकडून अधिक पैसे घेत नाहीत. फौजदारी कायदा या तांत्रिक बाबींवर जेवढे अधिक उपाय शोधते तितके हे व्हाईट कॉलर गुन्हेगार त्यातून पळवाटा शोधून काढतात. त्याचा परिणाम असा होतो की, कॉर्पोरेट गुन्हे हे क्षुल्लक होऊन जातात आणि या जगतामध्ये कायद्याप्रती फारसा आदर राहत नाही. 'चूक' या शब्दाचे गांभीर्यच संपून जाते. फौजदारी गुन्ह्यांच्या कक्षा वाढवल्याने कदाचित राजकीय दृष्ट्या फायदा झाला असेल परंतु हा उपाय नव्हे. आपण अशा गुन्ह्यांसाठी जबरी दंड ठोठावले तरी आपल्याला अधिक तत्त्वनिष्ठ वागणूक मात्र पाहायला मिळणार नाही.

नीतिमूल्ये आणि त्यांची निष्पत्ती

जर तत्त्वांबद्दल बोलायला सुरुवात केली तर हे काहीतरी धर्मोपदेशनाचे काम आहे असे तुम्हाला वाटेल. परंतु इथे मी एक गोष्ट स्पष्टपणे सांगू इच्छितो की धर्मोपदेशन करणे हा काही या प्रकरणाचा हेतू नव्हे. नीतिमूल्ये हा काही फक्त नीतिमत्तेचा मुद्दा नाही. त्याचा परिणाम थेट आर्थिक नफ्या तोट्यावर होतो. एनरॉन किंवा वर्ल्डकॉम यांच्या बाबतीत जे आर्थिक संकट कोसळले त्यापेक्षा अधिक आर्थिक संकट असू शकते याची कुणी कल्पना तरी करू शकते काय? शेकडो लक्षावधी डॉलर्सचे नुकसान झाले. या मध्ये फक्त कंपनीचे मालक अपराधी होते असे नाही तर त्यामधील गुंतवणूकदार आणि पूर्वीचा कामगारवर्ग हेसुद्धा अपराधी होते.

जर तुम्हाला असे वाटत असेल की नैतिक मूल्यांबाबतच्या समस्या दुसरीकडे कुठेतरी होतात, तुमच्या कंपनीमध्ये नाही तर कदाचित तुमचे म्हणणे बरोबरही असेल. परंतु ते चुकीचे असण्याचीही शक्यता आहे. नुकत्याच सादर झालेल्या शोधनिबंधामध्ये असे आढळले आहे की ४३ टक्के प्रतिवादींचा असा विश्वास आहे की त्यांचे सुपरवायझर्स हेच प्रामाणिक आणि विश्वास टाकावा असे नसतात; आणि तितक्याच टक्के लोकांना कंपनीच्या नीतितत्त्वांबरोबर तडजोडी करण्याचा दबाव आणला जातो हेसुद्धा त्यामधून निष्पन्न झाले आहे. दुसऱ्या शब्दात सांगायचे झाले तर जेव्हा सर्व्हे केला गेला तेव्हा पाच पैकी चार कामगारांना असे वाटते की त्यांच्या

कंपनीतसुद्धा मोठा घोटाळा उघडकीला येणार आहे. कदाचित वृत्तपत्रांमध्ये ते पहिल्या पानावर छापून नाही आले तरी शोकांतिका मात्र तशीच असणार आहे.

व्यावसायिक नीतिमूल्ये पाळल्यामुळे जो लाभांश मिळतो तो कंपनीवरील कायदेशीर संकटे टाळण्याच्या आणि त्याही पलीकडे काही चांगल्या गोष्टी घडण्याच्या स्वरूपात असतो. जे कामगार आपल्या कंपनीशी निष्ठा राखून तिथेच टिकून राहतात त्यांना त्याच कंपनीमधील वरिष्ठ पदे भूषवण्याचा सन्मान मिळतो आणि त्यामुळे त्यांची आत्मप्रतिष्ठा पण वाढते आणि कामाचे समाधानही मिळते. शोधनिबंध असे सांगतात की, चांगली व्यवसायिक नीतिमूल्ये स्वत:मध्ये रुजवून घेण्यास कामगारवर्ग नेहमीच तयार असतो. ही नीतिमूल्ये कामगारांच्या मनावर रुजवायची असतील तर व्यवस्थपकांनी स्वत:च त्यांचे पालन करून कामगारांसमोर आदर्श ठेवला पाहिजे.

तुम्ही स्वतः कुठे उभे आहात?

आता आपण या प्रकरणाच्या जवळजवळ शेवटाला पोहोचत आहोत. आता तुमच्या स्वत:च्या वर्तणुकीचा थोडासा आढावा घ्या. तुम्ही ज्या गोष्टी बरोबर आणि योग्य करत आहात त्याबद्दल मोकळ्या मनाने स्वत:चे अभिनंदन करा. आणि पुढेही तुम्ही असेच करत राहाल याबद्दल स्वत:शी वचनबद्ध व्हा. त्याच वेळी तुमच्या ज्या गोष्टीत सुधारणा घडवून आणण्याची गरज आहे त्याचे टिपण तुमच्या वहीत करून ठेवा. या अशा गोष्टी असतील की जिथे तुम्हाला तुमच्या नैतिक मूल्यांच्या बाबतीत सुधारणा करण्यासाठी मोठीच संधी असेल. एकदा का तुम्ही त्या ओळखल्या की मग दुरुस्ती करणे सोपे असते; तुमच्या प्रगतीचा सातत्याने मागोवा घ्या. सुरुवात करण्याचा सोपा मार्ग हाच की तुमच्या डायरीमध्ये 'तेव्हा काय' असा एक रकाना करून तुम्ही जे-जे करायचे ठरवले आहे त्या प्रत्येक गोष्टीची नोंद ठेवा. म्हणजे तुम्ही काय करायचे ठरवले आहे आणि तुम्ही हे केव्हा करायचे असे कधी म्हणालात ते! स्वत:लाच आठवण करून देण्यासाठी दररोज ही यादी वाचा.

इथे आणखी एक वेगळा विचार असा करावा लागणार आहे की, जर इथे कंपनीबद्दलची अशी काही गुप्तता राखण्याजोगी माहिती असेल ज्यामध्ये तुमचाही सहभाग आहे तर अशा वेळी नोंदी करणे जोखमीचे असते. परंतु तुमच्याकडे लपवण्यासारखी कोणती माहिती नसेल आणि तुमच्या कृती, तुमचे निर्णय या विषयी कुणी वाचले तरी ते तुम्हाला अडचणीचे ठरत नसेल तर अशी शक्यता आहे की तुम्ही व्यावसायिक नीतिमूल्यांचे तंतोतंत पालन करत आहात. तुमच्या सहकाऱ्यांसाठी हे एक उत्तम उदाहरण असेल. गुप्तता ही संसर्गजन्य असते परंतु पारदर्शकता हीसुद्धा तशीच संसर्गजन्य असते.

जेव्हा तुम्ही एखादे कठीण काम करायला घेता तेव्हा कोणता पवित्रा घेणार आहात किंवा कोणता निर्णय घेणार आहात हे निश्चित करताना स्वत:ला प्रश्न विचारा, 'मी हे अशा प्रकारे कसे करू शकेन की ज्यायोगे ते कंपनीच्या नीतिनियमांशी, मूल्यांशी आणि व्यावसायिक तत्त्वांशी सुसूत्रीत राहील?' जेव्हा असा तुम्ही कृती आराखडा तयार कराल तेव्हा कोणते विशिष्ट शब्द वापरून तुम्ही कडक शब्दात इशारा देणार आहात किंवा पूर्वसूचना देणार आहात ते ठरवा.

सरतेशेवटी तुम्हाला आपल्या उत्कटता या मूलभूत तत्त्वाच्या मार्गात अडचणी आणणाऱ्या सर्वसामान्य चार गोष्टींबद्दल सांगायचे आहे.

- *पहिली म्हणजे हावरटपणा - सत्ता, मानसन्मान आणि आर्थिक फायदा हा मला एकट्यालाच मिळाला पाहिजे ही लालसा.*
- *दुसरे म्हणजे गती किंवा वेग - तुमच्या बरोबरच्या इतर समव्यावसायिकांपेक्षा तुम्ही किती वेगाने धावताय याकडेच तुमचे लक्ष असते.*
- *तिसरे म्हणजे आळशीपणा - कमीत कमी कष्ट पडतील व कमीत कमी विरोध होईल असाच मार्ग निवडणे.*
- *चौथे आणि सर्वांत अधिक धोक्याचे म्हणजे बेछूटपणे मागचा पुढचा विचार न करता प्रतिक्रिया देणे आणि कृती करणे.*

अनैतिक वर्तणुकीला प्रवृत्त करणारे हे चार प्रमुख घटक आहेत. आपल्याला तसे वागण्यासाठी ते मोहात पाडतात परंतु वेळीच ते समजून घेतले पाहिजे व त्यावर मात केली पाहिजे.

शेवटी जेव्हा व्यावसायिक नीतिमूल्यांची बाब समोर येते तेव्हा कोणत्या कृती, कोणते उपक्रम, कोणते निर्णय आणि कोणत्या प्रकारची वर्तणूक खऱ्या अर्थाने महत्त्वाची असते? उत्तर आहे यापैकी सगळेच महत्त्वाचे आहे! आणि अनैतिक असणे केव्हा बरोबर असते? तर त्याचे उत्तर आहे कधीच नाही! तुमच्या कामाच्या ठिकाणी असे कोणते घटक आहेत जेव्हा प्रामाणिकपणा, आदर आणि 'अचूक कृती' लागू होत नाहीत? असे काही घटक नसतातच!

तुम्ही अशा उच्च पातळीवरून जगू शकता का? त्यासाठी खरोखर अंगी सभ्यता बाणवण्याची गरज आहे. त्यासाठी तुमच्यामध्ये 'उत्कटतेचे मूलभूततत्त्व' रुजवण्याची गरज आहे. पण तुम्ही हे करू शकलात तर तुमच्या संबंधात येणाऱ्या प्रत्येक व्यक्तीला तुम्ही अविस्मरणीय वाटाल. आणि हाच तर या पुस्तकाचा सारांश आहे.

७

सभ्यता आणि आत्मविश्वास

सहाव्या प्रकरणामध्ये आपण नैतिक वर्तणुकीविषयी चर्चा केली आणि आपण पाहिले की ज्या लोकांना स्वत:विषयी आदर नाही किंवा आपण कोणीतरी खास आहोत असे वाटत नाही त्यांच्याकडून प्रत्यक्षातही खरोखर कोणतीही खास कामगिरी होऊ शकत नाही आणि जर त्यांना केलेल्या कामगिरीचा लेखाजोखा मांडायला सांगितला तर निश्चितच त्यांच्यामध्ये न्यूनत्व येते.

आता आपण 'स्व-आदर' या संकल्पनेचा अधिक खोलात जाऊन अभ्यास करणार आहोत आणि हे पाहणार आहोत की स्व-आदर हा अनेक निरनिराळ्या स्वरूपात अस्तित्वात असू शकतो. आश्चर्याची गोष्ट अशी की सगळ्याच प्रकारचा स्व-आदर हा सकारात्मक नसतो. सगळ्यात महत्त्वाचे म्हणजे आपण 'आत्मविश्वास' या भावनेकडे 'स्व-आदर' या संकल्पनेच्या अभिव्यक्तीतून पाहणार आहोत जे दररोजच्या व्यवहारात आणि खास करून व्यावसायिक जगतामध्ये फार उपयुक्त ठरते.

आत्मविश्वास इतका महत्त्वाचा का आहे? आणखी एक असे सांगतो की जेव्हा तुमच्यामध्ये स्वत:बद्दल आत्मविश्वास नसतो तेव्हा इतर लोक सहजपणे तुमच्याशी सहमत होण्याची संभावना असते म्हणजे लोकही म्हणणार की तुमच्यात आत्मविश्वास नाही. हे काहीसे तर्कशुद्ध आहे की ते असा निष्कर्ष काढतात की त्यांना तुमच्याबद्दल जेवढे माहीत आहे त्यापेक्षा अधिक तुम्हाला तुमच्याबद्दल माहीत आहे, म्हणून तुम्ही जर स्वत:ला कमी लेखले तर ते सुद्धा तुम्हाला कमीच लेखणार ना! त्याच कारणासाठी तुम्ही जर आत्मविश्वासपूर्वक वागलात तर त्यांना तुमच्याविषयी आदर वाटतो, विश्वास वाटतो आणि कायम हे लक्षात ठेवा की इतर लोकांना तुमच्या

विषयी चांगले वाटणे आवश्यक असते. तरच त्यांना तुमच्याशी व्यावसायिक पातळीवर आणि कदाचित मित्र म्हणून वैयक्तिक पातळीवर संबंध ठेवणे आवडते. त्यामुळे तुमची नोकरी, तुमचा व्यवसाय शक्य तितके अधिक सुलभ होते.

आपण 'आत्मविश्वास' या संकल्पनेकडे तीन वेगवेगळ्या दृष्टिकोनातून पाहणार आहोत. आपण असे काही घटक शोधून काढणार आहोत जे तुमचा आत्मविश्वास कमी करतात. आपण हे पाहणार आहोत की हे घटक तुमच्या जाणिवांना पूर्णपणे अपरिचित असूनही, गेल्या कित्येक वर्षांपासून ते तुमच्यावर नकारात्मक प्रभाव कसा पाडत असतात. नंतर आपण अशा काही सामर्थ्यशाली मानसिक आणि भावनिक साधनांची माहिती करून घेणार आहोत जे तुमच्या नकारात्मकतेचा सामना करून तुम्हाला सकारात्मक बनवतील. शेवटी जेव्हा तुम्हाला आत्मविश्वासपूर्ण आणि आश्वासित होण्याची गरज वाटेल तेव्हा ही व्यक्तीसापेक्ष तंत्रे आम्ही तुमच्यासमोर मांडत आहोत. थोडक्यात, या सातव्या प्रकरणामध्ये आपण तत्त्वांकडून व्यवहार्यतेकडे जाणार आहोत. जेव्हा तुम्हाला तात्त्विक बैठक असेल आणि त्या तत्त्वांचा तुम्ही व्यवहारात वापर करू शकाल तेव्हा नक्कीच तुमचे व्यक्तिमत्त्व 'दर्जेदार' बनेल.

आत्मविश्वासाबद्दलची सत्यता

इथे सुरुवातीलाच आपण आत्मविश्वास या संकल्पनेविषयीचे आपले काही मूलभूत गैरसमज दूर करू. हे असे काहीसे असते की ज्या कृतीमुळे लोक तुमच्याबद्दल विनाकारणच गैरसमज करून घेतात आणि तुमच्याकडून सुद्धा काही चुकीच्या गोष्टी गैरसमजाने घडू शकतात. हे गैरसमज दूर करण्यासाठी आपल्याला पुढील दोन संज्ञांमधील फरक समजून घ्यावा लागेल.

त्यापैकी पहिली संज्ञा आहे 'आत्मविश्वास', जो या प्रकरणाचा मुख्य विषय आहे. आपण जसजसे पुढे जाऊ तसतसे 'आत्मविश्वास' या संज्ञेबद्दल जास्तीत जास्त जाणून घेऊ.

दुसरी संज्ञा आहे 'आत्मप्रौढी'. आजच्या जगात 'आत्मप्रौढी' आणि 'आत्मविश्वास' या दोन शब्दांमध्ये लोक गल्लत करतात. आत्मप्रौढी म्हणजे स्वत:विषयी असलेला फाजील विश्वास, जो खरा नसतो, तो भ्रामक असतो आणि तो बढाईखोरपणा असतो. तो अकारण असतो. आत्मविश्वास आणि आत्मप्रौढी या दोन्हीतील फरक समजून घेणे हीच स्वत:ला अविस्मरणीय व्यक्ती म्हणवून घेण्यासाठी घेतलेली मोठी झेप असते. मी उदाहरणादाखल तुम्हाला जी गोष्ट सांगतो ती काळजीपूर्वक समजून घ्या.

एका मोठ्या गुंतवणूकदार बँकेमध्ये सिआन आणि मायकेल हे दोघे बॉन्ड ट्रेडर्स म्हणून काम करत होते. काही वेळेस तिथे कामाचा खूप ताण पडत असे. ते दोघे जरी कित्येक वर्षांपासून एकाच ठिकाणी काम करत होते तरी ते एकमेकांशी अद्यापपर्यंत एक शब्दही बोलले नव्हते. मात्र एके दिवशी दोघांच्याही असे लक्षात आले की काही महिन्यानंतर जी मॅरेथॉन शर्यत जाहीर झाली होती त्यामध्ये त्या दोघांनीही भाग घेतला होता. दोघांचीही मॅरेथॉनमध्ये पळण्याची ही पहिलीच वेळ होती. त्यामुळे ते दोघेही एकत्रितपणे प्रशिक्षण घेऊ शकले असते. तथापि सिआनला असे वाटत नव्हते की मॅरेथॉनमध्ये पळण्यासाठी त्याला कुठले प्रशिक्षण घेण्याची गरज आहे, परंतु मायकेलला मात्र प्रशिक्षण घेण्याची गरज वाटली. ज्या दिवशी मॅरेथॉन शर्यत प्रत्यक्ष सुरू होईल त्या दिवशी त्यांनी एकत्र तिथे जाण्याचे ठरवले.

मॅरेथॉन शर्यतीचा दिवस ज्या दिवशी उजाडला त्या दिवशी ठरल्याप्रमाणे ते पळणाऱ्यांच्या घोळक्यामध्ये शर्यत सुरू होण्यास काही मिनिटे उरली असताना भेटले.

मायकेलने कबूल केले की तो काहीसा उदास झाला आहे. खरे तर त्याने विशेष प्रशिक्षण घेतले होते याची त्याला जाणीव होती; परंतु २६ मैल प्रत्यक्ष पळण्याची कल्पना त्याला फारच विचित्र वाटत होती. त्याने सिआनला सांगितले की त्याचे ध्येय फक्त एवढेच होते की जास्तीत जास्त प्रयत्न करून शर्यत संपवणे आणि जर या शर्यतीत तो पळू शकला नाही तर पुढच्या वेळेस धावेल. आज तो धावू शकेल की नाही हे आत्ताच सांगता येणार नाही आणि ते त्याला लवकरच समजेल.

सिआनचा मात्र या शर्यतीकडे पाहण्याचा खूपच वेगळा दृष्टिकोन होता. त्याने फक्त सकारात्मक विचारांनाच त्याच्या मनात शिरकाव करण्यास परवानगी दिली होती. तो स्वतःच्या डोळ्यांसमोर फक्त असे चित्र रंगवत नव्हता की, हजारो धावपटूंच्या समवेत तो शर्यतीची शेवटची मर्यादा रेघ ओलांडतो आहे; तर त्याची खात्री होती की शर्यतीची शेवटची मर्यादा ओलांडण्यात तो प्रथम असणार आहे. सिआनची विचारप्रणाली अशी होती की तुम्ही जे करण्याची क्षमता बाळगण्याची इच्छा धरता ते तुम्ही करू शकता. अनेक थोर ॲथलिट्सने हे सिद्ध करून दाखवले आहे.

जेव्हा प्रत्यक्ष शर्यत सुरू झाली तेव्हा सिआन आणि मायकेल दोघांनीही सुरुवातीला हळू धावायचे ठरवले होते. काही मैल धावल्यानंतर सिआनने कबूल केले की, त्याला आता कंटाळवाणे वाटत आहे. त्याला वाटले की त्याच्या आजूबाजूला ज्या आज्या आणि ढेरपोटी माणसे पळत आहेत, ज्यांची ही शर्यत पूर्ण करण्याची सुतराम शक्यता नाही अशांच्या कळपात पळणे मूर्खपणाचे आहे.

सिआनने मायकेलची क्षमा मागितली आणि तो त्या शर्यतीतून अधिक वेगाने

पळत सुटला.

मायकेलने जसा विचार केला होता तसेच त्याला प्रत्यक्षात वाटत होते की, मॅरेथॉनमध्ये पळणे हे खरोखरच फार अवघड आहे. सुमारे १५ मैल पळाल्यानंतर त्याला नेमकी ज्या गोष्टींची भीती वाटत होती त्याच गोष्टी त्याच्याबरोबर घडत होत्या. तो कसला विचार करत होता? आपण स्वत:ला अधिक सराव करून अधिक प्रशिक्षित करायला हवे होते? नंतर मायकेलने पळण्याचा वेग मंद केला, तो जवळपास जॉगिंगच करत होता आणि काही मिनिटे तर तो केवळ चालला, परंतु त्याने ती मॅरेथॉन शर्यत पूर्ण केली.

सिआन संपूर्ण मार्गात कुठे दिसला नाही या गोष्टीचे मायकेलला मुळीच आश्चर्य वाटले नाही; कारण त्याला वाटले की सिआनने ही शर्यत केव्हाच पूर्ण केली असणार. परंतु काहीतरी विपरीतच घडले होते. सिआन मर्यादा रेषेंच्या अगदी जवळ आला असतानाच त्याने शर्यतीतून बाहेर पडण्याचा निर्णय घेतला. त्याच्या बरोबर अनेक दुर्दैवी घटना घडल्या होत्या. त्याची वेगाने पळण्यामधली रुचीच संपली होती. नंतर जेव्हा त्याने त्याचा वेग कमी केला तेव्हा नेमक्या ज्या आज्यांची त्याने हेटाळणी केली होती त्याच त्याच्या शेजारून पुढे निघून गेल्या. जे लोक जवळपास फक्त चालत होते ते सुद्धा त्याच्या बाजूने पुढे गेले. त्यामुळे सिआनचा अहम् दुखावला गेला, कारण त्याने कधीच असे अपेक्षिले नव्हते.

सिआनचा पुन्हा दुसऱ्या कोणत्या मॅरेथॉनमध्ये जाण्याचा विचार नव्हता. मायकेल मात्र पुढच्या शर्यतीत आपण यापेक्षा अधिक चांगली कामगिरी कशी करू शकू याचा विचार करत होता.

या दोन धावपटूंमधील महत्त्वाचा फरक तुमच्या लक्षात आला का? इथे तुम्हाला आत्मप्रौढी आणि आत्मविश्वास म्हणजे काय हे नेमके समजले असेल. आत्मविश्वास याचा अर्थ असा नव्हे की तुम्ही निश्चितपणे यशस्वी होणार आहात; परंतु त्याचा अर्थ असा आहे की निश्चितपणे तुम्ही तुमचे जास्तीत जास्त प्रयत्न करणार आहात. आत्मविश्वास याचा अर्थ असा सुद्धा होऊ शकतो की स्वत:च्या मर्यादा ओळखणे. परंतु त्या मर्यादांमुळे हातपाय गाळणे असे नव्हे. या उलट आत्मप्रौढी याचा अर्थ स्वत:विषयीच्या भ्रामक कल्पना आणि 'मी कोण आहे आणि मी काय करू शकतो' याबद्दलच्या बढाया. ज्या लोकांमध्ये आत्मप्रौढी असते ते फक्त यशाचाच विचार करतात; दुसऱ्या कोणत्या शक्यतांचा विचारच करत नाहीत. जेव्हा अशा लोकांना अपयशाला सामोरे जावे लागते तेव्हा त्यांना त्याचे भयंकर आश्चर्य वाटते आणि मग पुन्हा मानसिक संतुलन साधणे त्यांना अवघड जाते.

स्व-आदर आणि उद्योजक

तुम्ही स्वत:चा व्यवसाय, उद्योगधंदा जेव्हा उभारता तेव्हा नक्कीच तुमच्यामध्ये काहीतरी उपजत धाडसी गुण असतात. तुम्हाला नवीन नवीन जोखीम पत्करण्यात मौज वाटते आणि केवळ सुरक्षिततेच्या कारणावरून आपल्या स्वप्नांशी तडजोडी करणे त्यांना मान्य नसते. उद्योजकाला त्याने केलेल्या कामगिरीसाठी तार्किक दृष्टीने बक्षीस मिळत नसते. उदाहरणार्थ तुम्ही स्वत:च तुमचे बॉस असता तेव्हा मनासारखे तुमचे कामाचे तास ठरवू शकता; तुम्ही एखादा दिवस सुट्टी घेऊ शकता किंवा मोठ्या सुट्टीवर सुद्धा जाऊ शकता आणि व्यवसायातून मिळणारा संपूर्ण फायदा हा तुमच्या एकट्याचाच असतो.

ही झाली जमेची बाजू; पण याची दुसरी बाजू पण आहे की यश मिळवायला प्रचंड प्रमाणात काम करावे लागते. शोधनिबंध असे सांगतात की, सर्वसामान्य लोक आठवड्याला ४४ तास काम करतात. त्यापेक्षा कितीतरी अधिक तास उद्योजक काम करतो. जसे उद्योजकाने चांगली गोष्ट केली किंवा फायदा झाला तर तो त्याच्या एकट्याचा होतो आणि एकट्यालाच श्रेय मिळते; तसेच एखादा निर्णय चुकला आणि नुकसान झाले तर सर्व अपयश त्याच्या एकट्याच्याच माथी फोडले जाते. म्हणूनच उद्योजक होणे हे कुणा भेकडाचे काम नाही. बरेचसे उद्योजक यशस्वी होण्यापूर्वीच संपून जातात. अनेकांची सुरुवात धुमधडाक्यात होते परंतु यशाची रेषा ओलांडण्यापूर्वीच अयशस्वी होतात.

उद्योजकांनी इतर अनेक गोष्टींमध्ये सभ्यता बाळगून त्याचा राखीव स्रोतासारखा उपयोग करावा. तुम्ही प्रयत्न करून अपयशी झालात तरी सुद्धा पुन्हा-पुन्हा प्रयत्न करत राहावे. आता वेळ आली आहे की याचा नाद सोडावा आणि दुसरे काही सुरू करावे. हे समजण्यासाठी सुद्धा अंगी शहाणपण असावे लागते. हे दोन्हीही गुण दुर्मीळ असतात. परंतु हा दुसरा गुण तर पहिल्या गुणापेक्षाही अधिक दुर्मीळ आहे.

प्रत्येक जण राष्ट्रीय पातळीवरून खेळण्यासाठी जन्माला आलेला नसतो. बरेच लोक बाथरूममध्ये शॉवर सुरू करून गातात किंवा काही जण स्वत:च स्वत:चा व्हिडीओ बनवून तो यू-ट्यूबवर पाहतात, परंतु फारच थोडे लोक मेट्रोपोलिटियन शहरात मैफिलीमध्ये गातात. असा विचार करून तुम्ही अशा निराशाजनक क्षेत्रात प्रवेश करणार आहात जिथे आतले आणि बाहेरचे वास्तव हे एकमेकांना स्पर्शून जाते, हो ही पण गोष्ट खरी की तुमच्या मागच्या अंगणात सराव करून व्यावसायिक बास्केटबॉल खेळण्याची स्वप्ने पाहत असाल तर तुमच्यात नक्कीच काहीतरी हिंमत आहे. परंतु ही अव्यवहार्य वाटणारी स्वप्ने सत्यात उतरवण्यासाठी अधिक हिंमत लागते. दुसऱ्या दिशेने चार पावले मागे जाणे म्हणजे माघार घेणे नव्हे. सगळ्यात

महत्त्वाचे हे की सभ्यता किंवा दर्जेदार याचा अर्थ स्वतःच्याच चुकांमधून स्वतः शिकणे होय. काही विशिष्ट अटींवर माघार घेणे किंवा माघार न घेणे हे वेगळे; परंतु स्वतःच्या मताशी कधीच माघार घेऊ नका.

दोष ना कुणाचा

जर तुम्ही कोणतेच ध्येय मनाशी योजले नाही तर तुम्ही यशस्वी होऊ शकत नाही; परंतु आम्ही पुन्हा सांगतो, की तुम्ही हेसुद्धा स्वीकारायला पाहिजे की प्रत्येक स्वप्नच काही पूर्ण होऊ शकत नाही. तथापि जेव्हा तुम्ही एखादे वचन, खासकरून स्वतःला अंतःकरणापासून द्याल तर अनेक मोठमोठी ध्येये तुम्ही साध्य करू शकाल.

हे सगळे ताबडतोब होईल असे नव्हे; नक्कीच तसे घडणार नाही. तुम्ही तुमच्या व्यवसायामध्ये चुका कराल. तसेच तुमच्या नातेसंबंधांच्या बाबतीतही तुमच्याकडून चुका होतील; किंवा आयुष्यातील इतर घडणाऱ्या घटनांमध्येही तुम्ही चुका कराल; त्याचा फटका तर निश्चितच तुम्हाला बसेल. त्यांच्यापैकी काही चुकांची जबाबदारी तुमची असेल. काही वेळेस चूक इतरांचीही असेल. परंतु दोषारोप करणे आणि आपल्याला अन्याय्य वागणूक मिळणे या दोन्हीही गोष्टी आपल्याला टाळायच्या आहेत; कारण त्यामध्ये विनाकारण खूप वेळ आणि ऊर्जा वाया जाते. सगळ्यात उत्तम पवित्रा असा घ्यावा की, मला माझ्या ध्येयापर्यंत पोहोचण्यासाठी शंभर चुका घडल्या तरी चालतील, त्या चुका करून मी माझ्या ध्येयापर्यंत पोहोचेन. लगेच शक्य तितक्या लवकर मी त्या मार्गावरून चालायला सुरुवात करेन आणि माझ्या चुका मला समजू दे अशी प्रार्थना करेन, कारण माझ्या यशाच्या मार्गावरील त्या आवश्यक पायऱ्या आहेत.

आत्मविश्वास म्हणजे तुम्ही यशस्वी होणार आहात हे तुम्हाला माहीत असणे. आज जरी मी यशस्वी झालो नाही तरी उद्या मी यशस्वी होईन. या प्रकल्पात जरी मी यशस्वी झालो नाही तरी पुढच्या प्रकल्पात नक्की यशस्वी होईन. आत्मविश्वास म्हणजे आत्तापर्यंत जी कौशल्ये आणि जे ज्ञान तुम्ही मिळवले नव्हते ते तुम्ही आता मिळवणार आहात याची खात्री असणे. तुम्हाला हे माहीत असते की तुमच्यात काबाडकष्ट करण्याची क्षमता आहे आणि तुम्हाला जरी खूप दूरवरचा पल्ला गाठायचा आहे तरी परिस्थितीवर तुमची पकड आहे याची खात्री असणे. आत्मविश्वास म्हणजे तुम्हाला हे माहीत असणे की तुमच्या आयुष्यात तुम्हाला ज्यांनी प्रोत्साहन दिले आहे त्यांच्याबद्दल तुम्ही कृतज्ञ राहाल आणि तुमच्यावर कुणी विश्वास दाखवला नाही तरी तुमचे कार्य चालू राहील. काही वेळेस कुणीच तुमच्यावर विश्वास ठेवणार नाही. अशा परिस्थितीत तुमचा आत्मविश्वासच तुमच्या कामी येईल

आणि तुम्हाला 'दर्जेदार' व 'अभिजात' व्यक्ती बनवेल.

खऱ्या अर्थाची सकारात्मक विचारसरणी

आपण 'आत्मविश्वास' या विषयावरचे विवेचन करत असताना एक गोष्ट लक्षात ठेवायची म्हणजे 'आत्मप्रौढी' मिरवणाऱ्या व्यक्तीपेक्षा आत्मविश्वासू व्यक्ती ही फार वेगळी असते. 'सकारात्मक विचारसरणी' वेगळी आणि अविचाराने वागणे वेगळे. याच संदर्भाने असे म्हणणे उपरोधिकपणाचे होईल की वाजवीपेक्षा अधिक आत्मविश्वास असलेली माणसे आणि वाजवीपेक्षा कमी आत्मविश्वास असलेली माणसे यांची विचारसरणी सारखीच असते. या दोन्ही प्रकारच्या माणसांना स्वतःबद्दल पूर्ण खात्री असते. काही लोकांना खात्री असते की ते काहीही करू शकतात; तर काहींना खात्री असते की ते काहीच करू शकत नाहीत. खऱ्या आत्मविश्वासाला भविष्याबद्दल काहीच माहीत नसते. आत्मविश्वासू माणसांची मने कर्मठ नसतात की जी फक्त संपूर्ण यशाचाच स्वीकार करतील किंवा अपयश नाकारतील. खऱ्या अर्थाने आत्मविश्वासपूर्ण लोक हे ज्या अनपेक्षित शक्यता घडण्याची खात्री असते त्यांचा सहज स्वीकार करतात.

ज्या लोकांचा आत्मविश्वास कमी असतो ते खरे तर त्यांच्याविषयीच्या चांगल्या बातमीनेसुद्धा अस्वस्थ होतात. जेव्हा असे काही संकेत मिळतात की त्यांना जेवढे वाटले होते तेवढे काही ते निरुपयोगी नाहीत, तेव्हा त्यांच्या अंतर्मनातील त्यांची स्व-प्रतिमा ढवळून निघते. ग्राउचो मार्क्स एकदा म्हणाला, 'जो क्लब मला सभासद म्हणून स्वीकारेल त्याचे सभासदत्व मिळवण्यासाठी मी प्रयत्नही करणार नाही.' आत्मघातकी विचारसरणी काही लोक मनाशी कशी कवटाळून बसतात याचे हे उत्तम उदाहरण आहे. जगाबद्दलचे हे असे विचार इतके घट्ट खोलवर रुजलेले असतात की जेव्हा तुम्हाला जाणीवपूर्वक निवड करायची असते तेव्हाही हे विचार पाठ सोडत नाहीत. ही म्हणजे तुमची प्रतिक्षिप्त क्रियाच होऊन बसते जी आपोआप घडते, जसे की शिंकणे.

काही वेळेस कुणी आपले कौतुक केले, कुणी नाकारले किंवा टीका केली तर तीच आपल्या पचनी पडते. कमी आत्मविश्वास हा यशाविषयीचा विशिष्ट नकारात्मक दृष्टिकोन दाखवतो. जेव्हा कधी तुम्ही कशात यश मिळवता त्यावर लगेचच 'माझे नशीब' 'योगायोग' किंवा 'कोणाची तरी चूक झाली' असा स्वतःच शिक्का मारता. जर तुमचे यथायोग्य कौतुक स्वीकारणेही तुम्हाला अवघड जात असेल तर ही तुमच्यासाठी योग्य वेळ आणि संधी आहे की तुम्ही तुमच्या 'कंफर्ट झोन' मधून बाहेर पडावे.

आपले कौतुक, प्रशंसा स्वीकारणे या विषयी मला सॅम्युअल जॉनसन नावाच्या

एका ब्रिटिश लेखकाचे वाक्य आठवते. तो म्हणतो, 'जे तुम्हाला सन्मानपूर्वक बहाल केले जाते ते तुम्ही सन्मानपूर्वकच स्वीकारायला पाहिजे.' तुम्ही एखादी गोष्ट चांगलीच केली आहे असा आत्मविश्वास बाळगणे म्हणजे तुम्हाला अहंगंड आहे असे नव्हे. या उलट जे श्रेय तुम्हाला मिळणे योग्यच आहे त्या श्रेयाचा स्वीकार करण्याची क्षमता असणे हाच खऱ्या अर्थाने तुमच्या प्रामाणिक सभ्यतेचा एक घटक असतो.

आत्मविश्वास बळकट करताना

आपण हे पाहिले की दोन्ही प्रकारच्या म्हणजे वाजवीपेक्षा अधिक आत्मविश्वास असणाऱ्या आणि वाजवीपेक्षा कमी आत्मविश्वास असणाऱ्या व्यक्तींमध्ये आश्चर्य वाटण्याइतके साम्य असते. दोघेही स्वतःच्या कुवतीबद्दल अनभिज्ञ असतात; त्यांच्या विश्वासाचे पुनश्च मूल्यमापन करण्याची गरज असते, तसेच त्यांनी स्वतःला प्रश्न विचारून पाहाणे गरजेचे असते. आता मी तुम्हाला तुमचा आत्मविश्वास अधिक बळकट करण्यासाठी काही मानसिक आणि शारीरिक पातळीवर वापरायच्या काही साधनांबद्दल सांगतो. तुम्हाला जेव्हा त्याची गरज वाटेल तेव्हा जरूर वापरून पाहा.

उदाहरणार्थ, असे समजा की, तुमच्या कम्प्युटर बुकमध्ये तुम्हाला नवीन स्प्रेडशीट वापरायला सुरुवात करायची आहे. तुम्ही त्याविषयी अगदीच अनभिज्ञ आहात. तुमच्यासाठी ते अगदीच नवीन आहे आणि म्हणून ते काम करण्याचे तुमच्यावर दडपण आले आहे. तर हे नवीन काम सुरू करण्यापूर्वी असे करा - भूतकाळात जा आणि तुम्ही पहिल्यांदा एखादी नवीन गोष्ट केव्हा केली ते आठवा. आत्ता जसे तुम्हाला हे काम करण्याचे दडपण वाटत आहे तसेच दडपण आलेला प्रसंग शक्यतो आठवा.

आता मी तुम्हाला असे सुचवतो, तुम्ही लहानपणी दोन चाकी सायकल शिकलात तो प्रसंग आठवा. आठवतेय ना; त्या वेळी असे वाटले होते की सगळी परिस्थिती गुरुत्वाकर्षणाच्या नियमाच्या विरोधात चालली आहे की काय? तुम्ही त्या पातळ टायर असलेल्या दोन चाकी सायकलवर तोल कसा साधणार होतात? बहुधा असेही घडले असेल की तुम्ही बरेच वेळा पडला असाल; परंतु एकदा का तुम्ही सायकल चालवायला शिकलात की ते तुमच्या इतके अंगवळणी पडले की ते तुम्हाला अगदी नैसर्गिक वाटू लागले आणि ते सगळे आपोआप घडले. तुम्हाला विचार करायलाही सवड मिळाली नाही.

चार चाकी गाडी चालवणे हे एक आणखी चांगले उदाहरण आहे. खरोखर

तुम्ही जर गाडी चालवणे शिकला असाल तर तुमच्या लक्षात येईल की गाडी चालवताना अनेक प्रकारच्या हालचाली एकाच वेळी कराव्या लागतात.

खरोखर फार गुंतागुंतीचे असते सगळे आणि सफाईदार गाडी चालवण्याची कौशल्ये विकसित होण्यास वेळच लागतो.

एकाच वेळी पायाने क्लच, ॲक्सिलेटर आणि ब्रेक यापैकी योग्य ते वापरायचे आणि हाताने गिअर टाकून ड्रायव्हिंग व्हिलवर नियंत्रण ठेवायचे. त्याच वेळी काही सेकंदांनी पुन्हा-पुन्हा आरशातून मागच्या वाहनांवर नजर ठेवायची, त्याच वेळी आपल्या समोरच्या वाहनांकडे पाहायचे, रहदारीचे नियम पाळायचे आणि आपल्या डोळ्यांमधील ब्लाईंड स्पॉट्सबद्दल सजगता बाळगायची (जेथे आपली नजर अडते ती जागा) जी गोष्ट विशेषत्वाने धोकादायक असते. पण तरीही अनेक लोक अत्यंत सफाईदारपणे गाडी चालवतात. आज जर तुम्ही गाडी चालवाल तर शक्यता आहे की तुम्हाला मुळीच भीती वाटणार नाही किंवा गाडी चालवण्यामध्ये काही धोके आहेत या विषयी तुम्हाला पुसटशी शंकाही येणार नाही. आता तुम्ही गाडी सफाईदार चालवायला शिकला आहात - त्यासाठी एकत्रितपणे कराव्या लागणाऱ्या शारीरिक हालचाली आणि त्यावेळी आवश्यक असलेली मानसिकता याचा सुंदर मिलाफ तुम्हाला साधलाय. परंतु एक वेळ अशी होती की गाडी चालवण्याविषयी तुमच्या मनात प्रचंड भीती होती, जशी की आत्ता त्या सॉफ्टवेअर बुकबद्दल वाटते आहे तशी.

काही प्रसंगच असे असतात की ज्यांच्यामुळे ताणतणाव येतो, काळज्या वाढतात. हे सगळे नैसर्गिकच आहे. हे सगळे तुम्ही कसे जमवता त्यावर ते असते, ना की तुम्ही मुळात कोणत्या प्रकृतीचे आहात. आत्तापर्यंत तुम्ही जे काही यश मिळवले त्या विषयी जरासे चिंतन करा. त्या वेळी तुम्ही जे शिकलात ते तुम्ही आत्ता परत शिकत आहात. त्या गोष्टी तुम्ही करायला शिकलातच ना; मग आता ही गोष्टसुद्धा तुम्ही सहज शिकाल; त्याविषयी तुम्ही पूर्णपणे आत्मविश्वास बाळगू शकता.

अशा घाबरवणाऱ्या प्रसंगांशी दोन हात करण्याचा आणखी एक मार्ग तुम्हाला सांगतो. त्या भीतिदायक प्रसंगाच्या फक्त एका भागावर हल्ला करा आणि यश मिळवा. संपूर्ण समस्येशी ताबडतोब झटण्यापेक्षा कमी भीतिदायक गोष्टींचा आधी निचरा करा, त्यामुळे तुम्हाला यश सहज पकडीत आल्यासारखे वाटेल. अशा काही गोष्टी असतील की ज्यांचे तुम्हाला दडपण येते म्हणून ते तुम्ही लांबवत असाल जसे की एखाद्याला फोन करणे, एखादा निर्णय घेणे किंवा एखादी कृती करणे. परंतु सावधपणे हलकी-हलकी पावले उचलून, पाहिजे तो परिणाम साधत, समाधानकारक यश मिळवत, चित्त एकाग्र करत कृती केलीत तर तुम्ही विसरून जाल की हीच

गोष्ट तुम्हाला घाबरवत होती; मग तुम्हाला आपण लायक आहोत, सक्षम आहोत असे वाटेल आणि निश्चितच तुम्ही आत्मविश्वासाने भारावून जाल.

पुन्हा एकदा आत्मविश्वासाविषयीचे महत्त्वाचे मुद्दे लक्षात घ्या. तुम्हाला स्वत:विषयी शंका नकोत असेही नाही किंवा तुमच्या मनाची अजिबात चलबिचल होत नाही असेही नसते. असे असणे हे आत्मप्रौढीचे लक्षण आहे. अशी माणसे एका टोकाला तर ज्यांना स्व-आदर कमी आहे अशी माणसे दुसऱ्या टोकाला. अशा दोन्ही प्रकारच्या अतिरेकी माणसांची खात्री असते की एक तर ते खूप महान आहेत किंवा ते अगदीच नालायक आहेत. तुम्ही जर या दोन विचारसरणींमध्ये स्वत:ची गणना करत असाल तर लक्षात ठेवा की, तुम्ही चुकीचे असू शकता!

जादूई विचार

स्वत:विषयी जरा वेगळ्या प्रकाराने विचार करणे हा सुद्धा आत्मविश्वास बळकट करण्याचा एक उत्तम मार्ग आहे. इतर लोकांविषयीच्या तुमच्या विचारसरणीलासुद्धा हे लागू आहे. जेव्हा तुम्ही तुमच्या आजूबाजूच्या लोकांकडे पाहता तेव्हा तुम्हाला ते लोक आत्मविश्वासाने भारलेले, कुणालाही न घाबरणारे असे दिसतात; पण मनाशी खात्री बाळगा की तुमच्या आजूबाजूच्या लोकांना सुद्धा कधी ना कधीतरी अशा अनेक असुरक्षित क्षणांना सामोरे जावे लागले असेल. आत्ता तुम्हाला त्यांचा विश्वास डळमळीत झालेला दिसत नाही; त्याच प्रकारे तुम्हीही असे समजू नका की तुमचा ताणतणाव आणि काळज्या लोकांना दिसत आहेत. यालाच मानसशास्त्रज्ञ 'जादूई विचारसरणी' म्हणतात.

जादूई विचारसरणीचे वास्तव परिस्थितीशी काहीही देणेघेणे नसते. तुम्हाला अविस्मरणीय व्यक्ती बनायचे असेल तर तुमच्या मार्गातील हा मोठाच अडसर असेल. म्हणून स्वत:विषयी किंवा इतरांविषयी असे जादूई विधान करण्यास स्वत:ला परवानगी देऊ नका. जर तुमच्या बाबतीत असे घडू लागले तर स्वत:ला शांतपणे आणि हळुवारपणे असे म्हणा, 'एक क्षणभर थांब, हे खरे नाही.' जर तुमच्याकडे असा काही पुरावा असेल की ते जादूई विधान खरे नाही तर ते अधिक चांगले होईल. सुरुवातीला ही सवय लावून घेणे जड जाईल परंतु त्याचा इष्ट परिणाम तुमच्या आत्मविश्वासावर होऊन तुमची आत्मविश्वासाची पातळी वाढेल.

तुमच्याबद्दल तुम्ही फक्त चांगलाच विचार करायचा म्हणजेच फक्त आत्मविश्वास नव्हे किंवा स्वत:बद्दल वाईट विचार करायचा असेही नव्हे. असा विचार करणेच थांबवा की, 'हे असे का घडले?', 'मला असे का वाटते आहे?', त्या ऐवजी असा विचार करायला सुरुवात करा की, 'मला कसे वाटायला हवे आहे?', 'माझा

आत्मविश्वास केव्हा वाढेल?', 'सध्याच्या परिस्थितीत मी आता काय करू शकतो, जेणेकरून माझा आत्मविश्वास वाढेल?'

याच विचारांना चिकटून रहा आणि सारे काही एकदमच मिळेल अशी अपेक्षा करू नका. स्वत:ला आत्मविश्वासपूर्ण बनवणे ही एक प्रक्रिया आहे. आज तुम्ही जिथे उभे आहात तिथून हा प्रवास खूप दूरवरचा वाटत असेल तर तिथपर्यंत तुमचे पोहोचणे किती महत्त्वाचे आहे हे यावरून सिद्ध होते. आता काही क्षणातच आपण काही व्यावहारिक कौशल्ये शिकून घेऊ ज्याची सुरुवात तुम्ही लगेच करू शकाल.

पाच युक्तीची सामाजिक कौशल्ये

व्यावसायिक ठिकाणी असो किंवा कुठलाही दैनंदिन व्यवहार असो, लोक स्वत:ची सकारात्मक प्रतिमा जपण्यासाठी एवढे का धडपडतात? लोकांची अशी कोणती वर्तणूक तुमच्या मनावर ठसा उमटवते की ते थेट अविस्मरणीय होऊन बसतात. काही लोक असे असतात की जे कायम स्मरणात राहतात. अशा कोणत्या विशिष्ट कृती असतात ज्या एखाद्याला आत्मविश्वासू आणि दर्जेदार बनवतात. आपण आता खाली जी महत्त्वाची कौशल्ये पाहणार आहोत त्यामध्येच त्याची उत्तरे तुम्हाला मिळतील.

पहिले कौशल्य आपण जे पाहाणार आहोत त्यामध्ये तुम्हाला काही करायचे नाहीये, फक्त तुम्हाला काय वाटते ते महत्त्वाचे आहे. तुम्ही एखाद्या सामाजिक ठिकाणी किंवा व्यावसायिक वातावरणात सहजपणे कसे वावरू शकता, तुम्ही विसावू शकता का? तुमची ही क्षमता महत्त्वाची आहे. ताणतणाव आणि काळजी या गोष्टी संसर्गजन्य असतात. जेव्हा तुम्ही आजारी, थकलेले दिसता तेव्हा तीच भावना तुमच्या आजूबाजूच्या लोकांमध्ये सुद्धा पसरते. तुम्ही जर आत्मविश्वासाने भारलेले तर तुम्हाला भेटणारे सर्व लोकसुद्धा आत्मविश्वासपूर्णच असतील.

मनाची विश्रांत अवस्था अनुभवता येण्याची क्षमता वाढवण्याची पहिली पायरी तर ही की, मला नेमकी कसली काळजी वाटते आहे हे ओळखता आले पाहिजे. प्रत्येकाची ही क्षमता वेगळी असते, परंतु ज्या लोकांना समाजात इतरांबरोबर मिळून मिसळून वागता येत नाही त्यांच्यासाठी इतरांना नसलेली आणखी एक चिंता उद्भवते ती म्हणजे चिंतेची चिंता. ती असते उदासीनतेबद्दलची उदासीनता. लोकांच्या लक्षात येईल का की आपण चिंतातुर आहोत या बद्दलची भीती! आणि तीच चिंता तुम्ही जे लपवायला पाहता त्या गोष्टी अधिक तीव्रतेने दाखवते.

जर तुम्ही चिंतातुर म्हणून शिक्कामोर्तब करण्याची तुमची समस्या असेल तर तुमच्यासाठी एक चांगली सूचना आहे, प्रामाणिक असणे हे सगळ्यात उत्तम.

तुमच्या भावनांचे अतिरिक्त नाटकीपणाने प्रदर्शन न करता फक्त एवढेच सांगा की, काही वेळेस नवीन लोकांशी बोलताना किंवा मोठ्या समूहामध्ये बोलताना तुम्ही काहीसे अस्वस्थ होता. तुम्हाला असे सांगण्याची वेळ येणार असेल तेव्हा आधीच त्याबद्दल विचार करून ठेवा. तुमच्या बोलण्याला थोडीशी विनोदाची झालर असू द्या. मुख्य गोष्ट अशी की मुद्द्याचे समोरासमोर बोलून घ्या; जेणेकरून तो मुद्दा कायमसाठी मिटेल आणि या गोष्टीसाठी तुमच्यावर कुणी दोषारोप करणार नाही याची खात्री बाळगा. खरे सांगायचे तर स्वत:च्या प्रामाणिक भावनांचा कबुलीजबाब देणे हा लोकांना तुमच्या बाजूने करून घेण्याचा उत्तम मार्ग असतो.

हे लक्षात ठेवा की काही विशिष्ट कृती तुमच्या काळज्या अधिक तीव्र करतात; पण त्या वेळी तुम्हाला असे वाटत असते की तुम्ही तुमच्या मनाला शांत करत आहात. कोणतीही गोष्ट तातडीने, तडकाफडकी करू नका. मग ते चालणे असो, बोलणे असो, खाणे-पिणे असो किंवा अगदी खुर्चीवर बसणे असो. जलद गतीने, अंगाला झटके देऊन केलेल्या हालचाली तुमच्यामध्ये प्राचीन काळापासून आलेला 'लढा किंवा पळा' ही भावना निर्माण करतात आणि खरे तर तुमच्यासाठी ही सगळ्यात वाईट गोष्ट असते. म्हणून सावकाश हालचाली करा. मनातल्या मनात स्वत:ला सांगा, 'हळू, सावकाश' आणि मग तुमचे तुम्हालाच आश्चर्य वाटेल की तुमची आत्मविश्वासाची पातळी कितीतरी पटीने वाढली आहे आणि त्याचा तुमच्या भोवतालच्या लोकांवर सकारात्मक परिणाम झाला आहे.

म्हणून आत्मविश्वासपूर्ण होण्याचे प्रथम सामाजिक कौशल्य हेच की तुम्ही विसावण्याची कला आत्मसात केली पाहिजे. तसेच दुसरे कौशल्यसुद्धा त्याच्याशी संलग्न आहे ते म्हणजे दुसऱ्याचे बोलणे लक्षपूर्वक ऐकण्याची कला. जे लोक सहज आजारी पडतात त्यांना बहुधा खूप बोलण्याची सवय असते. ते खूप घाईघाईने बोलतात किंवा खूप मोठ्याने बोलतात. परिस्थितीचा ताबा घेण्याचा हा अत्यंत चुकीच्या दिशेने केलेला प्रयत्न असतो; कारण अशा लोकांना कायम भीती वाटत असते की आपला परिस्थितीवरील ताबा सुटला तर काय होईल? वाईट गोष्ट अशी की, अशा माणसाच्या भोवताली असताना आपण एक शब्दही मध्ये बोलू शकत नाही हे खूप निराशाजनक असते.

संभाषण किंवा संवाद हे खरे तर स्वयंचलित वाहतुकीसारखे असते. काही वेळेस तुमचा लाइट हिरवा असतो तर काही वेळेस तो लाल होतो. तुम्हाला जेथे पोहोचायचे आहे तिथे योग्य गतीने जाण्यासाठी एकमेकांच्या सहकार्याची गरज असते. अर्थात काही माणसे अशी असतात की ज्यांना सतत बोलायला आवडते; अशा माणसांना आपण कितीही बोलणे थांबवण्याचे इशारे दिले तरी ते त्याकडे दुर्लक्ष करतात आणि त्यांचा वेगही ते कमी करत नाहीत. परंतु तुमच्या तीव्र भावना

तुमच्या अंतरंगातील ड्रायव्हरचे लायसेन्सच काढून घेतात आणि मग तुम्ही सतत दुसऱ्यांशी बोलण्याच्या तुमच्या छंदापासून वंचित होता.

आत्ता हे वाचत असतानाच आत्मविश्वासपूर्ण संभाषणातील तिसऱ्या कौशल्याबद्दल शिकून घ्या. हे आहे तुम्ही समोरच्या माणसाच्या बोलण्यात प्रामाणिकपणे रुची घेणे. तुमची सहसंवेदना व्यक्त करणे. समोरची व्यक्ती तुमच्याशी जे बोलू पाहते आहे, ज्या भावना वाटून घेण्याचा प्रयत्न करत आहे त्या तुम्ही शक्य तेवढ्या लवकर जाणवून घेण्यासाठी स्वत:ला प्रशिक्षित करणे म्हणजेच स्वत:ला अविस्मरणीय बनवणे आहे. कदाचित ही गोष्ट फारच अभावाने आढळते म्हणूनही असेल!

आपण 'लक्षपूर्वक ऐकणे' या बद्दलची चर्चा केली. त्यामध्ये सहसंवेदनेबद्दल बोललो. सहसंवेदना ही एक जाणीव आहे. आपले चौथे कौशल्य आहे, 'मैत्री' आपल्या अंतर्गत भावनांचे हे बाह्यत: केलेले व्यक्तीकरण असते. जेव्हा तुम्हाला सहसंवेदना वाटते तेव्हा तुम्ही मैत्रीचे गोफ गुंफण्यासाठी अधिक योग्य असता. मैत्री ही समाजात वावरताना आपल्या संबंधांत येणाऱ्या व्यक्तींना समजावून घेण्यामुळे आणि बंध निर्माण झाल्यामुळे होते. त्याचा मूलभूत अर्थ असा असतो की, 'मी तुझ्याच सारखा आहे आणि आपण एकमेकांना जाणून घेऊ.' ही मैत्री मुद्दाम ठरवून होत नसते आणि जेव्हा होते तेव्हा भाषा, बोलण्याची पद्धत, शारीरिक हालचाली, देहबोली आपले व्यक्तिमत्त्व आणि संभाषणाची इतर विविध अंगे ही एकमेकांमध्ये अगदी सहज, बेमालूम मिसळून जातात आणि एकमेकांशी सूर जुळतो.

मैत्री ही जरी सुरुवातीला जाणीवपूर्वक केलेली नसली तरी जाणीवपूर्वक तिला अधिक प्रोत्साहन देता येऊ शकते. समोरच्या व्यक्तीचे आणि आपले विचार, आचार, उच्चार एकमेकांशी इतके जुळतात की जणू काही समोर आपली प्रतिमाच असते. यामध्ये गुंतागुंतीचे असे काही नसते. हे म्हणजे जणू भाषा बोलण्याची पद्धत, बोलण्याचा वेग, आवाजाची उच्चनीचता, स्वर, शब्दांची निवड या सगळ्याच बाबतीत आपलेच प्रतिबिंब असते. जेव्हा दोन लोकांना एकमेकांबद्दल आत्मीयता वाटते तेव्हा हे सगळे असेच घडते, तेही अगदी आपोआप, नैसर्गिक पद्धतीने. मैत्रीचा हा झरा कायम वाहणारा असतो. जेव्हा इतर काही वेळेस मैत्री होणे कठीण असते तेव्हा असे 'मिररिंग टेक्निक' (अनुकरण) वापरून मैत्री शक्य होईल.

एकमेकांशी मैत्री जमण्याचा आणखी एक महत्त्वाचा उपप्रकार म्हणजे योग्य पद्धतीने होणारी नजरानजर. याचा अर्थ असा नव्हे की तुम्ही लोकांकडे टक लावून पाहायचे आहे - उलट जर तुम्ही एकटक अधिक काळपर्यंत लोकांकडे पाहिले तर ते रागावतीलच. परंतु तुम्ही त्यांच्याशी बोलत असताना किंवा त्यांचे बोलणे ऐकत असताना जर नजरेत नजर मिळवलीत तर तुमच्याबद्दलचा त्यांच्या मनातील आदर दुणावेल.

जर तुम्ही नजरेत नजर देत बोलला नाहीत तर तुमचे बोलणे समोरच्याच्या हृदयाला भिडणारे नसेल, मनात शिरणारे नसेल आणि मग त्याचा कुठलाच सकारात्मक परिणाम होणार नाही. त्यांना वाटेल की तुम्ही त्यांच्याकडे दुर्लक्ष करत आहात किंवा तुम्हाला त्यांच्यापासून सुटका हवी आहे. जर ते आत्मविश्वासपूर्ण नसतील आणि त्यांना त्याबद्दल चिंता असेल तर तुमचे असे वागणे त्यांना नक्कीच दुखावेल. अशी माणसे त्यांची कुणाशी मैत्री होत नाही म्हणून स्वत:लाच दूषणे देतात. परंतु जर त्यांच्या नजरेत नजर भिडवण्यात तुम्ही चुकत असाल तर संवाद यशस्वी करण्याची खरे तर जबाबदारी तुमची असते.

कदाचित काही लोक यांमधून वेगळा अर्थ काढण्याचीही शक्यता असते. स्वत:ला दोष देण्याऐवजी ते असा निष्कर्ष काढतात की तुमच्याच मनात चलबिचल आहे आणि तुम्ही विश्वासार्ह नाहीत. जरी जगामध्ये काही ठिकाणी थेटपणे लोकांच्या डोळ्यांमध्ये डोळे घालून पाहणे हे उद्धटपणाचे समजले जाते तरी अमेरिका ही काही अशा ठिकाणांपैकी एक नाही. म्हणून अमेरिकेत अमेरिकेसारखे वागा तर लोक तुम्हाला धूर्त न समजता आत्मविश्वासू आणि दर्जेदार समजतील.

स्वत:विषयी सजगता आणि स्व-आदर

स्व-आदर नसणे किंवा कमी असणे याचा परिणाम तुमच्या नातेसंबंधांवर, तुमच्या नोकरी-व्यवसायावर, तुमच्या आरोग्यावर आणि आयुष्यातल्या इतरही अनेक बाबींवर होतो. जर तुम्हाला स्वत:लाच तुमच्याविषयी आदर नसेल तर लोकांनासुद्धा तुमच्याबद्दल सकारात्मक भावना असणे अशक्य आहे.

एक चांगली गोष्ट अशी की तुम्ही कधीही तुमचा स्व-आदर योग्य पातळीपर्यंत वाढवू शकता; म्हणजे अगदी तुम्ही प्रौढ आहात आणि तुमची अगदी बालपणापासून स्वत:विषयीची नकारात्मक प्रतिमा आहे तरीही हा बदल घडवून आणता येतो. तुमची विचारसरणी बदलणे - स्वत:विषयी आणि आयुष्याविषयी वेगळ्या पद्धतीने चित्र रंगवणे हे स्व-आदर वाढवण्यासाठी उपयुक्त ठरते. या प्रक्रियेसाठी तुम्हाला तीन टप्प्यांमधून जावे लागेल.

तुम्हाला नेमकी कोणती गोष्ट, कोणती परिस्थिती किंवा घटना त्रास देते आहे याचा वेध घ्या.

तुम्ही सध्या कोणत्या परिस्थितीत आहात किंवा असे काय घडले आहे की ज्याचा तुम्हाला त्रास होतो आहे, तुमचा स्व-आदर कोलमडून गेला आहे. त्याचा विचार करा. जसे की व्यवसाय-धंद्यात तुम्हाला जे सादरीकरण करायचे आहे त्याचे

भय वाटते आहे किंवा नेहमी तुमची चिडचिड होते आहे किंवा आता वाईटच घडणार आहे, अशी भीती तुमचा सतत पाठलाग करते. कदाचित तुमच्या आयुष्यात प्रचंड मोठ्या बदलाला तुम्ही सामोरे गेला असाल - जसे की प्रिय व्यक्तीचा मृत्यू, अचानक गेलेली नोकरी किंवा मुलांचे घर सोडून जाणे किंवा एखादे मेटाकुटीला आणणारे नातेसंबंध म्हणजे पती-किंवा-पत्नी बरोबरचे, कौटुंबिक सदस्यांबरोबर किंवा कामाच्या ठिकाणी सहकाऱ्याबरोबरचे!

तुमचे समज आणि तुमचे विचार यांविषयी सजगता बाळगा

एकदा का तुम्ही तुम्हाला त्रास देण्याच्या परिस्थितीबद्दल चिंतन केले की मग त्या संबंधात तुमच्या मनात जे विचार येतात त्याकडे लक्ष द्या. यामध्ये तुमची स्वगते, तुमचे मनातल्या मनात बोलणे हे समाविष्ट असेल - तुम्ही त्याविषयी स्वतःच्या मनाला काय सांगाल, त्या परिस्थितीचा तुम्ही तुमच्या मानसिकतेमधून काय अर्थ लावला; तुमचे विचार, तुमचे समज कदाचित सकारात्मक असतील किंवा नकारात्मक असतील किंवा तुम्ही त्याविषयी उदासीनही असाल. तुमचे विचार कदाचित तर्कशुद्ध असतील, त्यामागे काही कारणे असतील, काही वस्तुस्थिती असेल किंवा अतार्किक असतील, जे भ्रामक कल्पनांवर आधारित असतील.

तुमचे नकारात्मक किंवा चुकीचे विचार ओळखा

तुमचे विचार जेव्हा नकारात्मक दिशेने धावू लागतात तेव्हा वेळीच ते लक्षात घ्या. एखाद्या विशिष्ट परिस्थितीतील तुमचे विचार आणि तुमचे समज हे तुम्ही ज्या प्रतिक्रिया देता त्यावर परिणाम करतात. एखाद्या गोष्टीविषयीचे किंवा नकारात्मक विचार आणि समज खालील गोष्टी घडवून आणतात,

- *शारीरिक प्रतिसाद - जसे की स्नायूंवर ताण येणे, पाठ दुखणे, छातीत धडधडणे, पोटात फुलपाखरे उड्या मारणे, घाम येणे आणि झोपेबाबतच्या समस्या निर्माण होणे.*
- *भावनिक प्रतिसाद - लक्ष एकाग्र होण्यामध्ये अडचणी येणे किंवा उदास वाटणे, रागावणे, निराश होणे, अपराधी वाटणे किंवा चिंतातुर होणे.*
- *वर्तणुकीबाबतचा प्रतिसाद - भूक नसतानाही खाणे, कोणतेही अवघड काम करण्याचे टाळणे, नेहमीपेक्षा अधिक काम करणे, अधिकतर वेळ एकटे राहाण्यामध्ये घालवणे, परिस्थितीचा बाऊ करणे किंवा तुमच्या समस्यांबद्दल इतरांना दोष देणे.*

लोकांना कसली गरज असते आणि तुम्ही काय देऊ शकता

हे प्रकरण आत्मविश्वास आणि स्व-आदर या विषयी असताना जेव्हा आपण इतरांच्या गरजा आणि भावना याविषयी चर्चा करतो तेव्हा तुम्हाला नक्कीच आश्चर्य वाटेल, परंतु आत्मविश्वासू व्यक्तीसाठी या खरोखर फार महत्त्वाच्या गरजा आहेत.

लोकांना पोचपावतीची गरज असते. लोकांना त्यांच्या कामाचा उल्लेख केलेला आवडतो. त्यांना कृतीमागचा हेतू जाणून घ्यायचा असतो आणि ध्येये जाणून घेण्यात रुची असते. तुम्ही जर एखाद्या कॉर्पोरेट क्षेत्रामध्ये व्यवस्थापक असाल किंवा तुमचा स्वत:चा व्यवसाय असेल तर ही गरज भागवण्यासाठी एक मूलभूत गरज असते ती आत्मविश्वासपूर्ण नेतृत्वाची! ते तुम्हाला जे काही सांगतील ते किंवा ते जे काही मनाशी विचार करतील त्या त्यांच्या भावनिक गरजाही पूर्ण कराव्या लागतात. कुणीच फक्त पैशांसाठी काम करत नाही. निदान दीर्घकाळ तरी नाही.

लोकांना प्रतिष्ठासुद्धा हवी असते. एक आत्मविश्वासपूर्ण व्यक्ती म्हणून आणि त्या व्यक्तीची दर्जेदार कृती म्हणून जेव्हा तुम्ही प्रतिष्ठित खुर्चीवर बसून काम करता तेव्हा कामगारांना तुम्ही ते महत्त्वपूर्ण आहेत आणि ते जी सेवा देतात ती अमूल्य आहे हे जाणवून द्यायला पाहिजे. हे कोणत्याही वेगळ्या स्वरूपात असू शकेल. कधीतरी कामगारांच्या एखाद्या मोठ्या गटासमोर एखाद्याचे कौतुक करता येईल किंवा कधीतरी एखाद्याला बाजूला घेऊन त्याने केलेल्या चांगल्या कामगिरीबद्दल त्याचे आभार मानता येतील.

सरतेशेवटी तुम्हाला हे सांगायचे आहे की आत्मविश्वास म्हणजे फक्त एवढेच नाही की जे तुमच्याकडे आहे; आत्मविश्वास म्हणजे जे तुम्ही इतरांना देता आणि त्यानंतर ते पुन्हा तुमच्याकडे येते. आत्मविश्वास हा एक दर्जेदार गुण आहे, ती एक ताकद आहे जे तुमच्या चेहऱ्यावर प्रतिबिंबित होऊन तुम्ही अधिक तेजाने चमकता.

८

सहसंवेदना (जवळपास) प्रत्येकाबद्दल

पाचव्या प्रकरणामध्ये आपण सहसंवेदना या भावनेचा 'प्रभावी श्रवणकला' याचा एक घटक म्हणून विचार केला. 'लक्षपूर्वक ऐकणे या कौशल्याबद्दल आपण विचार करत असताना, 'सहसंवेदना' या संकल्पनेबद्दलची अधिक प्रमाण असलेली व्याप्ती विचारात घेतली पाहिजे.'

सहसंवेदनाचा अर्थ अगदी सोपा आहे की समोरच्या व्यक्तीची जी भावना आहे तीच तुमच्या मनाला जाणवायला हवी. जर तुम्हाला असे वाटत असेल की तुमच्याकडून दर्जेदार कृती घडाव्या आणि तुम्हाला जर तुमचे व्यक्तिमत्त्व अविस्मरणीय बनवायचे असेल तर तुमच्या मनामध्ये सहसंवेदना ही भावना विकसित करण्याइतके दुसरे महत्त्वाचे काही नाही. या प्रकरणामध्ये हे विधान खरे कसे काय आहे ते आपण पाहू आणि तुम्ही अधिक सहसंवेदनशील मनुष्य प्राणी बनण्यासाठी कोणती महत्त्वाची पावले उचलणे गरजेचे आहे ते आपण पाहू. याच मार्गावर आपण इतर लोकांविषयी आपल्याला सहसंवेदना नसणे म्हणजे काय ते पाहू आणि ते आपल्यासाठी जीवनाच्या विविध टप्प्यांवर आत्मविनाशी कसे आहे तेसुद्धा पाहू.

मी परिपूर्ण नाही (असे मला वाटते)

दुसऱ्या महायुद्धाच्या दरम्यान ड्वाइट आयझेनहॉवर हा युरोपमध्ये मित्रराष्ट्रांच्या सैन्याचा सुप्रीम कमांडर होता. इ.स. १९४४ मध्ये नॉर्मंडीमधील स्फोटापूर्वी आयझेनहॉवर यांच्याकडे 'जनरल' हे पद भूषवण्यासाठी अनेक उमेदवारांचे अर्ज आले. त्यांच्यापैकी एकाने आयझेनहॉवर यांच्याशी थेट मुलाखत व्हावी म्हणून विनंती केली.

तो जे काही आयझेनहॉवर यांच्याशी बोलला ते काहीसे असे होते— सर, कमांडर या पदासाठी आवश्यक असलेला प्रत्येक गुण माझ्या अंगी आहे. भीती मला स्पर्शही करत नाही. गेल्या वीस वर्षांपेक्षाही अधिक काळापासून द्वंद्वयुद्धामध्ये मी स्वत:ला सरस शाबीत केले आहे. माझ्यामध्ये अमाप उत्साह आहे, मी कधीही थकत नाही. मला झोपेची किंवा खाण्या-पिण्याचीही शुद्ध नसते. मी टँकर चालवू शकतो. विमानही उडवू शकतो. पर्वतावर चढू शकतो, नद्या पोहून जाऊ शकतो आणि वाळवंटेही पायी ओलांडू शकतो. या पेक्षा अधिक तुम्हाला काय हवे आहे?

आयझेनहॉवरने त्याचे बोलणे अगदी लक्षपूर्वक ऐकले आणि मग म्हणाला, 'मला माफ कर, परंतु तू कधीही जनरल होऊ शकणार नाहीस. निश्चितच तुझ्या या गुणांकडे पाहून तू एक उत्तम योद्धा होऊ शकतोस. पण बस्स, फक्त योद्धाच होऊ शकतोस. आपल्याकडचे बरेचसे सैनिक उत्तम योद्धे नाहीत हे खरे! आम्हाला 'जनरल' या पदासाठी अशी व्यक्ती हवी आहे की जी इतरांच्या भावना समजून घेईल आणि त्यांच्या प्रती त्यांच्या मनात सहसंवेदना असेल, म्हणून मी तुला बढती देऊ शकत नाही.'

ही खरी घडलेली गोष्ट एका महत्त्वाच्या मुद्द्याला स्पर्श करते. नेता म्हणून... दर्जेदार कृती करताना... एक अविस्मरणीय व्यक्ती म्हणून... तुमच्या केवळ बलस्थानांचा उपयोग नाही तर त्याही पेक्षा अधिक काहीतरी तुमच्यामध्ये असणे आवश्यक आहे. समोरच्या व्यक्ती मधील कमतरता, उणेपण, त्याचे दुबळेपण तुम्ही समजून घेणे गरजेचे आहे व त्या विषयी सहानुभूती वाटणे गरजेचे आहे. सध्या तुम्ही ज्या प्रचंड स्पर्धेच्या युगात वावरता तिथे या गोष्टींचा विसर पडणे सहज शक्य आहे. तुम्ही तुमच्या क्षमता अधिकाधिक विकसित करण्यासाठी प्रयत्नशील असता ही गोष्ट चांगलीच आहे. परंतु हे करत असताना तुमच्या भोवतालच्या लोकांना कोणत्या अडचणींना तोंड द्यावे लागत आहे हे तुमच्या नजरेआड होत आहे याचीही खातरजमा करा.

काही वेळेस या अडचणी, या समस्या स्पष्टपणे दिसतात. कदाचित तुमच्या गटातील एखादा सदस्य आजारी असेल किंवा त्याला एखादी जखम झाली असेल; दुसरा एखादा वेदनामयी घटस्फोटाच्या प्रक्रियेमधून जात असेल, या विषयावर त्यांना न दुखावता तुम्हाला त्यांच्याशी कौशल्याने चर्चा करता आली पाहिजे. अर्थात हे ऑफिसच्या कामकाजाच्या वेळेनंतर! परंतु सहसा असे घडत नाही. आणखी काही वरवर पाहता न दिसून येणाऱ्या, सूक्ष्म समस्यासुद्धा तुम्हाला जाणवून घेता आल्या पाहिजेत व त्या प्रती तुमचा सहानुभूतीपूर्ण दृष्टिकोन असला पाहिजे. सुदैवाने सर्वांच्या समस्या काही ठरावीक वर्गांमध्ये मोडतात. म्हणजे त्या समस्यांचे तपशील जरी वेगवेगळे असले तरी ते ज्या भावनांमधून जात असतात त्या भावना एकच असतात, भलेही अनुभव वेगळे असले तरी! या समस्यांविषयी तुमच्या मनात

सहसंवेदना जागृत करणे तुम्ही शिकून घेतलेत तरी अनेक लोकांना तुम्ही केवळ अविस्मरणीय आहात असेच वाटेल.

काळजी किंवा चिंता

नंबर एकची आणि सर्वत्र आढळणारी सर्वांत मोठी समस्या म्हणजे काळजी किंवा चिंता. काळजी ही संज्ञा इतकी धूसर आणि अस्पष्ट आहे की कदाचित ती तुम्हाला अर्थशून्य वाटेल, म्हणून आपण तिचा अधिक खोलवर जाऊन बारकाईने अभ्यास करणार आहोत. काळजी किंवा चिंता ही एक अशी भावना असते की जी तुमच्या नियंत्रणाच्या पलीकडची असते किंवा काही वेळेस ती तुमच्या समजशक्तीच्या बाहेर असते. भविष्यात काय घडणार आहे हे माहीत नसण्याविषयीची ही भावना असते. या समस्येशी कसे झटायचे या विषयीचे तुम्ही नियोजन करू शकत नाही कारण त्या समस्येचे चित्र अजून तुमच्यासमोर स्पष्ट झालेले नसते. जशी की अंधाराची आपल्याला भीती वाटते, याला आपण काळजी म्हणू शकतो - म्हणजे त्या अंधाराच्या आत काय दडले आहे त्याला आपण घाबरतो - आणि ते जे काही दडले आहे त्याच्यामुळे परिस्थिती आणखी कशी बिघडू शकते हे माहीत नसल्यामुळे आपण घाबरतो.

आता हे उदाहरण पाहा –

तुमच्या विभागात रेचल नावाचा एक नवीन साहाय्यक प्रशासनाधिकारी आली आहे. लॉरी नावाच्या एका अनुभवी व्यक्तीकडे रेचलला तिच्या जबाबदाऱ्या समजावून सांगण्याचे काम दिले आहे. रेचल दररोज जेव्हा कामावर येईल तेव्हा तिला पहिल्या एका तासात आठ महत्त्वाची कामे करायची आहेत. लॉरी हा कंपनीतील अनेक वर्षांपासूनचा अनुभवी अधिकारी आहे, ज्याला माहीत आहे की ही आठ कामे हातासरशी किंवा चुटकीसरशी करण्याची आहेत. रेचल ते आपोआप करू शकेल. जशी की सकाळी उठल्यानंतर दात घासायचे असतात आणि झोपी जाण्यापूर्वी दिवा मालवायचा असतो. परंतु रेचलसाठी हे सर्व नवीन होते. म्हणून ती लॉरीचा प्रत्येक शब्द मनात साठवून ठेवत होती आणि डायरीमध्ये त्याचे टिपणसुद्धा करत होती. परंतु हे सर्व जणू असे दिसत होते की एखादी परकीय भाषा तिच्या कानावर आदळत आहे. ते सरळ-सरळ असे दिसत होते की ती जे ऐकत होती ते तिच्या मेंदूपर्यंत शिरत नव्हते.

त्या वेळी नेमकी तिची भावना कोणती होती तर तिला चिंता वाटत होती. तिने स्वत:च्या मनश्चक्षूंसमोर स्वत:ची अशी प्रतिमा रंगवली होती की ती जणू काही प्रत्येक गोष्ट चुकीची करते आहे. परंतु तिची स्वत:चीच ही प्रतिमासुद्धा अत्यंत धूसर

होती, कारण अद्याप तिला 'प्रत्येक गोष्ट' म्हणजे कोणती तेसुद्धा समजले नव्हते. कंपनीतील तिच्या पहिल्याच दिवशी ती स्वत:ला जरा जास्तच गुंतवून घ्यायला पाहत होती; जसे की सर्कीट ब्रेकर जरा जास्तच विद्युत सोडण्याचा प्रयत्न करतो.

व्यवस्थापक म्हणून तुम्ही अशा वेळी दोन वेगवेगळ्या दिशांनी सहसंवेदना दर्शवणे गरजेचे आहे. तुम्ही स्वत:ला उघडपणे रेचलच्या जागी असल्याची कल्पना करणे गरजेचे आहे; पण त्या पूर्वी तुम्हाला लॉरीच्या भावनाही जाणून त्यांच्याशी एकरूप व्हावे लागेल. तुम्ही हे लक्षात घेतले पाहिजे की कदाचित लॉरीच्या रेचलकडून जरा जास्तच अपेक्षा असतील. जो पर्यंत आपल्याला लॉरीच्या भावना समजत नाहीत तो पर्यंत असे गृहीत धरू की जेव्हा रेचलला त्या भाषेची मुळाक्षरेसुद्धा माहीत नाहीत त्या वेळी त्या भाषेचे संपूर्ण व्याकरण रेचलला समजावेत अशी लॉरीची अपेक्षा आहे. असेसुद्धा शक्य आहे की लॉरी मुद्दामच स्वत:ला श्रेष्ठ दाखवण्यासाठी या संधीचा उपयोग करत आहे. काही क्षणांसाठी का होईना लॉरीकडे आत्ता सत्ता आली आहे आणि रेचल ही पूर्णपणे त्याच्यावरच अवलंबून आहे.

या विषयी एक क्षणभर विचार करा, वरील परिस्थितीचा आपण आत्ता जो विचार केला त्या भूमिकांमधून विचार करा व यामध्ये सहसंवेदना कोठे बसते हे ठरवा. एकदा का हा विचार झाला की स्वत:च्या मनाला प्रश्न विचारा की रेचल आणि लॉरी या दोघांच्याही गरजा पूर्ण होण्यासाठी तुम्ही कशा प्रकारचा प्रतिसाद द्याल? त्याच बरोबर तुमच्या कंपनीच्या हिताचाही तुम्ही विचार कराल.

याच्यावर शक्य परिस्थितीतील योग्य उपाय असा दिसतो. रेचलला ज्या गोष्टी करायच्या आहेत त्या सर्व एकाच दिवशी एकदम सांगण्यापेक्षा तिला दररोज थोड्या-थोड्या सूचना कराव्या आणि हे थोडे दिवस चालू ठेवावे. म्हणजे सोमवारी दोन सूचना, मंगळवारी दोन सूचना म्हणजे मग आठवड्याच्या शेवटी सर्व आठही सूचना देण्याचे संपून शिवाय एक दिवस बाकी उरेल, आणि लॉरी जे काही सारे घाईने उरकू पाहतो आहे त्यावर थोडा लगाम बसेल. दोन्ही पक्षांबद्दल सहसंवेदना बाळगून तुम्ही असा उपाय शोधून काढलेला असेल की जेणेकरून प्रत्येकाचेच हित जपले जाईल.

आशावाद

जर चिंता किंवा काळजी या भावनेमध्ये काहीतरी वाईट घडणार आहे अशी अनिश्चित भावना असली तर आपण काळजी या नाण्याची उलटी बाजू म्हणजे 'आशावाद' पाहू. निश्चितच ही भावना प्रचंड सकारात्मक आहे. जसे की 'काळजी' ही भावना मिटवून टाकण्याची तुमची जबरदस्त इच्छा असते. तसेच 'आशावाद' या भावनेला

प्रोत्साहन द्यावे असेच तुम्हाला वाटते.

रीक हा एका माध्यमिक शाळेमध्ये फूटबॉलचा प्रशिक्षक होता जो त्याच्या महाविद्यालयीन दिवसांमध्ये उत्कृष्ट फूटबॉलपटू म्हणून नावाजलेला होता. जेव्हा रीकची फूटबॉलची टीम सरावा वेळी बॉल पास करून संरक्षणात्मक पवित्रा घ्यायची तेव्हा रीक नेहेमी त्यांच्या विरुद्ध बाजूस जाऊन 'क्वार्टरबॅक' (उत्तम पटू) या जागेवर खेळायचा. एके दिवशी त्यांचा सराव पाहण्यासाठी रीकचा कॉलेजचा एक जुना फूटबॉलपटू मित्र आला आणि त्याच्या असे लक्षात आले की, रीकचे सर्व हल्ले त्याच्या संघाकडून सहज परतवले जात आहेत. सराव झाल्यानंतर त्याने रीकची चेष्टा केली आणि आता त्याच्या बाहूंमध्ये जोर राहिलेला नाही याकडे लक्ष वेधत तो रीकला म्हणाला, 'मला असे वाटते की आता आपण म्हातारे होत चाललो आहोत.' आणि ही एक गोष्ट बरीच आहे की तू फक्त प्रशिक्षण देतो आहेस आणि प्रत्यक्ष संघामध्ये खेळत नाहीयेस ते! त्यावर रीक फक्त हसला व म्हणाला, 'मी पूर्वीइतकाच आजही चांगला खेळू शकतो, परंतु फूटबॉल खेळणे सोपे आहे हे मला माझ्या विद्यार्थ्यांना दाखवायचे आहे. मला त्यांना असे दाखवायचे आहे की ते प्रत्येक बॉल परतवू शकतात. मी सरावात जी कामगिरी करतो त्यापेक्षाही अधिक चांगले पास शालेय संघातील 'क्वार्टरबॅक' जागेवर खेळणारे खेळाडू काढू शकतात. परंतु सरावा दरम्यान मला त्यांचे नीतिधैर्य खच्ची करण्याऐवजी वाढवायचे आहे. आता त्यांना असे वाटते की महाविद्यालयीन माजी फूटबॉल चॅम्पियनचे बॉलही ते परतवू शकतात. त्यांना त्यांची उंची १० फुटांनी वाढल्यासारखी वाटते आणि त्यांना असे वाटावे हीच माझी इच्छा आहे. मी त्यांना त्यांची अशी स्वप्रतिमा बहाल करतो आहे की जी त्यांना जपावीशी वाटेल.

काळजी आणि आशावाद या एकाच नाण्याच्या दोन बाजू आहेत. परंतु दोन्हींकडेही जर सहसंवेदनापूर्वक पाहिले तर गोष्टी अधिक खडतर न होता सोप्या होतील. चॉकलेट केक खाण्याचा उत्तम मार्ग हाच की सुरीने तो कापावा आणि जरी तुम्हाला चॉकलेट केक आवडत नसला तरी योग्य मार्ग हाच आहे. एक दर्जेदार कृती म्हणून कायम लक्षात ठेवा की जेव्हा कधी तुम्हाला लोकांना मदत करावीशी वाटेल तेव्हा त्यांच्या अंतरंगातील गुणांना जास्तीत जास्त वाव द्या.

भीती

हे काळजीचेच एक वेगळे स्वरूप आहे, परंतु ते हाताळण्यासाठी काहीसे सोपे तर काहीसे अवघड आहे. हे काळजीपेक्षा हाताळायला अधिक सोपे यासाठी आहे कारण ती आपल्यासमोर मूर्तिमंत उभी ठाकते. चिंतातुर लोकांना आपल्याला नेमकी

कशाची चिंता वाटते हेच माहीत नसते; परंतु भित्र्या लोकांना आपल्याला कसली भीती वाटते हे पक्के ठाऊक असते. भीतीच्या बाबतीत अवघड गोष्ट ही असते की त्याबद्दलची सहसंवेदना वाटून घेता येत नाही.

एक जुना विनोद सांगतो, एक माणूस सतत आपली बोटे खात असे. एके दिवशी त्याच्या मित्राने त्याला विचारले की तो सतत असे का करत असतो. त्यावर त्या माणसाने अत्यंत घाबरलेल्या आवाजात उत्तर दिले, 'मी हे हत्तींना दूर पळवण्यासाठी करतो.' तो मित्र त्याच्याकडे अविश्वासाने बघत म्हणाला, 'पण इथे तर हजारो मैलांच्या परिसरात हत्ती नाहीत.' त्यावर तो माणूस पुन्हा उदासपणे बोटे खात म्हणाला, 'बघा, माझ्या बोटे खाण्यामुळेच ते दूर पळाले ना?'

असा हत्तींना घाबरणारा माणूस कुणालाही मूर्खच वाटेल ना... हा, अपवाद फक्त अशा व्यक्तीचा की जो हत्तींना घाबरतो. एखाद्या व्यक्तीच्या भीतीबद्दल सहसंवेदना दर्शवायची असेल तर तुम्ही सुद्धा नेमके त्याच गोष्टीला घाबरता हे त्याला सांगण्याचा प्रयत्न करू नका. ते कधीच यशस्वी होत नाही, कारण भीती ही अगदी वैयक्तिक गोष्ट असते. त्या ऐवजी तुम्ही दुसऱ्या कशाला घाबरता याचा विचार करा किंवा त्यापेक्षा भूतकाळात कोणत्या गोष्टींमुळे तुम्ही भयभीत झाला होतात ते आठवा. कदाचित पोहण्याच्या तलावात उडी मारण्याची तुम्हाला भीती वाटली असेल किंवा कदाचित विमानात बसण्याची तुम्हाला भीती वाटली असेल. कधीतरी असेही घडले असेल की, एके रात्री तुम्ही झोपेतून जागे झालात आणि अंधारात खोलीच्या दुसऱ्या भागात तुम्हाला राक्षस दिसला असेल - जो की खरे तर खुर्चीच्या पाठीवर टाकलेला तुमचाच कोट होता. ही सर्वसाधारण प्रकारची भीती असते आणि ती फक्त काही काळापुरतीच मर्यादित असते. आयुष्याच्या एखाद्या टप्प्यावर जी भीती आपल्या मनाला व्यापून टाकणारी आणि योग्य वाटते ती नंतर कमी दडपण आणणारी ठरते किंवा काही वेळेस उरतही नाही. काही वेळेस तर आपण किती क्षुल्लक गोष्टींचा बाऊ केला म्हणून आपलेच आपल्याला हसू येते. परंतु त्या-त्या वेळेस ती-ती भीती खरीच असते.

आता स्वत:वर हा एक प्रयोग करून बघा, असे केल्याने तुम्ही इतरांनासुद्धा भयमुक्त करण्यासाठी मदत करू शकाल. पुन्हा एकदा सांगतो की लोकांना असे सांगण्याचा प्रयत्न करू नका की त्यांचे घाबरणे चुकीचे आहे. त्याचा काही उपयोग होत नसतो. त्यांना 'तुला आत्ता नेमकी कशाची भीती वाटत आहे?' असे विचारण्याऐवजी, 'तुला कशाची भीती वाटत होती' असे विचारा. तुम्हाला एकदा त्यांच्या भीतीविषयी आणि त्यांच्या विचारसरणीविषयी अधिक माहिती मिळाली की भीतीमुळे त्यांची ताकद कशी निष्प्रभ झाली आहे हे त्यांना पटवून द्या. नंतर त्यांच्या अंगी स्फुरण चढेल असे बोला आणि त्यांना आश्वासित करा की आत्ता त्यांना ज्या गोष्टीची भीती वाटते

ती एक दिवस अत्यंत निरुपद्रवी वाटेल; तो भूतकाळ ठरेल. भीतीग्रस्त लोकांची संवेदना वाटून घेण्याचा व त्यांना मदत करण्याचा हा उत्तम मार्ग आहे. प्रयत्न करा आणि बघा की भीतीकडे 'दुर्लक्ष कर' अशी व्याख्याने झोडण्यापेक्षा हे किती प्रभावी आहे.

राग

सर्व नकारात्मक भावनांमध्ये सर्वच लोकांना या आधुनिक जगात मोठ्या प्रमाणात जाणवणारी एक सामाजिक भावना म्हणजे राग, क्रोध. एखाद्या साथीच्या रोगाप्रमाणे राग या भावनेने आपले हात पाय दूर-दूर पर्यंत पसरले आहेत. वरवर पाहता लोक चरणाऱ्या गुरा-ढोरांप्रमाणे शांत दिसतात परंतु त्यांच्या अंतरंगात क्रोध भरलेला असतो. तुमचा कॉल समोरच्या व्यक्तीने होल्डवर ठेवल्यास, तुम्ही विमानतळावर सामान घेऊन लांबच लांब रांगेत उभे असता तेव्हा, किंवा तुमच्या पुढचा माणूस ताशी २० कि.मी. वेगाने चालल्यामुळे तुम्ही ट्रॅफिक मध्ये अडकता तेव्हा... या सर्वच घटनांचे पडसाद कशात उमटते तर रागामध्ये आणि या तर मी खूपच किरकोळ घटना सांगितल्या. माझी खात्री आहे की तुम्हालासुद्धा अशा कित्येक घटना आठवतील की जेव्हा तुम्ही बाह्या सरसावून हमरीतुमरीवर आला आहात.

आता आपण 'राग' या भावनेकडे सहसंवेदनेच्या दृष्टिकोनातून बघू. 'राग' या विषयावरचे शोधनिबंध असे सांगतात की काही विशिष्ट घटना निश्चितपणे लोकांना राग आणतात. त्यापैकी सर्वांत महत्त्वाची घटना म्हणजे जेव्हा लोकांवर चुकीचे आरोप केले जातात तेव्हा! एखाद्या प्रकल्पावर तुम्ही दुसऱ्या कोणा पेक्षाही अधिक मेहनत घेतली परंतु तो प्रकल्प अपयशी ठरला. अशा वेळी अपयशाचे सर्व खापर तुमच्या माथी फोडले तर तुम्हाला कसे वाटेल? तुमच्याकडे पार्किंगचे पैसे भरल्याचे तिकीट हातात आहे आणि अजून त्यावरील वेळ शिल्लक आहे तरीही तुम्हाला एखाद्या हवालदाराने फटकारले तर तुम्हाला कसे वाटेल? अशी गैर आरोपांची कित्येक उदाहरणे देता येतील. तुम्हाला तुमच्या आयुष्यातील काही असे प्रसंग आठवतात का? जर तुम्ही ते आठवू शकलात तर अशी शक्यता आहे की ते आठवले तरी अजूनही तुम्हाला राग येतोय. चांगले आहे; आता लगेच सहसंवेदना तंत्राचा वापर करू.

भीती या भावनेबरोबर जशी सहसंवेदना दाखवावी लागते तशीच राग या भावनेबद्दल सुद्धा! कारण अंतरंगात धुमसणारा राग आणि बाह्यत: चढवलेला मुखवटा या दोन्हींमध्ये फार फरक असतो. अंतरंगात असलेला राग हा एखाद्या वन्ही सारखा असतो. तो धुमसत असतो. त्याला थोडासा विस्तव मिळाला की त्यातून ज्वाला फुटतात; परंतु त्याच सुरुवातीला दिसणाऱ्या छोट्याशा ज्वालांमुळे संपूर्ण

घर पेटू शकते. पुन्हा एकदा असा विचार करा की जेव्हा तुम्ही खरोखर रागावता तेव्हा तुम्हाला कसे वाटते? तुम्ही जर इतर सर्वसामान्य लोकांसारखेच असाल तर तुमची रागाची भावना कायम तेवत ठेवण्यासाठी तुम्ही कसलाही त्याग कराल. तुम्ही अत्यंत महागड्या बशा भिंतीवर फेकाल, कुत्र्याला लाथ माराल, दरवाजा जोरात आपटाल आणि त्यामध्ये तुमचे बोट सापडलेच तर मग तुम्हाला आणखीनच राग येईल.

एक दर्जेदार व्यवस्थापक म्हणून तुम्हाला अशा रागावलेल्या दुर्वास मुनींचा सामना करण्यासाठी बरेचदा बोलावण्यात येत असेल. लक्षात ठेवा, मी आत्ता काही मिनिटांपूर्वी काडेपेटीच्या काडीचे जे रूपक दिले ते! तुम्ही स्वत: आग लागू न देण्याचा प्रयत्न करा. समोरच्या व्यक्तीला तुम्हाला जाळण्याची परवानगी देऊ नका. सहसंवेदना बाळगणे महत्त्वाचे आहे. परंतु सहसंवेदना म्हणजे असे नव्हे की त्या क्रोधांगणात तुम्ही स्वत: उतरावे.

रागावलेल्या लोकांच्या जगतात प्रवेश करण्याची स्वत:ला परवानगी न देणे हे तेथील रागावलेल्या लोकांना मदत करण्याचा उत्तम मार्ग आहे. जर समोरच्या माणसाने भाग घेण्यास नकार दिला तर कोणत्याही एका व्यक्तीला अधिक काळ रागावलेले राहणे अवघड जाते. स्वत:ला शांत करणे सोपे असते. म्हणून तर रागावलेली व्यक्ती जर तुम्हाला अधिक उत्तेजित करू शकली नाही तर वादळाच्या वेगाने बाहेर निघून जाते. तुम्हाला शक्य असेल तर त्या व्यक्तीला खोली बाहेर जाण्यापासून थांबवा; मग अत्यंत सभ्यतेने फक्त पुढील दोन वाक्ये उच्चारा, 'मला समजते आहे की तू अस्वस्थ झाला आहेस, तुला जेव्हा बरे वाटेल तेव्हा आपण बोलू.'

बस्स! या खेरीज दुसरे काहीच बोलू नका! जर त्या रागावलेल्या व्यक्तीने तुम्हाला बोलण्याची बळजबरी केली तरीही फक्त वरील दोन वाक्ये उच्चारा. हीच दोन वाक्ये उच्चारणे हितावह का आहेत याचे स्पष्टीकरण देण्यासाठी आता तुम्हाला सांगतो की ही वाक्ये समोरच्यावर टीका करणारी नाहीत आणि दुसरे असे की ही वाक्ये बोलण्याने तुम्हाला पुन्हा एक संवाद साधण्याची संधी मिळणार असते. फक्त केव्हा तर राग ओसरल्यानंतर! पुन्हा एकदा सांगायचे आहे की तुम्ही जे काही करणार आहात ते तुम्हाला जो राग, क्रोध, संताप समोर दिसत आहे त्या पातळीपर्यंत तुम्ही कधीच जाणार नाही; कारण तुम्ही 'दर्जेदार' आहात, 'अभिजात' आहात.

नैराश्य – 'त्याचा काय उपयोग?'

आत्तापर्यंत समोरच्या व्यक्तीच्या भावना वाटून घेण्यास मदत करण्याची संधी देणारे चार विषय आपण पाहिले. काळजी, आशावाद, भीती आणि राग. आश्चर्याची गोष्ट ही की, त्यापैकी राग आणि आशावाद या दोन्हींविषयी आपल्याला अत्यंत आपुलकी वाटते. राग हीसुद्धा एक आशावादी भावना आहे. ही भावना तुम्ही जर पुरेसे रागावलात तर तुम्ही प्रभाव टाकू शकता या पायावर आधारलेली आहे. कधी भूकंप झाला म्हणून किंवा बर्फाची दरड कोसळली म्हणून लोकांना रागावलेले तुम्ही पाहिले आहे काय? कारण त्याचा काही उपयोगच नसतो ना? पण असे बघा, जर तुम्ही तुमच्या बॉसवर किंवा तुमच्या जोडीदारावर रागावलात तर त्याची किंवा तिची वर्तणूक बदलण्याची शक्यता असते किंवा निदान त्याचे किंवा तिचे तुम्ही लक्ष तरी वेधू शकता. हुरिकेन (वादळ) चे लक्ष वेधून घेणे केवळ अशक्य आहे त्यामुळे लोक त्यामध्ये वेळ व्यर्थ घालवत नाहीत. राग हा जरी अतार्किक दिसत असला तरीसुद्धा त्याला नेहमीच एक आशावादाची किनार असते.

नैराश्याची भावना मात्र याच्या अगदीच उलट आहे. निराश झालेल्या लोकांनी आशा सोडलेली असते. जगाकडे पाहण्याचा त्यांचा दृष्टिकोन अगदी तीन साध्या शब्दात सांगायचा झाला तर 'त्याचा काय उपयोग?' नैराश्य आणि दुःख या दोन भावनांची लोक सहसा गल्लत करतात. परंतु ते चुकीचे आहे. नैराश्य आणि दुःख या भावना सारख्या नव्हेत. तुम्ही निराश नसतानासुद्धा दुःखी होण्याची शक्यता असते. नैराश्य ही भावना अधिक तर शारीरिक पातळीवरची आहे जसे की थकवा! परंतु राग किंवा काळजी या भावना तशा नाहीत. आणखी सांगायचे झाले तर नैराश्याच्या उलट अर्थी शब्द म्हणजे सुख किंवा आनंद नव्हे. आनंद हा शारीरिक पातळीवरील उत्साहाने एखादी कृती करण्याकडे निर्देश करतो. जे लोक खऱ्या अर्थाने नैराश्याने ग्रासलेले असतात ते सकाळी अंथरुणाच्या बाहेर पडण्यासाठी स्वत:ला पटवून देऊ शकत नाहीत; पुन्हा तेच ते म्हणतात, 'त्याचा काय उपयोग?'

निराश व्यक्तीला सहसंवेदना दर्शवताना तुम्हाला काही विशिष्ट मानसिकतेच्या चौकटीत बसण्याची गरज नाही. तुम्हाला हे फारसे भावनिक पातळीवर न जाता शारीरिक पातळीवर करता येते. हे म्हणजे तुमची ऊर्जा व्यर्थ घालवणे असते. इथे तुम्ही चक्क खोटेही बोलू शकता.

मग आता ही सर्व पार्श्वभूमी बघता तुमच्या मनात काय येते की जे लोक सध्या नैराश्येने ग्रासलेले आहेत त्या लोकांना तुम्ही अधिक प्रभावीपणे कशी मदत करू शकता? इथे त्यांच्याशी फारसे बोलून उपयोग होत नाही. कदाचित ते तुमच्याशी

एक शब्दही बोलणार नाहीत किंवा ते फक्त तुम्हाला एवढेच सांगतील की ते कसे नैराश्याने घेरले गेलेले आहेत आणि आता प्रत्येक गोष्ट किती निरर्थक आहे. नैराश्य किंवा औदासीन्य ही एक अधिकतर शारीरिक व्याधी आहे म्हणून त्याचा उतारासुद्धा शारीरिक पातळीवरच आहे. अशा लोकांना हलते-फिरते ठेवा. शारिरिक हालचालींमुळे त्यांना बरे वाटेल. ते तुम्हाला अर्थातच प्रतिरोध करतील, कारण मनोमन ते हे समजलेले असतात की तुम्ही जे सुचवता ते फलद्रूप होईल. निराशेत खोलवर रुतलेल्या लोकांसाठी नैराश्य हीच आरामदायी जागा असते म्हणून ती त्यांना सोडायची नसते. परंतु तुम्ही जर त्यांना कसेही करून बाहेर काढू शकलात तर त्यांना ती सोडावीच लागते.

तुम्ही जर खरोखरच वैद्यकशास्त्राच्या दृष्टिकोनातून आजारी असाल तर नैराश्याने घेरलेला माणूस पाण्यातील घसरगुंडीची मजा उपभोगू शकणार नाही. नैराश्यग्रस्त माणसाला डान्समध्ये भाग घ्यायलासुद्धा आवडणार नाही. अशा लोकांना तू तुझे नैराश्य सोड आणि डान्समध्ये भाग घे असे सांगण्याचा वृथा प्रयत्न करू नका. त्यापेक्षा सरळ त्यांना हाताने ओढून डान्समध्ये सहभागी करून घ्या. त्यामुळे त्यांचे नैराश्य काही प्रमाणात झटकले जाईल आणि तुम्ही अविस्मरणीय ठराल.

जी व्यक्ती निराशेच्या खोल-खोल गर्तेत जात आहे अशा व्यक्तीला सहसंवेदना दर्शवण्याची शेवटची आणि सगळ्यात अवघड संधी असते. हे समजून घेण्यासाठी आपण अनेक वैयक्तिक विकासाचे मार्गदर्शन करणाऱ्या पुस्तकांमध्ये जे तत्त्व सांगितलेले असते ते आठवू. काय आहे हे मौल्यवान तत्त्व, 'तुम्ही आत्तापर्यंत जे करत आलात तेच करत राहिलात तर आत्तापर्यंत तुम्हाला जे मिळाले तेच पुढेही मिळत राहील.'

हे विधान अतिशय लोकप्रिय ठरले याचे कारण ते खरे आहे म्हणून नव्हे; तर याचे कारण आहे की जरी ते खरे वाटत असले तरी प्रत्यक्षात ते खरे नाही. उदाहरणार्थ, काही अब्ज वर्षांपूर्वी डायनासोर जे करत आले होते तेच पुढेही करत राहिले, परंतु त्यांना जे पूर्वी मिळत गेले तेच पुढेही नाही मिळाले. त्यांना काय मिळाले तर त्यांची प्रजाती नष्ट झाली. हे कशामुळे घडते तर परिस्थितीनुरूप तुम्ही तुमच्यामध्ये बदल केले नाही तर! जे लोक प्रत्येक गोष्टीला नकार देतात त्यांच्या प्रती सहसंवेदना दर्शवणे कठीण जाते कारण बदललेली परिस्थिती लक्षात घेण्याचे ते नाकारतात.

खरे सांगायचे तर प्रत्येक संस्थेमध्ये अशा प्रकारची कर्मठ माणसे असतात. ते त्या संस्थेमध्ये अनेक वर्षांपासून काम करत आलेले असतात. काही वेळेस तर त्यांचे स्वत:चे असे छोटेसे साम्राज्य असते. तो बहुधा अकाउन्टिंग विभाग असतो. त्यांच्या दृष्टिकोनातून तो काळ अजूनही १९९० किंवा १९८० किंवा अगदी

१९७५सुद्धा असतो. अशा वेळी ही व्यक्ती जर निराशेने घेरलेली असली तर तिच्याशी संवाद साधणे मोठे कठीण होऊन बसते. पुन्हा एकदा सांगायचे तर ही एक शारीरिक पातळीवरील कृती असते. अशा वेळी अशा लोकांना नवीन कोणत्या तरी प्रकल्पावर नियुक्त करा. त्यांना त्यांच्या सुरक्षित नियंत्रण कक्षातून बाहेर काढा जेणेकरून परिस्थिती बदललेली आहे हे ते नाकारू शकणार नाही.

त्याच वेळी हीसुद्धा सजगता ठेवा की, कदाचित याचाही उपयोग होणार नाही. मग तुम्ही इतर लोकांकडे तक्रार कराल तेव्हा ते लोक म्हणतील, 'ते त्यांचा हेका सोडणार नाहीत.' याचा अर्थ असा की ते बदलूच शकत नाहीत. कदाचित त्यांचे बरोबरही असेल. डायनासोर बदललेल्या परिस्थितीशी जुळवून घेऊ शकले नाहीत तसेच त्यांच्याबाबत होईल का? मग असे जे हेकेखोर लोक आहेत जे बदलायला तयार नाहीत अशा लोकांना 'गुड बाय' करण्याची वेळ तुमच्यावर येईल; अशा वेळी तुमच्या मनात अपराधीपणाची भावना येऊ देऊ नका, कारण तुम्ही तुमचे जास्तीत जास्त प्रयत्न केले आहेत. परंतु त्यांनी स्वत:ला बदलण्यापेक्षा संस्था सोडून जाण्याचा पर्याय निवडला आहे त्याला तुम्ही काय करणार.

लोकांशी सहमत होणे आणि लोकांना सहसंवेदना दर्शवणे या दोन्हींमध्ये फरक आहे. एक दर्जेदार कृती म्हणून समोरच्या व्यक्तीच्या भावनांची सत्यता ओळखण्याची क्षमता तुमच्यामध्ये हवी; मात्र त्या वास्तवावर तुम्ही कोणतीही टीकाटिप्पणी करायची नाही. हे सांगण्याची गरज नाही की टीका भावनांवर करायची नाही परंतु त्या शब्दांच्या मथितार्थावर तुम्ही टीका करू शकता किंवा करायला हवी. उदाहरणार्थ काही लोकांच्या मनामध्ये जातिभेद, वंशवाद किंवा स्त्री-पुरुष समानतेवर अविश्वास याविषयी पूर्वग्रहदूषित मते असतील तर गोष्ट फक्त एवढीच नसते की, 'त्यांना त्यांचे मत व्यक्त करण्याचा पूर्ण अधिकार आहे.' पहिली पायरी तर ही की आधी त्यांचे मत समजून घ्या आणि त्याकडे त्यांच्या दृष्टिकोनातून पाहा; अगदी जरी तुम्हाला त्यांचे विचार हीन अभिरुचीचे वाटले तरीही!

मानवी हितसंबंध जपण्याचे 'सहसंवेदना' हे एक महत्त्वाचे साधन आहे आणि निश्चितच अविस्मरणीय व्यक्तिमत्त्वाचा तो एक महत्त्वाचा पैलू आहे. परंतु तुम्ही तुमच्या स्वत:साठी सुद्धा सहसंवेदनेची इतरांकडून अपेक्षा धरू शकता. एका ठरावीक मर्यादेपलीकडे अशक्य लोकांना सहन करण्याची गरज नाही. जर तुम्ही मर्यादेपलीकडे लोकांना सहन कराल तर तुम्ही स्वत:च नैराश्यात जाल. तुमचे ध्येय काही साधू-संत होण्याचे नाही तर स्वत:ला दर्जेदार कृती करून अविस्मरणीय बनवण्याचे आहे.

१

तुमच्या संघाला आत्मविश्वासपूर्ण बनवा

आत्मविश्वास हा दर्जेदार व्यक्तिमत्त्वाचा पाया आहे हे आपण पाहिले. तसेच तो तुम्ही कसा मिळवू शकता आणि त्यावर तुमच्या व्यक्तिगत आयुष्याची इमारत कशी रचू शकता हे ही पाहिले. पण जेव्हा तुमचे व्यक्तिमत्त्व अविस्मरणीय करण्याची बाब समोर येते तेव्हा हे गुण अंगीकारणे ही निव्वळ एक सुरुवात असते. ज्या व्यक्तीच्या अंगी खऱ्या अर्थाने हा दर्जेदारपणा असेल त्याला हे ही माहीत असते की इतरांनीसुद्धा हे गुण अंगीकारण्यासाठी त्याने स्फूर्ती द्यायची आहे. यालाच व्यापक अर्थाने 'टिम बिल्डिंग' असे म्हणतात. याचा अर्थ सर्व सदस्यांनी मिळून एकोप्याने व सहकार्याने काम करण्यासाठी दिलेले प्रोत्साहन.

संघ-व्यवस्थापन या शब्दाची तंतोतंत व्याख्या करणे ही एक गुंतागुंतीची तात्त्विक समस्या आहे. तथापि दैनंदिन पातळीवर तसे वागणे हे अधिक सोपे आहे. कुणीही प्रभावशाली संघ-व्यवस्थापक आणि संघ-नेता बनू शकते, ही एक चांगली बातमी आहे. कारण तुमच्या भोवताली असलेल्या लोकांमधील जास्तीत जास्त गुण संपूर्ण प्रमाणात बाहेर काढणे ही तुमची जबाबदारी असते. सामाजिक, नैतिक आणि व्यावसायिक बाबींमध्ये योग्य तो समतोल साधून सांघिक कृत्ये कशी करता येतील यांचे मार्गदर्शन त्यांना हवे असते आणि तो समतोल साधून देण्यासाठी तुम्ही त्यांना मदत करत असता.

पहिली आणि सगळ्यात महत्त्वाची पायरी ही की, एक आदर्श उदाहरण घालून घ्यायचे. संत तुकारामांनी सुद्धा म्हटले आहे, 'बोले तैसा चाले त्याची वंदावी पाऊले.' या उक्तीनुसारच प्रभावी नेत्यांनी बोलल्याप्रमाणे वागायला हवे तरच त्यांच्या पाठोपाठ त्यांचे अनुयायी आपोआप येतील. आणखी असे की जे दर्जेदार

नेते असतात ते जेव्हा आपल्या संघामध्ये सकारात्मक बदल झालेला पाहतात तेव्हा ज्या कोणी चांगली कामगिरी केली आहे त्या प्रत्येकाला बक्षिस किंवा शुभेच्छा देण्याचे ते कधीही विसरत नाहीत. नाण्याची दुसरी बाजू अशी की अविस्मरणीय संघ व्यवस्थापक जे असतात ते त्यांची चूक असल्यास ती कबूल करण्याचे धारिष्ट्य स्वत:हून दाखवतात आणि टीकाही विधायक पद्धतीने स्वीकारतात. प्रगतीच्या मार्गामध्ये, आपणच आपल्या चुकांमधून शिकायचे असते ही विचारसरणी आपण या पूर्वीच चर्चिली आहे. जेव्हा तुम्ही हे तत्त्व आचरणात आणता तेव्हा अडचणींच्या प्रसंगात लोकांनाही मोकळेपणाने तुमचा सल्ला व मदत मागण्याचा संकोच वाटत नाही.

यासाठी काय लागते?

आपल्या भोवतालच्या लोकांबरोबर कौशल्याने संवाद साधता येणे हा संघ-व्यवस्थापनामधील सर्वांत महत्त्वाचा घटक आहे. याचे एक कारण असे की अनेक लोकांना आपल्या भोवतालच्या लोकांबरोबर जिव्हाळ्याचे संबंध प्रस्थापित करण्यामध्ये अडचणी येतात. ड्वाइट आयझेनहॉवर जसे म्हणतो की संघ-व्यवस्थापन म्हणजे 'दुसऱ्यांना तुम्हाला हवे तसे करायला लावणे, परंतु ते करताना जणू ते आपल्यालाच तसे हवे आहे असे वाटू देणे' आणि हे काम खरोखर अवघड आहे. ज्यांच्या अंगी उत्तम लोककौशल्ये आहेत त्या लोकांना जास्तीत जास्त चांगली कामगिरी करावीशी वाटते कारण ती कामगिरी ते स्वत:साठी करत असतात. 'उत्तम आदर्श घालून देणे' हे जरी सर्वोत्तम तत्त्व असले तरी त्याही पलीकडे जाऊन तुमचे वैयक्तिक गुणविशेष तुम्हाला इतरांवर सकारात्मक छाप पाडण्यासाठी उपयोगी ठरतात.

त्यापैकी 'लवचीकपणा' हासुद्धा एक महत्त्वाचा गुणविशेष आहे. प्रवाहाच्या दिशेने तुम्ही किती चांगले पोहू शकता? जेव्हा अनपेक्षितपणे काही समस्या उद्‌भवतात तेव्हा आपल्या कामाला नवीन दिशा देण्यासाठी नवीन नियोजन करण्याची कितपत क्षमता तुमच्या अंगी आहे? या साठी तुम्हाला काही मदतीची गरज पडली तर ती जरूर घ्या आणि असे नियोजन करा की ज्यामधून अनेक पर्याय निघू शकतील. तुम्ही जर हे प्रथमच करणार असाल तर आपल्या कामावर अधिक लक्ष केंद्रित करण्यासाठी सर्वतोपरी कष्ट घ्या.

निर्णय घेणे हे संघ-व्यवस्थापनामध्ये फार महत्त्वाचे असते आणि जर ही क्षमता अंगी नसेल तर अनेक नेत्यांची आणि व्यवस्थापकांची अधोगती सुरू होते. जर तुम्ही महत्त्वाचे निर्णय घेत नसाल तर संघ-व्यवस्थापन होऊच शकणार नाही. दुर्दैवाने सगळ्यात महत्त्वाचे निर्णय हे घेण्यासाठी फार अवघड असतात. ते कटूसुद्धा असते त्यामुळे बऱ्याच लोकांना असे निर्णय घेण्याचे काम पुढे ढकलावेसे किंवा टाळावेसे

वाटते. तुम्हाला जसे योग्य वाटेल तसे निर्णय धिटाईने घेण्यासाठी तत्पर राहा. अर्थातच तुम्ही असे धिटाईचे निर्णय घेतले तर प्रत्येक जणच तुमच्याशी सहमत होईल याची खात्री देता येत नाही, जरी तुमचा निर्णय कितीही बरोबर असला तरीही! परंतु अशी परिस्थिती हाताळणे ही एक दर्जेदार कृती आहे.

जागतिक पातळीवरील श्रेष्ठ दर्जाच्या संघ-नेत्याच्या अंगी पुढील गुणांचा समावेश असणे गरजेचे आहे.

वक्तशीरपणा – कामाच्या ठिकाणी तुम्ही नेहमी वेळेतच पोहोचता अशी कीर्ती मिळवा; त्यामुळे तुमच्या संस्थेतील इतर शिस्तप्रिय लोकांकडून आदराची वागणूक मिळेल. खासकरून तुम्ही जेव्हा मीटिंगला जाता तेव्हा इतर लोक वेळेवर येत असतील तर तेही तुमच्याकडून तशीच अपेक्षा ठेवतील. मीटिंगला एखाद्या धिम्या किंवा सुस्त सदस्याची नेहमीच वाट पाहायला लागण्याइतके उद्वेगजनक काहीच नसते.

इतरांची मते जाणून घ्या – नेहेमी लोकांशी अगत्याने, मैत्रीपूर्वक बोलण्यासाठी, गप्पागोष्टी करण्यासाठी, त्यांना शुभेच्छा देण्यासाठी वेळ ठेवा. जर तुम्ही मीटिंगच्या ठिकाणी थोडे वेळेच्या आधी पोहोचलात तर या सर्व गोष्टी करण्यासाठी तुम्हाला योग्य वेळ मिळेल. लोक येण्यापूर्वीच तुम्ही तिथे हजर असल्यास तुम्ही प्रत्येकाशी वैयक्तिक पातळीवर संवाद साधू शकाल.

एक पाऊल मागे घ्या – घरी असो किंवा ऑफीसमध्ये, तिथे असलेल्या प्रत्येकाला निर्मितीक्षम बनवणे व त्याला सुखदायी वाटेल असे वातावरण निर्माण करणे ही तुमची जबाबदारी असते. परंतु जिथे दुसऱ्या कुणाची सत्ता असते अशा वेळी तुम्ही तुमचे एक पाऊल मागे उचलून त्यांना त्यांच्या पद्धतीने वातावरण निर्मितीची परवानगी दिली पाहिजे.

पेहराव – जर एखाद्या संस्थेची किंवा व्यवसायाची ही अपेक्षा असेल की तिथे औपचारिक पेहराव किंवा विशिष्ट गणवेश हवा तर, तुम्ही तसे नियम पाळले पाहिजेत. जर तुम्ही प्रत्यक्ष ऑफीसमध्ये येण्यापूर्वी वर्कशॉपमध्ये किंवा बांधकामाच्या ठिकाणी जाऊन आला असाल तर कपड्यांवरील धूळ झटकून स्वत:ला शोभनीयरीत्या सादर केले पाहिजे.

लक्ष देऊन ऐकणे – तुम्ही जेवढे बोलाल त्याच्या दुपटीने तुम्ही इतरांचे बोलणे ऐकून घेतले पाहिजे. तुम्ही स्वत:ची माहिती जेव्हा स्वेच्छेने सांगता त्यापूर्वी संवादादरम्यान समोरच्या व्यक्तीविषयी तीन प्रश्न विचारा.

शिष्टाचार – मीटिंगच्या सुरुवातीला किंवा सामाजिक मेळाव्याच्या वेळेस खात्री करून घ्या की प्रत्येकाची योग्य रीतीने ओळख करून दिली आहे का? कार्यक्रम

किंवा मीटिंग संपल्यावर घाईघाईने बाहेर पडू नका, जसे की तुम्हाला थांबायलाच वेळ नाही. तुम्हाला शक्य तितक्या लवकर निघायचे असले तरी तसे करू नका.

प्रभावशाली प्रशिक्षण

संघ-नेता म्हणून तुम्ही दररोज जी कर्तव्ये निभावता त्या वचनबद्धतेमधून आणि तुमच्या संघसदस्यांना तुम्ही जी प्रशिक्षणासाठी औपचारिक पुस्तके दिली त्यामधून तुम्ही त्यांना जो आत्मविश्वास दिला आणि जी कौशल्ये दिली ती व्यक्त झाली तर आपोआपच तुम्ही स्वत:ला अविस्मरणीय नेते म्हणून सिद्ध करू शकता.

कॉर्पोरेट क्षेत्रातील मस्टरवर तुम्ही जितक्या उच्च पदाला असता तितका प्रशिक्षणासाठी बनवलेल्या पुस्तकांमधील तुमचा सहभाग अधिक असावा लागतो. उदाहरणार्थ तुम्ही जर तुमच्या कंपनीचे सीईओ असाल तर प्रशिक्षणाच्या दरम्यान असलेली तुमची उपस्थिती निश्चितच शिकाऊ उमेदवारांना प्रशिक्षणाकडे गांभीर्याने लक्ष देण्यास भाग पाडेल. तसेच त्यांना कंपनीमध्ये अधिक उच्च पदेही भूषवायला मिळतील.

तुम्ही जेव्हा प्रशिक्षणासाठी आणि संघ-व्यवस्थापनासाठी पुस्तके विकसित करायला घ्याल तेव्हा त्यामध्ये मूल्ये आणि तंत्रे या दोन्हींवरच अधिक प्रकाश टाका. उदाहरणार्थ, संघ-व्यवस्थापनासाठीच्या पूरक गोष्टी कोणत्या? हे पहिले मूल्य शिकाऊ उमेदवारांना सांगितले पाहिजे.

याची खात्री करा की प्रशिक्षणासाठी तुम्ही विकसित केलेले हे पुस्तक तुमच्या कंपनीच्या बोधवाक्यांशी आणि कंपनीच्या व्यावसायिक क्लृप्त्यांशी साधर्म्य साधणारे असेल. याचीही खात्री करून घ्या की तुम्ही जो प्लॅन तयार केला आहे त्यानुसार हे प्रशिक्षण केवळ शिक्षक- आणि विद्यार्थी असे असू नये. अशा प्रकारचे प्रशिक्षण हे वर्षातून एकदा आणि कंपनीच्या गेस्ट हाउसवर किंवा मनोरंजन करणाऱ्या ठिकाणी घेऊ नये. दैनंदिन कॉर्पोरेट जीवनाचा तो एक भाग असावा. संघसदस्यांना विकसनशील प्रकल्पांसाठी व बहि:स्थ शिक्षणासाठी वचनबद्ध करून घ्यावे. उच्च अधिकाऱ्यांसाठी आंतरराष्ट्रीय पातळीवर चर्चासत्रे घडावीत आणि त्यांच्या क्षमतांचा पुरेपूर वापर व्हावा. यामुळे तुमची पुस्तके आणि तुमचे व्यवस्थापन अधिक बळकट होईल.

नवीन सदस्यांना तुमच्या संघाचा एक भाग बनवा

कोणत्याही यशस्वी उद्योगामध्ये संघसदस्य हा त्या कंपनीचा पाठीचा कणा असतो. ते महत्त्वाचे असतात. जेव्हा उच्च पदस्थ नेते कंपनीच्या वतीने महत्त्वाचे निर्णय घेत

असतात तेव्हा ती कामे होण्यासाठी जे कष्ट करावे लागतात ते हे संघसदस्य करत असतात. जर कामगार चांगले नसतील तर कोणतीच कंपनी आपली कामे योग्य रीतीने पार पाडू शकणार नाही. दुर्दैवाने अनेकांना कामगार म्हणून आपण कंपनीमध्ये नव्याने कामाला लागलो होतो व या कॉर्पोरेट जगतात व्यवस्थापकाच्या जागेवर रुजू झालो तेव्हा आपण किती अधिक कष्ट केले होते याचा विसर पडतो. म्हणून कोणत्याही यशस्वी कंपनीसाठी कामगारांचे प्रशिक्षण आणि कामगारांचे विकसन हे अधिक महत्त्वाचे ठरते. जेव्हा कामगार यशस्वी होतात तेव्हाच कंपनी यशस्वी होते.

अनेक नामवंत कंपन्यांमध्ये जेव्हा नवीन कामगारांची नियुक्ती होते तेव्हा ताबडतोब त्यांना कामगार प्रशिक्षणाच्या शिबिरात दाखल व्हावे लागते. शक्य तेवढ्या लवकर त्यांना जास्तीतजास्त माहिती पुरवावी लागते. ज्या कंपनीमध्ये तुम्ही काम करता त्या कंपनीबद्दलचे बारीकसारीक तपशील जाणून घेण्याची ती एक उत्तम संधी आहे. नवीन आलेल्या लोकांनाही हे समजते की त्यांच्या कामाबद्दलच्या औपचारिक कर्तव्यांच्या पलीकडेही त्यांच्याकडून कोणत्या अपेक्षा आहेत.

नवीन कामगारांसाठी 'परिचया'चा असलेला हा कार्यक्रम फायदेशीरच आहे. परंतु तो सातत्याने विकसनासाठीसुद्धा पुढे चालू राहिला पाहिजे. दुर्दैवाने अनेक कंपन्या फक्त 'आरंभशूर' असतात व पुढे सगळे उपक्रम थांबवतात. प्रशिक्षण आणि विकसन या पुस्तकांची निर्मिती करताना आणि त्यांचा व्यावहारिक उपयोग करून घेताना संघ-व्यवस्थापकाने दोन गोष्टी लक्षात ठेवल्या पाहिजेत. त्याने निर्मिलेले पुस्तक हे इतर पुस्तकांपेक्षा वेगळे असावे याला अग्रक्रम दिला पाहिजे. त्याच वेळी त्यामध्ये दिलेल्या सूचना दैनंदिन जीवनात कामाच्या ठिकाणी कामगारांना उपयुक्त ठरल्या पाहिजेत. कामगारांच्या प्रशिक्षणासाठी असलेली पुस्तके खूप महत्त्वाची असतात, कारण नवीन कामगारांना कंपनीचे कार्य कसे चालते या विषयीची आणि कंपनीच्या त्यांच्याकडून कोणत्या अपेक्षा आहेत या विषयीची माहिती मिळते. त्याच बरोबर जे जुने कामगार आहेत ते ज्ञानाच्या आणि संवादाच्या कक्षेमध्ये राहतात. प्रभावशाली पुस्तकांद्वारे कामगार आणि तो काम करत असलेला विभाग यांच्यातील सामंजस्य आणि संवाद वाढीस लागतो. तथापि जर संघ-व्यवस्थापकाने कामगारांच्या प्रशिक्षणाविषयीच्या पुस्तकांचे महत्त्व समजले नाही आणि कामगारांनाही ते समजले नाही तर त्या पुस्तकाचे ईप्सित साध्य होत नाही. कंपनीचा आवाका किती मोठा आहे हे पाहून कामगारांच्या प्रशिक्षणासाठी सह-समन्वयकावर प्रशिक्षणा दरम्यान कोणते प्रकरण कधी घ्यायचे त्याचे वेळापत्रक बनवण्याची जबाबदारी असते. जेणेकरून प्रत्येक कामगाराचे जास्तीत जास्त हित साधले जाईल.

ज्या कामगारांना त्यांचे कामाचे स्वरूप व त्यांच्याकडून केल्या जाणाऱ्या अपेक्षा योग्य पद्धतीने समजतात ते त्यांचे काम आनंदाने आणि अधिक उत्पादनशीलतेने

करू शकतात. सद्य:स्थितीत प्रस्थापित असलेल्या प्रशिक्षण-पुस्तकांकडून कंपनी विक्रीमध्ये आणि एकूणच उत्पादकतेमध्ये होणाऱ्या वाढीची अपेक्षा करू शकते.

संघ-व्यवस्थापन आणि वेळेचे नियोजन

लोकांच्या मनात वेळेच्या नियोजनाबद्दल काहीतरी उलटसुलट कल्पना असतात. त्यांना हे माहिती असते की हे खूप महत्त्वाचे आहे - मध्यम दर्जाचा व्यवस्थापक आणि कार्यकारी अधिकारी यांच्यात फरक आहे– तरीसुद्धा दररोज ते कितीतरी वेळ वाया घालवतात. संघ-व्यवस्थापक म्हणून तुम्ही तुमच्या संघाला त्यांच्या प्रत्येक मिनिटाचा विनियोग वेळेच्या नियोजनाची तत्त्वे आणि तंत्रे वापरून जास्तीत-जास्त चांगला कसा करता येईल हे शिकवण्यासाठी मदत करू शकता.

वेळेचे नियोजन करण्यासाठी तुम्ही जर एक तास दिला तर तुमचे कामाचे दहा तास वाचतात – आधी तुमची ध्येये ठरवा त्या शिवाय कोणत्याही मोठ्या प्रोजेक्टमध्ये एकदम उडी घेऊ नका. त्या ध्येयांची पूर्तता तुम्ही कशी करणार आहात आणि सगळ्यात महत्त्वाचा भाग हा की वेळेचे नियोजन कशा प्रकारे केले म्हणजे सर्वाधिक यश मिळेल याचा आराखडा तुमच्याकडे असला पाहिजे. यामुळे तुम्ही जागेवरच निर्णय घेऊ शकाल आणि निर्णय लांबवल्याने प्रकल्पसुद्धा लांबतात.

तुमचा वाचनाचा वेग वाढवा – सर्वसाधारणपणे लोकांचा वाचनाचा वेग हा एका मिनिटाला २०० शब्द इतका असतो. अधिकतर लोकांना त्यांच्या कामाच्या संदर्भात दिवसाला निदान दोन तास तरी वाचावे लागते. तुम्ही जर वाचनाचा वेग वाढवण्यासाठी खास कोर्स केला तर तुमच्या वाचनाचा वेग दुप्पट होतो. त्याचा उपयोग असा होतो की तुम्हाला तेवढेच वाचन करण्यासाठी एक तास पुरतो आणि एक तास तुम्हाला इतर उत्पादक गोष्टी करण्यासाठी अधिक मिळतो.

दररोज एक तास आत्मविकासासाठी द्या – तुम्हाला आवडेल त्या गोष्टीमध्ये अधिक कौशल्य संपादन करण्यासाठी दररोज एक तास द्या; म्हणजे आठवड्याचे सात तास झाले (म्हणजे कामाचा एक दिवस) आणि वर्षाचे ३६५ तास झाले. (म्हणजे सलग दोन आठवडे जसे की झोपेशिवाय) अशा प्रकारे तुम्ही तुमच्या आवडीच्या गोष्टीमध्ये प्रावीण्य मिळवू शकता.

संयमाचा सराव करा – सकारात्मक बदल हा अगदी सहजतेने आणि शक्य

तितक्या लवकर व्हावा असे वाटणे साहजिकच आहे. परंतु बदल घडून येण्यास आपल्या अपेक्षेपेक्षा अधिक वेळ लागतो. पहिली गोष्ट तर बदल यशदायी असला पाहिजे, तो एकात्मिक हवा आणि नंतर त्याचे रूपांतर तुमच्या विकासाच्या पुढील टप्प्यासाठी पाया म्हणून उपयुक्त ठरले पाहिजे.

साहसी बना – बदलाकडे एक आव्हान आणि रूपांतर म्हणून पाहा. नियोजन आणि तयारी यामध्ये स्वत:ला झोकून द्या. व्यवसाय-उद्योगाची नवीन क्षितिजे धुंडाळा; याकडे एक साहस म्हणून बघा. ते कुणीतरी तुमच्यावर लादले आहे असे वाटून घेऊ नका.

विधायक असंतोषाचा सराव करा – आहे त्याच गोष्टीत समाधान मानण्याऐवजी आणि 'ठेविले अनंते तैसेची राहावे' असा विचार न करता स्वत:च्या मनाला विचारा, 'मी अधिक चांगले होण्यासाठी माझ्यात कोणते बदल करू शकतो? माझ्यात बदल केल्याने माझ्या संघाचीसुद्धा कशी अधिक चांगली प्रगती होऊ शकेल?'

दररोज काहीतरी नित्यनवे करा – जेव्हा लोक त्यांच्या आरामाच्या (कम्फर्ट झोन) पलीकडे जाऊन स्वत:चा विस्तार करतात तेव्हा ते नवीन कम्फर्ट झोन शक्य तेवढ्या लवकर निर्माण करण्याचा प्रयत्न करतात. स्वत:पुढे दररोज कामे करण्याचा नवीन मार्ग शोधून काढण्याचे आव्हान ठेवा.

लाभाविषयी विचारा – नवनवीन कल्पना आणि सूचना इतरांना तुम्हाला देण्यास सांगा आणि तुमच्यातील बदल त्यांना कसा वाटतो या विषयी त्यांची मते विचारा. आपण बदलांचा उपयोग एकमेकांना सांधणारे पूल बनवण्यासाठी करणार आहोत, एकमेकांमध्ये भिंती उभारण्यासाठी नव्हे. तुमच्या संघाने केवळ ढाल घेऊन उभे राहायचे नाही तर प्राप्त परिस्थितीमध्ये मोलाची भर घालायची आहे. आधी तुम्ही ही तत्त्वे आचरणात आणा म्हणजे तुमचा संघसुद्धा त्याच दिशेने काम करेल.

कामाची यादी बनवून तिचा वापर करा म्हणजे 'काम झाले' चीसुद्धा यादी बनेल – अशी यादी म्हणजे एक अत्यंत महत्त्वाचे साधन आहे; म्हणून त्याची अधिक तपशिलाने चर्चा करा. हे इतके साधे दिसते की हास्यास्पदच वाटते. तरीही काही लोक आणि अगदी लहानातली लहान संस्थासुद्धा अशी कामाची यादी बनवते. आपल्यापैकी अधिक लोक एका वेळी अधिक गोष्टींवर लक्ष केंद्रित करत असतात. (जे अधिकच वाईट असते) किंवा कशाकडेच लक्ष देत नाहीत. यादीतील एका

गोष्टीची तरी जबाबदारी तुम्ही घ्या.

कामाच्या ठिकाणचा सगळ्यात शहाणपणाच्या वर्तणुकीबद्दल सांगायचे झाले तर, 'तुम्ही एखादे दोन तासाचे काम करायला आख्खा आठवडा दिलात तर ते काम अधिक गुंतागुंतीचे होत जाईल आणि ताणतणाव वाढेल.' जर एखादा प्रकल्प पूर्ण करण्यासाठी दोन आठवडे तुम्हाला दिले तर ते तुम्ही दोन आठवड्यांत पूर्ण करावे हे योग्य; परंतु जर तुम्हाला ते काम करण्यासाठी कुणी एक महिना दिला तर तुम्हाला तेवढाही वेळ कमी पडू शकतो. तुम्ही तुमच्या काम करण्याच्या यादीमध्ये फक्त एकच गोष्ट लिहिली तर कदाचित तुम्ही ती एकच गोष्ट दिवसभर करत बसाल. तुम्ही त्या यादीमध्ये दुपारपर्यंत करण्याच्या कामामध्ये आणखी एका कामाची भर घातली तर तुम्ही ती दोन्ही कामे करू शकता. तुमच्या यादीमध्ये सहा किंवा सात कामे असली तर तुम्ही संपूर्ण दिवसभरात तीसुद्धा करू शकता. म्हणजे बघा, दिवसभरात तुम्ही एका कामाहून सहा ते सात कामांपर्यंत पोहोचलात तर ही तुमच्यात झालेली मोठ्ठीच प्रगती म्हणावी लागेल.

एक लक्षात ठेवा की, वेळेचे व्यवस्थापन म्हणजे कामे फक्त जलदगतीने करणे नाही तर पहिल्याच वेळेस ते काम करताना योग्य पद्धतीनेच केले पाहिजे. म्हणून तुमच्या कामाची यादी अशा प्रकारे बनवा —

- **सर्व उपक्रमांची नोंद करा –** तुमच्या अनेकविध मागण्यांची, इतरांपेक्षा अधिक चांगले काम करण्याचे प्राधान्य, अवघड कामे आणि दिवसभरातील किंवा आठवड्यातील उपक्रम या सगळ्यांची नोंद करा. त्यामुळे कोणत्या गोष्टी करण्याची गरज आहे याचे चित्र तुमच्या डोळ्यांसमोर उभे राहील.
- **तुमची प्राथमिक ध्येये निश्चित करा –** दिवसभराचे किंवा आठवड्यातील तुम्ही निश्चित केलेल्या ध्येयांची यादी करा.
- **कोणती कामे महत्त्वाची व कोणती तातडीची याचे मूल्यमापन करा –** तुमच्या कामांच्या यादीतील कोणती कामे महत्त्वाची आहेत व कोणती तातडीने करायची आहेत हे ठरवा. कोणत्या विशिष्ट कामांचा इतर गोष्टींवर परिणाम होतो आणि काही गोष्टी त्यामुळे यशस्वी होत नाहीत याचा विचार करा.
- **श्रेणी द्या –** तुमच्या कामांना श्रेणी देऊन त्यांचे नियोजन करा. उदा.

अ) अशी कामे की ज्यांना सर्वांत अधिक प्राधान्य देण्याची गरज आहे, ती तातडीने पूर्ण केलेली पाहिजेत.

ब) अशी कामे की जी मध्यम स्वरूपाची महत्त्वाची आहेत आणि अ श्रेणीची

कामे पूर्ण केल्यानंतर ही कामे पूर्ण केली तरी चालतात.

क) अशी कामे की जी फारशी महत्त्वाची नाहीत आणि जी तुम्ही कधीही फावल्या वेळात करू शकता.

- **वेळापत्रक बनवा –** प्रत्येक काम कधी संपवायचे याची निश्चित तारीख ठरवा आणि तत्पूर्वी ते काम किती वेळात पूर्ण करता येणे शक्य आहे याचा अंदाज घ्या. हे लक्षात ठेवा की कोणतेही जिकिरीचे काम पूर्ण करण्याने तुमची एकूण उत्पादकक्षमता वाढते.
- **तुमच्या ध्येयांचा पुनर्विचार आणि तडजोडी –** तुमची ध्येये पुन्हा एकदा आठवा आणि त्यासाठी आवश्यक ती कृती वेळेवर केल्याने तुमची ध्येये फलद्रूप होतात. त्यासाठी तुम्हाला आवश्यक त्या तडजोडी करणे भाग असते. तुमच्या कामांच्या यादीत सर्वांत शेवटी जे असेल ती कामे तुम्ही नाही केलीत तरी चालण्यासारखे असते.

वाटून घेतलेली जबाबदारी

आपली वैयक्तिक उत्पादनक्षमता वाढवण्यासाठी जशी कामांची यादी हे एक आवश्यक साधन आहे, त्याचप्रमाणे तुमच्या कंपनीमध्ये किंवा संस्थेमध्ये काही सामूहिक ध्येये असतात जी ठरावीक काळाच्या चौकटीत सामूहिकरीत्या पूर्ण करायची असतात. जेव्हा तुम्ही संघ-उभारणारे असता तेव्हा तुमचे मुख्य महत्त्वाचे काम हे असते की तुम्ही ती ध्येये ओळखायची असतात, ती इतर सदस्यांना समजावून सांगायची असतात आणि ती पूर्ण करण्यासाठी इतर सदस्यांना मदत करायची असते.

यासाठी काही महत्त्वाच्या सूचना –

कामांचा प्राधान्यक्रम – बौद्धिक पातळीवरचे तुमचे पहिले काम तर हे की जी कामे किंवा ध्येये तुम्हाला यशस्वी करून दाखवायची आहेत त्यांची यादी करून ती इतरांनाही दाखवा. हे तुमचे सांघिक कार्य असेल आणि ज्या लोकांनी तुमच्याकडे हा प्रकल्प सोपवला त्यांनाही तुम्ही यामध्ये सहभागी करून घ्याल. एकदा का ही यादी सादर झाली की मग त्यामधील कल्पनांची वर्गवारी करा - म्हणजे तातडीचे, महत्त्वाचे आणि गरज नसलेले; आता तुम्ही विशिष्ट ध्येयांसाठी ज्या विशिष्ट कामांची गरज आहे त्यांची यादी करू शकाल.

प्रत्यक्ष उत्पादकतेचे वेळापत्रक ध्येयपूर्तीसाठी बनवा – तुमच्या ध्येयपूर्तीसाठी कोणकोणती कामे तुम्हाला करायची आहेत ती तुम्हाला माहिती आहेत. कोणती

कामे कोणत्या तारखेला तुम्ही कशी करणार आहात याचे वेळापत्रक बनवा. 'तातडीचे' या सदरात मोडणारी कामे तुम्हाला ताबडतोब करायची आहेत, म्हणून अशा कामांसाठी किती वेळ लागू शकेल याचा अंदाज बांधणे गरजेचे आहे. या शिवाय तुमची जी अधिक मोठी ध्येये आहेत ती त्यांच्या पूर्ततेदरम्यान जी कामे करायची आहेत त्यांच्या प्रगतीचा आढावा घेण्याने तुमच्या हेसुद्धा लक्षात येईल की ही ध्येये आपल्याला ठरलेल्या वेळेत पूर्ण करण्यासाठी आपल्या कामात आणखी कोणते बदल करण्याची गरज आहे. शिवाय दीर्घकाळ चालणाऱ्या या कामांच्या दरम्यान तुमच्या संघाचे सदस्य तुम्हाला जसे अपेक्षित आहे तसे काम करतात किंवा नाही हे समजेल आणि आपली ध्येये पूर्ण करण्यासाठी कोणत्या युक्त्या प्रभावी ठरतात हे निश्चित होईल.

आपल्या ध्येयांमागचा हेतू आणि त्यांच्या प्रती असलेली आपली कार्यप्रणाली या विषयी संघाशी संवाद साधत राहा – संघाच्या प्रत्येक सदस्याला आपापल्या ध्येयांचे महत्त्व समजले आहे किंवा नाही याची खात्री करून घ्या आणि ती ध्येये पूर्ण करण्यासाठी आपण आखलेला कालावधी याचे गांभीर्य त्यांना वाटते की नाही ते पाहा. तुमच्या संघ सदस्यांकडून त्यांनी केलेल्या कामाची माहिती मिळवा आणि अधिक चांगल्या पद्धतीने आपण आपले ध्येय कसे साध्य करू शकतो या विषयीचे त्यांचे विचार जाणून घ्या. शेवटी तुमच्या संघ सदस्यांवर काही विशिष्ट दीर्घकाल चालणाऱ्या कामांची जबाबदारी सोपवून टाका आणि त्यांना याची जाणीव करून द्या की या उत्पादनासाठी ते व्यक्तिशः जबाबदार आहेत.

यशाची पोचपावती – संघ-व्यवस्थापक म्हणून आपली ध्येये निश्चित करणे हा तुमच्या कामाचा फारच सोपा भाग आहे. आता यापुढे जाऊन तुम्हाला तुमच्या संघसदस्यांना आणि स्वतःला तुमची ध्येये पूर्ण करण्यासाठी सतत प्रेरित ठेवण्याची गरज असते. कामाच्या ठिकाणी सातत्याने होणाऱ्या बदलांचा तुमच्यावर परिणाम होऊन चालत नाही. सगळ्यात फलदायी स्फूर्तीदायक गोष्ट ही की संघ सदस्यांना त्यांच्या छोट्या मोठ्या यशासाठी बक्षिस देणे. हे बक्षिस नेहमी खूप मौल्यवान किंवा पैशांच्याच स्वरूपात असले पाहिजे असे नव्हे; उलट सर्वांत प्रभावी प्रतिसाद तर साध्या शब्दात मानलेले आभार असतात. फक्त एवढे तुमच्या संघ सदस्यांना कळू द्या की तुम्हाला ते घेत असलेल्या कष्टाची आणि देत असलेल्या वेळेची जाणीव आहे.

विकास कामांविषयीचा व्यावसायिक आराखडा लिहिणे

संघ सदस्यांच्या आशा, स्वप्ने, त्यांचे नियोजन या विषयींचा एक औपचारिक दस्तऐवज अत्यंत उपयोगी ठरतो. व्यावसायिक विकसन आराखडा हे एक संघ सदस्यांना आपल्या ध्येयावर लक्ष केंद्रित करण्यासाठीचे उत्तम साधन आहे.

या आराखड्यातील पहिली पायरी म्हणजे स्वत:चे मूल्यमापन. यामुळे ध्येयांवर किंवा त्यासाठी लागणाऱ्या कालावधीवर लक्ष केंद्रित होत नाही. परंतु यामुळे आपली वैयक्तिक ताकद वाढते! संघ सदस्यांनी या गोष्टीचा विचार करायचा आहे की त्यांची बलस्थाने कोणती आहेत. तुम्हाला ज्या गोष्टी आवडतात त्या तुमच्या हातून सहज होतात आणि ज्या गोष्टी तुम्हाला आवडत नाहीत; ज्यांच्यात तुम्हाला गती नाही ती कामे तुम्ही चांगल्या प्रकारे करू शकत नाहीत. प्रत्येक जणच सर्व गुणसंपन्न असेल अशी अपेक्षा कुणी करत नाही. म्हणून आपली उणी बाजू समजून घेणे गरजेचे असते आणि त्याचवेळेस आपल्या ताकदींवर व क्षमतांवर लक्ष केंद्रित करायचे असते.

तुमच्या संघ सदस्यांना त्यांना नवीन काही शिकावेसे वाटते का असा विचार करण्यासाठी प्रोत्साहित करा - जसे एखादे नवीन कौशल्य किंवा संपूर्णपणे नवीन काम. अर्थात नवीन काही शिकायचे असल्यास त्यासाठी त्यांना काय-काय करावे लागेल याचा शोध त्यांनी घेणे आवश्यक असते. सातत्याने शिकण्याची प्रक्रिया चालू ठेवली तरच व्यावसायिक विकास प्रभावीपणे होतो. संघ सदस्यांनी त्या विषयांवरची मासिके चाळली पाहिजेत, ते काम करण्यासाठी कोणती पात्रता व अर्हता लागते ते पाहिले पाहिजे आणि त्या प्राप्त करण्यासाठी योग्य मार्गदर्शन मिळवले पाहिजे. जर एखाद्या व्यक्तीचे स्वतंत्रपणे कॉर्पोरेट जगतातील शिड्या चढून जायचे मनसुबे असतील तर तिने किंवा त्याने यापूर्वी इतर लोकांनी कसे साध्य केले याची माहिती करून घेतली पाहिजे.

याच्या पुढची पायरी म्हणजे आपली ध्येये आणि नियोजन याविषयी लिहिणे. पुढील वर्षामध्ये त्यांना काय साध्य करायला आवडेल याविषयी संघ सदस्यांनी एक यादी बनवावी. तसेच पुढील पाच वर्षात आणि त्यांच्या नोकरीच्या शेवटच्या टप्प्यात त्यांचे ध्येय काय असेल हे लिहावे. बनवलेली ही यादी आणि व्यावसायिक विकसन आराखडा त्यांनी अशा एखाद्या सुरक्षित जागी ठेवावा जो त्यांना सहज सापडू शकेल आणि वारंवार नजरेखालून घालता येईल.

एकदा का ही दीर्घकालीन ध्येयांची यादी पूर्ण झाली की तातडीने करायची कामे नजरेसमोर आणावी. या गोष्टी पूर्ण होण्यास एका वर्षापेक्षा कमी कालावधी लागावा. संघ सदस्यांनी या गोष्टीची खात्री करून घ्यावी की त्यांच्या तीन पैकी एका ध्येयाने

तरी त्यांच्या दीर्घकालीन ध्येयांच्या यादीतील एखाद्या ध्येयाच्या पूर्ततेसाठी मदत करावी. व्यावसायिक विकसन आराखड्याचे पुन्हा मूल्यमापन व्हावे आणि शक्य असल्यास नियमितपणे त्यांच्यात सुधारणा करावी.

संघर्षाला कसे तोंड द्याल

अविस्मरणीय व्यक्तिमत्त्वाचा सर्वांत महत्त्वाचा गुण म्हणजे त्या व्यक्तीला संघर्ष मिटवता आला पाहिजे. कामाच्या ठिकाणी तर ही क्षमता फक्त महत्त्वाचीच नाही तर पूर्णत: आवश्यक असते. संघर्ष मिटवणे हे वर-वर पाहता अप्रिय काम दिसत असले तरी प्रत्यक्षात संघ-व्यवस्थापनेच्या दृष्टिकोनातून ते सर्वांत फलदायी काम असते.

जेव्हा कधी तुम्हाला भांडण-तंटा सोडवण्यासाठी म्हणून किंवा मध्यस्थ म्हणून किंवा पर्यवेक्षक म्हणून बोलावण्यात येईल तेव्हा पुढील मार्गदर्शक तत्त्वे मनाशी बाळगा.

मैत्री करा – तुमच्या संघ सदस्यांशी अत्यंत मैत्रीपूर्ण पद्धतीने गप्पा मारून त्यांना तुमच्याशी बोलताना मोकळे वाटू द्या. तिची किंवा त्याची चिंता दूर करण्याचा प्रयत्न करा. असे करण्याचा एक मार्ग म्हणजे तिचे किंवा त्याचे प्रामाणिकपणे कौतुक करा आणि त्यासाठी योग्य दाखले द्या.

वास्तवावर या – कोणत्याही व्यक्तींवर दोषारोप करण्यापूर्वी नेमकी परिस्थिती काय घडली यावर लक्ष केंद्रित करा. तुम्हाला समस्येबद्दल जी काही माहिती मिळाली आहे त्याविषयी सांगा आणि त्यांना जे घडले त्याविषयीचे स्पष्टीकरण देण्याची संधी द्या. तुम्ही जर बचावात्मक पवित्रा घेतला नाही आणि कोणत्याही निर्णयाप्रत पोहोचला नाहीत तर वेगवेगळे मुद्दे पृष्ठभागावर येतील आणि त्या समस्येचे मूळ कारण कोणते आहे ते समजून त्यावर उपाय शोधणे सोपे होईल.

संघसदस्यांना आश्वासित करा आणि त्यांच्या कौशल्यांना बढावा द्या – ज्या लोकांना काही समस्या आहेत त्यांना असे आश्वासन देणे गरजेचे असते की जी काही समस्या उद्‌भवली आहे त्यामध्ये त्यांचा काही दोष नाही. त्यांची कंपनीला किती गरज आहे आणि ते किती महत्त्वाचे आहेत असे आश्वासन संघ सदस्यांना गरजेचे असते. त्याचबरोबर त्यांना तुमचा आधार आणि प्रोत्साहन याचीही गरज असते.

तशीच वेळ आल्यास सदस्याला पदावरून दूर करू शकता –

काही वेळेस तुमच्या असे लक्षात येईल की एखाद्या विशिष्ट कामासाठी तो सदस्य योग्य नाही किंवा एकूणच त्या संस्थेचा सदस्य होण्यास लायक नाही. जेव्हा असे घडते तेव्हा त्या सदस्याची खरी ताकद कोणती आहे, त्याची रुची कशात आहे आणि त्याची ध्येये कोणती आहेत या विषयी मूल्यमापन केले पाहिजे आणि मग त्याच्या पुढील पायरी म्हणजे त्याच्यावर त्याला अनुसरून जबाबदाऱ्या टाकल्या पाहिजेत. काही वेळेस असे घडते की सर्वानुमतेच ती व्यक्ती त्या संस्थेतून दूर व्हावी अशी इच्छा असते.

आपण स्वत:चे व्यक्तिमत्त्व अविस्मरणीय घडवावे अशी फक्त अंत:प्रेरणा असून चालत नाही. त्यासाठी आयुष्यातील प्रत्येक टप्प्यावर व प्रत्येक क्षेत्रात तुम्ही लोकांबरोबर संपर्क साधून सुसंवाद साधला पाहिजे. तुम्ही ज्याप्रमाणे स्वत:मधील सर्वोत्तम गोष्टी प्रदर्शित करता त्याचप्रमाणे इतरांमधील गुण बाहेर काढण्याची ताकद तुमच्यामध्ये हवी; कारण दर्जेदार लोकांसाठी इतरांच्या यशावरच त्यांचे स्वत:चे यश अवलंबून असते. ते ही त्यांच्या यशाइतकेच महत्त्वाचे असते. या प्रकरणाचा हेतू हाच मुद्दा तुमच्यापुढे मांडणे आणि त्यासाठी लागणारी साधने, तुम्हाला पुरवणे हा होता.

बाकीचे आम्ही तुमच्यावर सोडतो!

१०

ताणतणावांचे व्यवस्थापन

'दर्जेदार' किंवा 'अभिजात' हा शब्द असा आहे की अनेक वेगवेगळ्या क्षेत्रात आणि परिस्थितीत तो वापरता येतो. काही वेळेस 'क्लास' या शब्दाचा अर्थ स्पष्ट आणि विशिष्ट असतो तर अनेकदा तो अत्यंत संभ्रमित करणारा, अस्पष्ट आणि रूपकात्मक असतो. उदा. घोड्याच्या शर्यतीच्या क्षेत्रामध्ये सहसा शर्यतीत पळणाऱ्या घोड्यांच्या किंमतींच्या सदर्भात तो वापरला जातो किंवा जिंकणाऱ्या घोड्याला जी किंमत मिळते त्या संदर्भात वापरला जातो. काही वेळेस 'क्लास' हा शब्द म्हणजे अशी इच्छा वाटते जी पूर्ण करण्यासाठी अद्भुत आणि अस्पर्श अशी आहे. जशी की एखाद्या चॅम्पियनला त्याच्या समोरील आव्हान झेलण्याचे सामर्थ्य देते. या आव्हानांचा सामना करणे जितके अधिक अवघड असते तितके तुम्ही अधिक 'दर्जेदार' जेते असता. तुमचं व्यक्तिमत्त्व अविस्मरणीय बनवण्याचा एक महत्त्वाचा भाग असा की तुमची संकटाला संधी बनवण्याची क्षमता.

सगळ्यात मोठे आव्हान

जेव्हा फार मोठी आपत्ती येते, अत्यंत कठीण संकट ओढवते तेव्हाही काळ आणि स्थळ यांच्या मर्यादा असतातच. परंतु त्या आपत्तीमुळे उद्‌भवणारा ताणतणाव दीर्घकाळापर्यंत अगदी अनिश्चित काळापर्यंत टिकतो. ताणतणाव हा फार घातक असतो, अशा कारणासाठी की लोकांना त्याची हळूहळू सवय होऊन जाते. गोष्टीतला बेडूक उकळत्या पाण्यातून बधिरपणे व हळूहळू बाहेर येतो. ती गोष्ट म्हणून चांगली आहे परंतु प्रत्यक्षात बेडकांना पाण्याबाहेर उडी मारणे शक्य असते. त्या उलट मनुष्य

प्राण्याचे आहे. आत्मनाश होईपर्यंत ते स्वत:ला भाजून घेतात. त्यांच्या कामाच्या ठिकाणी ते असाच दीर्घकाळ पर्यंत ताणतणाव सहन करतात.

जी व्यक्ती दर्जेदार असते तिच्या अंगी ताणतणावांशी सामना करण्याची फक्त ताकद असून चालत नाही तर परिस्थिती विषयीचे परिपक्व आकलन व्हावे लागते. अशा प्रसंगी तुम्हाला तुमच्या अंतरंगातील स्रोताना साद घालावी लागते आणि त्याचबरोबर परिस्थितीतून योग्य पद्धतीने बाहेर कसे पडावे याचीसुद्धा सजगता असावी लागते.

अनेक लोकांना हे जमत नाही. जरी लाखो लोकांना ताणतणावाची समस्या भेडसावत असली तरी त्यातून बाहेर पडणे त्यांना जमत नाही. इ.स. १९९२ साली युनायटेड नेशन्सने ताणतणावाच्या बाबतीत, 'विसाव्या शतकातील साथीचा हा संसर्गजन्य रोग आहे.' असे म्हटले आहे. त्यानंतर चार वर्षांनी वर्ल्ड हेल्थ ऑर्गनायझेशनने जो अहवाल बनवला त्यामध्ये ताणतणावाच्या बाबतीत जवळपास याच शब्दात 'जगभरातील रोगाची साथ' असे म्हटले आहे. त्यानंतरही आतापर्यंतच्या अनेक वर्षांमध्ये अगदी आजही आयुष्यातील ताणतणाव कमी झालेला नाही.

कामाच्या ठिकाणी असलेल्या ताणतणावामुळे दररोज एक लाख अमेरिकन कामगार गैरहजर राहतात. ताणतणावामुळे हातून गंभीर चुका घडतात, अपघात घडतात, उत्पादन क्षमतेमध्ये घट होते आणि लोक अगदी पिचून जातात. त्यांचे नैतिक धैर्य घसरते आणि त्यांना कशाचेच भान राहत नाही. त्यांचे दारू आणि मादक द्रव्यांचे सेवन करण्याचे व्यसन वाढते; त्याचबरोबर कामाच्या ठिकाणी हिंसाचार आणि इतर दुष्प्रवृत्ती वाढीला लागतात.

शोधनिबंधातील माहितीच्या आधारे लेखक रवी तांम्री यांनी त्यांच्या 'स्ट्रेस कॉस्ट्स' 'स्ट्रेस क्युअर्स' या पुस्तकामध्ये ताणतणाव कामाशी निगडित पुढील समस्यांना कारणीभूत ठरतो असे सांगितले आहे.

- *१९टक्के समस्या गैरहजेरीमुळे असुविधा.*
- *४०टक्के समस्या व्यवसायातील उलाढाल कमी होते.*
- *३०टक्के समस्या अल्पकालीन आणि दीर्घकालीन अपंगत्व.*
- *१०टक्के समस्या व्यसनमुक्तीचे कार्यक्रम घ्यावे लागतात.*
- *६०टक्के समस्या अपघातांमुळे खर्चात वाढ.*
- *कामगारांच्या नुकसानभरपाई संबंधीचे न्यायालयातील दावे हे सुद्धा ताणतणावाशी निगडितच असतात.*

असे लक्षात आले आहे की एकूण आरोग्य विषयक खर्चामध्ये ८०टक्के खर्च हा ताणतणावांच्या संबंधातील असतो. शिवाय जसजशा औषधांच्या आणि वैद्यकीय उपचारांच्या किंमतीमध्ये वाढ झाली आहे तसतसे ताणतणावांवरील उपचारांचा खर्च सातत्याने वाढत आहे. हे लक्षात घेऊन ताणतणावांच्या मागील कोणती कारणे आहेत हे पाहणे गरजेचे आहे आणि जर आपल्याला आपले संपूर्ण आयुष्य सुखाने आणि आनंदाने जगायचे असेल तर ही कारणे नाहीशी करण्याचा, निदान कमी करण्याचा आपण प्रयत्न केला पाहिजे.

सुदैवाने निदान कामाच्या ठिकाणच्या ताणतणावाची प्रमुख कारणे चांगल्या प्रकारे मांडली आहेत.

कामाचा अधिक भर – खूप जास्त कामामुळे ताणतणाव वाढतो हे उघडच आहे. परंतु जेव्हा काम सोपवताना कामगारावर दिलेल्या सूचना या अस्पष्ट असतात आणि त्यांचे निरीक्षण योग्य पद्धतीने केलेले नसते तेव्हा त्याचे दुष्परिणाम कामगारांना सोसावे लागतात. अविस्मरणीय नेता किंवा पुढारी आणि संघ-व्यवस्थापक यांनी कामाच्या ठिकाणच्या यांत्रिक बाबी आणि प्रक्रिया यांच्यावर बारकाईने लक्ष ठेवले पाहिजे. त्याचबरोबर कामाचा अधिक भार कामगारांवर तर पडत नाही ना याची काळजी घेतली पाहिजे.

कामातले अडथळे – व्यवस्थापकांकडून सातत्याने येणारे फोन कॉल्स, दबाव निर्माण करण्यासाठी व्यवस्थापकाने सतत आजूबाजूला वावरणे आणि अवाजवी मागण्या या सगळ्यांमुळे ताणतणावाची पातळी वाढते. तुम्हाला तुमच्या संघातील सदस्यांकडून नेमके काय पाहिजे आहे हे तुम्ही त्यांना स्पष्ट शब्दात सांगितले का याची खात्री करा. नंतर त्यांना असे स्थिर वातावरण द्या जिथे त्यांच्या अपेक्षांची पूर्तता होईल.

अनिश्चितता – जेव्हा कंपनी तोट्यात चालत असते व कंपनीलाच फायदा होत नसतो तेव्हा कामगारांची कपात करणे, त्यांचा पगार कमी होणे अशा शक्यतांमुळे ताणतणाव वाढतो. अशा वेळी तुम्ही तुमच्या संघातील सदस्यांना वास्तव परिस्थितीची योग्य जाणीव करून द्यायला हवी की त्यांची नोकरी जाण्याची शक्यता आहे आणि जर तुम्ही खात्रीपूर्वक त्यांच्यासाठी काही करू शकणार असाल तर त्यांना तसे आश्वासन द्या.

अपुरा प्रतिसाद – संघ सदस्यांना हे कळायला हवे की त्यांच्याकडून ज्या अपेक्षा

वरिष्ठांनी केल्या होत्या त्या सदस्यांकडून पूर्ण केल्या जात आहेत किंवा नाही. संघाच्या नेत्याकडून सातत्याने लेखी किंवा तोंडी स्वरूपात व्यक्तिगत पातळीवर प्रतिसाद दिला जावा लागतो.

कौतुकाचा अभाव – चांगल्या कामाचे कौतुक झाले नाही तर ताणतणाव निर्माण होतो, असंतोष खदखदतो. सदस्यांचे कौतुक करण्याचे अनेक मार्ग आहेत, परंतु सगळ्यात प्रभावशाली मार्ग हा की, लेखी स्वरूपात त्या सदस्याच्या सकारात्मक सहभागाबद्दल प्रामाणिकपणे आभार मानले पाहिजेत.

नियंत्रणाचा अभाव – जेव्हा संघ सदस्यांना असे वाटते की, त्यांना त्रासदायक वाटणाऱ्या मुद्द्यांवर त्यांचे नियंत्रण शून्य आहे तेव्हा त्यांना सर्वांत अधिक ताणतणाव वाटतो.

या ताणतणाव निर्माण करणाऱ्या गोष्टींकडे तुम्ही लक्ष देणे गरजेचे आहे. अधिक काळपर्यंत त्या टिकू देऊ नका, मग तुमची भूमिका संघनेत्यांची असो वा व्यवस्थापकाची किंवा संघातील कामगाराची.

ताणतणावाच्या खुणा आणि लक्षणे... आणि त्यावरील उपाय

शारीरिक पातळीवरील ताणतणाव हा अ‍ॅड्रीनल ग्लांड्स मधून स्रवणाऱ्या संप्रेरकांचे मोजमाप करून किती प्रमाणात आहे हे ओळखता येते. परंतु दैनंदिन आयुष्यात तुम्हाला ताणतणावांच्या इतर लक्षणांकडे सुद्धा लक्ष देणे गरजेचे आहे - तुमच्या स्वत:च्या आणि त्याचबरोबर इतरांच्यासुद्धा...

- *झोपेविषयीच्या समस्या*
- *भूक न लागणे*
- *चित्त एकाग्र न होणे*
- *व्यक्तिमत्त्वाला अशोभनीय वर्तन*
- *रागाने बेभान होणे*
- *समाजविघातक प्रवृत्ती*
- *भावनांचा अतिरेक*
- *दारू किंवा मादक द्रव्यांचे सेवन*

ताणतणावांवर मात करणारी अनेक साधने आणि तंत्रे उपलब्ध आहेत. त्यापैकी सगळ्यात जी सोपी आणि प्रभावी आहेत त्यांना हाल्ट (HALT) असे म्हणतात. ताणतणाव ओळखण्यासाठी आणि आपल्याला कार्यरत ठेवण्याच्या मार्गात अडथळा आणण्याच्या गोष्टी ओळखून त्यांच्यावर सर्वशक्तीनिशी मात केली पाहिजे.

HALT हे हंगर, अँग्री, लोनली आणि टायर्ड या चार शब्दांचे संक्षिप्त रूप आहे. यापैकी प्रत्येक भावना ही शारीरिक किंवा भावनिक पातळीवर विशिष्ट ताणतणाव निर्माण करते. महत्त्वाचे हे की प्रत्येकाने सजगतेने आणि सावधपणाने त्यातून बाहेर पडले पाहिजे.

भूक हा शब्द ताणतणावाच्या संदर्भात फक्त अन्नाची कमतरता या अर्थाने वापरलेला नाही. भूक याचा संदर्भ भावनिक भूक असाही आहे; जसे की सुरक्षिततेची भूक, आरामदायी गोष्टींची भूक, समजून घेण्याची भूक किंवा मैत्रीची भूक. जर तुम्हाला अविस्मरणीय व्यक्ती व्हायचे असेल तर भुकेच्या या वेगवेगळ्या स्वरूपाचे संगोपन तुम्ही तुमच्या आयुष्यात करून घ्यायला हवे. या गरजा अशा आहेत की इतरांची आयुष्येसुद्धा परिपूर्ण बनवण्यासाठी त्याचा उपयोग होतो.

रागामुळे आलेला ताणतणाव ही भावना जरा अधिक गुंतागुंतीची असते. अनेक लोकांसाठी त्या समस्येवरील उपाय हा अधिक आव्हानात्मक असतो; फक्त राग येण्यामध्ये किंवा रागाच्या भावनेमध्ये चुकीचे असे काही नाही आणि नक्कीच जगातल्या काही गोष्टी तर राग येण्यास कारणीभूत ठरतातच. परंतु फारच थोड्या लोकांना आपला राग विधायक पद्धतीने व्यक्त कसा करायचा ते समजते.

तुम्हाला जर रागामुळे येणाऱ्या ताणतणावाच्या भावनेत काही बदल करायचा असेल तर पहिली पायरी हीच की तुमच्या रागाच्या भावनेच्या खाली नेमके काय दडले आहे ते समजून घ्या. आपल्याला असे लक्षात येईल अनेकदा रागाची भावना उफाळून येते, त्यामागे आपली अगतिकता किंवा नैराश्य असते. खास करून हे नैराश्य या गोष्टीबद्दल असते की जग किंवा जगातील कुणीतरी तुम्ही जो मार्ग आखून दिला आहे त्यावरून चालत नाहीये किंवा तुमचे नीतिनियम धुडकावून लावतो आहे. सहसा आपल्याला असे म्हणायचे असते की, 'तू जरा शहाणपणाने माझ्या नजरेतून गोष्टींकडे का बघत नाहीस?' परंतु जगाला हे कसे पटणार? कारण त्यांनाही त्यांची नजर असतेच की! अविस्मरणीय व्यक्तिमत्त्व असलेल्या व्यक्तीला मात्र हे समजते आणि ते वास्तवता सहज स्वीकारून त्याबरोबर तडजोडी करतात. जर अशा तडजोडी शक्य झाल्या तर राग आणि वैफल्य यांच्या जागी कृती आणि सहज स्पर्श करता येतील अशी यशाची शिखरे दिसतील.

एकाकीपणाचा संदर्भ स्वत:ला कोंडून घेण्याशी आहे, एकलकोंडेपणाशी आहे. भुकेप्रमाणेच एकाकीपणावरही भोवतालच्या लोकांशी संपर्क साधून, त्यांच्याशी मैत्री

करून तुम्ही मात करू शकता. परंतु जी एकाकी माणसे असतात त्यांना स्वत:लाच दुसऱ्याशी संपर्क साधण्यात किंवा मैत्री करण्यात अडचणी येतात. त्यांची भूमिकाच मुळात ताठर असते.

HALT या संक्षिप्त रूपाचे शेवटचे अक्षर आहे T म्हणजे टायर्ड, थकलेला. उच्चपदस्थ स्त्री आणि पुरुष जरी थकलेले असले तरी त्याकडे दुर्लक्ष करतात. सुदैवाने यावरील मार्ग अगदी सोपा आहे. दुपारच्या वेळी थोडीशी वामकुक्षी घेण्याने किंवा झोपण्याने थकवा जाईल, परंतु तुम्हाला झोपेच्या बाबतीतच समस्या असली तर त्या मागचे कारण HALT पैकीच एका शब्दाने सुरू होणारे आहे. म्हणून या मुद्द्यांचा पुन्हा काळजीपूर्वक विचार करा आणि मगच कृती करा.

ताणतणाव कमी करण्याचे इतरही काही मार्ग –

आत्ता मी तुम्हाला ज्या तंत्रांविषयी आणि साधनांविषयी सांगणार आहे त्यामुळे ताणतणाव निर्माण करणाऱ्या घटकांमध्ये काही बदल होणार आहे असे नाही. परंतु ही तंत्रे ताणतणावांमुळे येणारे नैराश्य घालवण्यास नक्कीच मदत करेल. तुम्ही जेव्हा निराश असता तेव्हा तुम्ही कृती करू शकत नाही. परंतु ही साधने तुम्हाला अशा पायरीवर आणून सोडतील की जिथून तुम्हाला सकारात्मक कृती करणे शक्य होईल. तुम्ही तुमच्या स्वत:च्या आयुष्यात सुद्धा या तंत्रांचा वापर करून पाहा आणि इतरांबरोबर सुद्धा ही तंत्रे वाटून घ्या.

विनोद – खरोखर हास्याचे फवारे तुमच्या मेंदूमध्ये अक्षरश: जैविक-रासायनिक बदल घडवून आणतात. आपल्या भोवतालच्या जगाकडे बघण्याचा आपला दृष्टिकोन बदलण्याची ताकद विनोदामध्ये आहे. तुम्हाला जर तुमची विचारसरणी बदलायची असेल तर काही ना काही विनोदी सिनेमे किंवा पुस्तके यांच्याशी दोस्ती करा आणि जर त्या विशिष्ट गोष्टीही मजेशीर वाटल्या नाहीत तर त्यापेक्षाही काही मजेदार शोधत राहा.

व्यायाम – तुम्ही कदाचित असा विचार करत असाल की 'नैराश्य' या शब्दाच्या उलट 'आनंद' हा शब्द आहे तर हे तुमचे म्हणणे चुकीचे आहे. 'नैराश्य' च्या उलट 'जोम' हा शब्द बरोबर आहे. ताणतणाव हा नैराश्य येणार याचा इशारा देतो आणि तुमची सर्व ऊर्जाच खेचून घेतो. म्हणून या नकारात्मक प्रभावाला शरण जाऊ नका. जेव्हा तुम्ही तणावग्रस्त असाल तेव्हा तातडीने सोफ्यातून बाहेर पडण्याची ऊर्मी बाळगा; तुम्ही स्वत:च तुमच्या मनाला उभारी दिलीत तर त्याचे फायदे तुम्हाला

मोठ्या प्रमाणावर व तत्काळ दिसून येतील. हास्यासारखेच व्यायामानेसुद्धा जैव रासायनिक परिणाम होतात आणि तुमच्यात भावनात्मक बदल होतात.

पुरेसे पाणी प्या – डीहायड्रेशन हे वरकरणी दिसून आले नाही तरी अनेक शारीरिक आणि भावनिक समस्या निर्माण करणारे असते; म्हणजे अगदी मूत्राशयाच्या रोगांपासून तर डिमेन्शिया पर्यंत. अगदी सरळ आहे की मानवी शरीर हे त्यांच्या सर्व क्रिया सुरळीत होण्यासाठी पाण्यावरच अवलंबून असते. जर तुम्ही तुमच्या शरीरांतर्गत पाणीपुरवठा कमी केला तर तुम्हाला ताणतणावाला सामोरे जावे लागेल आणि तुम्ही शारीरिक व मानसिक पातळीवर चांगल्या प्रकारे काम करू शकणार नाही.

रात्रीची शांत झोप मिळवा (किंवा आता दुपारी एक डुलकी काढा) –

मानसिक व शारीरिक आरोग्यासाठी रात्रीची शांत झोप मिळणे अत्यंत आवश्यक असते आणि दुपारच्या वेळी एखादी डुलकी काढणे हे फायदेशीर असते. झोपेमुळे तुम्ही ताजेतवाने होता, उत्साहाने फुलून येता, विसावता आणि मेंदूमधील ताणतणाव, समस्या आणि अप्रिय भावना पुसल्या जातात.

आणखी एका शेवटच्या मुद्द्यावर विचार करायला हवा आहे. जर आज तुम्हाला खूप तणावग्रस्त वाटत असले तरी ते काही आज तुम्हाला प्रथमच तसे वाटत आहे असे नाही. परंतु तुम्ही हे आठवू शकता का की दोन वर्षांपूर्वी तुम्हाला कोणत्या गोष्टीचा ताण आला होता? किंवा एक वर्षापूर्वी किंवा अगदी मागच्या महिन्यात काय झाले होते बरे? तुम्ही जर इतर जास्तीत जास्त लोकांसारखेच असाल की ज्यांना आपल्याला नेमका कसला त्रास होतो आहे हेच समजत नाही किंवा क्वचितच, ती गोष्ट तुमच्यासाठी फार महत्त्वाची असेल तर समजते.

तर तुम्हाला आत्ता नेमका कसला त्रास होतोय?

■

११

सहेतूक संयम

गेल्या वीस वर्षांमध्ये आणि त्यानंतरही अक्षरश: हजारो पुस्तके यश आणि वैयक्तिक विकास या विषयावर लिहिली गेली आहेत. जाणवलेली जवळपास प्रत्येक भावना आणि अनुभव यांचा त्यामध्ये शोध घेतला आहे आणि त्यांचे विश्लेषण सुद्धा केले गेले आहे. तरी सुद्धा या आधुनिक जगामध्ये आपल्या सर्वांनाच येणारे जे सामाजिक अनुभव आहेत त्यांच्याकडे जेवढे लक्ष दिले जायला हवे होते तेवढे दिले गेले नाही. याचे एक कारण असे की ते अनुभव फक्त समान आहेत, एवढेच नाही तर ते अवघडसुद्धा आहेत.

हा अनुभव आहे वाट पाहण्याचा! असा एक दिवसही जात नाही किंवा एक तासही असा जात नाही की आपल्याला कशाची तरी किंवा कुणाची तरी वाट पाहावी लागण्याचे आव्हान स्वीकारावे लागत नाही. आपल्याला ट्रॅफिक सिग्नलपाशी वाट पाहावी लागते, विमानतळावर औपचारिकता पूर्ण करण्यासाठी रांगेत उभे राहावे लागते किंवा नोकरीच्या मुलाखतीसाठी गेलो असता रांगेत उभे राहावे लागते, डॉक्टरांच्या दवाखान्यात आपला नंबर येण्याची वाट पाहावी लागते. ही यादी कितीही मोठी होऊ शकते आणि यादीतील या गोष्टी तर फारच किरकोळ स्वरूपाच्या आहेत. पण माझी खात्री आहे की यापेक्षाही कितीतरी गंभीर उदाहरणे तुम्हाला आठवत असतील जी यापेक्षा कितीतरी आव्हानात्मक आणि भीतिदायक असतील.

होय! आपल्या प्रत्यक्ष आयुष्यात आपल्याला अनेक गोष्टींची वाट पाहावी लागते आणि अनेक संकटे झेलावी लागतात. या प्रकरणाचा हेतू हा अशा त्रासदायक गोष्टी विनोदाची झालर लावून आणि दर्जेदार पद्धतीने आणि सगळ्यात महत्त्वाचे म्हणजे संयमपूर्वक कशा झेलायच्या यांचे मार्गदर्शन करणारी साधने

तुमच्या हाती सोपवायची असा आहे. कारण संयम हा वाट पाहण्याच्या समस्येवर योग्य उपाय आहे. वाट पाहण्याचा कालावधी कमी करण्यासाठी तुम्ही काही कृती करू शकता, परंतु काही वेळेस तर केवळ वाट पाहण्याखेरीज तुमच्या हाती काहीच नसते. जर तुम्ही संयम बाळगण्याची क्षमता तुमच्या अंगी विकसित केली नाही तर परिस्थिती अत्यंत अवघड होऊन बसते. जरी तुमच्या अंगी ही क्षमता विकसित केलेली असली तरीही जर तुमच्या भोवताली अशी मंडळी असतील की ज्यांच्यामध्ये संयम नाही; मग ते कामाच्या ठिकाणचे तुमचे सहकारी असतील, तुमच्या कुटुंबातील सदस्य असतील किंवा तुमच्या पाठीमागे सतत कानठळ्या बसवणारा हॉर्न वाजवणारी व्यक्ती असेल; अशा वेळी तुम्हाला तुमचा संयम राखणे अवघड असते. म्हणून पुढील काही मिनिटे तरी आम्ही तुमचा संयम कसा वाढवता येईल यावर काम करणार आहोत; त्याचबरोबर तुमच्या भोवतालच्या लोकांचाही संयम कसा वाढेल हे बघणार आहोत.

आता संयम म्हणजे नेमके काय हे आपण सुरुवातीला जाणून घेऊ. याचा संबंध मी तुम्हाला काही क्षणांपूर्वीच जे सांगितले की वाट पाहण्याशी आहे, तेच पुन्हा सांगतो, 'संयम म्हणजे राग, काळजी किंवा नैराश्य येऊ न देता वाट पाहणे होय.'

संयम या संज्ञेची व्याख्या लक्षात घेताना पहिली गोष्ट लक्षात ठेवली पाहिजे की संयम हा संपूर्णतः अंतर्गत असतो. तो वस्तुनिष्ठ असण्यापेक्षा, व्यक्ती सापेक्ष अधिक असतो. तुम्ही संयम कुठल्याही पारड्यात घालून त्याचे वजन करू शकत नाही. तुम्ही ते बँकेच्या खात्यात टाकून त्यामुळे भरही घालू शकत नाही आणि तुम्ही तो खिशात टाकून गरज पडेल तेव्हा बाहेर काढू शकत नाही. अनेक वेळा तुमच्या समोर असलेली व्यक्ती ही संयमी आहे किंवा नाही हे तुम्ही त्यांच्याकडे पाहून सांगू शकत नाही. प्रतीक्षालयात तुमच्या समोर बसलेली व्यक्ती कदाचित आतल्या आत धुमसत असेल परंतु वरकरणी तुम्हाला काय दिसते की, ती व्यक्ती मासिकाची पाने उलगडत आहे. तसेच जेव्हा ती व्यक्ती तुमच्याकडे बघेल तेव्हा तिला असे वाटेल की जणू तुम्ही म्हणजे ऋषीतुल्य शांततेचा मूर्तिमंत पुतळा, पण तिला कुठे हे माहिती असते की जेव्हा डेंटिस्टच्या खुर्चीवर तुम्हाला तासन् तास बसवले जाते आणि तुमचे काम लवकर संपत नाही तेव्हा तुम्ही किती भयानक चिडलेले असता.

जसे की आपण म्हटले की संयम ही एक आंतरिक गोष्ट आहे. तेव्हा त्या अंतरंगातील गोष्टीचा विकास तुम्ही प्रथम करावा असे मला वाटते. एक खूप साधी गोष्ट तुम्ही लक्षात घ्यावी- ती अशी की, जेव्हा बाह्य घटनांवरील तुमचे नियंत्रण मर्यादित असते किंवा काही वेळेस ते मुळीच नसते तेव्हा तुमच्या अंतरंगातील प्रतिसादांवर नियंत्रण करणे तुम्ही शिकले पाहिजे. तुम्ही तुमच्या रागाला, नैराश्याला आणि चिंतेला तुमच्या ताब्यात ठेवले पाहिजे. एक चांगली गोष्ट अशी की हे

प्रतिसाद नेहमीच तुमच्या नियंत्रणात असतात, मग तुमच्या भोवतालच्या भौतिक जगतामध्ये काहीही घडू दे.

आता पुढील उद्गार ही गोष्ट तुम्हाला अधिक सुस्पष्टपणे समजावून सांगेल, 'जर आपल्या आयुष्यात या जगातील फक्त आनंदच वाटेला आला तर आपण कधीच शूर आणि संयमी बनणार नाही.' हे उद्गार कुणी काढलेत ते तुम्हाला माहीत आहे का? हे उद्गार आहेत हेलन केलर हिचे, जी पाहू शकत नव्हती, ऐकू शकत नव्हती आणि बोलूही शकत नव्हती; तेही अगदी बाल्यावस्थेत झालेल्या आजारपणामुळे! हे तर उघडच आहे की तिचे आयुष्य आनंदी नव्हते. परंतु आपल्या आयुष्यात आनंदाचा अभाव आहे या गोष्टीचा उपयोग करून आपल्या इतर क्षमतांचा विकास करायचा हे तिने ठरवले. तिला अपार दुःख सोसावे लागले म्हणूनच ती शूर आणि संयमी झाली. ती असे कधीच म्हणत नाही की तिचे आयुष्य आनंदाचे नव्हते ही एक चांगलीच गोष्ट आहे; परंतु ती असे म्हणते की त्यामधूनच काही चांगल्या गोष्टी घडल्या आणि ही प्रक्रिया तिच्या अंतरंगातच घडली.

जर तुम्ही हेलेन केलरच्या चरित्राशी परिचित असाल तर तुम्हाला कदाचित हेही माहीत असेल की, बाल्यावस्थेत आलेल्या या दुर्दैवी संकटानंतर पुढील आयुष्यात ती जे काही बनली ते तितके सहजपणे घडले नाही. ती जेव्हा अगदी लहान होती तेव्हा ती एखाद्या फिस्कारणाऱ्या मांजरी सारखी होती. तिच्या भोवतालच्या लोकांवर छोट्या-छोट्या कारणांसाठी तुटून पडायची. स्वतःच्या अंगी संयम बाणवून घेण्याचे शिकण्यासाठी तिला खूप प्रयत्नपूर्वक परिश्रम करावे लागले, पण त्यापूर्वी ती संघर्ष करून दमून गेली होती.

हे सगळे मनाच्या एका कोपऱ्यात साठवून ठेवून आपण पुन्हा आपल्या अंतर्गत तुमच्या व्यक्ती सापेक्ष प्रतिसादावर नियंत्रण ठेवून संयम विकसित करण्याकडे वळू या. अशी कल्पना करा की तुम्ही तुमच्या गावातल्या 'स्टारबक्स' या कॉफीच्या स्पेशल रेस्टॉरंटच्या बाहेर रांगेमध्ये उभे आहात. आत्ता सकाळचे आठ वाजून पंचेचाळीस मिनिटे झाली आहेत आणि तुम्हाला नऊ वाजता कामावर पोहोचायचे आहे, परंतु तरीही तुम्हाला कॉफीची मात्र नितांत गरज आहे. तुम्हाला लॅटेच (कॉफी) पाहिजे किंवा कॅप्युचिनो (कॉफी) पाहीजे किंवा 'चाय टी' क्रीम घालून पाहिजे असे काहीच नाही; तुम्हाला फक्त कॉफी पाहिजे आहे आणि तीही आत्ता लगेच हवी आहे.

पण तुमचे दुर्दैव आड आले आहे. तुम्ही मघापासून रांगेत उभे राहून आपला नंबर कधी येतोय याची वाट पाहत आहात. आता फक्त एकच बाई तुमच्या पुढे आहे पण ती बाई संभ्रमात आहे, कुठली कॉफी निवडावी याबद्दल तिच्या मनात गोंधळ आहे. कॅप्युचिनो घ्यावी की फ्रॅप्युचिनो? व्हिप्ड क्रीम त्यामध्ये घालावे की न घालावे? डीकॅफ घ्यावी की रेग्युलर घ्यावी? असे तिथे अनेक पर्याय आहेत आणि ही स्त्री

त्या सगळ्यांची तपशीलवार माहिती घेण्यात गुंगली आहे. तुम्हाला फक्त एक साधीशी कॉफी हवी आहे. तुमचा राग अनावर होण्यासाठी एवढी गोष्ट पुरेशी आहे.

आता समजा तुम्ही रागाने आरडाओरड सुरू केला, परंतु तेवढ्याने काय तुम्हाला कॉफी लवकर मिळणार आहे का? शक्यता नाही, परंतु आपण इथे त्या विषयी बोलत नाही आहोत. तो आपला मुद्दा नाही. आपण इथे ठळकपणे हे पाहणार आहोत की तुमच्या अंतरंगातील संयम ढळण्याचा आणि वाट पाहत तिष्ठत बसण्याच्या अनुभवाचे बाह्य व्यक्तीकरण तुम्ही कसे करणार आहात? तुमच्या भोवतालच्या माणसांचाही त्याच्याशी संबंध असतो. तुम्ही रागावलात, आदळआपट केली, आरडाओरड केलीत तर?

तर 'दर्जेदार' कृतीच्या दृष्टिकोनातून पाहता ती तुमची मोठी चूक असणार आहे. तिला चूक का म्हणायचे? कारण स्टारबक्स रेस्टॉरंटमध्ये घडणाऱ्या या गोष्टी तुमच्या नियंत्रण कक्षेच्या बाहेर आहेत. तुम्ही मर्यादित गोष्टींवरच तुमचा प्रभाव टाकू शकता. म्हणून आत्ता तुमच्या डोक्यात जो राग भरला आहे तो बाहेर काढला तरी त्यातून काहीही चांगले निष्पन्न होणार नाही. एक आख्यायिका अशी सांगते की प्राचीन काळी पर्शियाच्या एका राजाने महासागरातील लाटांना चाबकाने फटके मारण्याची आज्ञा दिली कारण त्या त्याचे आदेश मानत नव्हत्या. मूर्खपणाचे वाटते ना, पण जेव्हा तुम्ही स्टारबक्स रेस्टॉरंटमध्ये असाच तमाशा कराल किंवा ट्रॅफिक जाममध्ये अडकल्यावर स्टिअरींग व्हीलवर डोके आपटून घ्याल तेव्हा तुम्हीही असेच मूर्ख दिसाल.

सुदैवाने तुमच्याकडे दुसरा पर्याय आहे. आपण यापूर्वी ज्या गोष्टींची चर्चा केली त्या जरा आठवा. तुम्हाला आठवतेय ना आपण संयम या शब्दाची कोणती व्याख्या केली ते— संयम म्हणजे न रागावता, काळजी न करता आणि निराश न होता वाट पाहणे. हेलन केलर काय म्हणाली ते आता जरा आठवा. 'जर या जगातील सर्व सुखेच फक्त आपल्या वाट्याला आली असती तर आपण इतके शूर आणि संयमी कधीच होऊ शकलो नसतो.' आता या दोन्ही तत्त्वांच्या निकषांवर स्वत:ला तपासून पाहा. स्वत:समोर आव्हान ठेवा की मी राग, काळजी आणि नैराश्य मिटवून टाकेन, आणि त्या दिशेने जाणीवपूर्वक प्रयत्न करा. कारण हे सगळे आपोआप घडून येणार नाही. हेलन केलर म्हणते त्याप्रमाणे दु:खद प्रसंगाचा वापर स्वत:ला संयम शिकवण्यासाठी करा. दु:खद प्रसंग नाइलाजाने सोसू नका आणि राग बाहेर काढून स्वत:ला मूर्ख बनवू नका. त्याऐवजी स्वत:च्या व्यक्तिमत्त्वाच्या विकासाची उत्तम संधी म्हणून त्याकडे बघा.

आत्तापर्यंत होऊन गेलेल्या महान लोकांमध्ये थॉमस एडिसन हा सर्वांत अधिक संयमी पुरुष होऊन गेला असे मला वाटते. कदाचित तुम्हाला हे माहीत नसेल की

हेलेन केलर प्रमाणेच त्याला सुद्धा शारीरिक अपंगत्व होते. तो बहिरा होता. बहुधा यामुळेच तो असे शिकला की जे बदलू शकत नाही ते स्वीकारायला पाहिजे. परंतु त्याने त्याच्या कामाच्या बाबतीत जो अतुलनीय संयम बाळगून जी सर्वश्रेष्ठ क्षमता दर्शवली, विकसित केली त्याला तोड नाही. एडिसनने कधीच पारंपरिक शास्त्रीय पद्धतीने प्रयोग केले नाहीत. त्याने स्वतःची प्रगती 'ट्रायल आणि एरर' या पद्धतीनेच केली. असे सांगतात की जेव्हा तो पहिल्या वेळेस लाइटचा बल्बसाठी फिलामेन्ट्स बनवत होता तेव्हा त्याला इच्छित परिणाम मिळण्यापूर्वी त्याने सतरा हजार वेगवेगळ्या प्रकारच्या गोष्टी वापरून पाहिल्या. त्याने हे कसे केले असेल? आपण आत्ता ज्याविषयी चर्चा केली, साधारण तशीच पद्धत तो वापरायचा. एका पाठोपाठ एक अशी अपयशांची मालिकाच त्याने अनुभवली परंतु त्यामधूनच तो शिकत गेला. अपयश आले म्हणून तो निराश झाला नाही किंवा त्याने वस्तू भिंतीवर फेकून आदळआपट केली नाही. त्याऐवजी त्याने प्रतिकूल परिस्थितीकडे एक आव्हान म्हणून पाहिले आणि काही वेळेस तर त्याच्याकडे एक खेळ म्हणूनही पाहिले. कधी त्याने बल्ब मध्ये बटाट्याच्या सालीचाही वापर करून पाहिला आणि जेव्हा ताबडतोब ती साल जळून कुरकुरीत झाली तेव्हा त्याने त्याच्याकडे एक संशोधन म्हणून पाहिले. तो असे नाही म्हणाला की, 'मला जे हवे आहे ते मला अजून मिळत नाहीये', त्या ऐवजी तो म्हणाला की, 'मी आणखी एक नवीन गोष्ट शोधून काढली आहे की जी कामाची नाही.' तो कधीही निराश झाला नाही आणि उद्वेगामध्ये बायकोशी भांडायला सुरुवात केली नाही किंवा कधी कुत्र्याला लाथ मारली नाही. तो सातत्याने पुढील प्रयोग करत राहिला.

हे श्रेष्ठत्व असते आणि बहुसंख्य लोकांमध्ये हे सहजगत्या येत नाही. खरोखरच हे नैसर्गिक नाही. असे समजा की तुम्हाला प्रयोगशाळेतील उंदराला अन्नाचा एक तुकडा मिळवण्यासाठी बटण दाबण्याचे प्रशिक्षण द्यायचे आहे. असे गृहीत धरा की तुम्ही एक संपूर्ण वर्षभर त्याच्या वर्तणुकीवर काम केले. प्रत्येक वेळी तो जेव्हा बटण दाबायचा तेव्हा त्याला अन्न मिळायचे. असे महिनो न महिने चालू होते. असे हजारो वेळा घडले. पण मग एके दिवशी असे घडले की अन्न मिळण्याऐवजी बटण दाबल्यावर उंदराला इलेक्ट्रिक शॉक मिळाला. हजारो वेळा बटण दाबण्याचा सकारात्मक अनुभव मिळाल्यानंतर तुम्हाला काय वाटते की उंदीर शॉक बसल्यानंतर किती वेळा पुन्हा बटण दाबायला तयार होईल? की त्यापेक्षा बटण न दाबून भुकेपोटी मरण पत्करेल? उत्तर आहे की तो आणखी तीन वेळा बटण दाबण्याचा प्रयत्न करेल; अगदी फार तर चार वेळा! पण त्यानंतर मात्र तो वेड्यासारखे पिंजराभर पळायला सुरुवात करेल - तुम्ही स्टारबक्समध्ये जसे चवताळलात तसे - किंवा मग हताश होऊन बसून राहील.

तुमच्यामध्ये आणि प्रयोगशाळेतील उंदरामध्ये खूप मोठा फरक आहे. आत्ता आपण ज्या साधनांची चर्चा केली ती वापरा. वेदनेचे रूपांतर संयमात करा आणि संयमाचे रूपांतर सकारात्मक बदलामध्ये करा. आपल्याला या विषयावर आता सविस्तर बोलायचे आहे.

आपण संयमाची व्याख्या बनवली आणि ज्या-ज्या प्रसंगामध्ये आपल्याला संयम दर्शवण्याची गरज असते अशा वेळी तो आपल्या अंगी कसा विकसित करायचा तेसुद्धा पाहिले. आता आपण संयमाचे असे काही घटक पाहू या, जे संयम म्हणजे नक्की काय यावर अधिक प्रकाश टाकतील.

आपली कोणतीही गरज तातडीने भागवण्याच्या इच्छेपासून संयम आपल्याला दूर ठेवण्याची क्षमता देते. लहान बाळाला आता दुधाची बाटली हवी आहे, नाही तर बाळ रडेल. उंदरालासुद्धा बटण दाबल्याबरोबर लगेचच अन्नाचा तुकडा हवा आहे. स्टारबक्स समोर रांगेत उभ्या असलेल्या माणसाला सुद्धा तातडीने मफिन (केक) खायचे आहे. बहुधा या सगळ्यांना असे वाटणे नैसर्गिकच आहे. परंतु दर्जेदार लोकांनाच हे माहिती आहे की ठरावीक गोष्टी ठरावीक वेळेस नैसर्गिकरीत्या घडण्यापेक्षाही आयुष्य हे गुंतागुंतीचे असते. म्हणून दर्जेदार कृती हीच की जेव्हा वाट पाहण्याला दुसरा पर्याय नसतो तेव्हा 'वाट पाहणे' जमायला पाहिजे.

संयम म्हणजे जे लोक तुमच्यापेक्षा कमी परिपक्व आहेत, दुबळे आहेत आणि अधीर आहेत, ज्यांच्यात संयम नाही अशा लोकांच्या प्रती सोशीकता, सहसंवेदना आणि सामंजस्य दर्शवणे म्हणजे संयम. तुम्ही जर एखाद्या प्राणीसंग्रहालयाला भेट दिलित आणि जिथे माकडे ठेवली आहेत तिथे गेलात तर एखादे चिंपांझी तुमच्याकडे पाहून वेडेवाकडे हावभाव करते. अशा वेळी तुम्ही त्या चिंपांझीवर रागावता का? किंवा लगेचच त्याला मारायला धावता का? मला असे वाटते की तुम्ही तसे करत नाही. मला अशीही आशा आहे की पुढील वेळेस जर लाल सिग्नलला तुम्ही थांबले असताना तुमच्या पाठीमागून कुणीतरी सारखे हॉर्न वाजवत असेल तर माकड जशी हुबेहूब नक्कल करतो तसे करणार नाही. जिझस म्हणाला, 'त्यांना क्षमा करा कारण ते काय करत आहेत हे त्यांना समजत नाही' आणि त्याला तर फासावर चढवले गेले; त्या मानाने तुमचे दुखणे तर काहीच नाही, तुमच्यामागून कुणीतरी फक्त हॉर्न वाजवते आहे.

संयम म्हणजे अडचणींना आणि नकारांना सहज स्वीकारणे, ज्या अडचणी आणि नकार आयुष्यात अटळ आहेत त्यांना हसतहसत झेलणे. चालता चालता कितीही वेळा पडलात तरी पुन्हा उठून चालायला तुम्ही लहानपणीच शिकलात ना! तुम्ही भाषा बोलायला शिकलात, जरी जगातील सर्वांत सामर्थ्यशाली संगणक हे काम अतिशय प्राथमिक पायरीवर करतात. तुमच्या अंतरंगातील संयमाच्या क्षमताना,

जेव्हा तुम्हाला एखाद्या गोष्टीचा नाद सोडून द्यावा किंवा यातून बाहेर पडावे असे वाटत असेल तेव्हा त्यांना आव्हान द्या. अजूनही तुमच्या अंगी त्या क्षमता आहेत, त्यांचा वापर कसा करायचा ते जाणून घ्या.

तुमच्या सहकाऱ्यांबरोबर आणि खास करून कुटुंबातील सदस्यांबरोबर किंवा जवळच्या मित्रमंडळींबरोबर जेव्हा एखादी समस्या उद्‌भवते व तिचा निचरा होण्यास वेळ लागणार असतो तेव्हा अतिशय संयमाने वागा. दीर्घकाळ घनिष्ठ संबंध असतानाही काहीतरी छोटेसे गैरसमज होतात आणि ते घनिष्ट संबंध कायमचे दुरावतात असे जेव्हा तुम्ही पाहाता तेव्हा तुम्हाला आश्चर्य वाटत असेल. जे लोक आपल्याला अनोळखी आहेत अशांच्या बाबतीत आपण जो संयम दाखवतो तोच आपण आपल्या परिचित नातेवाइकांबरोबर का दाखवत नाही? जर तुमची कृती दर्जेदार असावी असे तुम्हाला वाटत असेल तर ही तुमची आत्ममग्न वर्तणूक तुमचे जिव्हाळ्याचे, घनिष्ठ नातेसंबंध संपवण्यास कारणीभूत ठरू देऊ नका. खूप लोक अनवधानाने असे घडू देतात आणि मग त्याबद्दल त्यांना पश्चात्ताप होतो.

आयुष्यातील एखाद्या गोष्टीबद्दल तुम्ही खूप उत्साही असाल, त्याबद्दल भरभरून बोलत असाल तरी जे लोक तुमचा हा उत्साह आणि उत्तेजकता वाटून घेऊ शकत नाहीत अशांबरोबर ही बाब वाटून न घेण्याचा संयम ठेवा.

आणखी पुढे जाऊन असे सांगायचे आहे की, त्यांना त्यामुळे कदाचित तुमचा रागही येऊ शकतो. हे काही फारसे स्वीकारार्ह नाही किंवा कौतुकास्पदही नाही, परंतु काही लोकांचा हा स्वभाव असतो त्याला काय करणार?

सगळ्यात महत्त्वाचे तर हे सांगायचे आहे की तुम्ही स्वत: किंवा इतरांनीही हे गुण शिकून घेण्यासाठी आणि स्वत:चा विकास करण्यासाठी घाई करण्याची गरज नाही. हाच संयम तुमच्या स्वत:बरोबर आणि तुमच्या भोवतालच्या लोकांबरोबरही दाखवा.

हा एक खरोखर खूप महत्त्वाचा मुद्दा आहे. डेल कार्नेगी यांचे वैयक्तिक विकाससंबंधीचे सर्व काम हे काही एखाद्या व्यक्तीच्या फायद्यासाठी नव्हते. त्यांच्या कलाकृतींद्वारा त्यांनी हेच दाखवले की लोकांनी इतरांवर सकारात्मकरीत्या प्रभाव कसा टाकावा. एक व्यवस्थापक म्हणून, एक दर्जेदार कृती म्हणून आणि मित्र म्हणून तुम्ही अशा काही विशिष्ट गोष्टी करू शकता ज्या इतरांचा संयम विकसित होण्यास मदत करतील.

आता हे एक उदाहरण पाहा. एका मोठ्या नामांकित लॉ फर्ममध्ये रिक नावाचे एक जेष्ठ वकील होते. त्यांची न्यायासंबंधीची कौशल्ये तर उत्तमच होती आणि नक्कीच त्यांच्या सहकाऱ्यांबरोबर त्यांचे चांगले संबंध होते. समस्या फक्त एकच होती; रिक हे फार चिडखोर, तापट, ओरडून बोलणारे आहेत अशी त्यांची ख्याती

होती. त्यांच्या सोबत काम करणाऱ्या कुणीही म्हणजे सेक्रेटरीने किंवा अशिलांनीसुद्धा काही चूक केली की ते भयंकर अस्वस्थ व्हायचे. जेव्हा इतरांकडून चूक व्हायची तेव्हा ते ताबडतोब रागाने बेभान व्हायचे. त्यांनी स्वत: कधी चूक केली तर ते स्वत:वरसुद्धा रागवायचे. सारा ही त्यांची त्या लॉ फर्ममधील सहकारी होती जी इतर वकिलांनाही मार्गदर्शन करायची. रिकला आपण या समस्येत मदत करावी असे तिला मनापासून वाटायचे. रिक खऱ्या अर्थाने चांगला वकील होता ज्याने ही फर्म प्रभावीपणाने तोलून धरली होती. साराने अनेकदा अशी हुशार माणसे पाहिली होती जी त्यांच्या संतापीपणामुळे निष्प्रभ झाली होती. या लोकांच्या मनात नवनवीन कल्पना अतिशय पटकन येतात मात्र त्यांना हे समजत नाही की इतर लोक एवढे हळूहळू काम का करतात. कुठलेही क्रॉसवर्ड पझल (शब्दकोडे) रिक काही मिनिटांमध्येच सोडवायचा, जे इतरांना सोडवायला एखादा तास लागायचा. परंतु या स्वत:च्या अजोड क्षमतेबद्दल स्वत:ला शुभेच्छा देण्याऐवजी तो इतर लोकांना मूर्ख समजायचा; त्यामुळे त्याचे व्यक्तिमत्त्व फारसे कुणाला आवडणारे नव्हते.

जेव्हा साराने रिकच्या या समस्येविषयी रिकशी उघडउघड बोलण्याचा प्रयत्न केला तेव्हा सुरुवातीला तर रिकने बचावात्मक पवित्रा घेतला, परंतु नंतर लोकांच्या अंगावर त्याच्या खेकसण्याच्या सवयीला तो लगाम घालेल असे त्याने कबूल केले. साराला मात्र असा संशय आला की त्याने जोराने ओरडून बोलणार नाही अशी कबुली केवळ आपल्या वकिलीवर आपल्या स्वभावाचे दुष्परिणाम होऊ नयेत या एकाच हेतूने दिली आणि खरोखर प्रत्यक्षात त्याच्या वकिली व्यवसायाला फटका बसलाच असता. साराला असाही संशय होता की रिकला याची तरी जाणीव आहे का की संयम अंगी बाळगण्याची सवय होण्यासाठी सुद्धा संयम ठेवावा लागतो.

साराला जे अनुभव आले त्यावरून साराला जसे महत्त्वाचे मुद्दे समजले, ज्यामुळे ती रिकवर दबाव टाकू शकेल. तुम्हीसुद्धा तुमच्या ओळखीतील एखाद्या अधीर व्यक्तीच्या बाबतीत हे मुद्दे वापरू शकता. तुम्ही हे स्वत:च्या बाबतीत सुद्धा वापरू शकता.

उदाहरणार्थ साराने सतत रिक घेत असलेल्या कष्टांबद्दल आणि तो दाखवत असलेल्या प्रगतीबद्दल त्याचे कौतुक केले. तिने नकारात्मकतेपेक्षा सकारात्मकतेवरच भर दिला. म्हणजे एखाद्या सोमवारी सकाळी रिक आपल्या लक्ष्मणरेषेच्या बाहेर जात असेल; पण सोमवारी दुपारी पुन्हा चांगले वागत असेल तर त्याच्या आधीच्या कृत्याकडे सारा दुर्लक्ष करायची आणि नंतरच्या चांगल्या कृत्यावर लक्ष केंद्रित करायची.

तिने रिकला हेसुद्धा सांगितले की थोडी फार अधोगती आणि चुका या होणारच. त्याने दररोज फक्त त्याच दिवसाचा विचार करायचा आहे. रिकसाठी हे अवघड होते

कारण त्याला प्रत्येक गोष्ट आत्ता, लगेच ताबडतोब अशी हवी असे. त्याची ही जी शिकवणी चालली होती त्याबद्दल तो सारालासुद्धा दूषणे देत असे. आणि ती त्याला पाठिंबा देत नाही असे त्याचे मत होते. तिने त्याला काय वाटते याची पर्वा केली नाही. ती त्याला समजून घेत नाही, त्याचा आदर करत नाही; या आणि अशा अनेक तक्रारी रिकच्या होत्या.

अभ्यास प्रश्नावली सोडवण्याला रिकच्या अशा तक्रारींवर सारा त्याला पटवून देत असे की लोकांच्यासुद्धा रिकबद्दल नेमक्या याच तक्रारी होत्या. जेव्हा रिक त्याच्यावर रागावत असे तेव्हा! नंतर साराने रिकला एक लेखी अभ्यास करायला दिला जो तिने त्याच्यासाठी खास बनवला होता. सुरुवातीला तर तो अभ्यास करण्यासाठी त्याने खूप विरोध केला आणि सारावर असाही आरोप केला की ती त्याला कुक्कुलं बाळासारखी वागवत आहे. परंतु जेव्हा तिने त्याला पुन्हा आठवण करून दिली की त्याने तिचे ऐकले नाही तर त्याचे भवितव्य धोक्यात आहे तेव्हा कुठे तो लेखी प्रश्नावली सोडवण्यास तयार झाला.

ती प्रश्नावली फारच सोपी होती. साराने रिकला त्याचे विचार आणि त्याच्या श्रद्धांबद्दल लिहायला सांगितले. प्रत्येक दिवशी त्याच्या मनात कोणते विचार येत होते आणि ते विचार संयम आणि अधीरपणा यांपैकी कोणत्या वर्गात मोडत होते हे साराला पाहायचे होते. रिकने त्याच्या मनाचा आलेख साराकडे सोपवला. तो असा होता –

- *मला माझी कामे याही पेक्षा अधिक जलद आणि चांगल्या प्रकारे करता यायला हवीत आणि प्रत्येकालाच ती करता यायला हवीत.*
- *मला पुन्हा पुन्हा तेच ते सांगायला लागू नये; लोकांनी मला माझ्या पहिल्या सांगण्यातच समजून घेतले पाहिजे.*
- *बदलण्यासाठी आणि अधिक विकसित होण्यासाठी एवढा वेळ आणि एवढे कष्ट कशासाठी लागायला पाहिजेत?*
- *मला अजून खूप मोठी शिखरे गाठायची आहेत. एवढे सगळे करायला माझ्याकडे वेळच नाही.*
- *कोणतीही कामे करण्याची चुकीची आणि बरोबर पद्धत असतेच. नेमके मलाच भेटणारी माणसे चुकीची पद्धत का निवडतात कोण जाणे?*
- *जर मी माझ्या ध्येयांची पूर्तता करू शकलो नाही तर मी किती प्रगती केली आहे याचे मूल्यमापन करणे व्यर्थ आहे.*
- *मला आहार नियमन, समुपदेशन आणि फिजिओथरपी असले शब्दही आवडत नाहीत. ही सगळी कामे खूप किचकट आणि वेळखाऊ आहेत.*

- *मी जसा माझ्या कामांमध्ये परिपूर्ण आहे तसेच इतरांनीसुद्धा असले पाहिजे. जेव्हा लोक परिपूर्ण नसतात तेव्हा त्याचा अर्थ स्पष्टच असतो की त्यांची तसे होण्याची इच्छा नाही.*
- *मी मला स्वत:ला बदलण्याचा प्रयत्न करतोच आहे पण माझ्या असे लक्षात आले आहे की इतर लोक काही त्यांच्या जुन्या सवयी सोडण्यास तयार नाहीत.*

पण रिकने शेवटी जे लिहिले ते त्याच्यामधील घडलेल्या बदलाचे सार आहे.

- *खरोखर, मी म्हणजे एक अशक्य व्यक्ती आहे. अजूनही मी स्वत:ला बदलू शकलेलो नाही.*

त्यानंतर साराला रिकला हे दाखवून देणे शक्य झाले की त्याने वर जे मुद्दे लिहिले आहेत ते मूलत: चुकीचे आकलन आहे. परंतु शेवटचा मुद्दा त्याने जो लिहिला आहे तो मात्र विशेष उल्लेखनीय आहे. यामागचे कारण अगदी सोपे आणि साधे आहे - एकच गोष्ट आहे जर रिक ने स्वत: स्वत:ला बदलायचे ठरवले असते तर बदल निश्चितच घडून आला असता. जो पर्यंत हे घडत नाही तो पर्यंत सारे काही तसेच राहाणार आहे. याचे कारण असे की प्रत्येक गोष्ट ही काही त्याच्या दृष्टिकोनातून जे दिसते तशी असणार नाही तर ते त्याच्या स्वत:च्या समस्यांचे चित्रीकरण असणार आहे. ही एक गोष्ट विचित्र वाटते की जे लोक अधीर असतात ते सहसा त्यांच्या नियंत्रणापलीकडे असणाऱ्या गोष्टी - खास करून माणसे— नियंत्रित करण्यासाठी आपली वेळ आणि ऊर्जा घालवतात. जर तुम्हाला संयम मिळवायचा असेल तर एक छोटीशी युक्ती सांगतो, स्वत:मध्ये बदल करा. जेव्हा तुम्ही असे कराल तेव्हा लोकांमध्येच बदल झालेला पाहून तुम्ही चकीत व्हाल.

'सहेतूक संयम' या विषयावरचे हे प्रकरण संपवताना आपण आता सगळे लक्ष सुस्पष्टपणे फक्त तुमच्यावरच केंद्रित करू. आत्ता सध्या तुमच्या अंगी किती संयम आहे हे जाणून घेण्यासाठी पुढील प्रश्नांची तुम्ही कशी उत्तरे देता ते पाहू. तुम्ही तुमच्या प्रश्नांची उत्तरे एखाद्या वहीमध्ये किंवा कागदांवर लिहू शकता. किंवा तुम्ही मनातल्या मनातसुद्धा प्रश्नांची उत्तरे देऊ शकता.

या प्रकरणाच्या सुरुवातीलाच आपण संयम या शब्दाची संज्ञा पाहिली की 'संयम म्हणजे राग, काळजी किंवा नैराश्य व्यक्त न करता वाट पाहणे' ही व्याख्या तुम्हाला पटते का, की यापेक्षा संयम शब्दाची व्याख्या अधिक चांगली असावी असे

तुम्हाला वाटते; मग तुमची व्याख्या सांगा.

आता दुसरी गोष्ट अशी की, एक मोजपट्टी आहे आणि तिच्यावर १ ते १० आकडे आहेत. जेव्हा प्रत्येक समस्या समोर उभी राहते तेव्हा तुम्ही या १ ते १० आकड्यांच्यामध्ये नेमके कुठे असता? कामाच्या ठिकाणच्या समस्यांच्या बाबतीत तुमच्या वैयक्तिक जीवनातील समस्यांपेक्षा तुमचा संयम अधिक असतो की याच्या उलट असते? आत्ता तुम्ही ज्या निष्कर्षाप्रत आला आहात त्याच्या पुष्ट्यर्थ तुम्ही तुमच्या आयुष्यातील खरेखुरे प्रसंग सांगू शकता का? जर कामाच्या ठिकाणचा संयम आणि व्यक्तिगत आयुष्यातील संयम यामध्ये प्रचंड तफावत असेल तर तुम्हाला काय वाटते की असे का घडत असावे? त्याच्यातील फरक नाहीसा करण्यासाठी तुम्ही काय करू शकता?

आता पुन्हा एकदा मोजपट्टी घ्या आणि त्यावरील १ ते १० आकड्यांकडे लक्ष द्या. आता तुमच्या स्वत:च्या आयुष्यात तुमच्या स्वत:च्या बाबतीत तुम्ही किती संयमी आहात आणि तुमच्या स्वत:मध्ये बदल करण्याची गरज कुठे वाटते याचे मूल्यमापन करा. तीच मोजपट्टी वापरून तुम्ही इतर लोकांच्या बाबतीत किती संयमी आहात ते पाहा. ही तुलना तुम्हाला काय सांगून जाते? उदाहरणार्थ तुमच्या स्वत:कडूनच तुमच्या मागण्या वाजवीपेक्षा अधिक आहेत का? किंवा इतरांकडून तुम्ही जरा जास्तच अपेक्षा करता? अनेक अधीर लोकांना इतरांकडून त्यांच्या असेलेल्या अपेक्षा कशा न्याय्य आहेत हे पटवून देण्याची सवय आहे; अर्थात त्यांच्या या मतांशी लोक असहमत असतात यामध्ये आश्चर्य वाटण्याजोगे काहीच नाही. जर तुम्हाला असे वाटत असेल की तुम्हाला अधिक उदारमतवादी उत्तर मिळावे तर तुम्ही असे प्रश्न तुमच्या सहकाऱ्यांना किंवा मित्रांना विचारू शकता की तुमच्या मागण्या गैर आहेत किंवा काय!

या संदर्भातील एक प्रश्न असा — जेव्हा तुमचा स्वत:च्या बाबतीतच संयम ढळतो तेव्हा इतरांची प्रतिक्रिया काय असते? किंवा तुमचा त्यांच्या बाबतीतील संयम ढळतो तेव्हा त्यांना काय वाटते? तुमचा संयम ढळल्यामुळे काही नकारात्मक परिणाम समोर आले असा अनुभव तुम्हाला कधी आला आहे का? असे जर कधी घडले असेल तर त्या अनिष्ट परिणामांपासून तुम्ही धडा घेऊन तुमच्या वर्तणुकीत तुम्ही कसे बदल केले? की तुम्ही मोडेन पण वाकणार नाही, हाच बाणा कायम ठेवला?

जेव्हा तुमचा संयम सुटतो तेव्हा तुमच्या मनात नेमक्या कोणत्या भावना येतात? त्या प्रसन्न करणाऱ्या असतात की अस्वस्थ करणाऱ्या असतात? बऱ्याच लोकांसाठी त्या अस्वस्थ करणाऱ्या असतात. तुमच्याही बाबतीत त्या त्रासदायक असतील तर मग अशा भावनांना तुम्ही का चिकटून राहता? ताबडतोब त्या

भावनांपासून मुक्ती मिळवण्याच्या मार्गात कोणती गोष्ट आड येते?

तुमची अशी कोणती विचारसरणी आहे की ज्या विचारांमुळे तुम्ही स्वत:वर संयम राखू शकत नाही? तुमचा असा समज आहे की एखाद्या सेकंदासाठी तुम्ही मन हलके केले तर सारे काही उद्‌ध्वस्त होईल? असा समज किंवा अशी तुमची विचारसरणी होण्यामागे कोणते कारण असावे? तुम्ही तुमच्या संयमाची परीक्षा कोणत्या कसोटीवर घ्याल? तुमच्या स्वत:च्या बाबतीत, त्याच बरोबर इतरांच्या बाबतीतलाही संयम वाढवण्यासाठी कोणती पर्यायी विचारसरणी तुम्हाला उपयुक्त ठरेल असे तुम्हाला वाटते?

हा शेवटचा 'पर्यायी विचारसरणी' बाबतचा प्रश्न अत्यंत महत्त्वाचा आहे. इथे आपण काही विशिष्ट उपयुक्त सुचना सूचवू शकतो. कृपा करून खालील गोष्टी हृदयावर कोरून ठेवा—

- हे स्वीकारा की प्रत्येक गोष्टीसाठी वेळ लागतोच - आणि बहुधा तुम्ही अपेक्षा करता त्यापेक्षा अधिक लागतो. याच्यामध्ये तुम्ही स्वत:त बदल करू इच्छिता तेसुद्धा समाविष्ट आहे. वर्तणुकीबाबतच्या जुन्या सवयी मोडून काढण्यासाठी विरोध हा होणारच, त्याची मानसिक तयारी असू द्या. त्याचप्रमाणे जुने समज, जुन्या प्रतिक्रिया बदलण्यासही वेळ लागणारच.
- तुमच्या भूतकाळ, वर्तमानकाळ आणि भविष्यकाळा विषयीच्या दृष्टिकोनांची जुनी चौकट मोडीत काढा व नवीन दृष्टिकोनातून त्याकडे बघा. काल कोणत्या चुकीच्या गोष्टी घडल्या त्याबद्दल हळहळत बसू नका आणि मग त्या चुकांच्या दुरुस्तीसाठी आजच्या दिवसाकडून अवास्तव अपेक्षा धरू नका. त्याच कारणासाठी उद्या काय घडेल याची दिवास्वप्ने पाहत बसू नका. प्रत्येक दिवसाची सुरुवात नव्याने करा.
- प्रत्येक गोष्ट एकदम, एकाच वेळी करण्याचा प्रयत्न करण्यापेक्षा उत्तुंग ध्येयांची विभागणी करा. जशी की लहान, मध्यम त्यांच्या हेतूंनुसार! रिक सारखी अनेक माणसे असतात ज्यांच्या बाबतीत संयम बाळगणे ही एक समस्या होऊन बसते. हो. तोच रिक, तरुण वकील ज्याच्याविषयी आपण आधी बोललो. त्या माणसांनी मनाची अशी खात्री करून घेतलेली असते की कुणीही मदत करण्याच्या पलीकडे त्यांची समस्या आहे; अगदी ते स्वत:सुद्धा स्वत:ला मदत करू शकत नाहीत. तुमच्या लक्षात आले का की याला 'रिव्हर्स ॲरोगन्स' म्हणजे निव्वळ उद्दामपणा, उद्धटपणा असे म्हणता येईल. एक प्रकारे हा एक असे सांगण्याचा छुपा प्रकार आहे की 'मी सगळ्यांपेक्षा वेगळा आहे'. अशा प्रकारच्या विचारसरणीला बळी पडू नका. आत्तापर्यंत होऊन गेलेल्या पापी

लोकांपैकी तुम्ही काही सगळ्यात भुक्कड किंवा नालायक नक्कीच नाही. तुमच्यापेक्षाही अधिक समस्या असणाऱ्या लोकांनी त्यांच्या आयुष्यात प्रचंड मोठे सकारात्मक बदल केले आहेत.

- लोकांच्या आयुष्यातील सुखदु:खाशी समरस व्हा. ते त्यांच्या स्वत:च्या आयुष्यातील संघर्ष, दुबळेपणा, संकटे, अधोगती, अडचणी सोडवण्यामध्ये गर्क असतात. त्यामुळे लोकांना तुमच्या गरजांविषयी विचार करण्यास वेळ नसतो. यापेक्षा महत्त्वाचे हे की तुम्हीसुद्धा फक्त तुमच्या गरजांविषयीच विचार करण्याची गरज नसते.

संयम शिकणे सोपे आहे का?

अगदी संक्षिप्त उत्तर द्यायचे तर 'नाही.' संयम हा सर्वांत मोठा वैयक्तिक असा गुण आहे की ज्यामध्ये निपुण होणे हे महाकठीण आहे; त्यावर प्रभुत्व मिळवण्यासाठी खूप जास्त वेळ आणि ऊर्जा लागते. परंतु कोणतीही श्रेष्ठ, दर्जेदार गोष्ट ही सहजप्राप्य नसते आणि संयम ही दर्जेदार गोष्ट असल्यामुळे ती सहजप्राप्य नाही.

आपण अशा समाजामध्ये राहतो जिथे आपल्या इच्छांची पूर्तता ताबडतोब झाली पाहिजे असेच सगळ्यांना वाटते. आत्तापर्यंत फेडेक्स आणि डॉमिनोज पिझ्झा या कंपन्यांनी लाखो डॉलर्स कमावले आहेत ते कशाच्या जोरावर? केवळ एवढ्याच कारणासाठी ग्राहकाने त्यांना मिळणाऱ्या सेवेसाठी किती काळ थांबायचे याची अचूक पूर्वसूचना ते देतात. कारण आपल्या संस्कृतीमध्ये वाट पाहण्याचे परिणाम नैराश्यात, ताणतणावात आणि अधिकतर संतापात होतात. समोरची व्यक्ती आपल्याला विसरली की काय असे वाटते. म्हणून संयम अंगी बाळगण्याचे शिकून घेणे हे खूप फायद्याचे असते. संयम अंगी बाळगण्यासाठी सुद्धा संयमाची गरज असते. खाली काही युक्तीच्या गोष्टी सांगतो –

- तुम्ही ज्या गोष्टींवर नियंत्रण करू शकता, ज्या गोष्टींवर प्रभाव पाडू शकता आणि ज्या गोष्टी तुमच्या नियंत्रणाच्या आणि प्रभावाच्या कक्षेच्या पलीकडे आहेत त्या गोष्टींमधील फरक समजावून घ्या. तुम्ही ज्या गोष्टींवर नियंत्रण करू शकता अशा गोष्टींवर जास्तीत जास्त वेळ खर्च करा आणि त्याकडे लक्ष द्या, कारण याच गोष्टींमुळे तुम्ही जास्तीत जास्त परिणाम साधू शकाल. तुमचा उरलेला वेळ तुम्ही ज्या गोष्टींवर प्रभाव टाकू शकता अशा गोष्टींवर खर्च करा. त्याच वेळी तुम्हाला ही जाणीव असू द्या की कदाचित तुम्हाला अपेक्षित परिणाम मिळणारही नाहीत. ज्या गोष्टींवर तुमचे नियंत्रण किंवा प्रभाव पडू

शकणार नाही त्या गोष्टींकडे दुर्लक्ष करा; कारण या गोष्टींवर खर्च केलेला वेळ आणि ऊर्जा म्हणजे केवळ अपव्यय आहे.

- दररोज त्या दिवसापुरतेच जगा. प्रत्येक दिवसाकडे ती एक दैवी देणगी आहे अशा दृष्टिकोनातून त्याकडे बघा आणि खरोखर ते तसेच आहे! कालच्याबद्दल आता आपण काहीच करू शकत नाही आणि उद्या अजून उजाडायचा आहे. म्हणून आजच्या दिवसात तुम्हाला जेजे काही शक्य आहे ते करा कारण तसेही तुमचे काम तुम्हालाच करायचे आहे.
- स्वतःचा स्वीकार करा आणि स्वतःला क्षमा करा. तुमच्यामध्ये सातत्याने वाढ होत असते. तुम्ही सातत्याने नवीन काहीतरी शिकत असता आणि तुमच्यात बदलही होत असतो; किंवा निदान तशी अपेक्षा असते. एक मनुष्यप्राणी म्हणून किंवा अगदी तुमचे व्यक्तिमत्त्व अविस्मरणीय असले तरीही तुम्ही चुका करणारच. परंतु त्या चुकांमधूनच शिकत आयुष्यात पुढे जायचे असते. तुम्ही केलेल्या चुकांबद्दल स्वतःला क्षमा करा, तुमच्यातील कमतरतेबद्दल, दुबळेपणाबद्दल आणि अपूर्णतेबद्दल स्वतःला क्षमा करा; त्यांपासून शिका आणि पुढे जा.
- तुमचा दृष्टिकोन बदला. भूतकाळात केलेल्या चुकांबद्दल स्वतःला कोसण्यापेक्षा, आज तुम्ही जे आहात ते त्यामुळेच आहात असा विचार करून त्यांचा स्वीकार करा. दर्जेदारपण म्हणजे प्रगती, परिपूर्णता नव्हे.
- तुमच्या आयुष्याचे नियोजन करा आणि त्याप्रमाणे वागा. जर तुमच्या अपेक्षेप्रमाणे गोष्टी घडल्या नाहीत तर तुमच्याकडे प्लॅन 'ब' तयार असला पाहिजे. नाही तर तुम्हाला नैराश्येच्या समस्येला सामोरे जावे लागते. अपेक्षित फोन कॉलची वाट पाहत बसण्याइतके वेड लावणारे दुसरे काहीच नसते. जर तुम्ही अशा अवस्थेत असाल तर सध्या तुमच्याकडे जेवढा संयम आहे त्यापेक्षा अधिक संयमाची तुम्हाला गरज आहे; म्हणून सगळे चांगलेच होईल. अशी आशा करा आणि जरी अगदी चांगलेच नाही झाले तरी काहीतरी बरे होईल याची तयारी ठेवा.
- उत्तुंग ध्येये उरी बाळगा आणि छोटीछोटी पावले उचला. कोणत्याही ध्येयाप्रत पोहोचण्यापूर्वी तुम्ही तुमच्या क्षमतेनुसार करता येण्यासारखी कामांची विभागणी केली तर तुम्हाला त्या ध्येयापर्यंत पोहोचण्याची स्फूर्ती मिळेल. प्रत्येक ध्येयापर्यंत पोहोचवणाऱ्या छोट्या पायऱ्यांवरील यश साजरे करा.
- तुमच्या यशापर्यंत पोहोचण्याच्या खडतर प्रवासातील तुमच्या नकारात्मक भावनांचा सामना करा. लक्षात घ्या की हे जग काही एका दिवसात बनलेले नाही. आज जे तुम्ही उंच झाड पाहताय त्याची सुरुवात एका छोट्याशा बी पासून झाली आणि इतके उंच, बळकट आणि सुंदर होण्यासाठी त्याला अनेक

वर्षे लागली. तुम्ही उचललेले प्रत्येक पाऊल हे तुमच्या यशाच्या शिखराच्या जवळ तुम्हाला घेऊन जाणार आहे.

- चिंता करू नका. उद्याची चिंता तुम्ही आज करत बसलात तर ती तुमची आजची ऊर्जा आणि सामर्थ्य ओढून नेते. त्या ऐवजी ती ऊर्जा तुमच्या कामासाठी वापरून तुमच्या ध्येयांच्या अधिक जवळ जा.
- स्वत:च स्वत:चे उत्तम मित्र बना. तुम्हीच एक अशी व्यक्ती आहात की जी सदैव तुमच्या आयुष्यभर तुमच्या सोबत राहणार आहे. म्हणून आधी स्वत:च स्वत:शी चांगली ओळख करून घ्या आणि आपल्या स्वत:बद्दल आदर बाळगा.

खूप वर्षांपूर्वी रेनहोल्ड निबह्र नावाच्या एका तत्त्ववेत्त्याने जे काही लिहून ठेवले आहे. त्याला पुढे 'सीरीनिटी प्रेयर' नावाने प्रसिद्धी मिळाली. त्याच्या सुरुवातीच्या दोन ओळी अशा आहेत –

'देवा, ज्या गोष्टी आम्ही बदलू शकत नाही त्या गोष्टी शांततापूर्वक स्वीकारण्याचे बळ आम्हाला दे.'

या प्रकरणामध्ये आपण जे काही शिकलो त्याचे सार या दोन ओळींमध्ये आहे त्याप्रमाणे आपण वागले पाहिजे. जर तुम्ही प्रामाणिकपणे अशी इच्छा धरलीत की तुम्ही खरोखरच संयमी व्यक्ती व्हाल तर तुमची ही प्रामाणिक इच्छा हवेत विरून जाऊ देऊ नका. जर तुम्हाला दर्जेदार, श्रेष्ठ कृती करायची असेल तर त्याप्रमाणे वागा. जर तुम्हाला अविस्मरणीय व्यक्ती बनायचे असेल तर इतर लोकांना सुद्धा तुम्ही हेच शिकवा.

१२

बुद्धिमत्तेपलीकडची बुद्धिमत्ता

बुद्धिमत्तेपलीकडची बुद्धिमत्ता? तुम्ही म्हणाल की हे काय नवीन खूळ? याचा अर्थ काय? एका साध्या शब्दात सांगायचे तर याचा अर्थ अंत:प्रेरणा! अनेक लोकांच्या बाबतीत, ज्यांनी स्वत:ला अविस्मरणीय बनवले आहे, अंत:प्रेरणा हा त्यांच्या यशाचा मूलभूत घटक आहे. तुम्हाला ही कल्पना सुस्पष्टपणे समजावी म्हणून एक खरेखुरे उदाहरण देतो. त्यामध्ये काय घडले ते आपण पाहू.

दि वॉल्ट डिस्ने कंपनी ही अमेरिकन व्यावसायिक जगतातील सर्वाधिक यशाचा इतिहास सांगणारी गोष्ट आहे आणि अगदी सुरुवातीपासूनच अंत:प्रेरणेने या कंपनीमध्ये फार महत्त्वाची भूमिका निभावली आहे. जेव्हा वॉल्ट डिस्नेने आपला पहिला कार्टून उंदीर बनवला तेव्हा त्या उंदराचे नाव त्याने मॉर्टीमर असे ठरवले होते. परंतु त्याच्या बायकोला ते नाव आवडले नाही आणि तिने ते नाव बदलून मिकी ठेवावे असे सुचवले. आता तिने मिकी हेच नाव का सुचवले याचे तर्कशुद्ध कारण ती देऊ शकेल का? बहुधा नाही. लोकांना कोणते नाव आवडेल याचा मार्केट सर्व्हे केला गेला होता का? छे! भलतेच काय? त्या काळात मार्केटिंग सर्व्हेची संकल्पना अस्तित्वातच नव्हती आणि वॉल्ट डिस्नेला त्या वेळी हे परवडलेही नसते; परंतु मॉर्टीमरचे नाव मिकी झाले आणि पुढे सगळा इतिहास घडला. हे सगळे घडले याला कारण वॉल्ट डिस्नेच्या बायकोची सूचना!

त्यानंतर काही दशकांनी वॉल्ट डिस्नेच्या डोक्यात आणखी एक नवीन कल्पना आली. इ.स. १९३९ मध्ये न्यू यार्क शहरामध्ये एक भली मोठी जागतिक स्वरूपाची जत्रा होती. लाखो लोक त्या जत्रेसाठी संपूर्ण जगभरातून आले होते. ती जत्रा म्हणजे खऱ्या अर्थाने एक ऐतिहासिक घटना होती पण शेवटी ती तात्पुरती

असल्यामुळे संपलीच; सगळे तंबू उचकटले गेले, लाखो लोक येऊन डोळे सुखावून गेले. परंतु ज्या लाखो लोकांना ही मजा लुटायची होती परंतु जे येऊ शकले नाहीत त्यांचे काय? किंवा जे लोक एकदा येऊन पाहून गेले परंतु त्यांना पुन्हा पाहण्याची इच्छा आहे, त्यांचे काय? त्यांच्यासाठी हे अशक्य होते कारण जत्रा आता संपली होती.

१९५० च्या मध्यावर वॉल्ट डिस्नेला एक अशी कल्पना सुचली की वर्ल्ड फेअर हे कायमस्वरूपी ठेवले तर काय हरकत आहे? लोक त्यांना हवे तितक्या वेळा, पुन्हा पुन्हा, वर्षानुवर्षे आणि आयुष्यभर भेट देऊ शकतील. जत्रेसाठी कोणाला ठरावीक तारखेला येण्याची गरज नाही. कधीही त्यांच्या सोईच्या वेळेस लोक सहल म्हणून येऊ शकतील. एक संपूर्ण पिढी तर इथे भेट देईलच परंतु त्यानंतर ते त्यांच्या मुलाबाळांना घेऊन येतील आणि पुढे त्यांची मुले त्यांच्या मुलाबाळांना घेऊन येतील; असे चक्र सुरूच राहील.

नेमकी तेव्हापासूनच 'थीम पार्क' ही नावीन्यपूर्ण कल्पना उदयास आली, परंतु त्या वेळेस वॉल्ट डिस्नेसाठी ती फक्त एक नावीन्यपूर्ण कल्पना होती. ती कल्पना प्रत्यक्षात उतरवण्यासाठी त्याच्याकडे कोणतेही अभ्यासपूर्ण नियोजन नव्हते की प्रात्यक्षिके करून दाखवणारे संशोधन नव्हते. दक्षिण लॉस-एंजेलिसमध्ये त्याच्याकडे थोडीशी जागा होती; परंतु आपल्या या प्रकल्पाचे बांधकाम करण्यासाठी त्याच्याकडे थोडे सुद्धा पैसे नव्हते. शिवाय वॉल्ट डिस्नेच्या या प्रकल्पामध्ये कुणीही आपले पैसे गुंतवण्यास तयार नव्हते. बँकेने त्याचा प्रस्ताव फेटाळून लावला होता. परिस्थिती अशी होती की त्याचे स्वप्न सत्यात उतरण्याचे कोणतेही चिन्ह दिसत नव्हते.

परंतु वॉल्ट डिस्नेला स्वत:ला ही समस्या सोडवण्याची युक्ती सुचली. तो एक प्रस्ताव घेऊन अमेरिकन ब्रॉडकास्टिंग कंपनीच्या उच्च अधिकाऱ्याला जाऊन भेटला, आणि जर त्यांनी त्याच्या थीम पार्कमध्ये पैसे गुंतवले तर वॉल्ट डिस्ने आठवड्यातील एक दिवस एक तासाचा टीव्ही कार्यक्रम 'व्हॉट अ सरप्राइस - डिस्नेलँड' या नावाने करून दाखवेल. त्या शो मध्ये संपूर्ण जगभरातील 'ॲनिमेटेड कार्टून्स' आणि प्राण्यांविषयीचे सिनेमे असतील. त्याचबरोबर वॉल्ट डिस्नेने एक चांगली गोष्ट अशी केली की प्रत्येक शो बरोबर दक्षिण अमेरिकेमध्ये थीम पार्कचे बांधकाम चालू आहे त्याचा 'प्रगती अहवाल' असेल; त्याचा हा प्रकल्प जेव्हा इ.स. १९५५ साली सुरू झाला तेव्हा अगदी पहिल्या दिवसापासून 'डिस्नेलॅन्ड' ला प्रचंड यश मिळाले.

एक गंमतीचा भाग असा की या गोष्टीकडे तुम्ही अभ्यासपूर्ण नजरेने पाहिले तर ह्यामध्ये कुठेही बुद्धिमत्ता वापरली आहे असे दिसत नाही; हा, पण निश्चितपणे असे सांगता येईल की ज्या लोकांनी डिस्नेलॅन्ड मध्ये पैसे गुंतवण्यास नकार दिला त्यांनी मात्र आपली बुद्धि वापरली नाही. जर त्यांच्याकडे बुद्धिमत्ता असती तर निश्चितपणे

दोन महत्त्वाच्या गोष्टी त्यांच्याबरोबर घडल्या असत्या. त्यांच्या असे लक्षात आले असते की आंतरराज्यीय हायवे सिस्टिम यामुळे बांधली जात आहे ज्यामुळे अमेरिकन कुटुंबाचा खूप दूरपर्यंत सहज संचार होऊ शकला असता. त्याच बरोबर हवाई वाहतुकीच्या क्षेत्रामध्येही भरभक्कम विस्तार झाला असता. पण ज्या लोकांनी वॉल्ट डिस्नेचा प्रस्ताव फेटाळून लावला त्या आर्थिक व्यवस्थापकांना त्याचा फायदा घेता आला नाही. त्यांची ही चूक तर होतीच परंतु त्याहीपेक्षा मोठी चूक ही होती की दुसऱ्या महायुद्धानंतर लोकसंख्येमध्ये जी प्रचंड वाढ होत होती त्याकडेही त्यांनी दुर्लक्ष केले होते. इ.स. १९४६ ते १९६४ पर्यंत अनेक लहान मुलांचे जन्म झाले, सत्तर लाख पेक्षा अधिक मुलांनी कधी ना कधी डिस्नेलॅन्ड ला भेट दिलीच, ही प्रचंड टक्केवारी होती. परंतु कोणत्याही बँकवाल्यांनी किंवा गुंतवणुकीचे विश्लेषण व अभ्यास करणाऱ्यांनी याचा विचार केला नाही, जे व्यावसायिक दृष्टीने अत्यंत तज्ज्ञ व अनुभवी होते.

आश्चर्याची गोष्ट अशी की वॉल्ट डिस्नेनेसुद्धा या गोष्टींचा विचार केला नव्हता. त्याला परिस्थितीतील बदलांचे किंवा हवाई जहाजाच्या उद्योगाविषयी किंवा हायवे सिस्टिम विषयी काहीही ज्ञान नव्हते. त्याला फक्त एकच गोष्ट हवी होती ती म्हणजे वर्ल्ड फेअर कायम स्वरूपी हवी होती. कारण पूर्वीची जी तात्पुरत्या स्वरूपाची वर्ल्ड फेअर होती तिचा त्याला मनस्वी कंटाळा होता कारण तिला शेवट होता. त्याला वर्ल्ड फेअर हे एखाद्या छोट्या गावातील 'मेन स्ट्रीट' वर उभारायला हवे होते कारण त्याच्या लहानपणीची छोटी छोटी गावे आता नाहीशी होण्याच्या मार्गावर होती, ज्याच्याबद्दल वॉल्ट डिस्नेला वाईट वाटत होते. गमतीचा भाग हा होता की वॉल्ट डिस्नेच्या लहानपणी त्याच्या स्वप्नातले छोटेसे गाव हे अस्तित्वातच नव्हते. पण इथे मुद्दा तो नाही; मुद्दा हा आहे की ज्या लोकांनी वॉल्ट डिस्नेचा प्रस्ताव फेटाळला त्यांच्या बुद्धिमत्तेने त्यांना दगा दिला; परंतु डिस्नेची कल्पना हीसुद्धा काही बुद्धिमत्तेच्या निकषांवर आधारित नव्हती.

ती फक्त वॉल्ट डिस्नेच्या मेंदूतील किंवा अधिक योग्य पद्धतीने सांगायचे तर हृदयातील अंत:प्रेरणा होती. ती एक फक्त नावीन्यपूर्ण कल्पना होती.

कदाचित तुमच्या मनात डिस्नेलॅन्डसारखी कल्पना अद्याप आली नसेल. परंतु तुम्हाला अंत:प्रेरणेची ताकद नक्कीच माहीत असेल जी या ताकदीला मूर्त स्वरूप देते. मग तुम्ही या ताकदीला कल्पना म्हणा, अंतश्चक्षूसमोर तरळून गेलेले दृश्य म्हणा किंवा अचानक आलेली स्फूर्ती म्हणा. पण अशा तीव्र भावना तुमच्या मनात किती वेळा येतात! मग त्या सकारात्मक असतील किंवा नकारात्मक, त्या कामधंद्याबद्दल असतील किंवा एखाद्या सहकाऱ्याबद्दल, किंवा एखादा प्रचंड फायदेमंद व्यावसायिक व्यवहार असेल. असे किती वेळा झाले की, तुम्हाला प्रश्न पडण्यापूर्वीच त्याचे उत्तर

मिळाले? तुम्ही जर इतर लोकांसारखेच असाल तर कधीतरी तुमचे उत्तर बरोबरही असेल; अशा वेळी नक्कीच तुम्ही त्याला योगायोग असे संबोधले असेल. परंतु कधीतरी असेही झाले असेल की तुमच्या या स्पष्टीकरणावर तुम्ही स्वत:च पूर्णत: खूश नव्हता.

आपल्यापैकी सगळ्यांनाच कधी ना कधी अंत:प्रेरणा जाणवत असतात परंतु आपण त्याकडे दुर्लक्ष करतो. त्या काहीतरी अतार्किक आहेत म्हणून त्यावर अविश्वास दाखवतो किंवा आपले मन कुठेतरी भरकटते आहे असे आपल्याला वाटते. आपल्या सगळ्यांमध्येच ही आंतरिक क्षमता असते परंतु तिला तेवढी योग्यता आपण देत नाही. त्या क्षमतेचे योग्य तेवढे मूल्यमापन व्हायला हवे. या प्रकरणामध्ये तुम्ही तुमच्या अंत:प्रेरणेकडे करत असलेले दुर्लक्ष आणि केवळ आंधळेपणाने तिच्यावर ठेवत असलेला फाजील विश्वास या दोहोंमधील फरक शिकणार आहात. तुम्ही आता हे शिकणार आहात की, तुमच्या अंत:प्रेरणेचा जास्तीत जास्त फायदा कसा करून घ्यायचा. पारंपरिक पद्धतीपेक्षा वेगळ्या दृष्टिकोनातून अंत:प्रेरणेकडे कसे पाहायचे आणि तुम्ही हेसुद्धा पाहणार आहात की ही क्षमता अंगी बाणवणे हे स्वत:ला अविस्मरणीय शाबीत करण्यासाठी कसे महत्त्वाचे आहे. अंत:प्रेरणा हा काही केवळ पार्टीमध्ये खेळायचा खेळ नाही तर तुमच्या वैयक्तिक ताकदीचे ते एक अनोखे स्वरूप आहे, ज्याच्याकडे तुमचे लक्ष वेधणे गरजेचे आहे.

खऱ्याखुऱ्या जगतामध्ये अंत:प्रेरणेचा वापर कसा होतो हे पाहण्यासाठी आपण एकविसाव्या शतकातील सुरुवातीच्या काही वर्षांमध्ये अमेरिकेतील जो उद्योग झपाट्याने वाढला त्याचे उदाहरण पाहू. 'सिक्युरिटी इंडस्ट्री' जी अतिरेकी हल्ल्यांपासून कॉर्पोरेट जगताला व सार्वजनिक ठिकाणांना संरक्षण देते. आत्तापर्यंत आपल्यापैकी सगळेच विमानतळावरील सुरक्षेबाबत व तपासण्यांबाबत परिचित असतील. परंतु तुम्ही जर कधी न्यू यार्कला किंवा दुसऱ्या एखाद्या तत्सम मोठ्या शहरात अलीकडे गेला असाल तर एखाद्या महत्त्वाचे ऑफीस असलेल्या बिल्डिंगमध्ये प्रवेश मिळवणे हे विमानात प्रवेश मिळवण्याइतकेच जिकिरीचे असते. तुम्हाला तुमच्या सर्व वस्तू खिशातून बाहेर काढून ठेवून मेटल डिटेक्टरच्या तपासणीतून सहीसलामत बाहेर पडावे लागते आणि त्या इमारतीत प्रवेश मिळाल्याचा पास मिळाल्यावरच आत जाता येते व त्या पासवर दिलेली वेळ संपल्यास तेथून बाहेर पडावे लागते.

सिक्युरिटी इंडस्ट्रीमधील कंपन्यांनी ही प्रक्रिया सोपी करण्यासाठी बराच विचार केला आणि बराचसा पैसाही खर्च केला. जर एखाद्या कंपनीने मेकॅनिकल आणि इलेक्ट्रॉनिक बाबतीत अधिक संशोधन करून जलद आणि खात्रीशीर उपाय सुचवले असते तर त्या कंपनीने लाखो डॉलर्स कमावले असते. अनेक उत्तमोत्तम आणि बुद्धिवान प्रक्रिया आत्तापर्यंत राबवल्या गेल्या; अगदी त्यामध्ये हातांचे ठसे, आवाजाचे

विश्लेषण करून देणारी सिस्टीम आणि कुत्र्यांनासुद्धा राग आणि भीती या भावना केवळ हुंगून शोधून काढण्याचे प्रशिक्षण देण्यात आले.

परंतु या सगळ्या तंत्रज्ञानाला एक समस्या भेडसावतेच. ज्याप्रमाणे हुशार माणसे नवीन तंत्रज्ञान घेऊन सुरक्षिततेचा दर्जा वाढवतात त्याचप्रमाणे काही दुसरी हुशार माणसे त्यांचे हे प्रयत्न हाणून पाडण्याच्या नवीन युक्त्या शोधून काढतात. ज्या लोकांना सिक्युरिटी तंत्रज्ञान हाणून कसे पाडायचे या विषयीच्या कल्पना सुचतात त्यांना तर या कंपन्या स्वत:च नोकरीवर ठेवतात. अशा माणसांचे डोके अत्यंत तल्लख असते; ते अक्कलहुशारीने सुरक्षा यंत्रणा निकामी कशी करता येईल त्याची गुपिते सांगतात, कोणतीही सुरक्षा यंत्रणा तयार केली तरी ती निकामी करण्याच्या क्लृप्त्या यांच्याकडे असतात आणि ते त्या एकदा निकामी करून दाखवतात.

आत्तापर्यंत जेवढे काही तंत्रज्ञान सुरक्षिततेसाठी उपलब्ध करून दिलेले आहे त्यापैकी फक्त एकच सुरक्षा यंत्रणा अशी आहे की जी वारंवार मोडीत काढता येत नाही. ही जर योग्य पद्धतीने वापरली गेली तर ती यंत्रणा म्हणजे जितीजागती, प्रशिक्षित आणि एकचित्ताने काम करणारी व्यक्ती. अगदी बलाढ्य शत्रू असला तरी कौशल्याने जे अडथळे निर्माण केलेले असतात त्यांना पार करून तो पुढे येईल. स्त्री किंवा पुरुष यांच्या अंत:प्रेरणेमुळे शत्रूचे सर्व प्रयत्न हाणून पाडले जातील. उद्योगधंद्यामध्ये हीच गोष्ट अधिक खात्रीची, उच्च प्रतीची आणि फायदेशीर मानली जाते. कितीही महागडी सुरक्षा यंत्रणा असली तरी सर्वांत उत्तम बचावाचे साधन म्हणजे त्या व्यक्तीचे कान आणि डोळे.

आता अशी कल्पना करा की एखादी बेसबॉल या खेळाची विशेष उल्लेखनीय मॅच होणार आहे आणि तुम्हाला असे एक मशीन बनवायचे आहे की जे एखाद्या खेळाडूचा खेळ तस्साच्या तस्सा पुन्हा प्रदर्शित करेल. अशा मशीनसाठी अत्याधुनिक मेकॅनिकल आणि इलेक्ट्रॉनिक यंत्रणा लागतील. बॉल बॅटला सोडून गेल्यानंतर त्या बॉलच्या मार्गाचा मागोवा घ्यावा लागेल. ताबडतोब त्या मशीनला तो बॉल ग्राउंडला कुठे स्पर्श करेल त्याचा अंदाज घ्यावा लागेल. नंतर त्या स्पर्श करणाऱ्या बिंदूकडे धावत जाऊन बॉलला पकडावे लागेल. नंतर मशीनला तो बॉल होम प्लेटकडे अचूक मार्गाने परत पाठवावा लागेल. त्या बॉलचा मार्ग इतका तंतोतंत बरोबर असला पाहिजे की त्या पळणाऱ्या खेळाडूला त्याने गुण मिळवण्यापूर्वीच नोंद झाली पाहिजे.

आता असे मशीन बनवण्याचे यांत्रिक आव्हान बाजूला ठेवले तरी निश्चितपणे असे मशीन बनवण्यासाठी गणितज्ञांची आणि पदार्थविज्ञान शास्त्रज्ञांची एक मोठी फौजच उभी करावी लागेल जी या कमानीचे आणि कोनांचे अंश मोजेल.

परंतु मिकी मॅन्टले हा काही गणितज्ञ नव्हता. विलि मेस हा काही कम्प्युटर तज्ज्ञ नव्हता, ते दोघे बेसबॉलपटू होते. बेसबॉल खेळताना कोणताही खेळाडू तार्किकदृष्ट्या विचार करून बॉल मैदानाबाहेर टोलवत नाही. ते केवळ त्यांच्या अंत:प्रेरणेने गुंतागुंतीची कामगिरी सहज पार पाडतात. त्या कृतीमागील कार्यकारणभाव आणि बुद्धिमत्ता यांचा किस पाडत बसत नाही. तो बॉल त्यावेळी कसा पकडायचा याचे अंतर्ज्ञान त्याचवेळी त्यांना झाले. तुम्ही जर त्यांना विचारले की हे कसे झाले, तर त्या वेळी ते त्याचे उत्तर तुम्हाला देऊ शकणार नाहीत. हो, पण पाहिजे तर ते तुम्हाला पुन्हा तसा बॉल फेकून दाखवू शकतील.

एका नामांकित बिझिनेस स्कूलने सुमारे दोन हजार 'मुख्य कार्यकारी अधिकाऱ्यां'चा अभ्यास केला ज्यांच्या कंपन्यांनी गेल्या पाच वर्षात दुप्पट फायदा केला होता. ऐंशी टक्के अधिकाऱ्यांनी असे सांगितले की महत्त्वाचे निर्णय घेताना त्यांनी त्यांच्या अंत:प्रेरणेवरच विश्वास ठेवला. त्यांनी त्या संदर्भातील सगळी माहिती मिळवली परंतु त्यांनी जो निर्णय घेतला तो अशा मुद्द्यांवर आधारित होता की ज्यांचा संख्येशी काही संबंध नव्हता.

म्हणून सहसा सर्वोत्तम निर्णय तोच असतो की जो तर्कशास्त्रापलीकडचा असतो. ती आंतरिक भावना असते किंवा अशी काही दृष्टी मिळते की ज्यामुळे समस्या अधिक चांगल्या प्रकारे सुटतात. असे व्यावसायिक की जे तर्कशुद्ध विचारही करू शकतात आणि अंत:प्रेरणेने निर्णय घेतात ते या जगात खरोखर उत्तम कामगिरी करू शकतात. मोठमोठी आव्हाने स्वीकारून आणि समस्या सोडवून त्यांना एक आगळीवेगळी सफलता मिळते. तुम्हीसुद्धा जेव्हा हे शिकाल तेव्हा त्यांच्या समूहात समाविष्ट होण्यासाठी सुस्पष्टपणे पावले उचलाल.

आपण आता अशा तीन काल्पनिक व्यक्तींची उदाहरणे घेऊ जे निर्णय घेताना वेगवेगळ्या विचारसरणीचा वापर करतात. आपली पहिली व्यक्ती, जिचे नाव स्टीव्ह आहे. स्टीव्हचा जगाविषयी अत्यंत निकोप दृष्टिकोन आहे. तो कुणालाही दोष देत नाही, ज्याला तो स्वत:ची अंत:प्रेरणा म्हणतो. स्टीव्ह असे म्हणतो,

'कोणत्याही घटनांवर किंवा प्रसंगांवर मला फार विचार करण्याची गरज पडत नाही. माझा माझ्या स्वत:च्या हिमतीवर विश्वास आहे. काही लोक खूप हुशार असतात, पण ते इतके जास्त हुशार असतात की ते फक्त स्वत:च्याच भल्याचा विचार करतात. ते प्रत्येक गोष्टीचा जरुरीपेक्षा जास्त विचार करतात. माझ्यामध्ये एक सहाव्या ज्ञानेंद्रियाची ताकद आहे जी मला योग्य दिशा दाखवते. जरी ती दिशा चुकीची आहे असे लक्षात आले आणि मी संकटात सापडलो तरीही माझा माझ्या सहाव्या इंद्रियावर विश्वास असतो की तेच मला या संकटातून बाहेर काढेल.'

आपण आयुष्याकडे प्रखर बुद्धिवादातून बघावे यामागे कोणतेही कारण आहे

असे स्टीव्हला वाटत नाही. तो स्वत:ला सांगतो की, त्याचा त्याच्या ताकदीवर विश्वास आहे; परंतु त्याची ताकदच सहसा त्याला अशा मार्गावर आणून सोडते की जिथे त्याला फारसा विरोध होत नाही. प्रत्यक्षात गोष्टी जशा घडतील तशा तो आनंदाने झेलतो. परिणामी, त्याचा गैरफायदा करून घेणाऱ्या उच्च राहणीमान असणाऱ्या लोकांचे फावते. त्याचा हा कुणालाच विरोध न करण्याचा दृष्टिकोन त्याला काहीसे हतबल आणि असहाय बनवतो परंतु त्याची ही निष्पाप वृत्ती लोकांना भावते. त्यामुळे लोक स्वत:हून त्याच्यासाठी काही करण्यास उत्सुक असतात परंतु ते केवळ त्याच्याबद्दल अनुकंपा वाटते म्हणून!

दुसरे उदाहरण आहे लॉरीचे! लॉरीची विचारसरणी मात्र स्टीव्हपेक्षा वेगळी आहे. ती म्हणते, 'जेव्हा मला एखादा निर्णय घ्यायची वेळ येते तेव्हा मी त्याबद्दल शक्य तेवढा जास्त काळ विचार करते. जेव्हा एखादी विशिष्ट कृती करायची वेळ येते तेव्हा या कृतीमुळे वाईटात वाईट काय घडू शकते याचा मी विचार करते. काही वेळेस माझ्या अती सावध प्रवृत्तीमुळे आणि दीर्घकाळ पर्यंत माझ्या समोर असलेल्या पर्यायांचा विचार करेपर्यंत प्रत्यक्ष निर्णय घेताना ते पर्याय शिल्लक राहिलेले नसतात. पण कदाचित तसेच काहीसे घडावे असे मला मनापासून वाटत असते. माझ्या मते प्रत्यक्ष कृती करण्यापेक्षा विचार करण्यामध्येच मी जास्त रमते. अशी शक्यता आहे की चांगल्या संधी माझ्या हातून निसटून जातात पण निदान माझ्या हातून चुका होण्याचे तरी टळते.'

प्रत्यक्ष कृती करण्यापेक्षा लॉरी तिच्या तर्कशुद्ध विचारसरणीलाच महत्त्व देते आणि ती हे मोकळेपणाने कबूल सुद्धा करते की प्रत्यक्ष कृतीपेक्षा ती विचार करण्याला अधिक महत्त्व देते. लॉरीचे उदाहरण म्हणजे प्रसिद्ध वैयक्तिक विकास प्रशिक्षक झिग झिगलर ज्याला 'पॅरॅलिसिस बाय ॲनॅलिसिस' म्हणतो त्या प्रकारचे आहे परंतु हे एक दर्जेदार उदाहरण आहे.

तिसरे उदाहरण आहे ब्रायनचे. तो म्हणतो, मी माझ्या निर्णयांबद्दल खूप काळजीपूर्वक विचार करतो. परंतु कधीकधी मी भावनेच्या भरात निर्णय घेतो. काही वेळेस तर निर्णय घेणे तातडीचे असते आणि नेमके काय करावे हे मला कळत नाही तेव्हा तर निर्णय घेण्यासाठी मी चक्क छापा-काटासुद्धा करतो किंवा त्या क्षणी मला जे योग्य वाटेल तेच करतो. जर तुम्ही घेतलेला निर्णय हा दोन्ही बाजूंनी विचार करता अगदी समतोल वाटत असेल आणि शक्यतो तुम्ही घेतलेला निर्णय हा तुमच्या स्वत:च्या मर्जीने असेल तर ते ठीकच असेल. कुठलाही निर्णय घेतला तरी काही फायदे व काही तोटे हे असणारच. म्हणून सगळ्यात उत्तम गोष्ट हीच की तुम्ही संपूर्णपणे आनंदी किंवा दु:खी होणार नाही याची जाणीव ठेवावी. अशा वेळी आपण घेतलेल्या निर्णयामुळे जे परिणाम दिसतील ते आनंदाने स्वीकारणे हेच

स्वागतार्ह आहे.

लॉरी आणि स्टीव्ह यांच्या विचारसरणीपेक्षा ब्रायनची विचारसरणी वेगळी आहे आणि काहीशी मजेशीर आहे. लॉरीप्रमाणे तो फक्त एवढाच विचार करून थांबत नाही. ब्रायन आणि स्टीव्ह यांच्या मधील एक साम्य असे की ब्रायनसुद्धा स्टीव्ह प्रमाणे स्वतःच्या सामर्थ्यावर विश्वास ठेवतो. परंतु त्याची वृत्ती 'जसे घडते तसे घडू द्यावे' अशी विरक्तपणाची नाही. दुर्घटना घडू नये याची तो काळजी घेतो, फक्त देवावर सगळे सोडून देत नाही. ब्रायनला तर्कशास्त्र आणि अंत:प्रेरणा यांच्या मर्यादा माहीत आहेत. तो दोन्ही वापरण्याचा प्रयत्न करतो. परंतु त्याला हेसुद्धा माहीत आहे की काही वेळेस त्या दोन्हींपैकी कुणाकडेच समस्येचे निश्चित उत्तर नसते. अशाच वेळी तुम्ही शक्य तितका सर्वोत्तम निर्णय घेतला पाहिजे आणि आपल्या निर्णयावर ठाम राहिले पाहिजे. दर्जेदार कृतीला हे माहीत असते की काही वेळेस आपण जशी आशा किंवा अपेक्षा केली होती तशा प्रत्यक्षात गोष्टी घडत नाहीत. असे जेव्हा घडते, तेव्हा अविस्मरणीय लोकांना संकटाला संधी कसे बनवायचे हे समजते. त्यांचा असाही विश्वास असतो की पुढच्या वेळेस असेच घडणार नाही; काहीतरी वेगळे घडेल. काही वेळेस गोष्टी फक्त वेगळ्याच घडतात असे नव्हे तर तुम्ही कधीच अपेक्षिले नव्हते अशा प्रकारेसुद्धा त्या घडतात.

आता तुम्हाला आणखी एक उदाहरण सांगतो. इ.स. १९६० सालातील गोष्ट आहे. जेम्स वॅटसन आणि फ्रान्सिस क्रिक नावाचे दोन तरुण जीवशास्त्रज्ञ इंग्लंडमधील केंब्रिज विद्यापीठात संशोधन करत होते. डी एन ए ची संरचना समजून घेण्यासाठी, त्याचा जेनेटिक कोड की जो संपूर्ण पृथ्वीचा मूलाधार आहे ते समजून घेण्यासाठी त्यांचा संघर्ष चालू होता. शास्त्रीय जगतातील हे एक सगळ्यात महत्त्वाचे ऐतिहासिक कोडे होते. वॅटसन आणि क्रिक यांनी डी एन ए च्या संरचनेसंदर्भात सर्व शक्यता पडताळून पाहिल्या; परंतु त्यापैकी कोणतीही शक्यता बरोबर सिद्ध झाली नाही. त्यामुळे ते पुन्हा-पुन्हा प्रयोग करत राहिले. हे सगळे खूप निराशाजनक होते परंतु त्यांनी प्रयत्न सोडले नाहीत.

नंतर एके रात्री, फ्रान्सिस क्रिकला एका वेटोळे घातलेल्या सापाचे स्वप्न पडले. तो जेव्हा झोपेतून जागा झाला तेव्हा त्या स्वप्नाचा पुन्हा जागेपणी विचार केला, आणि त्याच्या लक्षात आले की त्या सापाने अलगदपणे त्यांच्या पुढ्यात डी एन ए ची संरचना टाकली आहे. आश्चर्याची गोष्ट म्हणजे जेव्हा क्रिक आणि वॅटसनने ती कल्पना प्रयोगांच्या निकषांवर तपासून पाहिली तेव्हा ती बरोबर सिद्ध झाली. कित्येक वर्षांपर्यंत बुद्धीच्या निकषांवर प्रयत्न करून समस्येचे उत्तर मात्र छोट्याशा स्वप्नाच्या द्वारे मिळालेल्या अंत:प्रेरणेच्या शहाणपणातून मिळाले. हे संशोधन संपूर्ण जगाला वेगळी कलाटणी देणारे ठरले आणि वॅटसन आणि क्रिकला नोबेल पारितोषिक मिळाले.

पण या सत्यकथेतील एक खूप महत्त्वाची गोष्ट समजून घ्यायला हवी. जर क्रिकने या समस्येचा खूप कसोशीने एकरूप होऊन विचार केला नसता तर हे स्वप्न त्याला पडलेच नसते. डी एन ए च्या संरचनेच्या संदर्भातील स्वप्न क्रिकला पडणे हा काही केवळ योगायोग नव्हता. त्याने त्याच्या जागेपणी खूप कठोर परिश्रम घेतले होते. या गोष्टीतील दर्जेदारपणा यामध्येच दिसून येतो. फक्त स्वप्न पडणे ही दर्जेदार घटना नव्हे परंतु कोणत्या माणसाला ते स्वप्न पडते आणि त्याचा संदर्भ तो कसा जुळवतो ही निश्चितच दर्जेदार कृती आहे. दीर्घकाळ पर्यंत अविरतपणे या समस्येबद्दल संशोधन करण्याने क्रिकची अजागृत ऊर्जा सुद्धा कार्यरत झाली होती. विद्युतप्रवाह शरीरातून आधीच वाहत होता फक्त बटणं दाबण्याचीच खोटी होती.

तुम्हीसुद्धा स्वत:ला तुमच्यातल्या अंत:प्रेरणेचा विकास करण्यासाठी जाणीवपूर्वक तयार करू शकता. ते वाटते तितके अवघड नसते. आपल्या सगळ्यांमध्ये ही अंत:प्रेरणेची ताकद असते आणि वेळोवेळी ती आपला प्रभाव दाखवते. अगदी तुम्ही त्यासाठी काही प्रयत्न केले नाही तरीही! तो स्रोत आपल्या अंतर्गत असतोच आणि त्याला व्यक्त होण्याची तीव्र इच्छा असते. आपण फक्त त्यासाठी स्वत:ला तयार केले पाहिजे म्हणजे ती अंत:प्रेरणा आपली आपण उघड होईल. मग ती अंत:प्रेरणा आपल्याला जी ताकद देईल ती आपण समजून घेऊन तिचा वापर केला पाहिजे. हे म्हणजे फक्त अंत:प्रेरणेचे महत्त्व जाणवून घेणे आहे; मात्र त्याच वेळेस केवळ अंत:प्रेरणा म्हणजे सर्वस्व नव्हे याचेही भान ठेवले पाहिजे.

अंत:प्रेरणेचा विकास करायचा म्हणजे काय करायचे? तर तुमच्या अंत:प्रेरणेने मिळालेली माहिती अशा स्वरूपात साठवायची की ती कोणत्याही अडथळ्यांशिवाय, संभ्रमाशिवाय किंवा कोणतेही तर्क-वितर्क न लढवता समस्या सोडवताना वापरता येऊ शकेल. आपल्या दैनंदिन जीवनात आपण तर्कशुद्ध आणि हेतुपूर्वक वागण्याचे स्वत:ला प्रशिक्षण देतो. ज्या कल्पना बुद्धीच्या निकषावर बरोबर सिद्ध होत नाहीत त्यांच्या बाबतीत आपण शंका घेतो. आपला असा विश्वास असतो की प्रत्येक गोष्टीचे तर्कशुद्ध आणि शास्त्रशुद्ध स्पष्टीकरण देता आले पाहिजे. तुम्ही तिथेच थांबून राहिलात तर तुम्ही एक बुद्धिमान व्यक्ती म्हणून स्वत:ची ओळख निर्माण करू शकाल, परंतु तुम्ही कधीच स्फूर्तीने भारलेली व्यक्ती असणार नाही. ज्या ज्या गोष्टी तर्कशास्त्राच्या जोरावर स्पष्ट करता येऊ शकतात त्यांच्या संपर्कात तुम्ही राहू शकाल, परंतु ज्या गोष्टी तर्कशास्त्राच्या पलीकडे आहेत त्या तुम्ही हाताळू शकणार नाही.

तुमच्या अंत:प्रेरणेचे मूल्यमापन करणे ही एक चांगली सुरुवात आहे. पुढील वेळेस जेव्हा तुम्हाला एखादा फोन कॉल येईल तेव्हा फोन उचलण्यापूर्वी एक सेकंद विचार करा. स्वत:ला विचारा की आत्ता या वेळी कुणाचा बरे फोन आला असेल.

मात्र हे सर्व क्षणार्धात झाले पाहिजे; विनाकारण फोनची घंटा तुमच्या शक्यता पडताळून पाहण्यासाठी वाजत ठेऊ नका. तुमचा मेंदूला ताण देऊन झाला की पटकन तुमच्या डोक्यात काय येते त्याकडे लक्ष द्या. कदाचित पलीकडच्या व्यक्तीचे नाव तुम्हाला आठवणार नाही; परंतु एखादी अशी घटना तुमच्या मन:पटलावर येईल ज्यामध्ये समोरच्या व्यक्तीचा सहभाग असेल. त्या विशिष्ट व्यक्तीचा ज्या गोष्टीशी संबंध असेल ती प्रतिमासुद्धा तुमच्या मनश्चक्षूंसमोर येईल.

तुमच्या अंत:प्रेरणेच्या विकासाच्या सरावासाठी फक्त टेलिफोन हाच एक मार्ग नाही; त्यापेक्षाही एक नोंदवही जवळ बाळगणे हा त्यापेक्षा अधिक चांगला सरावाचा मार्ग आहे. परंतु तुम्ही अशी नोंदवही खरेदी करण्यापूर्वी त्या वहीमध्ये योग्य गोष्टींची नोंद करता येणे हे तितकेसे सोपे नाही. दररोज वहीची एक किंवा दोन पाने भरवणे यासाठी योग्य ती शिस्त तुम्हाला अंगी लावून घेता आली पाहिजे. त्यानंतर तुम्ही जे काही लिहिले आहे त्यावर मनन आणि चिंतन करून तुम्हाला कोणती अंतर्दृष्टी मिळते ते पाहायला पाहिजे. लक्षात घ्या फ्रान्सिस क्रिकने जर आपल्या डी एन ए च्या संरचनेच्या संशोधनावर कठोर परिश्रम घेतले नसते तर त्याला ते स्वप्न पडलेही नसते किंवा जरी त्याला ते स्वप्न पडले असते तरी त्याला ते समजलेही नसते. म्हणून तुम्ही एखादे अवघड काम करताना जशी स्वत:च्या मनाची तयारी करता तशीच ही नोंदवही लिहिण्यासाठी मानसिक तयारी करा, कारण तुम्ही जर तयारी केली नाही तर तुम्ही नेमक्या कोणत्या मोहिमेवर आहात हे निश्चित होणार नाही.

तुमच्या कल्पना, तुमची निरीक्षणे आणि तुमचे आकलन त्या नोंदवहीत उतरवा. तुमच्या स्वप्नांबद्दल लिहा, तुमच्या भावना आणि तुमच्या अंतर्ज्ञानाबद्दल लिहा. जर दुसऱ्या दिवशी तुमची एखादी व्यावसायिक मीटिंग अशा लोकांबरोबर असेल ज्यांना तुम्ही पूर्वी भेटला नाहीत तर अंदाज बांधा की ते दिसायला कसे असतील, ते तुमच्याकडे कोणता प्रस्ताव घेऊन येतील किंवा त्यांचे नियोजन काय असेल. आता तुमच्या मन:पटलावर जे काही येईल त्यांची नोंद करा आणि त्या आधारावर तुम्ही जे निर्णय घ्याल त्याचीही नोंद करा. अधून-मधून तुम्ही जे अंदाज बांधले होते ते बरोबर होते की चूक हे तपासून पाहा. आता स्वत:ला गुण द्या म्हणजे तुम्ही तुमच्या यशापयशाचे मूल्यमापन करून अधिक यश मिळवू शकता.

अंत:प्रेरणेच्या विकासासाठी तुम्ही जेव्हा सराव करत असता तेव्हा हे लक्षात ठेवा की तुम्ही तुमच्यात अंतरंगात दीर्घकाळापासून निद्रावस्थेत असलेल्या एका विभागाला जागृत करत आहात. जर ताबडतोब परिणाम दिसून आले नाही तरी निरुत्साही होऊ नका. सातत्याने प्रयत्न करा आणि मग जे परिणाम दिसून येतील त्यामुळे तुम्हीच चकित व्हाल.

अंत:प्रेरणा आणि बुद्धिमत्ता यांचा योग्य मेळ घालणे ही काही तितकीशी

अवघड गोष्ट नाही. हीसुद्धा शक्यता आहे की तुमचे मन आणि तुमचे हृदय यांच्यामध्ये हा मेळ आधीपासूनच अस्तित्वात असेल. पण इथे एक महत्त्वाचा मुद्दा असा आहे की बहुतांश लोकांच्या अंतरंगात हे छुप्या अवस्थेत असते. ते पेन्सिलीच्या दुसऱ्या - चुकीच्या टोकाने कागदावर लिहिण्याचा प्रयत्न करत असतात. जणू ते गाडीचे इंजीन बंद करून गाडी सुरू करण्याचा प्रयत्न करतात. सगळ्यात वाईट गोष्ट ही आहे की याची त्यांना कल्पनासुद्धा नसते.

बहुतांश लोकांची अशी खात्री असते की आयुष्यात भौतिक गाष्टींनाच सर्वाधिक महत्त्व देऊन त्या समस्या सोडवायला हव्यात. उदाहरणार्थ त्यांना श्रीमंत व्हायला पाहिजे; त्यांचे बँकेमध्ये पैसे पाहिजेत, त्यांच्याकडे उंची गाडी, मोठे घर असायला पाहिजे. त्यांच्याकडे फिक्स्ड डिपॉझिटमध्ये मोठ्या रकमा असायला पाहिजेत; अशा प्रकारे समाधानकारक गोष्टी असतील तरच ते आयुष्यातील मानसिक सुखाच्या गोष्टींचा विचार करतील. त्यांना असे वाटते की स्पर्श न करता येणाऱ्या या गोष्टी संभ्रमित करणाऱ्या आहेत. भौतिक गोष्टी हे स्पर्श करता येण्याजोगे वास्तव आहे. ते भौतिक सुखाला अधिक महत्त्व देतात. परंतु आयुष्यातील या दोन्ही बाबींकडे सारखेच लक्ष पुरवणे तेवढेच महत्त्वाचे आहे. तुमचे आंतरिक सुख आणि भौतिक गोष्टी यांची योग्य ती सांगड घालता यावी लागते.

आपल्याला भौतिक गोष्टींची काळजी आधी घ्यायची असते आणि आपल्या अंतरंगाला आपण दुय्यम स्थान देतो. मग त्यामुळे काय घडते? आपण फक्त काम आणि काम करत सुटतो आणि मोठमोठ्या जबाबदाऱ्या गळ्यात घेतो. मोठमोठी बिरुधे मिळवतो आणि नि:संशयपणे आपण अधिक पैसे मिळवण्यासाठी काम करतो. आपल्याला वाटते की एकदा का आपण यशस्वी झालो की सगळी सुखे आपल्या पायाशी लोळण घेतील. पण हीच तर मोठ्ठी चूक असते. आंतरिक बाबींचा विचार बाह्य गोष्टींच्या आधी होणे हाच यशाचा पाया असतो. दर्जेदार कृती अशी कधीच नसते की जेव्हा बुद्धीपेक्षा भावनेला अधिक महत्त्व दिले जाते किंवा बुद्धीला भावनेपेक्षा उच्च मानले जाते. तुम्हाला स्वत:ला अविश्वसनीय बनवण्यासाठी तुमची भावना आणि तुमची बुद्धी या दोघांनीही एकत्रितपणे काम केले पाहिजे.

या प्रकरणाचा शेवट करताना मी तुम्हाला एक गोष्ट सांगतो जी तुम्ही कधीही विसरू नका. बॉब नावाचा एक तरुण मुलगा होता आणि त्याने आपल्या आंतरिक प्रेरणांची ताकद आजमावण्याचा निश्चय केला. त्याने अत्यंत कठोरपणे ध्यानधारणा केली आणि स्वत:च्या अंत:प्रेरणा विकसित केल्या. त्याला त्याच्या भविष्यात डोकावून पाहायचे होते, पण तेही केवळ गंमतीखातर नव्हे; त्याला आपली अंत:प्रेरणा वापरून लॉटरीच्या तिकिटाची बक्षिसाची रक्कम वसूल करायची होती. आठवड्यांमागून आठवडे गेले, तो निराश होऊ लागला.

एके दिवशी बॉब त्याच्या मित्राबरोबर कॉफी पिण्यासाठी गेला. त्या दोघांच्या गप्पांच्या दरम्यान बॉबने त्याच्या मित्राला सांगितले की त्याची अंत:प्रेरणा त्याला धोका देत आहे. बॉबने सांगितले, 'मी माझ्या मनश्चक्षूंसमोर कोणत्या नंबरला लॉटरी लागेल याचे धडाकेबाज चित्र रंगवतो पण तसे कधीच घडत नाही. मला माहीत आहे की अंत:प्रेरणेमध्ये किती ताकद आहे आणि तिच्यावर आरूढ होण्याचे सर्व शक्य तितके प्रयत्न माझे करून झाले आहेत. मला लॉटरी लागण्यासाठी मी काय करायला हवे?

बॉबला खूप दु:ख होत होते हे तर उघडपणे दिसत होते. त्याच्या मित्राने एक क्षणभर त्याच्याकडे पाहिले व नंतर तो म्हणाला, 'बॉब तू एखादे तिकिट खरेदी केले असते तर तुला कदाचित लॉटरी लागली असती.'

अंत:प्रेरणेच्या मर्यादा

आपण हे पाहिले की अनेक वेळा तुम्हाला जेवढे वाटते त्या पेक्षाही अधिक माहीत असते. परंतु तरीही त्याचा अर्थ असा नव्हे की तुम्हाला प्रत्येक गोष्टच माहीत आहे!

अनेक उच्च अधिकारी आणि व्यवस्थापक जेव्हा आपल्या ग्राहकांना भेटतात तेव्हा त्यांच्या मनात आधीच काहीतरी पूर्वग्रह असतात की समोरच्या व्यक्तीच्या गरजा काय आहेत. ही त्यांची मोठी चूक असते. लोकांना काय हवे आहे हे जाणून घेण्याची पहिली पायरी म्हणजे त्यांना तसे विचारणे. तुमच्या काही ग्राहकांच्या आणि संघसदस्यांच्या तुमच्या व्यावसायिक गरजांबद्दल कदाचित वरपांगी कल्पना असतील; त्याचवेळी इतर काहींनी मूळ मुद्द्याच्या मुळाशी जाऊन आवश्यक ती सखोल माहिती मिळवली असेल आणि तुमच्या ग्राहकांना तुमच्याकडून नेमके काय हवे आहे ते त्यांना समजले असेल.

या पूर्वीच्या एका संपूर्ण प्रकरणामध्ये आपण 'लक्षपूर्वक ऐकणे' या गोष्टीचे महत्त्व जाणून घेतले. काही वेळेस तुम्ही जर लोक काय सांगतात ते लक्षपूर्वक ऐकले तर तुम्ही त्यांच्या गरजा ओळखून त्या पूर्ण करू शकता. लक्षपूर्वक ऐकल्याने बोलणाऱ्या व्यक्तीलासुद्धा तिच्या ज्या गरजांची जाणीव झालेली नसेल त्या गरजासुद्धा तुम्हाला समजू शकतात. पण जेव्हा तुम्ही ग्राहकांच्या मीटिंगला जाता आणि त्यांनाच असे सुचवता की त्यांच्यापेक्षाही तुम्हाला त्यांच्या गरजा अधिक चांगल्या समजतात, तर मग ठीक आहे. तुम्ही फार उंच शिखरे गाठण्याची अपेक्षा धरू नका.

आता या मुद्द्याकडे आपण केवळ व्यावसायिकतेच्या संदर्भातून बघू. आपल्या ग्राहकांच्या गरजा जाणून घेण्याचा आणखी एक मार्ग असा की आपल्या सारख्याच

व्यवसाय करणाऱ्या इतर कंपन्यांचे ब्लॉग्ज वाचणे त्यांच्या मीटिंगचे अहवाल वाचणे आणि त्यांना या क्षेत्रात कोणत्या समस्या येत आहेत ते पाहणे. यामुळे तुम्हालाही तुमच्या ग्राहकांना समजून घेण्यामध्ये आणि ज्ञान वाढवण्यामध्ये त्याचा उपयोग होईल. ते कोणत्या समस्यांना तोंड देत आहेत हे तुम्हाला जितके अधिक चांगले समजेल तितक्या त्यांच्या गरजा पूर्ण करण्यासाठी, अधिक सुविधा देण्यासाठी तुम्ही उद्युक्त व्हाल.

तुम्ही जर इतके नशीबवान नसाल की तुम्ही इतरांपेक्षा फारच वेगळे आहात; अशा वेळी इतर कंपन्यासुद्धा तुम्ही जे उत्पादन विकत आहेत आणि ज्या सेवा देत आहेत त्याच तुम्हीही देत असता. ग्राहकांच्या तुमच्याकडून कोणत्या अपेक्षा आहेत हे जाणण्यासाठी तुमचा स्पर्धक ग्राहकांना काय देतो आहे ते जाणून घ्या. काही कंपन्या ग्राहकांच्या गरजा जाणून घेण्यासाठी विशिष्ट फंड राखून ठेवतात; त्यावर खर्च करतात आणि तुम्ही त्यांच्याच प्रयत्नांचा स्वत:साठी फायदा करून घेऊ शकता. इतर कंपन्या ग्राहकांना काय-काय देत आहेत हे लक्षपूर्वक जाणून घ्या आणि जरूर वाटल्यास स्पर्धेत टिकून राहण्यासाठी तुम्हीसुद्धा त्यांचा समावेश करा.

अनेकदा असे घडते की, एखादी सेवा पुरवताना किंवा एखादे उत्पादन विकताना आणखीही काही संधी उपलब्ध होऊन तुम्ही अधिक प्रकारच्या सेवा देऊ शकता. जर तुम्ही ग्राहकांचा विश्वास संपादन केलात तर तेसुद्धा तुमच्या सूचना आत्मीयतेने ऐकतात किंवा तुमची मतेसुद्धा विचारतात. तुम्ही जाणून घ्यायला उत्सुक असता की तुम्ही आणखी कोणती उत्पादने त्यांना पुरवू शकता. अशा वेळी तुम्ही त्याच संबंधातल्या आणखी इतर सेवाही पुरवू इच्छिण्याचा प्रस्ताव त्यांच्या समोर ठेवू शकता. ज्यांचा यापूर्वी कधी विचारही केला गेला नव्हता किंवा ज्या सेवा यापूर्वी इतर कोणत्या कंपन्यांनी पुरवल्याही नव्हत्या. या नवीन संधी तुम्हाला आणखीन मोठ्या संधीकडे घेऊन जातात.

आपल्या ग्राहकांच्या गरजा जाणून घेण्याची गुरुकिल्ली हीच की तुमच्या ग्राहकांना काय म्हणायचे आहे हे लक्षपूर्वक ऐका. जितके तुम्ही जास्त काळजीपूर्वक ग्राहकांचे बोलणे ऐकून घ्याल तितक्या तुम्हाला त्यांच्याकडून अधिक सूचना मिळतील आणि त्या त्यांना त्यांच्या गरजांच्या मुळाशी घेऊन जातील.

जितक्या जास्त कसोशीने तुम्ही या सूचनांचे पालन कराल तितके तुम्ही अधिक विस्मरणीय व्हाल.

१३

विनाखेद लवचीकपणा

'रीसिलियन्स' हा शब्द अलीकडच्या जगात अनेक वेगवेगळ्या संदर्भात अनेकदा वापरला जातो. रीसिलियन्स म्हणजे 'एखाद्या आपत्तीनंतर यशस्वीपणे पुन्हा सावरणे, पुन्हा आपले मूळ रूप धारण करणे.' मानसशास्त्रज्ञ आणि शिक्षक सहसा हा शब्द जी मुले काही विचित्र कुटुंबातून आली आहेत किंवा काही वेगळ्या प्रकारच्या वेदनेत आहेत त्यांच्याविषयी चर्चा करताना वापरतात. पर्यावरणतज्ज्ञ रीसिलियन्स हा शब्द जे क्षेत्र दुष्काळाला बळी पडले आहे किंवा जिथे वादळाचा मोठा तडाखा बसला आहे अशा क्षेत्राच्या पुर्नवसनाच्या संदर्भात वापरतात.

व्यावसायिक जगतातसुद्धा 'रीसिलियन्स' या शब्दाची चलती आहे आणि कॉर्पोरेट वर्तुळातसुद्धा हा शब्द मोठ्या प्रमाणात वापरला जातो. शांततामय काळामध्ये अधिकारी वर्ग त्यांच्या व्यवसायातील एखादे मॉडेल हे चिरकाल टिकणार आहे असे गृहीत धरायचे. कंपन्या नेहमी आपली प्रत सुधारण्यावरच लक्ष केंद्रित करायच्या, परंतु आपण यापेक्षा काही वेगळे करावे असा विचारसुद्धा त्यांच्या मनास शिवत नसे. असे काही करण्याची गरज आहे असेही त्यांना वाटत नसे. परंतु आज मात्र काहीतरी मूलभूत बदल होण्याची गरज वाटते आणि तो काही केवळ कंपन्यांच्या भल्यासाठीच नव्हे तर त्यांचा मानवी आयुष्यावर जो परिणाम होतो त्यासाठी सुद्धा. सामूहिकरीत्या आणि वैयक्तिकरीत्या सुद्धा यश लंबकावर किंवा मार्केट शेअरवर स्थिरावलेले राहत नाही. रीसिलियन्स ही काळाची गरज असते. काळानुरूप तुम्ही तुमच्यात सर्वांगीण बदल करण्याची क्षमता राखली पाहिजे.

या अर्थाने, रीसिलियन्स म्हणजे केवळ एखाद्या प्रतिकूल परिस्थितीला प्रतिसाद देणे किंवा संकटातून बाहेर येणे असे नव्हे, तर ही सातत्याने करण्याची गोष्ट आहे.

सातत्याने संकटांची चाहूल घेणे आणि त्याप्रमाणे तडजोडी करून आपला मोहरा फिरवणे. जी माणसे, ज्या कंपन्या आणि अगदी देशसुद्धा जेव्हा परिस्थितीनुरूप स्वत:मध्ये बदल करत नाहीत ते नक्कीच आपला प्रभाव गमावतात. हे अलीकडचे वास्तव आहे आणि त्यामुळेच आपल्यासमोर काही आव्हाने उभी राहतात, परंतु रीसिलियन्स ज्याला आपण एका सोप्या शब्दात लवचीकपणा म्हणू शकतो हा आपला जन्मजात मानवी गुणधर्म आहे. काही लोकांमध्ये इतरांपेक्षा अशा प्रकारे उसळी मारून पुन्हा एखाद्या रबरी चेंडूप्रमाणे पूर्वपदाला येण्याची क्षमता अधिक असते. परंतु ज्याप्रमाणे तुम्ही तुमचे स्नायू बळकट करू शकता किंवा तुमचे बँकेतले खाते अधिक वजनदार करू शकता त्याचप्रमाणे तुम्ही तुमचा लवचीकपणा वाढवू शकता. ज्या व्यक्तीला दर्जेदार कृती करायच्या आहेत त्यांनी स्वत:मध्ये ही ताकद निर्माण करणे अत्यंत गरजेचे आहे. दर्जेदारपण अंगी असले की गरज असेल तेव्हा अधिक ऊर्जा वापरता येते. याच्याही पुढे जाऊन असे म्हणता येईल की दर्जेदारपण याचा अर्थ जेव्हा ऊर्जेचा राखीव साठा संपुष्टात येतो त्यानंतर सुद्धा अधिक ऊर्जेचा पुरवठा होणे! शोधनिबंध असे सांगतात की काही मर्यादेपर्यंत ही जन्मजात क्षमता असते. तुमची जबाबदारी ही की तुम्ही तुमच्या दैनंदिन जीवनात ही क्षमता जास्तीत जास्त वाढवणे.

असे करण्याच्या मार्गातील पहिली पायरी आहे, 'स्वयंभू-मूल्यमापन' शोधनिबंध सांगतात की लोकांच्या आयुष्यात काही विशिष्ट परिस्थिती अशी येते की त्या वेळी त्यांचे लवचीक असणेच त्यांना उपयोगी पडते. आता तुमच्यासाठी दहा प्रश्नांची प्रश्नावली खाली दिलेली आहे त्याची होय किंवा नाही अशी उत्तरे द्या. तुमची उत्तरे जितक्या अधिक वेळा 'होय' असतील तितकी तुमच्या प्रतिकूलतेकडून अनुकूलतेकडे जाण्याचे अधिक स्रोत उपलब्ध असतील. ज्या प्रश्नाचे तुमचे उत्तर 'नाही' असेल त्या वेळी तुम्हाला तुमच्यामध्ये कोणते बदल करणे गरजेचे आहे व ते करण्यासाठी तुमचे काय नियोजन आहे याचा विचार करा.

१) तुमच्या आयुष्यात अशी बरीच माणसे आहेत का की जी तुम्हाला विनाशर्त प्रेम देऊ शकतात आणि तुमचे बोलणे टीकाटिप्पणी न करता लक्षपूर्वक ऐकू शकतात आणि ती माणसे तुमच्या संकटकाळात तुम्हाला मदत करायला तत्पर असतात?

२) तुम्ही अशा एखाद्या शाळेत किंवा कंपनीत किंवा आध्यात्मिक मंडळात किंवा दुसऱ्या एखाद्या गटामध्ये सामील आहात का जिथे तुम्हाला महत्त्व दिले जाते आणि तुमची पर्वा केली जाते? तुमच्या व्यावसायिक जीवनात किंवा तुमच्या कामाच्या ठिकाणी अनेक लोकांशी तुमचे भावनिक लागेबांधे

आहेत का?

३) तुमचे शारीरिक आरोग्य आणि तब्येत चांगली आहे का? आरोग्यास अपायकारक अन्न आणि पेये तुम्ही टाळता का? तुम्हाला पुरेशी झोप मिळते का? तुम्ही पुरेसा व्यायाम करता का?

४) तुमच्या आयुष्यात अशी माणसे आहेत का ज्यांचा जगण्यासाठी, यशस्वी होण्यासाठी आणि भरभराट होण्यासाठी तुमच्या पात्रतेवर विश्वास आहे? अशा लोकांकडून नियमितपणे तुम्हाला प्रोत्साहन आणि सकारात्मक पाठिंबा मिळतो का?

५) कुणी काहीही म्हणो, तुमचा तुमच्या स्वतःवर विश्वास आहे का? तुमची ध्येयशिखरे गाठण्यासाठी त्यामध्ये यश मिळवण्यासाठी तुमच्या अंगी असलेल्या पात्रतेबद्दल तुम्ही आशावादी असता का? अगदी तुम्ही संकटांचा सामना करत असतानाही आशावादी राहू शकता का?

६) तुमच्या जवळच्या वैयक्तिक नातेसंबंधांमध्ये तुमच्या मतांचा आणि निर्णयांचा आदर केला जातो व ते लक्षपूर्वक ऐकले जातात असे तुम्हाला वाटते का?

७) तुमच्या कामाच्या ठिकाणी आणि व्यवसाय धंद्यामध्ये तुम्ही मांडलेल्या कल्पना लक्षपूर्वक ऐकल्या जातात का? त्यांचा आदर केला जातो का? बहुतांश वेळा स्वीकारल्या जातात का?

८) तुमच्या भोवतालच्या समाजात आणि जगातसुद्धा तुम्ही इतरांना स्वेच्छेने मदत देऊ इच्छिता का? याचा अर्थ एखाद्या आध्यात्मिक मंडळाद्वारा किंवा विशिष्ट समाजाद्वारा तुम्ही स्वतःचा वेळ देऊन काही सेवा देता का? किंवा नियमितपणे काही आर्थिक मदत करता का?

९) तुमच्या मित्रमंडळींबरोबरच्या आणि कौटुंबिक सदस्यांबरोबरच्या नातेसंबंधांमध्ये स्पष्ट मर्यादा रेषा आहेत का? एकमेकांच्या प्रती आदर, वैयक्तिक स्वातंत्र्य आणि परस्परांना काही देणे-घेणे या बाबींचा विचार केला जातो का? गरज पडल्यास तुमच्यामध्ये या मर्यादांचे पालन करून नकार देण्याची क्षमता आहे का?

१०) सर्वसामान्यपणे तुम्ही आशावादी व्यक्ती आहात का? तुमचा असा विश्वास आहे का की जे घडते ते भल्यासाठीच?

या पैकी जास्तीतजास्त प्रश्नांना तुमचे उत्तर होय असे असेल तर आम्ही या निष्कर्षाला येऊ की आयुष्यातील अनेक बाबतीत तुम्हाला बळकट आधार मिळतो आहे. तुमच्याकडे अशी माणसे आणि अशा संस्था आहेत ज्यांच्यावर तुम्ही

अडीअडचणीच्या काळात विसंबून राहू शकता. काही लोकांकडे तर संकटांवर मात करण्यासाठी या बाह्य स्रोतांखेरीज काही आंतरिक गुणसुद्धा असतात. आता लवचीकपणा संदर्भातील हे आंतरिक गुण कोणते याची आम्ही यादी देत आहोत. बहुधा कुणाच्याच अंगी या यादीतील सगळे गुण असणार नाहीत. कदाचित तुमच्यामध्ये त्यापैकी तीन ते चार गुण असतील जे तुम्ही सहजपणे आणि अनेकदा वापरत असाल. परंतु तरीही तुमच्या या गुणवैशिष्ट्यांचा तुम्हाला स्वत:लासुद्धा सुगावा लागला नसेल. हा लवचीकपणा अंगी बाणवण्यासाठी तुमच्या अंगी मुख्यत: कोणते गुण आहेत ते समजून घेणे उपयुक्त ठरेल आणि त्याच बरोबर जे गुण नसतील ते आपल्या अंगी शक्य तितक्या जास्त प्रमाणात विकसित करणे गरजेचे आहे.

अंगी लवचीकपणा येण्यासाठी सात वैयक्तिक गुणांची आवश्यकता आहे. आम्ही त्यापैकी प्रत्येकाचे वर्णन करतो. तुम्ही प्रामाणिकपणे तुमच्या अंगी ते अधिक प्रमाणात आहेत की जेमतेम सरासरी इतके आहेत की फारच अल्प प्रमाणात आहेत जिथे तुम्हाला सुधारणा करण्याची गरज आहे ते ठरवायचे आहे.

आता या यादीतील पहिला गुण आहे **समाजाभिमुखता**. तुम्ही इतरांचे चांगले मित्र बनू शकता का? इतरांबरोबर सकारात्मक नातेसंबंध प्रस्थापित करण्यात तुम्हाला अडचणी येत नाहीत ना?

दुसरा गुण आहे **विनोद**. याचा अर्थ असा नव्हे की तुम्ही सदासर्वकाळ विनोद सांगत सुटायचे. याचा अर्थ एवढाच की, आयुष्यातील हसऱ्या गोष्टींचा मनमुराद आनंद लुटायचा. याचा अर्थ असाही आहे की अगदी गंभीर परिस्थितीत सुद्धा स्वत:वर हसता आले पाहिजे.

तिसरा गुण आहे **अंतर्दृष्टी**. तुम्हाला असे वाटते का की सर्वसामान्य लोकांपेक्षा तुम्हाला माणसे आणि परिस्थिती यांचे अधिक आणि अचूक ज्ञान होते आणि त्याप्रमाणे तुम्ही त्यांच्यापासून सावधगिरी बाळगू शकता.

चौथा गुण आहे '**योग्य अंतर राखणे**.' सर्वसाधारणपणे नकारात्मक माणसे आणि नकारात्मक परिस्थिती तुम्हाला आधीच जाणवून तुम्ही त्यांच्यापासून योग्य अंतर राखू शकता का?

पाचवा गुण आहे **जमवून घेणे**. तुम्ही स्वत:ला बदलण्यास सहज तयार होता का? काही आव्हानात्मक परिस्थितीत तुमचा 'मोडेन पण वाकणार नाही' असा बाणा तर नाही ना?

सहावा गुण आहे तुमचे **वैयक्तिक कौशल्य**. अशा काही गोष्टी आहेत का ज्यामध्ये तुम्ही अगदी निपुण आहात. अशा गोष्टी ज्या तुम्हाला ताजेतवाने बनवतात, आत्मविश्वास आणि ऊर्जा देतात.

सातवा गुण **लवचीकपणा** अंगी बाणवण्याच्या दृष्टीने सर्वांत महत्त्वाचा आहे

आणि तो म्हणजे चिकाटी. कितीही अपयश आले तरी तुम्ही ती गोष्ट करण्याचे प्रयत्न बहुतेक वेळा चालूच ठेवता का? की जमत नाही म्हणून लगेच नाद सोडून देता? की हळूहळू प्रयत्न करणे सोडून देता? की कधीच प्रयत्न करणे सोडत नाही?

या प्रकरणामध्ये आम्ही तुम्हाला आत्तापर्यंत अनेक प्रश्न विचारले. तुम्ही जर त्या प्रश्नांची विचारपूर्वक उत्तरे दिली असतील तर तुमच्या लवचीकपणाचा बाह्य स्रोत आणि आंतरिक स्रोत या विषयीचे अचूक मूल्यमापन तुम्ही करू शकाल. ही तर केवळ सुरुवात आहे. आता तुमच्या जवळ असलेल्या या स्रोतांचा तुम्हाला विकास करायचा आहे आणि जे स्रोत तुमच्याकडे नाहीत ते तुम्हाला अंगी बाणवायचे आहेत. हे करण्याची वेळ कोणती असे विचारताय? तर उत्तर आहे आत्ता, लगेच, ताबडतोब! पूर्वअंदाज बांधणे ही लवचीकपणा अंगी बाळगण्यातली सर्वांत महत्त्वाची गोष्ट आहे. आता परिस्थिती बिघडते आहे किंवा गोष्टी चुकीच्या वळणाला चालल्या आहेत हे जाणून घेणे महत्त्वाचे असते; परंतु हे लक्षात आल्यानंतरही परिस्थिती सुधारण्याच्या दिशेने जर तुम्ही योग्य पावले उचलली नाहीत तर त्याचा काही उपयोग होत नाही.

म्हणून कृपा करून काळजीपूर्वक लक्ष द्या. संकटकाळी आणि संकटे येण्यापूर्वीसुद्धा लवचीकपणा अंगी बाणवण्याचे सात मार्ग आहेत - तुम्ही ताबडतोब कामाला लागू शकता.

पहिला मार्ग, तुमच्या ओळखी वाढवा. नवीन-नवीन लोकांना भेटा. शक्य तितक्या अधिक लोकांना भेटा. त्यांच्यामध्ये विनाकारण दोष काढू नका. तुमच्या मित्राच्या मित्राबरोबर जेवायला जायचे असेल तर तो बेत रद्द करू नका केवळ या कारणासाठी की मी त्या मित्राला ओळखतही नाही आणि त्याचा मला काही उपयोग नाही. त्याउलट त्या निमित्ताने एक नवीन ओळख होते हे मनाशी ठरवा. लोक तुम्हाला कसे आणि कधी मदत करणार आहेत याबद्दल तुम्ही अनभिज्ञ असता; पण जेव्हा तुम्ही त्यांना भेटता तेव्हा काहीतरी धागादोरा जुळून येतो. कदाचित ते तुम्हाला आत्ता मदत करणार नाहीत, परंतु पुढे परिस्थिती बदलेल आणि ते तुम्हाला मदत करू शकतील. शेवटी अशीसुद्धा शक्यता उदभवू शकते की एक दर्जेदार कृती म्हणून तुम्हीच त्यांना मदत कराल आणि स्वत:ला अविस्मरणीय म्हणून घ्याल.

दुसरा मार्ग, आपत्तीवर मात करता येणार नाही या नजरेने पाहू नका. खूप मोठे संकट समजू नका. ताबडतोब भूतकाळात जाऊन असा विचार करा की दोन वर्षांपूर्वी तुम्हाला कोणती चिंता होती? तीसुद्धा अशीच भयंकर वाटली होती का? मग तेव्हा काही जगाचा अंत झाला होता का? नाही ना, आजही तुम्ही पाय घट्ट रोवून उभे आहात ना? तीन वर्षांपूर्वी काय घडले होते; आज ते तुम्हाला आठवते तरी का? त्याच्यापासून तुम्ही काय बोध घेतला?

तिसरा मार्ग, बदल स्वीकारा मग तो सकारात्मक असो वा नकारात्मक, आयुष्याचा हा एक भाग आहे. लवचीकपणा, तडजोड हीच गुरुकिल्ली आहे. खासकरून आज तुम्हाला जे नकारात्मक वाटते ते कदाचित उद्या अगदी वेगळेच दिसते. बहुधा तुम्ही पोकरबद्दलचे ते गाणे ऐकले असेल, 'प्रत्येकाची कधी हार होते तर कधी जीत होते.'

खूप मोठ्या शोकांतिकेचा एखादा अपवाद वगळता आयुष्याला नेहमीच सकारात्मक बाजू असते. रीसिलियन्स याचा अर्थच हा की प्रतिकूल परिस्थितीलाही आनंदाने तोंड द्यायचे आणि अनुकूल बाजू शोधून त्याचा फायदा घ्यायचा. हे सोपे आहे का? नाही, आणि ते सोपे असणारही नाही.

चौथा मार्ग, तुमच्या ध्येयाच्या दिशेने अगदी प्रतिकूल अवस्थेतही हळूहळू पण सातत्याने चालत राहा. मनाला असे खोटे खोटे समजवा की आता प्रतिकूलता संपलेली आहे. जेव्हा थॉमस वॅटसन हा आय बी एम चा प्रमुख होता तेव्हा आपत्कालीन परिस्थितीमध्ये नुसते हातावर हात ठेवून बसण्याइतके अप्रिय त्याला काहीच नव्हते. एकदा तो त्याच्या उच्च पदावरील अधिकाऱ्यांच्या मीटिंगला गेला होता तेव्हा ते सगळे फक्त त्याचीच वाट पाहत शांतपणे बसले होते. त्यांनी अद्याप कोणताच निर्णय घेतला नव्हता, वॅटसनला भयंकर राग आला. 'काहीही करा, पण काहीतरी करा!' तो ओरडला व पुढे म्हणाला, 'तुम्ही जर योग्य गोष्ट केलीत तर अती उत्तम आणि जर चुकीची गोष्ट केली तर आपण ती दुरुस्त करू.'

पाचवा मार्ग, आत्मशोध घेण्याच्या संधी शोधा. असे चित्र डोळ्यांसमोर आणा— तुमच्या लहान मुलीला नाताळच्या सणासाठी नवीन डॉलहाउस पाहिजे आहे. तिने खूप हट्ट धरला आहे, आर्जवे केली आहेत आणि शेवटी तर रडून रडून आकांत मांडला आहे. तुम्ही तरी किती विरोध करणार, तुम्ही तिच्यासाठी डॉल हाउस आणता. ते फार महागडे आहे, परंतु त्यात मोठे आश्चर्य वाटण्यासारखे काही नाही. मोठे आश्चर्य तर हे आहे की तुम्हाला त्या छोट्या-छोट्या तुकड्यांची जुळणी करायची आहे. ते जवळपास ५०० तुकडे आहेत आणि तुमची मुलगी शांतपणे तुमची कारागिरी पाहत बसली आहे किंवा तुमची कारागिरी पाहताना अस्वस्थ होत आहे. तुमचे कशात कोणता तुकडा फिट् बसतो याची छाननी करणे चालू आहे. या सगळ्या किचकट कामाला सहा ते सात तास लागतात. दिवसाच्या अखेरीस तुम्ही यापासून काय शिकलात? सर्वसामान्य माणूस कदाचित म्हणेल, 'डॉलहाउसची मोजणी कशी करायची ते मी आज शिकलो.' परंतु दर्जेदार माणूस म्हणेल, 'माझ्या असे लक्षात आले की, मला वाटले होते त्यापेक्षाही अधिक संयम माझ्या अंगी आहे.'

सहावा मार्ग, विशिष्ट दृष्टिकोन ठेवा. अशी कल्पना करा की तुम्ही महासागरामध्ये किनाऱ्यापासून वीस यार्डावर पोहत आहात. इतक्यात तुमच्या असे लक्षात येते की,

पाण्याखालून एक सामर्थ्यशाली प्रवाह तुम्हाला आत खेचतो आहे. ती रिपटाइड आहे, तिला अंडरटो (पृष्ठभागावरील प्रवाहाच्या विरुद्ध दिशेने) असेही म्हणतात. आता तुम्ही काय कराल? बहुतांश लोक अशा प्रवाहाबरोबर कुस्ती खेळायला सुरुवात करतात ज्याचा अर्थातच काहीही उपयोग होत नाही. कारण पाणी हे मानवापेक्षा खूप जड असते आणि सामर्थ्यशालीही असते. दर वर्षी यामुळेच अनेक लोक बुडून मृत्युमुखी पडतात कारण ते प्रवाहाशी संघर्ष करून दमतात आणि अखेरीस बुडतात. कोणताही लाइफगार्ड तुम्हाला हेच सांगेल की अशा वेळी योग्य गोष्ट हीच की, तुमचे शरीर विसावा आणि रिपटाइडला तिचे काम करू द्या. ती नक्कीच तुम्हाला चायनापर्यंत घेऊन जाणार नाही. फार फार तर ती तुम्हाला आणखी ३० यार्ड दूर घेऊन जाईल. मग त्यात काय बिघडले? तुम्ही पुन्हा किनाऱ्याकडे पोहत येऊ शकता. तुम्ही जर अगदी निर्मनुष्य किनाऱ्यावर पोहायला जाण्याइतके मूर्ख नसाल तर कुणीतरी नक्कीच पाहील ना की काय चालले आहे ते. आणि तुम्हाला मदतही मिळेल. अशा वेळी तुम्ही फक्त तुमची सदद्विवेकबुद्धी वापरली पाहिजे. विनाकारण तीव्र प्रतिक्रिया देऊ नका. गोष्टी तितक्याशा वाईट नसतात. तुम्हीच त्यांना अधिक वाईट बनवता.

शेवटचा मार्ग म्हणजे, तुम्हाला पुरेशी विश्रांती, पुरेसे अन्न, मानसिक आधार आणि खळखळून हासणे या गोष्टी आयुष्यात मिळत आहेत की नाही याची खात्री करून घ्या. थोडक्यात स्वत:ची काळजी घ्या. अगदी कितीही प्रतिकूल परिस्थिती असली तरीही ज्या गोष्टींमुळे तुम्हाला आनंद मिळेल आणि तुम्ही विसावाल अशा गोष्टी करत राहा. विशेषत: शारीरिक व्यायामही त्याचबरोबर खूप महत्त्वाचा आहे. तुम्ही स्वत:ची काळजी घेतलीत तर तुमचे शरीर व मन ज्या परिस्थितीमध्ये लवचीकपणाची गरज असते तेव्हा त्यासाठी तयार असेल.

लवचीकपणा अंगी बाणवण्याचे उत्तम मार्ग हे व्यक्तीसापेक्ष निरनिराळे असू शकतात. फक्त कुणासाठी कोणता मार्ग उत्तम हे तुम्हीच शोधायचे असते. जेव्हा तुमच्यावर काही आपत्ती ओढवते तेव्हा कोणत्या युक्त्या वापरायच्या किंवा अशी आपत्ती येऊ शकते असे तुम्हाला वाटते तेव्हा काय करायचे ते आपण पाहिले. आता काही क्षणातच आपण लवचीकपणा अंगी बाणवण्यासाठी अधिक खोलवर जाऊन काय करावे ते पाहू.

जेव्हा प्रतिकूल परिस्थितीमुळे लोक अगदी हतबल होतात, पिचून जातात तेव्हा त्याचा परिणाम असा होतो की त्यांच्या मनात निराशाजनक आणि आत्मघातकी विचार येतात. सहसा असे जेव्हा घडते तेव्हा त्याचे काही इशारे तुम्हाला मिळत असतात, परंतु त्या इशाऱ्यांकडेही तुम्ही दुर्लक्ष करता. अगदी त्या व्यक्तीकडूनही जी अशी प्रतिकूल परिस्थिती निर्माण करते. जेव्हा लोकांना वेदना, दु:ख होत असते

तेव्हा त्यांना त्याबद्दल शरम वाटत असावी. त्याच कारणामुळे ते त्यांच्या भावना लपवतात किंवा त्या भावनांना वेगळेच बुरखे घालून व्यक्त करतात. म्हणून जेव्हा तुमच्या कानावर पुढील विधाने पडतात तेव्हा सावध राहा आणि खासकरून तुम्ही स्वत:च्याच बाबतीत अशी विधाने करत असाल तर अधिकच काळजी घ्या.

'मला तर समस्याच दिसत आहेत, उपाय तर काहीच दिसत नाही.'

'मला वाटते की गोष्टी आता नियंत्रणाच्या पलीकडे जाऊ लागल्या आहेत.'

'मला तर आता असे वाटू लागले आहे की माझ्या आयुष्यात जे काही घडते आहे ते कधीच बदलणार नाही.'

''मला खात्री वाटत नाही की मी यापेक्षा अधिक काळजी घेऊ शकेन.'

'काय फायदा?'

तुमच्या मनात अशाच काही भावना येत असतील तर याचा अर्थ असा नव्हे की तुम्ही 'दर्जेदार' कृत्य करणारे नाही. याचा अर्थ एवढाच की तुम्ही कुठल्यातरी संकटात आहात आणि आता तुम्हाला तुम्ही लवचीक व्हायला हवे आहे. काही वेळेस समस्या इतकी अधिक खोलपर्यंत पसरलेली असते की व्यावसायिक समुपदेशकाची मदत लागते. अनेकदा तर लोक स्वत:च्या हिमतीवरच समस्या सोडवतात. आत्ताच आम्ही जसे सांगितले की लवचीकपणाचा पाया एकदा घातला की पुढच्या गोष्टी अधिक सुरळीतपणे घडतात.

अनेक लोकांना स्वत:च्या अंगी लवचीकपणा विकसित करण्याची संधी मिळत नाही. परंतु अजूनही वेळ गेलेली नाही. सुदैवाने तुम्ही ते आजही करू शकता. स्वत:ला अविस्मरणीय बनवण्याचा एक चांगला मार्ग हा की एखाद्याला अंगी लवचीकपणा बाणवण्यासाठी तुम्ही मदत करू शकता. लोक संकटांना, अडथळ्यांना नैराश्य न येऊ देता, लवचीकपणे कसे तोंड द्यायचे ते शिकू शकतात.

लवचीकपणा अंगी बाणवण्यासाठी आधी पाया तयार करावा लागतो आणि हा पाया पाच गुणवैशिष्ट्यांनी घालणे शक्य होते. ती गुणवैशिष्ट्ये आहेत— विश्वास, स्वावलंबन, पुढाकार घेणे, ऊर्जा आणि ओळख. आता आपण या प्रत्येकाचा विचार करु.

विश्वास – याचा अर्थ इतरांवर श्रद्धा ठेवून त्यांच्यावर विसंबून राहणे. विश्वास ही भावना जन्मापासूनच सुरू होते आणि आयुष्यात पुढे ती एकतर अधिक दृढ होत जाते किंवा ती अधिक दुबळी होत जाते. जन्मल्यानंतर सुरुवातीला तर आपल्याला अन्न भरवण्यासाठी आणि आपले संरक्षण करण्यासाठी आपल्याला इतरांवरच अवलंबून रहावे लागते. त्याशिवाय दुसरा पर्यायच नसतो. जर इतरांकडून आपल्या विश्वासाला तडा गेला तर आपली विश्वासाची भावना अधिक दुबळी होत जाते. आता आपल्याकडे आणखी एक पर्याय उपलब्ध होतो, की आपण हे ठरवू शकतो की या

जगात कुणावर आपण विश्वास ठेवायचा नाही आणि आपण स्वत:वरही विश्वास ठेवायचा की नाही याचीसुद्धा निवड करू शकतो.

जर एखाद्यामध्ये विश्वासाची कमतरता असेल किंवा अजिबातच नसेल तर अनेक गोष्टी घडतात. त्यापैकी एकही त्या व्यक्तीसाठी, त्याच्या मालकासाठी, त्याच्या सहकाऱ्यासाठी अथवा व्यवस्थापकासाठी भल्याची नसते.

उदाहरणार्थ, जर लोकांना असे वाटले की ते यशस्वी होण्यासाठी आणि त्यांची ध्येये गाठण्यासाठी स्वत:वर विश्वास ठेवू शकत नाहीत, तर ते कदाचित जे अपयश अटळ दिसते आहे त्याच्यापासून स्वत:चे संरक्षण करण्याचा प्रयत्न करतील. ते कदाचित सतत दुसऱ्यावर अवलंबून राहतील. तुम्ही त्यांच्यासाठी काम करावे अशी ते अपेक्षा धरतील कारण तुम्ही त्यांच्यापेक्षा सरस आहात. त्यांचे रक्षण करू शकता असे त्यांना वाटेल किंवा ते भलत्याच दिशेला जातील आणि अधिक आक्रमक आणि हुकूमशहा बनतील.

शक्यता अशी आहे की तुम्ही अशा व्यक्तीशी व्यवहार करत आहात की जी दुसऱ्यावर नियंत्रण ठेवण्याचा प्रयत्न करत आहे. अशी व्यक्ती की जिने सतत प्रत्येकाला काय करायचे, कसे करायचे, केव्हा करायचे हे शिकवण्याचा विडाच उचलला आहे. हा स्वभाव नेमका कशातून येतो तर अविश्वासातून! समोरचा नालायक, भांडकुदळ आणि आणखीही काही दुर्गुणांचा पुतळा आहे असे समजण्यातून! परिणामी ही नियंत्रण करणारी व्यक्ती असे म्हणते, 'तू मला अपयशी मानतोस काय आणि मला दुखावतोस काय? त्यापेक्षा मीच तुझ्यावर माझे श्रेष्ठत्व लादतो.'

समस्या ही आहे, की काहीही झाले तरी संपूर्णपणे शारीरिक नियंत्रण आणि मानवी पर्यावरणाचे नियंत्रण हे अशक्य आहे. त्यामुळे जे लोक स्वत:ला श्रेष्ठ समजून दुसऱ्यावर नियंत्रण करू पाहतात ते आणखीनच हट्टाला पेटतात. तरीही ते अयशस्वी झाले तर त्यांच्यामध्ये लवचीकपणा नसतो. कारण त्यांनी त्यांची सर्व शक्ती पणाला लावलेली असते, तरीही सफलता मिळत नाही. म्हणून सारेच व्यर्थ ठरते.

म्हणून लवचीकपणा अंगी येण्यासाठी 'विश्वास' ठेवण्याची पात्रता हा सर्वांत मूलभूत घटक आहे. तो तुमच्या स्व-रुचीमधून येतो आणि तुमचा तुमच्या संस्थेवर असलेल्या विश्वासातून आणि तुम्ही लोकांना करत असलेल्या मदतीतून! एक श्रेष्ठ कृती म्हणून तुमच्याकडे सुद्धा ही संधी आहे की हा महत्त्वाचा घटक लोकांच्या अंगी बाणवण्यासाठी तुम्हीही मदत कराल. तुम्ही ते कसे कराल? ते अगदी साधे आहे आणि तर्कशुद्धही आहे. इतर लोकांनी तुमच्यावर विश्वास टाकावा इतके विश्वासार्ह तुम्ही बना. हे तुम्ही कसे करू शकता तर त्यांच्या आत्मविश्वासाला तडा जाऊ देऊ नका. त्यांचा एक स्वतंत्र व्यक्ती म्हणून आदर करा. आणखीही असे काही डझनभर

मार्ग आहेत, एकदा का तुम्ही लोकांबरोबर विश्वासार्ह नातेसंबंध प्रस्थापित केले तर तुम्ही त्यांच्यामध्ये अशी कौशल्ये संपादन करण्यात यशस्वी व्हाल की जी कौशल्ये ते अशी माणसे शोधून काढण्यासाठी वापरतील, ते विश्वास ठेवू शकतील. लोकांच्या नजरेतून तुम्ही आता अविस्मरणीय व्यक्ती बनले आहात. आता तुम्हीही त्यांना हे दाखवू शकता की अविस्मरणीय कसे बनायचे.

हे एक साधे तत्त्व लक्षात ठेवा – विश्वासार्ह बनण्याचा एक मार्ग असा आहे की तुम्ही तुमच्या आयुष्यात विश्वासार्ह लोकांचा समावेश करा. इतर लोकांमध्ये विश्वास विकसित होण्याचा मार्ग आहे की तुम्ही स्वत: विश्वासार्ह बना.

स्वावलंबन – अनुकूल वा प्रतिकूल परिस्थितीमध्ये स्वत:चे निर्णय स्वत: घेण्याची इच्छा आणि योग्य निर्णय जास्तीत जास्त वेळा घेण्याची ताकद अंगी विकसित करावी लागते. इथे एक मजेशीर उपरोध आहे— स्वावलंबन यशाबरोबर अधिक बळकट होते परंतु ते अपयशावरही अवलंबून असते. तुम्ही जर कधीच अपयशी झाला नसाल तर तुमच्या अंगी लवचीकपणा येऊ शकत नाही. तुम्ही जर कुस्तीमध्ये जमिनीला पाठ टेकवली नाही तर तुम्ही कधीही पुन्हा नव्या उमेदीने उभे राहू शकत नाही. जर सतत तुमची काळजी घेणारे, काळजी करणारे तुमच्या आसपास असतील तर तुम्ही कधीच स्वावलंबी होऊ शकत नाही.

आता अशी कल्पना करा की तुम्ही अशा मुलीचे पालक आहात जी तिचा गृहपाठ अगदी प्रामाणिकपणे करते. तिला जर कधी तिच्या गृहपाठात कमी मार्क पडले तर ती प्रचंड अस्वस्थ होते. साहजिकच तुम्हाला तिला वाचवावेसे वाटते आणि तिचे दु:ख तुम्हालाही बघवत नाही. म्हणून तिचा गृहपाठ करण्यामध्ये तुम्ही तिला मदत करायला सुरुवात करता. थोडेच दिवसात तुम्ही तिला गृहपाठामध्ये फक्त मदतच करत नाही तर तिचा आख्खा गृहपाठच तुम्ही करून टाकता. जरी तुमचा हेतू खूप चांगला असला - तुम्हाला तिचे मानसिक पातळीवर रक्षण करायचे असले तरी त्यापासून जे निष्पन्न होणार आहे ते समस्या अधिकच वाढवणारे असणार आहे. आता तिचे स्वावलंबन संपुष्टात येणार आहे आणि तेही अगदी छोट्या कारणासाठी की ती तुमच्यावर विसंबून राहिली म्हणून! तिच्या अंगी लवचीकपणा येणार नाही कारण ती अपयशाला सामोरे कसे जायचे हे शिकलीच नाही म्हणून.

स्वत:मध्ये स्वावलंबन आत्मसात करण्यासाठी यशाचा पाठपुरावा जरूर करा. परंतु काहीही झाले तरी अपयशाला टाळू नका. तुम्ही अंदाजसुद्धा करू शकणार नाही एवढी प्रचंड किंमत तुम्हाला त्यासाठी मोजावी लागेल.

पुढाकार घेणे – कृती करण्याची तुमच्यात क्षमता हवी आणि तुमची तशी इच्छाही हवी. आपण एका क्षणापूर्वीच स्वावलंबन संपादन करताना जर अपयश

टाळण्याचा प्रयत्न केला तर कोणत्या समस्या उभ्या राहातात त्याबाबत बोललो. पुढाकार घेण्याच्या बाबतीतसुद्धा हीच गोष्ट महत्त्वाची आहे. हा घटक अंगी बाणवण्याची गुरुकिल्ली हीच की तुम्ही जी कृती करणार आहात त्याचे परिणाम काय होतील, या विचारांपासून फारकत घ्या. तुम्ही यशाच्या किंवा अपयशाच्या परिणामांची पर्वा करू नका. जर प्रामाणिक हेतू ठेवून सर्वोत्तम प्रयत्न केले तर तेच तुमचे यश असेल.

संपूर्ण युनायटेड स्टेट्स हे कोणत्या कल्पनेवर वसवले गेले आहे माहीत आहे? तर येथील प्रत्येकाला दुसरी संधी दिली गेली आहे. संपूर्ण जगभरातून लोक इथे दोन कारणास्तव आले. एक असे की ते जिथून आले तिथे त्यांचे फारसे बरे चाललेले नव्हते आणि दुसरे असे की या नवीन देशाने त्यांना आयुष्य पुन्हा नव्याने सुरू करण्याची संधी दिली. तुमच्या अंगी जर नव्याने काही प्रयत्न करण्याचा लवचीकपणा असेल तर भूतकाळात काय घडले याने काहीच फरक पडत नाही. स्वत:ला लवचीक व्यक्ती बनवण्यासाठी तुम्हालाही दर्जेदार कृती करण्याचा दृष्टिकोन ठेवावा लागेल हे सांगण्याची गरज नाही.

ऊर्जा – लवचीकपणाच्या दृष्टिकोनातून विचार करायचा झाला तर ऊर्जा दोन वेगळ्या स्वरूपात येते. त्यापैकी पहिल्या ऊर्जेला आपण प्रेरणा असे म्हणू. अशी कल्पना करा की तुमच्या व्यवसायात तुम्हाला प्रचंड खोट आली आहे, तुम्ही कर्जबाजारी झाले आहा. कल्पना करा की प्रचंड मोठे वादळ आले आणि तुमचे घर जमीनदोस्त झाले. काही क्षणांसाठी तरी तुम्ही गलितगात्र व्हाल, परंतु लगेच असे काहीतरी तुमच्या मनात येईल की तुम्ही मनाशी काहीतरी निर्धार कराल आणि घट्ट पाय रोवून उभे राहाल. तुमच्या मनात अशा काही थोर पुरुषांची चरित्रे उभारतील की ज्यांनी यापेक्षाही अवघड समस्यांना तोंड दिले आहे. मग आपणही त्यांच्यासारखे बनावे असा तुम्ही मनोमन निश्चय कराल. आता लवचीकपणासाठी लागणाऱ्या विशिष्ट ऊर्जेने तुम्ही भारून गेला आहात आणि आता तिचाच तुम्ही वापर करणार आहात. ही आहे प्रेरणा, स्फूर्ती!

आता याच्या उलट दृश्य तुमच्या मनश्चक्षूंसमोर आणा. तुमचे घर जिथे दिमाखाने उभे होते तिथे आता एक खड्डा पडला आहे, कारण प्रचंड वादळाचा तडाखा तुमच्या घराला बसला आहे. तुम्ही अतीव दु:खाने त्या खड्ड्याकडे पाहत आहात. आता तुम्ही गलितगात्र झाला आहात; तुमच्या अंगी शून्य ऊर्जा आहे. तुम्हाला खूप पराभूत आणि थकल्यासारखे वाटते आहे; तोच म्हाताऱ्या माणसारखा प्रश्न तुमच्या मनात येतो आहे, 'काय फायदा?' मग आता तुम्ही कसा प्रतिसाद द्याल, जर तुम्ही दर्जेदार कृती करणार असाल, तुम्ही लवचीक व्यक्ती असाल, तुम्ही जर स्वत:ला अविस्मरणीय बनवायचे असा निश्चय केला असेल, तर तुम्ही तुमच्या मनात आलेल्या या विचाराशी संघर्ष कराल, त्याला परत पाठवाल. अगदी

त्या क्षणी कुठून तरी ऊर्जा तुमच्या शरीरात येईल, ज्या क्षणी तुम्ही स्वत:ला विचारत असाल की 'काय फायदा?' निश्चयाने आणि ऊर्जेने भारावून गेलेली कोणतीही व्यक्ती खूप मोठे यश प्राप्त करू शकेल. परंतु खऱ्या अर्थाने जे लोक लवचीक आहेत त्यांना जरी आपण खूप महान आहोत असे वाटत नसले तरी ते मोठे यश संपादन करू शकतात. ती त्यांची प्रेरणा नसते तर ती त्यांची तीव्र इच्छाशक्ती असते. एक लवचीक व्यक्तिमत्त्व असण्यासाठी तुमच्या अंगी दोन्ही स्वरूपातील ऊर्जा असणे महत्त्वाचे असते - एक स्फूर्ती किंवा प्रेरणा आणि दुसरे म्हणजे तुमची इच्छाशक्ती; कारण जेव्हा तुम्हाला प्रेरणा मिळत नाही तेव्हा इच्छाशक्तीच तुमच्या कामी येते.

स्व-ओळख – आपण ही संकल्पना एका ऐतिहासिक उदाहरणाद्वारे समजावून घेऊ. जवळपास २५०० वर्षांपूर्वी अलेक्झांडर दि ग्रेट त्याचे सैन्य घेऊन पर्शियन साम्राज्याशी लढा देण्यास आशियामध्ये आला, जे त्या काळातील सर्वांत बलाढ्य साम्राज्य होते. पर्शियन्सच्या मानाने ॲलेक्झांडरचे सैन्य फारच थोडे होते व त्यांच्याकडे लढण्यासाठी अद्यायावत सामुग्री नव्हती. ते आपले घर सोडून खूप दूरवर आले होते. ज्या दिवशी निर्णायक लढाई होणार होती त्याच्या आदल्या रात्री अलेक्झांडर आपल्या सैन्यासमोर उभा राहिला व त्यांना उद्देशून त्याने भाषण केले. आपल्या सैन्याला विजयाची खात्री देत तो म्हणाला, 'मी तुम्हाला आपल्या विजयाची खात्री का देतो आहे त्याची तीन कारणे मी तुम्हाला सांगतो. पहिले असे की आपला देशच कष्टकऱ्यांचा आहे, त्या उलट आपला शत्रू. त्यांना त्यांच्या साम्राज्यात सारे काही सहज वाटते. आपण शेळ्या राखतो आणि ग्रीसमधील खडकाळ प्रदेशात शेती करण्याचा प्रयत्न करतो. दुसरे असे की वैयक्तिक पातळीवर सुद्धा आपण कष्टकरी, साहसी कुटुंबातून आलो आहोत. आपल्या सर्व सैनिकांचे आईवडील भल्या पहाटे उठून कामाला जुंपलेले असतात. परंतु आपल्या शत्रूचे सैन्य श्रीमंत आणि आळशी कुटुंबातून आले आहे. जे उशिरा झोपतात; शेळ्या पाळत नाहीत. ते स्वत:च शेळ्या आहेत. शेवटचे कारण मी तुम्हाला जे सांगणार आहे ते सगळ्यात महत्त्वाचे आहे. आपल्या शत्रूचा सेनापती हा पर्शियन साम्राज्याचा नेता आहे परंतु तुम्हाला मात्र मी लाभलो आहे.'

या लांबलचक भाषणाचा मुख्य उद्देशच होता, सैन्याला त्यांची स्वत:ची ओळख करून देण्याचा! त्यांना आत्मभान देण्याचा! अलेक्झांडरने त्याच्या सैन्याला हे सांगितले की मुळातच ते त्यांच्या शत्रूपेक्षा वेगळे आहेत आणि शत्रूपेक्षा अधिक सरस आहेत. त्याने त्यांना हे सगळे इतक्या सोप्या शब्दात सांगितले की ज्या शब्दांशी ते परिचित होते— जसे की त्यांचे राष्ट्र, त्यांचे कुटुंब आणि त्यांचा नेता. अशा कठीण प्रसंगात त्यांचे आत्मभान, त्यांची स्व-ओळखच त्यांना आधार देणारी

होती आणि त्या बळावरच ते पुनश्च पाय रोवून उभे राहणार होते.

आता तुम्ही स्वत: सुद्धा तुमची ओळख नव्याने करून घ्या. तुमच्या अंगी असे कोणते विशेष गुण आहेत की ज्यामुळे सगळे सुरळीतच पार पडणार आहे असा आत्मविश्वास तुम्हाला वाटतो. जेव्हा गोष्टी तशा पार पडत नाहीत तेव्हाही तुम्ही लवचीकपणे सारे आनंदाने झेलू शकता? जेव्हा तुम्ही इतर लोकांबरोबर काम करता तेव्हा त्यांची गुणवैशिष्ट्ये आणि त्यांचे स्रोत शोधण्याचा प्रयत्न करा. जर तुम्हाला त्यांच्यात तसे काही सापडले नाही तर तसे गुण त्यांच्या अंगी विकसित करण्यासाठी त्यांना मदत करा. मला तुम्हाला सांगायचे आहे ते हेच की अलेक्झांडरच्या सैन्याने युद्ध जिंकले.

जेव्हा एखादी दुर्घटना घडते तेव्हा तुम्ही कितपत संयमाने वागता? तुम्ही मोडून पडता की पुन्हा नव्याने उभारी धरता? लवचीकपणा अंगी असेल तर तीच तुमची ताकद बनून ताबडतोब तुम्हाला आपत्तीतून वर ओढून काढते. आव्हाने स्वीकारते. मग भले तुमची नोकरी गेलेली असू दे, एखादे आजारपण येऊ दे, दुसरे एखादे संकट असू दे किंवा प्रिय व्यक्तीचा मृत्यू असू दे - तुम्हाला तीच तरून नेते.

तथापि तुमच्या अंगी लवचीकपणा नसेल तर तुम्ही तुमच्या समस्यांबद्दलच सतत विचार करत राहता. तुम्हाला आपला बळी जात आहे असे वाटते, तुम्ही त्याच विचारांमध्ये गुंतून पडता, सद्य:स्थितीचे भान राहत नाही किंवा तुम्ही आक्रमक होता. काही वेळेस तर तुमचे मानसिक आरोग्यही धोक्यात येते.

लवचीकपणामुळे तुमच्या समस्या नाहीशा होतात असे नाही, परंतु ती तुम्हाला या गोष्टींकडे दुर्लक्ष करायला शिकवत जीवनातील आनंद शोधायला मदत करते आणि तुमचा ताणतणावही अधिक चांगल्या पद्धतीने हाताळते. तुम्ही जास्तीत जास्त लवचीकपणा स्वत:मध्ये विकसित करू शकता. याचा अर्थ असा की जरी तुम्ही ताणतणाव, प्रतिकूलता, वेदना, शोकांतिका यांचा सामना करत असलात तरी तुम्ही मानसिक आणि शारीरिक पातळीवर कार्यरत असता.

लवचीकपणा म्हणजे असे नव्हे की प्रतिकूल गोष्टींकडे दुर्लक्ष करायचे किंवा तुमच्या जुन्याच मताना चिकटून बसायचे किंवा सोसत राहायचे. याचा अर्थ असाही नाही की तुम्ही तुमच्या भावनांकडे दुर्लक्ष करायचे. जेव्हा प्रतिकूल परिस्थिती येईल तेव्हा तुम्हाला नक्कीच राग येईल, दु:ख होईल, वेदना जाणवेल परंतु तरीही तुम्ही तुमची दैनंदिन कामे सर्वसामान्यपणे आशावादी राहून कराल आणि तुमचे आयुष्य व्यवस्थित चालू राहील. लवचीक राहणे याचा अर्थ असाही नव्हे की तुम्ही जुनाट ग्रीक फिलॉसॉफीचे सभासद व्हायचे किंवा सारे एकट्यानेच सोसायचे. उलट अशा अडीअडचणीत इतरांचा आधार घेण्याचे कौशल्य संपादन करणे हा सुद्धा लवचीकपणाचा एक घटक आहे.

तुमचा लवचीकपणा अधिक बळकट करण्यासाठी पुढील गोष्टी करून पाहा—

- लोकांशी आत्मीयतेचे संबंध ठेवा. आपल्या मित्रमैत्रिणींशी आणि कौटुंबिक सदस्यांशी असलेले बळकट आणि सकारात्मक नातेसंबंध तुम्हाला आधार आणि स्वीकार्हता मिळवून देतात. तुमच्या समाजातील लोकांना स्वेच्छेने सेवा पुरवा. त्यांच्यात समरसून जा. त्यांच्या श्रद्धा, त्यांची आध्यात्मिकता याबद्दल आदर बाळगा.
- आपल्या जीवनाचे सार शोधा. आपल्या आयुष्याचा हेतू काय आहे याविषयी विचार करा, तुमच्याकडे काहीतरी अर्थपूर्ण गोष्ट लक्ष केंद्रित करण्यासारखी असल्यास तुम्ही तुमच्या भावना, तुमची कृतज्ञता आणि तुमचे अनुभव इतरांसोबत वाटून घेऊ शकता आणि त्यामुळे तुम्हाला अधिक बरे वाटते.
- भरपूर हसा, तणावपूर्ण परिस्थितीतही विनोद शोधा. तुम्ही परिस्थिती गांभीर्याने घेत नाही असा त्याचा अर्थ नव्हे, परंतु विनोदाची झालर तुमचा ताण निवळण्यास मदत करेल. जर प्राप्त परिस्थितीत तुम्हाला विनोद कुठेच दिसत नसेल तर मग हास्याचे स्रोत असणारी विनोदी पुस्तके वाचा किंवा विनोदी सिनेमा पाहायला जा.
- तुमच्या स्वत:च्या अनुभवातून शिका. जरा मागे वळून भूतकाळात डोकावून पाहा. नकळत तुम्हाला कोणती कौशल्ये आणि कोणत्या युक्त्या संकटकाळी उपयोगी पडल्या होत्या ते आठवा, ज्या युक्त्या उपयोगी पडल्या नव्हत्या त्या आता पुन्हा वापरू नका.
- आशावादी राहा. भूतकाळात जे घडले होते ते आता तुम्ही बदलू शकत नाही. दररोज असे काहीतरी लक्षात आणा की जे तुमच्यात सकारात्मक बदल घडवून आणत आहे. त्या इशाऱ्यांकडे विशेष लक्ष द्या, परिणाम चांगलेच घडतील अशी अपेक्षा करा.
- स्वत:ची काळजी घ्या. तुमच्या गरजांची आणि भावनांची, (म्हणजे दोन्हीही शारीरिक व भावनिक पातळीवरील) काळजी घ्या. याच्यामध्ये तुमच्या आवडीचे छंद जोपासा, आवडणाऱ्या उपक्रमांमध्ये भाग घ्या, नियमितपणे व्यायाम करा, भरपूर झोपा आणि चांगलेचुंगले खा.
- एक नोंदवही करा. त्यामध्ये तुमचे अनुभव, तुमचे विचार आणि तुमच्या भावना याबद्दल लिहा. तुम्ही कुणासमोर तुमच्या तीव्र भावना व्यक्त करण्यासाठी संकोच कराल किंवा घाबराल. अशा वेळी नोंदवहीमध्ये

तुम्ही बिनदिक्कतपणे काहीही लिहू शकता. याचा उपयोग त्याच घटनांकडे एका नवीन दृष्टिकोनातून पाहण्यासाठी सुद्धा होईल. तुमच्या वर्तणुकीची आणि तुमच्या प्रतिक्रियांची विशिष्ट धाटणी तुम्हाला समजेल.

- तुमच्या होणाऱ्या बदलांचा आधीच अंदाज घ्या आणि त्याचा स्वीकार करा. काहीतरी बदल घडणारच आहे हे अपेक्षित असले तर त्यांना सामोरे जाणे, ते सहन करणे, त्यांची सवय करून घेणे आणि त्यांचे स्वागत करणेसुद्धा अधिक सोपे जाईल. सरावामुळे तुम्ही अधिकाधिक तडजोडी करण्याचे शिकाल आणि आपला दृष्टिकोन बदलला तर त्याची चिंता वाटणार नाही.
- आपल्या ध्येयाच्या प्रती कार्यरत राहा. दररोज असे काहीतरी करा ज्यामुळे तुम्हाला यश संपादन केल्याचा आनंद होईल. अगदी छोटी-छोटी ध्येये ठेवा. दररोज असे एखादे ध्येय गाठले तरी तुम्ही खूप आशावादी बनाल.
- कृती करा. फक्त अशी इच्छा बाळगू नका की तुमच्या समस्या दूर व्हाव्यात किंवा तुम्ही त्यांच्याकडे दुर्लक्ष करावे. त्याऐवजी या समस्या सोडवण्यासाठी कोणत्या गोष्टी करणे गरजेचे आहे. त्याचे नियोजन करा आणि कृती करा.
- तुमच्या विचारसरणीकडे लक्ष द्या. तुम्ही ज्या परिस्थितीत आहात तिच्याकडे व्यापक दृष्टिकोनातून बघा. त्याचा संदर्भ तुमच्या प्रत्यक्ष आयुष्याशी आणि जगाशी असू द्या. दूरदृष्टी ठेवा आणि लक्षात घ्या की तुम्ही जर अधिक हुशारीने काम केलेत तर परिस्थितीमध्ये नक्की सुधारणा होईल.
- आपल्या ताणतणावांचे व्यवस्थापन करण्याचा सराव करा. स्वतःला विसावण्याची तंत्रे जाणून घ्या. योग, ध्यानधारणा, प्राणायाम, त्राटक, प्रार्थना, स्नायूंचे विसावणे या सर्व गोष्टींचा सराव करून आंतरिक शांती मिळवा.

या प्रकरणाचे शीर्षक 'विनाखेद लवचीकपणा' असे आहे. याचा अर्थ असा की तुम्ही केलेल्या चुकांचा खेद मानू नका. कारण तुम्ही त्यामधूनच शिकणार आहात. तुम्ही ज्या संकटांना तोंड दिले त्याबद्दलही खेद मानू नका कारण त्या संकटांनाच तुम्ही संधी बनवणार आहात. लवचीकपणा आणि खेद ही दोन विरुद्ध टोके आहेत. जसे की प्रकाश आणि अंधार - ते दोन्ही एकाच वेळी असूच शकत नाहीत. म्हणून निवड तुमची आहे. एक श्रेष्ठ, दर्जेदार कृती म्हणून तुम्ही योग्य तीच निवड कराल.

१४

आरामकक्षेच्या पलीकडे जाऊन प्रशंसा करणे

आपल्याला याची जाणीव असो किंवा नसो परंतु देणे आणि घेणे यासंबंधीचे नियम आपल्या आयुष्यात खूप महत्त्वपूर्ण भूमिका बजावतात. त्यामध्ये गल्लत करू नका. या प्रकरणामध्ये आपण ज्या कल्पनांचा अभ्यास करत आहोत ते नियम आहेत. त्या केवळ कल्पना किंवा भावना नाहीत. या कल्पनांकडे दुर्लक्ष करणे म्हणजे तुमच्या गाडीच्या चाकातील हवा गेलेली असतानाही तुम्ही गाडी पुढे दामटण्यासारखे आहे. तुम्ही प्रयत्न करता, परंतु तुम्ही पुढे जाऊ शकत नाही.

दोनशे वर्षांपेक्षाही अधिक वर्षे होऊन गेली, जेव्हा प्रसिद्ध आर्थिक तत्त्वज्ञानी ॲडम स्मिथ याने एक अगदी साधे विधान केले होते, ज्याच्यावर आजही ऊहापोह केला जातो. ॲडम स्मिथ असे म्हणाला की जेव्हा लोकांना त्यांच्या स्व-रुचीचे भान असते तेव्हा समाजाची उन्नती होते. तुम्हाला आश्चर्य वाटेल परंतु डेल कार्नेगी सुद्धा याच तत्त्वांचे पुरस्कर्ते होते. मात्र स्व-रुची या शब्दाचा अर्थ अचूकपणे समजून घेतला पाहिजे. त्याची व्याख्या नीट जाणून घेतली पाहिजे. कारण स्व-रुची आणि स्वार्थीपणा या दोन गोष्टी एक नव्हेत. स्व-रुची हे स्वार्थीपणाच्या विरुद्ध आहे. कसे ते आता आपण पाहू.

लोक स्वार्थीपणाने का वागतात याचे कारण उघडच असते. एखाद्या माणसाला बसमध्ये एक पैशाचे पाकीट सापडते. पाकिटात पैसे असतात. इतर कोणत्याही माणसाप्रमाणे त्या माणसालाही त्या क्षणी त्याच्याकडे जेवढे पैसे आहेत त्यापेक्षा अधिक पैसे हवे असतात. म्हणून तो त्या पाकिटातील पैसे बाहेर काढतो आणि पाकीट कचऱ्याच्या डब्यात फेकून देतो. तुम्ही जर नीतिमत्तेच्या दृष्टिकोनातून या घटनेकडे पाहिले तर तुम्हाला त्या माणसाची कृती तर्कशुद्ध वाटेल. तरीसुद्धा

कधीतरी तुम्हाला वाटते त्यापेक्षाही अधिक वेळा मनात असे येऊन जाईल की त्या माणसाने पैसे परत करायला हवे होते. त्याने स्वत:कडे पैसे का ठेवले याचे स्पष्टीकरण एका वाक्यात देता येईल, परंतु ते त्याने परत का केले हे सांगायला अधिक वेळ लागेल. ते पैसे त्या माणसाने स्वत:कडे ठेवणे ही त्याची स्व-रुची झाली परंतु तरीही ते इतके साधे-सोपे नाही.

लोक प्रशंसनीय कामे का करतात? ते अनोळखी माणसांना मदत करतात, ते भूकंपग्रस्तांसाठीच्या फंडाला पैसे देतात, अन्न पाठवतात, स्वेच्छेने हॉस्पिटल्समध्ये सेवा पुरवतात. आपण त्यांच्या या सत्कृत्याची दखल घेतो आणि त्याला दानधर्म किंवा जगत् कल्याणासाठी झटणारे दानशूर लोक असे त्यांचे वर्णन करतो. त्या उलट आपला अनेक इतर लोकांबरोबरचा परिचय किंवा व्यवहार हा देवघेवीच्या संदर्भातच चाललेला असतो. लोक काहीतरी मिळवण्याच्या उद्देशानेच देत असतात. उदा. आपण वस्तू विकतो आणि सेवा पुरवतो ते पैशाच्याच बदल्यात, परंतु आपण जेव्हा दुसऱ्याची प्रशंसा करतो तेव्हा त्या बदल्यात आपल्याला निश्चित स्वरूपात काही मिळणार आहे किंवा नाही याची पुसटशी कल्पनाही आपल्याला नसते.

आता मी तुम्हाला हे दाखवणार आहे की प्रशंसा आणि स्व-रुची यांच्यामध्ये फारसा फरक नाही. मात्र आपण स्व-रुचीची व्याख्या कशी करतो यावरच सर्व अवलंबून आहे. स्व-रुची हे एखाद्या अल्पजीवी भौतिक सुख देणाऱ्या इच्छेची पूर्ती असते का? अनेक लोकांची दीर्घ-मुदतीची ध्येये असतात जी केवळ झटपट फायदा किंवा पैसे मिळवण्याच्या पलीकडची असतात. हे लोकसुद्धा स्वरु-चीच्या दृष्टिकोनातूनच कृती करत असतात परंतु ती फक्त भौतिक बाब नसते.

आता अशी कल्पना करा की, एखादा प्रवासी एखाद्या खेड्याच्या काळ्याकुट्ट रस्त्याने जात आहे आणि त्याच्या गाडीतील पेट्रोल संपले. त्याच वेळी एक शेतकरी त्याच्या जीपमधून जात आहे. तो थांबतो आणि रस्त्यात खोळंबा झालेल्या ड्रायव्हरच्या गाडीमध्ये पेट्रोल भरतो. जेव्हा तो ड्रायव्हर त्या शेतकऱ्याला पैसे देऊ करतो तेव्हा ड्रायव्हर मान हलवत नाही म्हणतो. तो पुढे त्या ड्रायव्हरला असे सांगतो, 'असे निर्मनुष्य अंधाऱ्या रस्त्यावर गाडी बंद पडणे म्हणजे काय असते याची मला जाणीव आहे. म्हणून तू मला जे पैसे देऊ करतोय त्याच्या बदल्यात मी तुला असे सांगीन की जर तुलाही असे कुणी रस्त्यात गाडी बंद पडलेले भेटले तर तू थांबून त्याला मदत कर, जसा मी आज तुझ्यासाठी थांबलो.'

तुम्हाला असे वाटते का की तो शेतकरी व्यवहारशून्य आहे? जर तो असे म्हणाला असता की हो बाबा मी तुझ्या गाडीत पाचशे रूपयांचे पेट्रोल भरले. तेवढे पैसे मला दे, तर ते अधिक तर्कशुद्ध वाटले असते का? मुळीच नाही. कारण आपण सर्व जण अशा समाजात राहतो की जिथे आपल्याला एकमेकांचा उपयोग

होतो, जिथे आपण एकमेकांना स्वेच्छेने मदत करतो. लोक स्वयंस्फूर्तीने मदत करतात कारण त्यांना हे माहीत असते की त्यांनासुद्धा एक ना एक दिवस गरज पडणार आहे. एखाद्या तरुण पुरुषाने बसमध्ये आपली सीट एखाद्या वृद्धेला दिली तर त्या वृद्धेसाठी तर तो आदर्श असेलच पण बसमधील सर्वांसाठीच तो तरुण आदर्श ठरेल. आशा आहे की ती स्त्री त्या तरुणाची प्रशंसनीय कृती नेहमीच लक्षात ठेवेल आणि एखाद दिवशी ती सुद्धा दुसऱ्या कुणाला तशीच मदत करेल. म्हणजेच त्या तरुणाचे कर्ज चुकवण्यासारखे आहे.

जर लोकांनी अशा प्रकारच्या कर्जाची परतफेड केली नाही, त्यांनी दुसऱ्याची मदत घेतली पण स्वत: मात्र दुसऱ्याला मदत केली नाही तर त्यांना फुकटे म्हटले पाहिजे. त्यांना घेणे समजते पण देणे समजत नाही. संपूर्ण जगभरात अशा लोकांची संख्या भरपूर आहे. त्यांना स्वत:ची लाज वाटते का? स्वत:बद्दल वाईट वाटते का? बहुतांशी नाही. कारण स्वत:च्या वर्तणुकीचे समर्थन करणारे असे तत्त्वज्ञान त्यांच्याकडे असते की त्यांना आत्तापर्यंत कधीच कुणी काही दिले नाही त्यामुळे त्यांनाही कुणाला काही देण्याची गरज नाही. 'माझे कोणी कधीच कौतुक केले नाही, मग मी तरी कशाला दुसऱ्याचे करू?'

हे धादांत खोटे असते. लोक सकाळी बिछान्यातून उठून नवीन दिवसाची सुरुवात करताना असे कसे म्हणून शकतात की त्यांना कुणाकडूनच कधीच काही मिळाले नाही म्हणून? जे लोक उघड्या डोळ्यांनी जगाकडे बघतात आणि स्वत:च्या कानांनी सगळे ऐकतात त्यांचा विश्वास असा कसा असतो की त्यांना कशाच्याच बदल्यात काहीच मिळाले नाही. सगळ्यात विचित्र गोष्ट तर ही आहे की ज्या लोकांकडे कमी आहे तेच त्यांना मिळालेल्या आयुष्याबद्दल कृतज्ञता व्यक्त करताना दिसतात. उलटपक्षी ज्यांना भरभरून मिळाले आहे ते तक्रारी करतात. आपल्याकडे जितके अधिक तितकी आपल्याला हावही अधिक आणि आपल्याला ते विनासायास मिळाल्यामुळे आपल्याला त्याचे कौतुकही वाटत नाही.

हे विशेषत: पैशांच्या बाबतीत घडते. बहुतेक वेळा तर प्रशंसा ही पैशांच्या माध्यमातूनच व्यक्त केली जाते किंवा व्यक्त केली जात नाही. पैशाप्रमाणे बाकी कोणतीच गोष्ट आपले सर्व मुद्दे पृष्ठभागावर आणत नाही. मग पैसा हेच सर्व अनर्थाचे मूळ आहे का? असेल, पैसे आणि अधिक पैसे मिळवण्याची आस या दोन्ही गोष्टी लोकांच्या आयुष्यात खळबळ माजवतात. ही अशा प्रकारची खळबळ जिच्याशिवाय त्यांचे आयुष्य सुरळीत पार पडू शकले असते. नवरा आणि बायको यांच्या नातेसंबंधांमध्ये समस्या निर्माण करणारा पैसा हा नंबर एकचा घटक आहे. मित्रांमध्ये सुद्धा पैशांच्याच कारणावरून वितुष्ट येऊ शकते आणि मालक आणि नोकर यांच्यामधील वितुष्टाचा तर हा कधीही न संपणारा मुद्दा आहे. पैसा हा अनेक

प्रकारे नियंत्रण ठेवण्यासाठी वापरला जातो. देणारा घेणाऱ्यावर हुकूमत गाजवायला बघतो. मग अशा नातेसंबंधांना काय म्हणावे?

पैसा अनेक लोकांना अस्वस्थ करतो. आपल्याला किती पैसे मिळतात हे सांगण्यास लोक उत्सुक नसतात. त्यांना फारसे पैसे मिळत नसतील तर ती रक्कम सांगण्यास त्यांना लाज वाटते आणि जर त्यांना खूप जास्त पैसे मिळत असतील तर तेसुद्धा सांगायची त्यांना लाज वाटते.

पैसे आणि आपले त्याबरोबर असलेले नाते मोठे गुंतागुंतीचे आणि संभ्रमात टाकणारे असते. एक दर्जेदार कृती म्हणून तुम्ही त्यातले फरक समजून घेणे गरजेचे असते. कारण तुम्ही तो पैसा कसा हाताळता त्यावरून तुमच्या व्यक्तिमत्त्वाचे पैलू उघडपणे दिसून येतात. पैशाबद्दलचा एक विरोधाभास समजून घेणे गरजेचे असते. एका बाजूला पैसे हे त्याच्या निर्मितीच्या वेळेसच मर्यादित स्वरूपाचे असतात. जर तुमची गाडी वीस हजार डॉलर्स इतक्या किंमतीची असेल तर तुम्ही दहा हजार डॉलर्सचा चेक नाही देऊ शकत. त्या अर्थाने पैशाची किंमत अगदी सुस्पष्ट आणि थेट अशी असते.

परंतु पैशाला मर्यादा नाहीत असेही तुम्ही म्हणू शकता. निदान त्याची ताकद वेगवेगळी असू शकते. आजचे दहा डॉलर्स उद्याचे वीस डॉलर्स होऊ शकतात किंवा अगदी वीस हजार डॉलर्स सुद्धा होऊ शकतात. म्हणजे समजा आज तुम्ही वीस लाखांना एखादा फ्लॅट घेतला तर एखाद्या वर्षाने त्याची किंमत चाळीस लाख होऊ शकते. आज तुमच्या हातात शंभर रुपयाची नोट असली तर तुम्हाला समर्थ वाटेल. पण दोन वर्षांनी त्याच शंभर रुपयांत एखादी पेप्सीची बाटली फक्त येईल. पैशाचे निश्चित स्वरूप सांगता येत नाही. ती एक अपरिपक्व, दाखवता न येण्याजोगी ऊर्जा आहे. ती कोणत्याही हेतूसाठी वापरता येते, चांगल्या किंवा वाईट.

अनेक लोकांसाठी पैसा म्हणजे सुरक्षितता असते आणि बहुसंख्य लोकांना पैशाचा हाच सर्वांत महत्त्वाचा उपयोग वाटतो. पण ही गोष्ट समजण्यासाठी सगळ्यात अवघड आहे, कारण काही लोकांकडे लाखो रुपये पडून असले तरी त्यांच्या आर्थिक सुरक्षेच्या बाबतीत ते चिंताग्रस्त असतात. अनेक लक्षाधीश त्यांची अर्धी संपत्ती वाया गेली म्हणून आत्महत्या करतात. एखाद्या व्यक्तीकडे आजही प्रचंड पैसा आहे परंतु त्यापैकी अर्धेच पैसे उरले तर त्याला प्रचंड भीती वाटते. त्याला असुरक्षित वाटते. तो आयुष्यात पुढची वाटचाल शांततेने करूच शकत नाही. तरी त्याच्या भोवतालच्या लोकांपेक्षा त्याच्याकडे आजही खूप जास्त पैसे आहेत.

या मागचे गुपीत हे आहे की पैशाला स्वत:ला काही त्याची विशिष्ट किंमत नाही. आपण पैशाला जी किंमत देऊ तेवढी त्याची किंमत असते. आता असे चित्र

डोळ्यांसमोर आणा की, एक खूप श्रीमंत उद्योगपती आपल्या प्रचंड मोठ्या एसयूव्ही मधून चालला आहे. टोल नाक्यावर तो थांबतो. दोनशे रुपये टोल भरण्यासाठी तो पाचशे रुपयांची नोट देतो. उद्योगपती प्रचंड घाईत असतो. तेथील कारकून त्याला तीनशेच्या तीन नोटा परत देतो पण गडबडीत त्या खाली पडतात व वाऱ्याने उडतात, आता त्या तीनशे रुपयांसाठी गाडीतून खाली उतरणे व गोळा करणे त्याला वेळखाऊ आणि कष्टप्रद वाटते. तो तसाच पुढे जातो. आता बघा या उद्योगपतीला ती रक्कम नगण्य वाटते. परंतु तिथे दुसरा एखादा गरीब माणूस असेल त्याची तेवढी दिवसभराची कमाईसुद्धा नसते. म्हणून मी म्हणतो की पैशाला अशी ठरावीक किंमत नसते. तुम्ही त्याला किती किंमत देता तेवढी त्याची किंमत असते. तुम्ही स्वत:च पैशाची किंमत ठरवत असता.

जर तुम्हाला हे समजले नाही तर तुम्ही खूप मोठ्या गंभीर संकटात सापडाल. परंतु एकदा का हे तुम्हाला समजले तर तुम्ही पैशालासुद्धा जुलमी मालक बनवण्याऐवजी आज्ञाधारक नोकर बनवाल.

जेव्हा तुमच्या व्यवसाय धंद्यामध्ये तुमची भरभराट होते तेव्हा तुम्ही भरपूर पैसे कमावता. तुम्हाला खूप फायदा होतो. व्यवसाय उद्योगाचा तो एक हेतू तर असतोच, परंतु हा एवढा एकच हेतू नसतो. तुम्हाला हे जरी खूप छान वाटत असले तरी ज्या व्यक्तीला काही दर्जेदार कृती करायची असेल तिच्यासाठी काही हा सर्वांत महत्त्वाचा हेतू नसतो; कारण जेव्हा दर्जेदार कृतीचा प्रश्न येतो तेव्हा तुम्ही तुम्हाला मिळालेल्या पैशांचे काय करता हे तुमच्या पैसे मिळवण्याइतकेच महत्त्वाचे असते. तुम्हाला मिळालेल्या नफ्याचा विनियोग तुम्ही प्रशंसनीय कामांसाठी करू शकता. पैशाचा विनियोग मूर्खासारखा करू नका. सगळ्यात महत्त्वाची गोष्ट ही की पैसा नेहमी प्रवाही राहू द्या कारण तरच तो तुमच्याकडे परत येईल. कदाचित रुपये आणि पैशांच्या स्वरूपात येणार नाही परंतु तो निरनिराळ्या, वेगवेगळ्या आकारात किंवा स्वरूपात येईल. बायबलमध्ये असे सांगितले आहे की फळाची आशा न करता आपले कर्तव्य करत राहा. खरोखर पैशांबद्दल आणि त्याच्या प्रशंसनीय विनियोगाबद्दल बायबलमध्ये खूप मोलाचे लिहून ठेवले आहे.

अनेक लोकांसाठी प्रशंसा ही सहजपणे मुखोद्गत होत नाही किंवा नैसर्गिकपणे मुखातून बाहेर पडत नाही. परंतु जी गोष्ट सहज-सोपी नसते तीच दर्जेदार असते ना! जर तुम्हाला दुसऱ्याची प्रशंसा करण्यामध्ये अडचणी येत असतील तर इथे आम्ही तुम्हाला सहा तत्त्वे सांगतो ती तुम्ही लक्षात ठेवा. ही तत्त्वे नक्कीच तुमच्या माहितीत भर घालतील आणि मला अशी आशा आहे की ती तुम्हाला प्रेरणादायीसुद्धा ठरतील. जोपर्यंत तुम्ही शेवटच्या तत्त्वापर्यंत याल तोपर्यंत तुम्हाला हे समजेल की देणे ही घेण्याची पूर्व-अट का आहे आणि दुसऱ्याला काय आवडते, त्याची किंवा

तिची रुची काय आहे हे पाहणे म्हणजेच प्रत्यक्षात स्व-रुची आहे. याचा नेमका अर्थ काय आहे.

● तुमचे जे सर्वसामान्यपणे नेहमीचे हे गाऱ्हाणे असते ना, ज्याचा मी आधीही उल्लेख केला, 'माझ्यासाठी आत्तापर्यंत कुणीही काही केले नाही तर मी कशाला कुणासाठी काही करू?' हे असे विचार आधी बाजूला ठेवा. जर तुम्ही या एकविसाव्या शतकात अमेरिकेत राहत असाल तर तुम्ही स्वत:ला अनुत्तीर्ण कराल. तुम्ही हे स्वत:च्या भल्यासाठी केले पाहिजे. शोधनिबंध असे सांगतात की जे लोक आनंदी आणि यशस्वी असतात तेच कृतज्ञतेची भावना मोठ्या प्रमाणावर वाटून घेऊ शकतात.

तुम्ही भले कुणीही असलात तरीसुद्धा कृतज्ञता व्यक्त करण्यासाठी नक्कीच काही गोष्टी नेहमीच असतात; म्हणून कृतज्ञता व्यक्त करण्याचा सराव ठेवा. संपूर्ण मानवी इतिहासात जिथे-जिथे अत्याचार घडले तिथे-तिथे एक महत्त्वाचे ध्येय हेच होते की लोकांनी आपल्या स्व-रुचीवर लक्ष केंद्रित करावे. दुसऱ्या महायुद्धातील छळछावणीमध्ये मुद्दामच ही गोष्ट काळजीपूर्वक आयोजित केली होती की लोकांनी एकमेकांच्या विरोधात उभे ठाकावे. अधिकतर कैद्यांना हा ताण सहन झाला नाही. त्यासाठी त्यांना कुणी दोषी धरू नये किंवा त्यावर टीकाही करू नये. परंतु काही थोडे लोक असे होते की ज्यांना हे समजले होते की प्रतिकाराचा सर्वांत परिणामकारक उपाय हाच की आपल्या स्वत:च्या गरजांवर लक्ष केंद्रित करण्यास नकार देणे. अर्थात त्यासाठी मन खूप खंबीर असावे लागते. खऱ्या अर्थाने अविस्मरणीय लोकच हे करू शकतात. ते आपल्याला प्रशंसा आणि जगणे याबद्दल खूप काही शिकवू शकतात. नुकत्याच प्रकाशित झालेल्या एका पुस्तकात एका अशा छळछावणीमध्ये अनेक वर्षे राहिलेल्या प्रौढ महिलेची मुलाखत छापून आली. तिला असे विचारले गेले की, 'तिथे तुम्हाला कसे वाटले?' त्या महिलेने मोठ्या काळजीपूर्वक शब्दांची निवड करून म्हटले, 'ठीक होते, निदान मी यासाठी तरी त्यांची ऋणी राहीन की ती एक अशी जागा होती की जिथे तुम्ही अनेक चांगल्या गोष्टी करू शकत होतात.'

जर तुम्हाला अविस्मरणीय व्यक्ती बनायचे असेल तर हे ओळखा की आहे त्या परिस्थितीतही तुम्ही अनेक चांगल्या गोष्टी करू शकता. या परिस्थितीतही तुमच्या भल्यासाठी अनेक चांगल्या गोष्टी करून ठेवल्या आहेत त्यानुसारच वागा. वेगळ्या शब्दात सांगायचे तर प्राप्त परिस्थितीचे कौतुक करत नव्याने आजच सुरुवात करा.

● दुसरा मुद्दा, जेव्हा तुम्ही असा विचार करता की तुम्ही काय देऊ शकता आणि काय वाटून घेऊ शकता तेव्हा स्वत:चा एक शक्यता म्हणून समावेश करायला कधीही विसरू नका. या प्रकरणामध्ये आम्ही प्रशंसेचे साधन म्हणून पैशावर अधिक लक्ष केंद्रित केले आहेच परंतु तुम्ही स्वत:ला त्या बाबतीत मर्यादित

करू नका. जर एखाद्या उद्योजकाकडे पन्नास लाख डॉलर्सची संपत्ती असेल आणि त्याने जर दहा हजार डॉलर्सचा दानधर्म केला तर त्याच्याकडे असलेल्या संपत्तीच्या दृष्टिकोनातून त्याचे किती कौतुक करावे? त्याचा दहा हजार डॉलर्सचा हा दानधर्म म्हणजे जणू त्याने त्याच्या कामाचा दिलेला एक तास सुद्धा नव्हे, हो ना? आपण आधीच म्हटले आहे की, दर्जेदार गोष्ट ही करण्यासाठी अवघडच असते आणि हे खास करून प्रशंसेच्या बाबतीत अगदी खरे आहे.

या उलट अशी माणसे ज्यांची स्वत:ची परिस्थिती आणि भोवताल हे तितकेसे आदर्श नाही. ते असे म्हणतील, 'माझ्याकडे तर देण्यासारखे काहीच नाही. उगाच मला त्रास देऊ नका. जा श्रीमंत लोकांकडे मागा.' खरे सांगायचे तर हे कधीच खरे नसते. अगदी कोणतीही व्यक्ती एखादे हसू देऊ शकते, विनोद सांगू शकते, पाठीवर शाबसकीची थाप मारू शकते, प्रोत्साहनपर एखादा शब्द उच्चारू शकते. कुणीही यापैकी एखाद्या गुणात तरी श्रीमंत असू शकतो आणि जेव्हा तुम्ही या गोष्टी दुसऱ्या कुणाबरोबर तरी वाटून घेता तेव्हा तुम्हालाही श्रीमंत झाल्यासारखे वाटते. जेव्हा तुम्ही असे म्हणता की माझ्याकडे काहीच नाही तेव्हा तुम्ही वास्तव प्रतिबिंबित करत नाही, तर तुम्ही भ्रामक वास्तव उभे करता आणि तुम्हालाच तर त्या वास्तवात जगायचे असते.

'माझ्याकडे देण्यासारखे काहीच नाही' या उक्तीची आणखी एक मजेदार बाजू आहे. काही अपवाद सोडले तर जे लोक अशा पद्धतीने विचार करतात त्यांची आर्थिक परिस्थिती कितीही बळकट झाली तरीही त्यांची विचारसरणी बदलत नाही. तुमच्याकडे एक डॉलर असताना तुम्ही एक दिडकी सुद्धा देत नाही तेव्हा उद्या जर तुम्हाला कधी लॉटरी लागली तरीही तुम्ही त्याच्यात आनंद मानणार नाही. असे घडण्याची शक्यता नाकारता येत नाही. पैसा येतो आणि जातो परंतु दृष्टिकोन बदलत नाही, विचारसरणी बदलत नाही. म्हणून तुम्ही आत्ता ताबडतोब प्राप्त परिस्थितीचीही प्रशंसा करायला शिका आणि त्याप्रमाणेच वागा.

● भविष्याची चाहूल घेऊन त्यावर अंकुश ठेवून सकारात्मक सदसद्विवेकबुद्धी ठेवणे हा प्रशंसेचा महत्त्वाचा घटक आहे. जर तुम्ही नाइलाजाने प्रशंसा करत असाल तर तुम्ही जी काही कृती करत आहात त्याचे फायदे तुम्हाला मिळणार नाहीत. तुम्ही जर एखाद्या विद्यापीठाला देणगी दिली आणि त्या आवारातील दर्शनी इमारतीला स्वत:चे नाव लावून घेतले तर ही काही तुम्ही प्रशंसनीय कामगिरी केली असे कुणी म्हणणार नाही. मग भलेही त्यासाठी तुम्ही भली थोरली रक्कम दिली असली तरीही!

● दर्जेदार कृती तीच असते जेव्हा ती मनापासून केलेली असते, अशी माणसे प्रशंसासुद्धा मनापासून करतात आणि ते दुसऱ्याची प्रशंसा करण्याची संधीच शोधत असतात. अभिजातपणा असणे आणि त्याचा अभाव असणे या दोन्ही गोष्टी

आपण सवय लावून घेण्यावर असतात. दर्जेदार व्यक्तिमत्त्व बनण्यात सगळ्यात मोठी अडचण जर कोणती येत असेल तर तुम्ही स्वत:ला तशी सवय लावून घेतली नाही. आपल्या सगळ्यांना हे माहीत आहे की जे लोक एकाच ठिकाणी तीस वर्षांपासून किंवा त्याही पूर्वीपासून काम करत असतील तर ते काम त्यांना आवडते म्हणून ते तिथे नसतात, तर केवळ त्यांनी फक्त तेच केले आहे म्हणून ते तिथे असतात. प्रशंसेच्या बाबतीतसुद्धा तेच आहे.

जर तुमच्या कामाच्या ठिकाणी तुमच्याबरोबर जे घडते किंवा तुमच्या आर्थिक बाबींमध्ये किंवा सर्वसामान्यपणे तुमच्या आयुष्यात जे घडते त्याबद्दल तुम्ही आनंदी नाही तर 'असे का?' असा प्रश्न स्वत:ला विचारा. तुम्ही एक गोष्ट बदलू शकता ती ही की तुमच्या दैनंदिन अनुभवांची प्रशंसा तुम्ही ज्या पातळीवरून करता ती बदलून बघा. हे खूप सोपे आहे. तुम्हाला फक्त कसा बदल करायचा ते निश्चित करायचे आहे.

स्वत:ला असा प्रश्न विचारून सुरुवात करा की, 'माझ्या आयुष्यात अशा कोणत्या गोष्टी आहेत की ज्या माझ्या सजगतेतून घडत नाहीत? दररोज मी त्यांच्याविषयी जराही विचार का करत नाही?' अर्थातच इथे आम्ही ज्या गोष्टींचा संदर्भ देत आहोत त्यामध्ये दात घासणे किंवा कचऱ्याची बादली घराबाहेर ठेवणे या निश्चितच येत नाहीत. तुमच्या सवयीच्या अशा कोणत्या कृती आहेत की ज्यामध्ये इतर लोकांचाही समावेश असतो? कदाचित तुमची अशी सवय असेल की दररोज तुम्ही सकाळी सात वाजल्यापासून ते रात्री अकरा पर्यंत काम करत असाल. तुम्ही स्वत:ला असे सांगत असाल की तुम्ही मुलांना शनिवार-रविवारी वेळ द्याल. इतके काम तुम्ही तुमच्या मुलांसाठीच करता की त्यांना पुढे जाऊन तुमच्यासारखे काबाडकष्ट करण्याची गरज पडू नये. परंतु होते काय, की दिवसा अखेरीस तुम्ही इतके थकलेले असता की मुलांकडे बघण्याचेही त्राण तुमच्यात नसते. तुम्ही त्यांच्यासाठी काम करता असे म्हणता पण हे म्हणजे केवळ कारण सांगणे आहे. तुम्ही स्वत:चीच अशी खात्री पटवली आहे की, तुम्हाला या दोन्हीपैकी एक गोष्ट निवडायची आहे त्यापेक्षा प्रशंसनीय पर्याय तुम्ही निवडू शकत नाही का? असा एखादा मार्ग नाही का की ज्यायोगे तुम्ही तुमच्या कामाचे तास थोडे कमी करून तुमच्या कुटुंबाला अधिक वेळ देऊ शकाल? सुरुवातीला ते थोडेसे कठीण वाटेल. त्यासाठी तुम्हाला काही सवयी बदलाव्या लागतील ज्या तुमच्या अंगवळणी पडल्या आहेत. पण आपण आधीच म्हटल्याप्रमाणे दर्जेदारपण हे तितकेसे सोपे नाही आणि ते सोपे असणारही नाही.

आता आपण आणखी एक उदाहरण पाहू. तुम्ही प्रवासासाठी विमानातून निघाला आहात. तुम्ही तुमच्या डोळ्यांच्या कोनामधून तुमच्या पुढच्या सीटवर कोण

बसले आहे ते बघता परंतु ती काही कुणी खास व्यक्ती नसते. ती व्यक्ती जर डोनाल्ड ट्रम्प किंवा जॅक वेल्श किंवा स्टीव्हन स्पीलबर्ग असती तर! किती बहार आली असती! अशी कोणती एखादी प्रभावशाली व्यक्ती तुमच्या सोबतच्या प्रवासात का नसावी? तशी असती तर तुम्ही नक्कीच काही ना काही कारणाने संवाद साधला असता. तुम्ही निदान 'काय छान हवा आहे!' असे तरी म्हटलाच असता. तुमच्या सौभाग्याने जर अशी नशीबवान बैठक व्यवस्था मिळाली असती तर तुम्ही नक्कीच त्या संधीचा फायदा घेतला असता. तुमच्या शेजारी इतकी महत्त्वपूर्ण आणि प्रभावशाली व्यक्ती बसली असती तर तुम्हाला त्याचा अनेक प्रकारे फायदा झाला असता आणि तुम्ही ती संधी वाया घालवली नसती. परंतु तुमचे नशीब असे की अशी कोणतीही व्यक्ती तुमच्या आसपास नव्हती.

ठीक आहे, मी आता तुम्हाला असे सुचवणार आहे की प्राप्त परिस्थितीकडे वेगळ्या नजरेने बघा. 'ती व्यक्ती मला मदत करू शकणार नाही' यापेक्षा असा विचार करण्याचा प्रयत्न करा की, 'कदाचित मी या व्यक्तीला मदत करू शकेन.' ही तुमची विचारसरणी प्रशंसनीय असेल. ही विचारसरणी काही मिळवण्यापेक्षा देणारी आहे. ही विचारसरणी काय घडू शकते याबद्दलची आहे की काय घडू शकत नाही याबद्दलची? कारण काय घडू शकत नाही हे तुम्हाला कसे कळणार? दर्जेदार कृती या कधीही आपल्या नियंत्रणाच्या पलीकडे असलेल्या गोष्टींवर लक्ष केंद्रित करत नाहीत. जसे की समोरची व्यक्ती काय करू शकते? दर्जेदार कृती हीच की जी गोष्ट तुम्ही त्या क्षणाला करू शकता त्यावर लक्ष केंद्रित करा.

- प्रशंसा ही नेहमीच दुपटीने परिणामकारक ठरते. जसे डॉ. रॉबर्ट स्कूलर यांनी म्हटले आहे, 'सफरचंदामधील बिया कोणीही मोजू शकते परंतु एका बीच्या पोटात किती सफरचंदे आहेत हे कुणीच मोजू शकत नाही.' परंतु निदान तुम्हाला एवढी तर कल्पना तर येईलच की एका बी मधून अनेक सफरचंदे मिळणार आहेत. परंतु त्यासाठी तुम्हाला बीजाचे रोपण करावे लागेल. एकदा का तुम्ही ते केले की सगळ्या चांगल्या गोष्टी घडायला लागतील आणि वाईट गोष्टी नाहीशा होतील.

याचा अर्थ स्पष्ट करण्यासाठी मी तुम्हाला एक छोटीशी गोष्ट सांगतो. एक दयाळू आणि देवभोळा माणूस होता. त्याचे नाव बेन; तो एका छोट्या खेड्यात राहत होता. तिथे चाळीस दिवस सतत पाऊस पडल्यानंतर मोठ्ठा पूर आला. लोकांना वाचवण्यासाठी एक जीप तिथे आली व ड्रायव्हरने त्याला हाक मारून म्हटले, 'चल लवकर' संपूर्ण गाव लवकरच पाण्यामध्ये बुडणार आहे. 'मी इथेच थांबतो, देव मला वाचवायला येईल.' त्यानंतर काही तासांनी एक होडी आली. त्या नावाड्याने बेनला हाक मारून सांगितले की 'चल, होडीजवळ पोहत-पोहत ये. आता पाणी त्याच्या कमरेपर्यंत पोहोचले होते. परंतु बेनने नकार दिला, 'माझा

देवावर विश्वास आहे. तो मला वाचवेल.' असे त्याने ओरडून सांगितले. तो नावाडी निघून गेला.

संध्याकाळ पर्यंत पाणी बेनच्या गळ्याशी पोहोचले. एक हेलिकॉप्टर त्याच्या डोक्यावरून घिरट्या घालत होते. हेलिकॉप्टरच्या कॅप्टनने खाली एक दोरी सोडली व ओरडून त्याला म्हणाला, 'बेन, ही दोरी पकड' बेनने हेलिकॉप्टर परत पाठवले व म्हणाला, 'माझी खात्री आहे की देव मला वाचवायला येईल!' थोड्याच वेळात पाणी हळूहळू वरवर चढले. त्याच्या तोंडापर्यंत आले - नंतर डोळ्यांपर्यंत आणि शेवटी त्याच्या डोक्यावरून वाहिले. बेन बुडून मेला. मेल्यावर आकाशात बेनने देवाला भेटण्याची विनंती केली. देव बेनच्या समोर उभा ठाकला. त्याबरोबर बेन रडत रडत म्हणाला 'देवा, मी तुझी किती वाट पाहिली की तू मला वाचवायला येशील, तू का नाही आलास? त्यावर देव म्हणाला, 'पण बेन, तुला काय वाटते ती जीप, ती होडी आणि ते हेलिकॉप्टर तुला कुणी पाठवले होते?'

आता त्या गोष्टीला वीस पेक्षांही अधिक वर्षे झालीत. कै. पॉल न्यूमनने असा विचार केला की आता त्याच्याकडे बक्कळ पैसा आहे आणि त्याला पैशांविषयी चिंता करण्याची काही गरज नाही. त्याला आणि त्याच्या मित्राला एक कल्पना सुचली की स्पॅघेटी सॉसचा ब्रॅन्ड बनवायचा. खप अधिक व्हावा म्हणून सॉसच्या बाटलीवर पॉलचे नाव आणि फोटो छापायचा ठरले. खरे तर पॉल न्यूमनने अनेक दशके सिनेमात काम केल्यामुळे अधिक पैसे मिळवण्यासाठी त्याला बाटलीवर त्याचा फोटो छापण्याची काही गरज नव्हती. पण त्यामागची कल्पना ही होती की बाटलीवर पॉल न्यूमनचा फोटो छापून जर स्पॅघेटी सॉसचे मार्केटिंग केले तर प्रचंड खप होऊन आलेला सर्व फायदा धर्मादाय संस्थाना दान केला जाईल.

ही कंपनी अतिशय सामान्य प्रकारे कोणतेही नियोजन न करता स्थापन केली गेली. परंतु तरीही ती बहुचर्चित ठरली. देशाच्या बाहेरसुद्धा जेव्हा लोक स्पॅघेटी सॉसच्या बाटलीवरील पॉल न्यूमनचा फोटो पाहायचे तेव्हा ते दुसऱ्या कंपनीचा सॉस घेण्या ऐवजी हीच बाटली घ्यायचे. यामागचे कारण काय? तो सॉस चवीला अधिक चांगला होता का? नाही; ते तीच बाटली विकत घ्यायचे याचे कारण असे होते की त्यांनी याबद्दल ऐकले होते की यामध्ये होणारा फायदा धर्मादाय संस्थांवर दान केला जातो. त्यांनी या प्रशंसनीय कामगिरीबद्दल ऐकले होते आणि या प्रशंसनीय कामगिरीला आपला सुद्धा हातभार लागावा अशीच त्यांची इच्छा होती. तुम्ही विश्वास ठेवा अगर ठेवू नका, परंतु यश अशा प्रकारेच मिळाले.

पॉल न्यूमनने सुरू केलेली ही उत्पादने इतकी प्रचंड यशस्वी ठरली की त्यांनी सुमारे तीनशे लाख डॉलर्स धर्मादाय संस्थाना दिले. मुळातच ही कंपनी न्यूमनने आणि त्याच्या मित्राने कोणत्याही आर्थिक नफ्यासाठी स्थापन केली नव्हती. मग

त्यांच्या यशामागचे हेच कारण आहे का? तुम्हाला काय वाटते? जर ते पैसे न्यूमनला आणखी आलिशान घरे घेण्यासाठी आणि मोठमोठ्या गाड्या खरेदी करण्यासाठी खर्च होणार आहेत असे लोकांना समजले असते तरी त्यांनी तोच स्पॅघेटी सॉस घेतला असता का? लोकांनी तोच स्पॅघेटी सॉस विकत घेतला कारण त्यांना नेमके हे माहीत होते की या नफ्यातून आलिशान घरे किंवा गाड्या घेतल्या जाणार नाहीत. तुम्हाला मी हे खात्रीपूर्वक सांगतो की ही अर्थशास्त्रातील आणि इतरही क्षेत्रातीलही काळ्या दगडावरची रेघ आहे की प्रशंसनीय कामगिरीचे परिणाम दामदुपटीने वाढतात. तुम्ही ते बँकेपर्यंतही घेऊन जाऊ शकता, फक्त तुम्ही ते तुमच्या खात्यात जमा करू शकत नाही.

- हा मुद्दा सर्वांत जास्त सामर्थ्यशाली आहे आणि काहीसा मजेशीर पण आहे. प्रशंसा भरभराट घडवते. तुम्ही दुसऱ्यांना दिले की ते तुम्हालाच दामुपटीने परत मिळते. दुसऱ्यांची प्रशंसा करणे ही एक प्रकारची गुंतवणूक आहे. तुम्ही सहज करू शकता अशी सर्वांत उत्तम गुंतवणूक आहे ही.

मी तुम्हाला जे काही सांगतो आहे त्याच्या पुष्ट्यर्थ मी तुम्हाला अनेक घटना सांगू शकतो आणि आकडेवारीसुद्धा सांगू शकतो. मला स्वत:ला हे करणे जमत नाही परंतु अनेक लोकांना अंतर्ज्ञानानेच हे माहीत असते की दुसऱ्याला देणे हा खर्च नसून गुंतवणूक असते. सर जॉन टेम्पलटन हा जगातील सर्वांत श्रीमंत माणूस म्हणतो की, 'प्रशंसा ही माझ्या दृष्टीने सर्वांत चांगली गुंतवणूक आहे जी तुम्हाला सर्वांत अधिक फळे देते.' हे कसे घडते? पुन्हा हे समजावून सांगणे अवघड आहे; हे काहीसे गूढ आहे. मार्क व्हिक्टर हान्सेन, जो 'चिकनसूप फॉर द सोल' या पुस्तकाचा सहनिर्माता आहे, तो म्हणतो की, देण्यामुळे तुम्ही संपूर्ण विश्वाला तुमच्या कर्जात बुडवता! आणखी सांगायचे विशेष असे की देण्याची फळे जी मिळतात ती खूप आश्चर्यकारक रीतीने आणि अनपेक्षित वेळी आणि भलत्याच स्रोतांकडून मिळतात. परंतु काही झाले तरी प्रशंसा असे एक ऊर्जाक्षेत्र निर्माण करते जे तुम्हाला एखाद्या चुंबकीय क्षेत्रासारखे खेचून घेते.

कामाच्या ठिकाणची प्रशंसा

आत्ता आपण ज्या सहा मुद्द्यांची चर्चा केली त्यांचा आपल्या जीवनातील प्रत्येक क्षेत्रामध्ये आपण वापर करू शकतो. आता आपण अशा काही सूचना पाहू ज्या एखाद्या दर्जेदार व्यवस्थापकाला कामाच्या ठिकाणी आपल्या जबाबदाऱ्या पार पाडण्यासाठी उपयुक्त ठरतील.

एका नेता म्हणून आणि संघ संस्थापक म्हणून तुमच्या संघाच्या प्रती कौतुकाचे

चार शब्द उच्चारले तर नक्कीच सकारात्मक उत्पादक, नावीन्यपूर्ण, सुसूत्रित आणि सुसंघटित वातावरण निर्माण करते. यासाठी एक साधा शब्द 'थँक्यू' हा कृती करण्यास व विचारांना चालना देईल आणि तुमच्या संघटनेला यशस्वी करेल. ज्या लोकांची प्रशंसा केली जाते त्यांना स्वत:बद्दल अधिक सकारात्मक वाटते आणि त्याच्या क्षमता वापरून ते काहीतरी भरीव कार्य करू शकतील असे त्यांना वाटते. ज्या लोकांचा आत्मसन्मान सकारात्मक आहे ते तुमच्या संघाचे सर्वांत उत्तम सभासद आहेत. आपल्या संघ सदस्यांबद्दल जेव्हा असा विश्वास असतो आणि त्याची जाणीव नेहमीच मालकांमध्ये असते; मग तरीही त्यांचे संबंध तितकेसे मैत्रीपूर्ण का नसतात?

सहसा याचे उत्तर वेळ असे देता येईल. हे तर मान्य आहे की संघ सदस्यांची योग्यता जाणून घ्यायला थोडा वेळ तर लागेलच. जेव्हा आपल्या संघ सदस्यांची उत्तम कामगिरी मालकांच्या लक्षात येईल तेव्हा ते सुद्धा त्यांना जास्तीत जास्त मोबदला देण्यास सुरुवात करतील. परंतु सदस्यांना प्रयत्नांचे रूपांतर लगेचच संधीत व्हायला हवे असते. त्यामुळे ते तक्रार करतात, मत्सर करतात आणि सदैव असमाधानी असतात. असे अनेक अनुभव आल्यानंतर अनेक मालक आपल्या संघ सदस्यांचे कौतुक करण्यासाठी धजावत नाहीत.

बराच काळ निघून जातो तरीही अनेक व्यवस्थापकांना प्रशंसा कशी करायची ते समजत नाही. त्यामुळेच ते जेव्हा प्रयत्न करू इच्छितात तेव्हा त्यांना वाईट अनुभव येतो. ते जेव्हा संघ सदस्यांना काही मोबदला किंवा चार कौतुकाचे शब्द देऊ इच्छितात तेव्हा 'सब घोडे बारा टक्के' अशा उक्ती प्रमाणेच व्यवहार करतात. आपण कौतुक केले तर संघ सदस्य कसा प्रतिसाद देतील याविषयी नेते खूप कुपमंडुक बुद्धीने विचार करतात. ते ज्या सूचना करतात त्या तुम्ही नीट लक्षपूर्वक ऐकल्या तर तुमचा दृष्टिकोन विशाल होतो आणि तुमच्या संघ सदस्यांना तुम्ही केलेली प्रशंसा किती अविस्मरणीय होती असा अनुभव देतात.

स्पष्ट कल्पना द्या – तुम्ही संघ सदस्यांपुढे जी ध्येये ठेवाल ती सुस्पष्ट असू द्या आणि तुमचा कृतीचा जो आराखडा आहे त्याचा हेतू तो कशा पद्धतीने राबवायचा आणि तुम्हाला कोणत्या टोकापर्यंत यश गाठायचे आहे त्याचे तुमच्या संघटनेला कोणते फळ मिळणार आहे हे स्पष्टपणे सांगा. संघ सदस्यांना योग्यता दाखवण्याच्या अशा संधी मिळतील का ते त्यांचे सर्वोत्तम गुण आणि वर्तणूक दाखवू शकतील यावर भर द्या. हे सर्व लेखी स्वरूपात लिहून त्याच्या दोन प्रती काढा. एक संघ सदस्याकडे ठेवा आणि दुसरी तुमच्या खासगी फाइलला लावून ठेवा.

निष्पक्षता, सुस्पष्टता आणि सातत्य हे महत्त्वाचे – तुमच्या संघाला असे दिसणे गरजेचे आहे की, जी व्यक्ती कंपनीसाठी दुसऱ्या व्यक्ती इतकेच आणि त्याच स्वरूपाचे काम करत असेल तर तिने केलेल्या प्रयत्नासाठी तिला इतरांइतकाच मोबदला दिला गेला आहे. मी तर तुम्हाला असा सल्ला देईन की तुम्ही तुमच्या संघ सदस्यांना नियमितपणे असे दाखवा की ते तुमच्यासाठी किती महत्त्वाचे आहेत. तुम्हाला ते महत्त्वाचे वाटण्याच्या कोणत्या कसोट्या आहेत, ते त्यांना समजू द्या आणि जे कुणी या कसोटीमध्ये उत्तीर्ण होईल त्याला नक्कीच त्याचा मोबदला मिळेल. उदाहरणार्थ जर काही सदस्य कंपनीच्या उत्पादनाची विक्री वाढवण्यात यशस्वी झाले तर त्यांना त्याचा मोबदला मिळेल किंवा जो कुणी कंपनीने जे ध्येय ठरवले होते ते पार करून जाईल तर त्याला मोबदला मिळेल. ज्याने उत्तुंग यश मिळवले त्याचाच फक्त उदो-उदो केल्यास त्या यशाचे जे इतर भागीदार आहेत त्यांच्यात असंतोष निर्माण होईल. खासकरून जर कसोटीच्या अटी अस्पष्ट असतील आणि दुमत निर्माण करणाऱ्या असतील तर!

वैयक्तिक कौतुक करा – सातत्याने, पण तरीसुद्धा वैयक्तिक यामध्ये तुम्हाला काहीसा विरोधाभास वाटतो का? प्रत्यक्षात तसं नाही; फक्त एका गोष्टीबाबत सतर्क राहा की तुमचे संघ सदस्यांचे कौतुक करणे हे तेचतेचपणाचे नको की ज्यामुळे लोकांच्या मनात काही खळबळच माजणार नाही, जसे की एखाद्याला सोन्याचे घड्याळ काढून देणे, जे की त्याच्याकडे पूर्वी पासूनच आहे. त्यापेक्षा आज खरोखरच तू चांगली कामगिरी केलीस हे विधान बरे आहे. त्यामध्ये सकारात्मकता आहे. परंतु जेव्हा तुम्ही म्हणता, 'तुम्ही जो अहवाल पाठवला त्याचा कमिटीच्या निर्णयावर निश्चितच प्रभाव पडला. तुम्ही महत्त्वाच्या मुद्द्यांवर जो प्रकाश पाडला आणि जी महत्त्वाची माहिती दिली ती तुमची महत्त्वाची कामगिरी ठरली आणि त्याचे यश तुम्हाला द्यावेच लागेल, कारण तुमच्या या कामामुळेच आम्हाला ले-ऑफ न देताही कंपनीच्या बजेटमध्ये सहा टक्के कपात करणे शक्य होणार आहे.' यामध्ये वैयक्तिक कौतुक आहे आणि ते सुद्धा सुस्पष्ट.

जेव्हा तुम्हाला त्या सदस्याच्या उत्तम कामगिरीची माहिती मिळेल तेव्हा लगेचच त्याचे कौतुक करा – जेव्हा एखाद्या व्यक्तिची कामगिरी सकारात्मक आहे असे वाटते तेव्हा लगेचच कशाची वाट न पाहाता कौतुक करा. शक्यता अशी असते की त्या संघ सदस्याला आधीपासूनच स्वत:बद्दल अभिमान दाटून आलेला असतो; अशाच वेळी तुम्ही त्याचे कौतुक केले तर त्याच्या सकारात्मक भावनांना अधिक बढावा मिळेल. त्याच्यामुळे सगळ्यांचाच आत्मविश्वास वाढेल आणि मग तुमच्या कंपनीमध्ये सगळ्यांनाच त्याचा फायदा होईल.

लक्षात ठेवा की कौतुक हे परिस्थितीजन्य असते – साहजिकच लोकांचा प्रत्येकाचा बक्षिसांविषयी प्राधान्यक्रम ठरलेला असतो आणि कोणत्या शब्दात त्यांना त्यांचे कौतुक करून हवे असते याबद्दल सुद्धा त्यांची काही मते असतात. एखाद्या व्यक्तीला त्याचे स्टाफ मीटिंगमध्ये जाहीररीत्या कौतुक करून हवे असते तर दुसऱ्याला त्याचे कौतुक खासगीमध्ये वैयक्तिकरीत्या किंवा लेखी स्वरूपात त्याला एखादे पत्र पाठवून करावे असे वाटते. सगळ्यात चांगला मार्ग हाच की त्या संघ सदस्यालाच विचारावे की त्याचे कशा प्रकारे कौतुक व्हावे अशी त्याची इच्छा आहे.

कौतुक करण्याच्या सर्व प्राप्त संधींचा फायदा घ्या – अनेक संस्थांमध्ये कौतुक करण्याचा भर हा पैशाच्या स्वरूपात करण्यावर दिला जातो. पगारवाढ, बोनस आणि यासारखे फायदे हे तुमच्या संघसदस्यांना मोबदला देण्याची पद्धत असली तरी एखादा श्रेष्ठ व्यवस्थापक नक्कीच यापेक्षा अधिक चांगल्या कल्पना लढवेल.

मला अशी आशा वाटते की, या प्रकरणामध्ये मी ज्या कल्पनांचा उपयोग संघ सदस्यांचे कौतुक करण्यासाठी तुम्हाला पटवून देण्याचा प्रयत्न केला आहे त्या कौतुक करणाऱ्यासाठी आणि कौतुक करून घेणाऱ्यासाठी सुद्धा उपयुक्तच आहेत. अक्षरशः कौतुक करणे म्हणजेच भरभराट आहे.

पण जर तुम्हाला हे पटले नसेल तर आपण आता एक शेवटचा मुद्दा पाहू. कुणाचेही आणि कसलेही कौतुक न वाटणाऱ्या व्यक्ती इतके अनाकर्षक आणि हास्यास्पद काहीच नसते. एखाद्या दुःखद व्यक्ती इतके गंमतीशीर कुणीच दिसत नाही. चार्ल्स डिकेन्सच्या ख्रिसमस कॅरोल मधील इबेनेझर स्क्रूजला असे वाटते की तो फार महत्त्वाचा आहे कारण त्याच्याकडे भरपूर पैसा आहे परंतु प्रत्यक्षात तो एक अत्यंत दुःखी माणूस होता कारण त्याच्याकडे फक्त पैसाच होता.

गेल्या काही वर्षांमध्ये कॉर्पोरेट क्षेत्रातील लोकांच्या हावरटपणाची आणि आर्थिक घोटाळ्यांची इतकी प्रकरणे उघडकीला आली की संपूर्ण अमेरिकेलाच धक्का बसला. या लोकांनी स्वतःची अशी खात्री करून दिली होती की संपूर्ण विश्वच त्यांच्या मालकीचे आहे. त्यांचा असा विश्वास होता की देण्याघेण्याचा नियम आणि विशेषतः पैशाच्या बाबतीतले नीतिनियम त्यांना लागूच होत नाहीत. परंतु ते चुकीचे होते कारण जेव्हा दुसऱ्याचे कौतुक करण्याचा विषय येतो तेव्हा 'पेराल तसे उगवते' हीच म्हण लागू पडते.

या प्रकरणाच्या सुरुवातीला आपण ॲडम स्मिथच्या विधानाचा संदर्भ देऊन असे सांगितले होते की स्व-रुची हाच सामाजिक सौख्याचा पाया आहे. हे अगदी

तंतोतंत बरोबर आहे, फक्त असे गृहीत धरा की स्व-रुचीचा योग्य पाया हा कौतुक आणि औदार्य हाच आहे. आपल्या समाजाला एकत्रितपणे तिथपर्यंत पोहोचायला अजून अवकाश आहे परंतु एक व्यक्ती म्हणून तुम्ही ही तत्त्वे लगेचच आचरणात आणायला सुरुवात करा. हे तुम्ही निश्चितपणे करावे असे मला वाटते.

आपला पुढचा विषय आहे साहस किंवा धाडस. ग्रीक तत्त्ववेत्ता ॲरिस्टॉटल याने धाडस या शब्दाचे वर्णन असे केले आहे, 'सर्व गुणांचा राजा. धाडस हे नक्कीच श्रेष्ठत्व किंवा दर्जेदार व्यक्तिमत्त्वाचा मध्यवर्ती घटक आहे.'

१५

धाडस, भीतीची दुसरी बाजू

धाडस किंवा साहस हा एक खास मानवी गुण आहे आणि काही लोक तर म्हणतील की दिवसेंदिवस हा गुण दुर्मीळ होत चालला आहे. प्राचीन ग्रीक लोकांचा असा विश्वास होता की, साहस सर्व गुणांचा पाया आहे आणि ग्रीकांना आपण काय बोलत आहोत याची पुरती जाणीव होती आणि तशी परिस्थितीही होती.

आता हा प्रसंग पाहा— एका तरुण महत्त्वाकांक्षी, उच्च अधिकाऱ्याला एका मोठ्या बहुराष्ट्रीय कंपनीमध्ये मोठी बढती मिळाली. मात्र एक अट होती, त्याला इजिप्तमधील कैरो इथे जावे लागणार होते. त्याचे नव्यानेच लग्न झाले होते आणि नुकतेच त्यांना मूलही झाले होते. तो घरी गेला व त्याने बायकोला सांगितले, 'एक चांगली बातमी आहे, आपण कैरोला राहायला जात आहोत.' त्याची बायको गांगरली व म्हणाली, 'तुम्ही एकटेच जात आहात, मी माझ्या आईकडे रहायला जाईन.'

त्या कुटुंबातील तो क्षण साहसाची कसोटी घेणारा होता. तिथे काही तडजोड होणार नव्हती. जर त्याने त्याच्या बढतीचा त्याग केला तर जन्मभर आपली करीअर उद्ध्वस्त केली असे त्याने त्याच्या बायकोला बोल लावला असता आणि जर ती त्याच्याबरोबर कैरोला गेली असती तर 'माझ्या आणि माझ्या बाळाच्या स्वप्नांचा चुराडा केला' म्हणून तिने त्याचा तिरस्कार केला असता.

थोडीफार चर्चा केल्यानंतर त्यांच्या असे लक्षात आले की त्यांच्यामध्ये अधिक परिपक्वतेची गरज होती आणि त्यांनी थोड्याशा स्वार्थाच्या भावना बाजूला सारून एकमेकांसाठी थोडा त्याग करण्याची गरज होती. परंतु त्याऐवजी ते पाठीमागे सरकले. ही माझी करीअर आहे की आपली करीअर आहे, हे मूल फक्त तुझे आहे

की आपल्या दोघांचे आहे? आपण दोघे दोन स्वतंत्र व्यक्तिमत्त्वे आहोत की आपल्या दोघांचा मिळून एक संघ आहे? त्यांचे पाच वर्षांचे वैवाहिक संबंध दोन आठवड्यात अधिक परिपक्व झाले. त्यांनी शेवटी कैरोला जाण्याचा निर्णय घेतला. परंतु त्यांचे संबंध आता बदलले होते. तिला हे समजले की त्याची करीअर ही तिच्यासाठीही महत्त्वाची होती. त्यानेसुद्धा कुटुंबातील जीवनसाथीचे तिचे महत्त्व मान्य केले. शेवटी त्यांनी कोणता पर्याय निवडला यापेक्षाही त्यांनी पर्याय कसा स्वीकारला हे पाहणे अधिक महत्त्वाचे ठरते. आपण आपल्या अंतर्मनात कसे आहोत ते व्यक्त करण्याची धाडसाची पावले त्यांनी उचलली.

एक चांगला सरसेनापती आणि थोर सरसेनापती या दोहोंमध्ये काय फरक आहे? सर्वसामान्य पालक आणि असामान्य पालक यांच्यामध्ये काय फरक आहे? एक भयभीत मूल आणि प्रौढ, परिपक्व व्यक्ती यांच्यात काय फरक आहे? फरक आहे तो साहसाचा, धाडसाचा.

अती तणावाखाली माणसे वेड्यासारखी वागतात— मग ती युद्धभूमीवरील असो की उद्योगधंद्यातली— याउलट काही माणसे स्वत:ला अधिकतम मर्यादेपर्यंत ताणतात. असे का? या दोन्हींचे उत्तर हेच की धाडस, साहस किंवा त्याची कमतरता. आता शेवटी मी तुम्हाला असेच विचारीन की काही लोक स्वत:च्या मर्यादांना का आव्हान देतात? ते अगदी अशक्य ते शक्य करून दाखवतात, तर त्या उलट काही लोक आपल्या सोफ्यातून उठायला सुद्धा तयार होत नाहीत. तुम्हाला आत्तापर्यंत या प्रश्नांची उत्तरे मिळाली असतील.

सहसा असे समजले जाते की साहसाचे दोन प्रकारात वर्गीकरण होते. एक म्हणजे शारीरिक आणि दुसरे नैतिक. शारीरिक साहस म्हणजे असे की त्या व्यक्तीची जीवाची पर्वा न करता कोणत्याही संकटाला सामोरे जाण्याची तयारी असते. नैतिक साहस म्हणजे आत्म्याचा खंबीरपणा जो संकटांशी किंवा अडचणींशी माघार न घेता दोन हात करतो. सिव्हिल वॉर मधील सरसेनापती विल्यम टी शर्मन यांची साहसाची व्याख्या काहीशी गणितीय होती. ते म्हणतात, 'साहस म्हणजे धोक्याचे अचूक मूल्यमापन करून त्याबद्दलची सजगता आणि तो धोका पत्करण्याची मानसिक तयारी.' जॉन व्येने यांनी अधिक सोप्या शब्दात असे सांगितले की साहस म्हणजे मृत्यूचा धोका वाटत असतानाही त्याच्यावर आरुढ होऊन पुढे जाणे.

आत्तापर्यंतच्या संपूर्ण इतिहासात साहस ही श्रेष्ठ कृतीची खूण बनून राहिली आहे आणि यापुढेही राहील, हे त्रिवार सत्य आहे. ते कधीही बदलणार नाही. कोणता पर्याय निवडावा याबद्दल संघर्ष असेलेली काही माणसे स्वत:ला आकसून घेऊन मागे फिरतात.

तुमचे काय? तुम्हाला असे वाटते का की तुम्ही साहसी आहात? असे असेल

तर कृपया खालील गोष्टींकडे काळजीपूर्वक लक्ष द्या आणि जर तुम्ही साहसी नाही असे तुम्हाला वाटत असेल तर कृपया अधिक काळजीपूर्वक लक्ष द्या.

जेव्हा तुम्ही साहसाबद्दल चर्चा करता तेव्हा भीतीबद्दल सुद्धा चर्चा होणे गरजेचेच असते. ॲरिस्टॉटल या ग्रीक तत्त्ववेत्त्याने हा मुद्दा दोन हजार वर्षांपूर्वीच किंवा त्याहीपेक्षा आधी सांगितला होता.

मग हे आहे तरी काय?

मार्क ट्वेन म्हणाला, 'साहस म्हणजे भीतीला प्रतिकार आणि भीतीवर आरूढ होणे. साहस म्हणजे भीतीचा अभाव नाही.' जे लोक अविस्मरणीय असतात ते अनुभवाने आणि काळाच्या ओघात भीतीवरच आपली सत्ता चालवतात. परंतु अनेक स्त्री-पुरुष असे आहेत जे आयुष्यभर भीतीच्याच छायेत वावरतात. मग अशा या दोन प्रकारच्या लोकांमध्ये की ज्यांच्यावर भीती राज्य करते आणि जे भीतीवर राज्य करतात त्यांच्यात फरक काय असतो?

अविस्मरणीय व्यक्तीला भीतीवर आधी नियंत्रण ठेवण्यासाठी आणि नंतर वर्चस्व प्रस्थापित करण्यासाठी आधी भीती म्हणजे नेमके काय ते समजून घेतले पाहिजे. सगळ्यात गुंतागुंतीची बाब ही आहे की भीतीचे अस्तित्व अनेक निरनिराळ्या स्वरूपात असते. जीवयांत्रिक परिभाषेत भीती म्हणजे मेंदूने स्त्रवलेल्या संप्रेरकांच्या प्रतिसादाचा समूह! एकदा का ही संप्रेरके संपूर्ण शरीरभर पसरण्यास सुरुवात झाली तर ते शरीरातील संरक्षक यंत्रणेला उद्दिपित करतात. जसे की, शरीरातील ॲड्रेनलीनची आणि कॉर्टीसॉलची पातळी वाढवणे, छातीच्या ठोक्याचा वेग वाढणे व श्वासोच्छ्वास जलद गतीने होणे. यालाच लढा किंवा पळा प्रतिसाद म्हणतात. ही लक्षणे जी असतात त्याचा अर्थ एवढाच की, काही सेकंद किंवा मिनिटांसाठी सावध राहा, जो वेळ कोणत्याही व्यक्तीला त्याच्या भीतीच्या कारणाला प्रतिक्रिया देण्यासाठी पुरेसा असतो.

पण जेव्हा त्या भीतीमागचे कारण खरे नसते तेव्हा काय घडते? तुम्हीच तुमच्या कल्पनेतून हा सगळा प्रसंग ओढवून घेतलेला असतो तेव्हा काय? खूप लोकांमध्ये ॲड्रेनलीनची वाढलेली पातळी आणि जलद चालणारा श्वासोच्छ्वास हे खूप काळपर्यंत टिकते आणि त्यामुळे त्यांची तणावाची पातळीही वाढते. परिणामी त्यांचे शरीर दमून जाते आणि त्यांना थकल्यासारखे वाटते.

एकदा तुम्हाला हे समजले की, तुमची ही सर्व भीती जीवशास्त्रीय आहे तेव्हा तुमची पुढची कृती अशी असली पाहिजे की अशी लक्षणे दिसणार याबद्दल तुम्ही जाणीवपूर्वक सतर्क राहिले पाहिजे आणि ते केवळ भावनिक नसून तर्कशुद्ध असावे

असे तुम्हीच ठरवले पाहिजे. तुम्ही हे 'विचार-प्रयोग' ही प्रक्रिया शिकून घेऊन करू शकता. जेव्हा तुम्हाला काळजी वाटायला लागेल तेव्हा एक क्षणभर थांबून तुमच्या मनाला बजावा की, 'ही सुरुवात आहे. मी घाबरट होत चाललो आहे.' एकदा का भीतीला समजून घेतले आणि तिच्या सान्निध्यात राहिलात की मग भीतीवर हुकूमत कशी गाजवायची ते तुम्हाला समजेल.

आणखी एक गोष्ट लक्षात ठेवा की भीतीवर हुकूमत गाजवायची याचा अर्थ तिचा विनाश करायचा असे नव्हे. कुणीच भीतीचा पूर्ण विनाश करू शकत नाही आणि तसे करण्याची गरजही नसते. तुम्हाला आवडो अथवा न आवडो, भीती हा तुमच्या अस्तित्वाचा, व्यक्तिमत्त्वाचा एक अविभाज्य घटक असतो. परंतु तुमच्या शरीरात तिला जागा करून देताना आम्ही तुम्हाला काही व्यावहारिक सूचना देत आहोत.

जागे झालात, चला बिछाना सोडा – खूप लोकांना असे काळजीचे झटके ते जेव्हा बिछान्यात असतात तेव्हा भल्या पहाटे येतात. म्हणून जागे झालात की लगेच बिछान्यातून बाहेर पडा. सगळी वर्तमानपत्रे वाचा, टीव्ही. लावा आणि लक्षात घ्या की तुमच्या भोवतालचे सर्वच जण कसे कामाला लागले आहेत. कपडे करा आणि बाहेर फिरून या. बाहेरचे जग पाहा आणि त्यांच्या हालचाली कशा सदोदित चालू असतात त्याकडे लक्ष द्या. त्यामुळे तुमच्या आंतरिक आयुष्याला योग्य दिशा मिळेल.

व्यायाम – तुमचा रक्तप्रवाह सुरळीत चालेल एवढी हालचाल तर तुम्ही करायलाच पाहिजे. सीट-अप्स आणि पुश-अप्स काढा, वेट लिफ्टिंग करा, कुत्र्याला थोडे फिरवून आणा. व्यायामामुळे तुमच्या शरीरातील भीतीच्या संप्रेरकांच्या जागी न्यूरोकेमिकल्स येतात. जे तुमची ताकद दीर्घ काळपर्यंत बळकट करतात.

गाणी ऐका – तुमचा आयपॉड चालू करा किंवा फक्त एखादी शीळ घाला किंवा गाणे गा! तुमच्या श्वसनावर नियंत्रण ठेवून स्वत:ला शांत करण्याचा हा उत्तम उपाय आहे.

वर्तमानात जगा – काही ठरावीक शब्द, शब्दसमूह किंवा वाक्प्रचार तुम्हाला तुमच्या नकारात्मक विचारांपासून परावृत्त करतात— जसे की, 'रिलॅक्स', 'नो प्रॉब्लेम' किंवा 'माझे माझ्यावर पूर्ण नियंत्रण आहे.' अशी वाक्ये मोठ्याने मनाशी म्हटलीत तर आपोआपच ते तुम्हाला तुमच्या हातातील अवघड कृतीवर लक्ष केंद्रित

करायला लावतील आणि तुमचे मन जर भविष्यातील संकटांच्या विचारांमध्ये भरकटत असेल की जी संकटे कधी येणारच नाहीत, तर त्याला ताळ्यावर आणेल.

सकारात्मक विचार करा – पूर्वी मिळवलेल्या यशाच्या सुखद आठवणी काढा, खासकरून तुमचे एखादे सादरीकरण व्हायचे असेल किंवा तुमची बॉसबरोबर मीटिंग असेल त्यापूर्वी तुमच्या पोटात उडणाऱ्या फुलपाखरांना शांत करण्याचा हा उत्तम मार्ग आहे. ताबडतोब तुमचा आत्मविश्वास वाढेल की तुम्ही या पूर्वीही मोठे यश मिळवले आहे आणि आत्ताही तुम्हाला यश न मिळण्यामागे कोणतेही समर्पक कारण नाही.

अन्न आणि भीती – काहीतरी हलके फुलके आणि साधे अन्न खा, जसे की टोस्ट आणि ऑरेन्ज ज्यूस. जेव्हा तुम्ही खात असता तेव्हा तुम्हाला भीती वाटणे असंभव असते आणि खासकरून जेव्हा तुम्ही साखर आणि इतर दुसरे पोषक पदार्थ खात असता तेव्हा तर शक्यतो तुम्हाला भीती वाटणार नाही, कारण तुम्ही जे काही खात असता त्यातील पाचक रस तुमच्या थेट रक्तात मिसळत असतो.

स्वतःशी बोला – तुमच्या स्वतःच्या आयुष्याबद्दलच्या सत्यकथा आणि तुमची सद्यस्थिती याविषयी मनाला पुन्हा आठवण करून द्या.

उदाहरणार्थ —

- *जेव्हा तुम्हाला अशी भीती वाटत असेल की आपल्याकडे अनेक गोष्टी नाहीत किंवा आता आपल्या हातातून काही गोष्टी निसटून चालल्या आहेत. विशेषतः पैसे, स्थावर किंवा नोकरी. अशा वेळी तुमच्याकडे ज्या-ज्या चांगल्या गोष्टी असतील त्यांची यादी करा. जसे की प्रेमळ कुटुंब, मायाळू कुत्रा, काळजी घेणारे मित्र, जेवढी ही यादी वाढत जाईल तसतशी तुमची भीती हवेत विरून जाईल.*
- *नेहमी स्वतःला अशी आठवण करू द्या की तुम्ही स्वतःच तुमच्या शरीराचे आणि मनाचे मालक आहात. तुमच्या भीतीचे गुलाम कधीही बनू नका. विशेषतः जेव्हा तुमची भीती कुटुंबाला किंवा मित्रांना त्रासदायक ठरू शकते.*
- *भरपूर विश्रांती घ्या. तुम्ही जेव्हा खूप दमलेले असाल किंवा घाबरलेले असाल तेव्हा तुम्हाला सुरक्षित वाटणे अशक्य असते.*

निवड तुमचीच आहे

एखादा आक्रमक पवित्र्यात समोर उभा ठाकलेला सिंह किंवा पैसे संपलेले तुमचे एटीएम कार्ड या दोन्ही गोष्टी सारख्याच घाबरवणाऱ्या असतात. परंतु साहसी व्यक्ती अशी आव्हाने स्वीकारतात. त्याउलट भीत्री माणसे घाबरतात. आपल्याला वाटते त्यापेक्षाही साहस फार महत्त्वाचे असते. जर अंगी साहस नसेल तर प्रत्येक गोष्ट कुचकामाची ठरते. विन्स्टन चर्चिल हे साहसाला मानवाचा सर्वश्रेष्ठ गुण असे म्हणतात कारण तोच इतर गुणांची खात्री देतो. त्यालाच आपण असे म्हणतो की साहसाची व्याख्या प्रत्येकाची वेगळी असते. जर आपल्या श्रद्धा, आपले विश्वास यांच्या बाबतीत ऐन कसोटीच्या क्षणी आपण ताठर भूमिका घेतली नाही; म्हणजे फक्त इतरांशी सहमत होताना पण इतरांच्या मतांशी नाराजी पत्करूनही असहमती व्यक्त करता आली नाही तर आपल्या श्रद्धांना आणि विश्वासाला काही अर्थच राहत नाही.

साहस ही गोष्ट काही फक्त युद्धभूमीवरच दाखवायची असते किंवा आर्क्टिक समुद्राच्या मोहीमेवर जाताना दाखवायची असते किंवा उंच डोंगर चढताना दाखवायची असते असे नाही. जेव्हा तुमचे शरीर बेढब होते तेव्हा तुम्ही एखाद्या फिटनेस क्लबमध्ये जाता हेसुद्धा तुमचे साहसच असते. तुम्ही तुमच्या कामाच्या ठिकाणी, एखाद्या प्रोजेक्टसाठी किंवा ज्यावर तुमचा विश्वास आहे पण इतरांचा विरोध आहे अशा नावीन्यपूर्ण कल्पनेसाठी, तिचा पाठपुरावा करण्यासाठी संघर्ष करत तुम्ही साहस दाखवू शकता. इथे मी हा मुद्दा मांडत आहे की साहस ही एक अशी ऊर्जा आहे जी आपल्या दररोजच्या भयग्रस्त भावनांवर नियंत्रण करण्यामध्ये आपल्याला मदत करते. जरी भीतीवर पूर्णपणे मात करता येत नाही तरीही निदान ती आपल्या कृतीवर फार काळपर्यंत वर्चस्व गाजवू शकत नाही. अजूनही आपल्याला भीती वाटतेच पण आपण त्या भीतीला ज्या प्रकारे प्रतिक्रिया देतो त्यामुळे जगाला तुमचे श्रेष्ठत्व दिसून येते.

अनेक वेगवेगळ्या असंख्य प्रकारच्या भीतींचा विचार केला तरी या आधुनिक जगात प्रामुख्याने असे दिसून येते की अपयशाची भीती ही सर्वांत जास्त धोकादायक आहे. आपल्यापैकी बहुतेक जणांना आता मृत्यूचे भय असणाऱ्या प्रतिकूल घटनांना सामोरे जावे लागत नाही. परंतु आपल्याला अशा संकटांना तोंड द्यावे लागते जे आपले आर्थिक जीवन बरबाद करू शकतात. जसे की आपल्याला नोकरी-व्यवसायातील प्रतिकूलतेला सामोरे जावे लागते. अशा प्रकारच्या भीतीमुळे आपल्या समोर नेहेमी एक प्रश्न उभा राहतो की अपयशाची जर जोखीम वाटत असेल तर यशाची शक्यता वाटूच कशी शकते? जेव्हा एखाद्याला एखादी गोष्ट तीव्रपणे हवी असते तेव्हा ती

मिळवताना त्याच्या मनात अपयशाची शक्यता दाटून येते. जेवढे तुमचे ध्येय अधिक मोठे तेवढी भीतीही जास्त.

अपयशाची भीती

सर्वसामान्यपणे ही भीती सर्वत्रच दिसते आणि ती खूप वाईटही असते! अपयशाच्या भीतीचा, आपल्यावर कुणी टीका करेल का किंवा आपण नाकारले जाऊ की काय याच्याशी खूप जवळचा संबंध असतो. अविस्मरणीय लोक त्यांच्या अपयशाच्या भीतीवर आरूढ होतात, परंतु बाकीचे मात्र अपयशामुळे गलितगात्र होतात.

परंतु व्यापक दृष्टिकोनातून पाहिले तर अपयश असे काहीच नसते. त्या घटनेला दिलेला तो फक्त एक प्रतिसाद असतो. यशस्वी लोक चुकांकडे फक्त फलित या दृष्टिकोनातून पाहतात. ते त्याला अपयश मानत नाहीत. अपयशी लोक मात्र चुकांकडे वैयक्तिक पातळीवरून पाहतात आणि ती गोष्ट कायमस्वरूपी आहे असे समजतात. बकमिनिस्टर फुलरने असे लिहिले आहे की, 'माणसे जे काही शिकतात ते प्रायोगिक स्वरूपात केलेल्या कृत्याचा परिणाम असतो आणि चुकीचा अनुभव ते निर्व्याज मनाने आपल्या अक्कलखाती जमा करतात. माणसे त्यांच्या चुकांमधूनच शिकत जातात.

बहुतांशी माणसे स्वत:वर मर्यादा घालतात. अधिकतर माणसे त्यांच्या जेवढ्या क्षमता आहेत त्यापैकी कणभर सुद्धा यश संपादनासाठी वापरत नाहीत. कारण ते प्रयत्नच करून बघायला घाबरतात आणि घाबरतात म्हणून अयशस्वी होतात.

अपयशाच्या भीतीवर मात करण्यासाठी पुढील पावले उचला आणि इच्छित परिणाम साधण्यासाठी तुम्ही स्वत:ला थोडे पुढे ठेवा.

कृती करा – धाडसी निर्णय घेऊन कृती करा. भीतिदायक काहीतरी करा. अपयशाचे भय तुमचे हातपाय गळाठून टाकतील. या भीतीवर मात करण्यासाठी तुम्हाला कृती करणे आवश्यक आहे. जेव्हा तुम्ही कृती कराल ती धिटाईने करा. तुमची कृतीच तुम्हाला तुमच्या भोवतालची परिस्थिती आणि तुम्ही ज्या प्रसंगातून जात आहात ते बदलून देईल. तुमच्यामध्ये जो निरुत्साह शिरला आहे त्याच्यावर मात करण्यासाठी कृतीची नितांत गरज आहे. डॉ. रॉबर्ट स्कुलर असे विचारतो की, जर तुम्ही कधी अपयशी होऊच शकत नाही असे समजले तर तुम्ही काय कराल? यातून काय साध्य होणार आहे? शूर व्हा आणि कृती करा. तसे करण्याने जरी तुम्हाला इच्छित परिणाम साधला नाही तरी तुम्ही दुसरे काहीतरी करू शकता.

चिकाटी धरा – अविस्मरणीय लोक कधीही हार पत्करत नाहीत. त्यांना हवा तो परिणाम साधण्यासाठी ते वेगवेगळ्या प्रकारांनी प्रयत्न करत राहतात आणि त्यांचे ध्येय साध्य होईपर्यंत ते प्रयत्न चालूच ठेवतात. अपयशी माणसे एखादी गोष्ट करून पाहतात आणि जर ती जमली नाही तर नाद सोडून देतात. सहसा अशी माणसे नेमकी यशाच्या उंबरठ्यावर असतानाच प्रयत्न सोडून देतात.

अपयश वैयक्तिक पातळीवर घेऊ नका – अपयश हे वर्तणुकीशी, त्यामधून निष्पन्न होणाऱ्या गोष्टींशी आणि परिणामांशी संबंधित असते. अपयश हे काही व्यक्तिमत्त्वाचे वैशिष्ट्य नाही. असेही घडू शकेल की तुम्ही प्रयत्न केला तरी तुम्हाला इच्छित परिणाम साधणार नाही. याचा अर्थ असा नव्हे की तुम्ही अपयशी आहात.

गोष्टी वेगळ्या प्रकारे करून पाहा – तुम्ही जे काही करत आहात त्यापासून तुम्हाला योग्य तो परिणाम साधत नसेल, तर ती गोष्ट वेगळ्या प्रकाराने करून पाहा. अशी एक जुनी म्हण आहे, तुम्ही नेहमी जे करत आलात तेच आत्ता पण करत राहिलात तर तुम्हाला आत्तापर्यंत जे मिळाले तेच मिळत राहील. जर तुम्हाला हवे तसे परिणाम दिसत नसतील तर तुम्हाला आता काहीतरी वेगळे करावे लागेल. पुष्कळसे लोक निराश होऊन कृती करणेच थांबवतात आणि मग मात्र खात्रीने ते अयशस्वी होतात.

स्वतःला बोल लावू नका – जरी चांगले काही घडले नाही तरी निदान आता तुम्हाला हे तर कळले की कशाचा उपयोग होत नाही. अपयशाकडे पाहण्याचा दृष्टिकोन असा असावा की आपले नेमके कुठे चुकले. अपयशाकडे एखादी घटना म्हणून पाहा. व्यक्तीला अपयशी म्हणून नका. अपयशाकडे शिकण्याच्या संधी अशा दृष्टिने पाहा. तुम्ही या अनुभवातून असा कोणता धडा शिकलात की जो तुम्हाला भविष्यात उपयोगी पडेल? तुम्ही तो अनुभव तुम्हाला स्वत:ला सुधारण्यासाठी किंवा परिस्थितीमध्ये चांगला बदल घडवण्यासाठी कशा प्रकारे वापरू शकाल? तुम्ही स्वत:ला पुढील प्रश्न विचारा –

- *तुमची कोणती चूक झाली?*
- *ती चूक का घडली?*
- *ती चूक कशा प्रकारे टाळता आली असती?*
- *पुढील वेळेला मी अधिक चांगले कशा प्रकारे करू शकेन?*

तुमच्या अनुभवातून तुम्हाला कोणत्या संधी मिळणे योग्य आहे त्याचा शोध घ्या – 'थिंक अ‍ॅण्ड ग्रो रिच' या पुस्तकामध्ये नेपोलियन हिलने असे लिहिले आहे की, 'प्रत्येक प्रतिकूल परिस्थिती, प्रत्येक अपयश आणि हृदयातील कळ यांच्यामध्ये तितक्याच किंवा त्याहीपेक्षा अधिक फायद्याचे बीज असते.' संधीचा शोध घ्या आणि त्यापासून लाभ मिळवा.

अपयश ताबडतोब झटकून टाका – 'इन सर्च ऑफ एक्सलन्स' चा सहलेखक आणि त्याचबरोबर इतर अनेक यशस्वी बिझनेस बुक्सचा लेखक टॉम पीटर्स असे म्हणतो, की आजच्या जगात कंपन्यांनी आपले अपयश ताबडतोब झटकून टाकले पाहिजे. त्याच्या म्हणण्याचा अर्थ असा की, आपण चुकांमधून शिकत पुढील मार्ग काढला पाहिजे. म्हणून जर आपल्याला अधिक वेगाने पुढे पावले टाकायची असतील तर आपल्याला अधिक वेगाने चुका केल्या पाहिजेत. तुम्ही तुमच्या चुकांमधूनच शिकायचे आहे आणि हीच यशाची गुरुकिल्ली आहे पण त्याच चुका तुम्ही परत करणार नाही.

अगदी स्पष्टपणे सांगायचे झाले तर भीती ही एकच गोष्ट अशी आहे की जी तुमच्या यशाच्या मार्गाच्या आड येणार असते. तुम्हाला अविस्मरणीय व्यक्ती बनवण्याच्या मार्गातील हा नक्कीच मोठा अडथळा आहे. भीतीबरोबर धाडस आणि बांधिलकी यांच्या साहाय्याने संघर्ष करणे ही भीतीला ओळखण्याची पहिली पायरी आहे. काही लोक कधी धाडस दाखवतच नाहीत कारण त्यांना हेच कधी समजत नाही की ते घाबरतात. ते कोणतीही आव्हाने अशा प्रकारे टाळतात की ती कधी भीतीला ना साहसाला त्यांच्या आयुष्यात शिरकाव करण्यासाठी संधी मिळाली असेल. काही लोकांसाठी फक्त भीती हा शब्दसुद्धा त्यांच्यामध्ये शारीरिक प्रतिक्रिया निर्माण करत असेल. भीती शारीरिक पातळीवर अशा पद्धतीने व्यक्त होते की भीतीची अगदी एखादी भावनासुद्धा आपल्याला बेचैन बनवते. भीती वाटली की तुमच्या छातीचे ठोके जलद पडू लागतात. तुमचे हात ओलसर होतात आणि तुमच्या भावन तीव्र होतात. आजकाल बॉसबरोबरची मीटिंग, एखाद्या तारण करारावर सही किंवा दोन पर्यायांपैकी कुठल्या ठिकाणी पैसे गुंतवावे याचा निर्णय घेताना भीती वाटते. तुम्हाला आत्ता तुमच्या जीविताविषयी भीती नसते, तर तुम्हाला चूक करण्याबद्दल भीती वाटते; तुम्हाला अपयशाची भीती वाटते. बरेचदा तर तुम्ही काही चेष्टा मस्करी करण्यास सुद्धा घाबरता.

आता यावर मात करण्यासाठी लक्षात ठेवा की या आधुनिक जगातील भीती ही बहुतांशी आपल्या मनात जे चालले आहे त्याला दिलेली प्रतिक्रिया असते. कारण

सहसा हे सगळे प्रसंग काल्पनिकच असतात. आपण यापूर्वीही जी चर्चा केली त्याप्रमाणे तुमच्या शरीराला भीतीची जाणीव होण्यापूर्वीच तुमचे मन तुम्हाला सांगत असते की तुम्हाला कसलीतरी भीती वाटत आहे. आपल्याला भीती वाटायला लागली आहे हे समजणेच साहसीपणाने वागण्याच्या मार्गातले महत्त्वाचे पाऊल आहे. तुमचा मेंदू कदाचित भीतीला तीव्रतेने प्रतिसाद देईल परंतु जेव्हा त्याचा प्रतिसाद त्याच्या लक्षात येईल तेव्हा तुमच्या अंगात साहस येईल.

भीतिदायक विचार हे शारीरिक लक्षणे आणि शारीरिक हालचालींना उद्दीपित करतात. भीतिदायक विचारांमुळे हाताचे तळवे ओले होतात आणि भीतिदायक विचारांमुळेच विक्री होत नाही आणि प्रकल्प रद्द होतात.

एके काळी ग्लॅडिएटर्सनी शरीर कमावून त्यांच्या भीतीवर मात केली असेल. आज मात्र आपल्या मनावर ताबा ठेवण्याचे शिक्षण दिले जाते. काही लोकांना मनावर नियंत्रण ठेवणे हे इतरांपेक्षा अधिक चांगले जमते. तुम्हाला असे कुणी माहिती आहेत का जे नेहमी शांत आणि संयमित असतात? असा एखादा माणूस जो कधीच आरडाओरडा करत नाही? अशी कुणी सातत्याने साहसी कृती करणारी आदर्श व्यक्ती तुमच्या नजरेसमोर आहे का? अशी कोणती माणसे तुम्ही कधी पाहिली आहेत का ज्यांना कधीच कशाची भीती वाटत नाही?

उत्तर आहे, कुणीही नाही! प्रत्येकालाच भीती सतावते. फक्त फरक एवढाच की काही लोक इतरांपेक्षा भीतीची भावना अधिक चांगल्या पद्धतीने हाताळू शकतात. जे लोक यशाच्या कोणत्याही पातळीपर्यंत पोहोचू शकतात ते आपल्या ध्येयाप्रत पोहोचेपर्यंत भीतीच्या भावनेवर उत्तम रीतीने आरूढ होतात. दर्जेदार कृती भीतीला कधीही आपल्या मार्गातील अडसर बनू देत नाही. ज्याप्रमाणे एखादा ॲथलिट खूप कठीण परिश्रमातून शिकतो त्याप्रमाणे व्यावसायिक त्याचे काम होईपर्यंत मनातून घाबरलेला असतो. हे कसे? इथे आम्ही तुम्हाला काही युक्त्या सुचवतो ज्या तुम्ही स्वत: करून पाहायच्या आहेत.

प्रथम, आम्ही भीतीबद्दल काय सांगितले होते त्याची मनातल्या मनात जरा उजळणी करा. सध्याच्या समकालीन जगात भीती ही जवळपास स्वत:च्या मनाचे कपोलकल्पित खेळ असतात. दर्जेदार व्यक्तीला हे समजते. इतर माणसांना जे करायची भीती वाटते ते दर्जेदार व्यक्ती धाडसाने करण्याचा प्रयत्न करतात कारण त्यांना ते माहिती असते की या भीतीचे मूळ आपल्याच डोक्यात आहे.

दुसरी गोष्ट, हे लक्षात ठेवा की तुमच्या कामाच्या ठिकाणी तुम्हाला जी भीती वाटते ती अपयशाची असते आणि ते अगदी सर्वसामान्य आहे. जरी वरवर पाहता असे दिसत असले की तुम्ही दुसऱ्या कशाला तरी घाबरत आहात, तरी ती भीती अपयशाचीच असते. कुणालाच अयशस्वी होणे आवडत नसते. त्यामुळे तुमचा अहं

दुखावला जातो. ते सोपेही नसते आणि आनंददायी सुद्धा नसते. परंतु आपण या संपूर्ण पुस्तकात जे पाहिले आहे ते असे की दर्जेदार कृती म्हणजे अवघड कृती. धाडस ही एक अशी ऊर्जा आहे जी तुम्हाला अवघड कृती करण्यास प्रोत्साहन देते. अपयशी होणे याचा अर्थ असा की तुम्ही पुरेसे लायक नाही आणि कधीच नसणार आहात, फक्त या वेळेपुरतेच नाही आणि अजूनही नाही.

भीती वाटत असताना जर धैर्याने, न घाबरता विचार केला तर ज्याची भीती वाटते ते तसे भितिदायक नसतेच. 'पडद्याच्या मागे उभ्या असलेल्या माणसाकडे लक्ष देऊ नका.' भीती तुम्हाला प्रयत्नच करू देत नाही आणि जर तुम्ही प्रयत्न केलेच नाहीत तर तुम्हाला यश प्राप्तीचा अनुभवच येणार नाही. जर असा अनुभव आला नाही तर आयुष्यात तुम्ही कधीच पुढे जाणार नाही. जर तुम्ही कधी पुढे गेला नाहीत तर तुम्ही यशस्वी कसे होणार? म्हणून भीतीला धैर्याने सामोरे जा, मग तुम्हाला काहीही उपद्रव होणार नाही.

दर्जेदार कृती हेच शिकवते. धाडसाचा प्राथमिक धडा हाच की भीतीच्या डोळ्यात बघताना जरासुद्धा पापणी लवू देऊ नका. १७ व्या शतकामध्ये फ्रान्सिस बेकन यांनीही त्यांच्या नैराश्याच्या काळात जवळपास अगदी हेच शब्द वापरले होते.

म्हणून जर तुम्हाला एखाद्या महत्त्वाच्या सादरीकरणापूर्वी किंवा मुलाखतीच्या पूर्वी भीती दाटून आली तर मनात साहसी विचार जाणूनबुजून आणा. स्वत:ला असे बजावा की तुम्ही यापूर्वी तर यापेक्षाही कठीण परिस्थितीला तोंड दिले होते आणि तरीही तुम्ही त्यातून सहीसलामत बाहेर पडलात. ती आव्हाने स्वीकारून तुम्ही आता बहुधा पूर्वीपक्षाही अधिक कणखर झाला आहात. कदाचित एखाद्या वर्षाने किंवा आठवड्याने किंवा कदाचित उद्याच तुम्हाला आजच्या प्रसंगाबद्दल सुद्धा असेच वाटेल.

लोक सहसा आपण भीतीवर कसा विजय मिळवला याविषयी बोलतात परंतु त्याहीपेक्षा अधिक कौशल्यपूर्ण गोष्ट ही की तुम्ही भीतीच्या प्रेमात पडायला हवे. भीतीच्या प्रेमात पडायचे म्हणजे काय? तर भीतीची लक्षणे ओळखायची आणि तिच्या अस्तित्वाविषयी सजग राहायचे आणि तुमच्या दक्ष मनाला पूर्णपणे तिच्याच पहाऱ्यात ठेवायचे. तुमच्या भीतीचे प्रयोगात रूपांतर करा. जेव्हा तुम्हाला उदास वाटेल आणि तुम्ही चिंताक्रांत व्हाल तेव्हा स्वत:ला असे सांगा, 'अरे ही सुरुवात आहे, मला आता भीती वाटायला लागली आहे.' भीतीच्या आगमनाची अशी दखल घेतलीत आणि तिच्या सान्निध्यात राहिलात तर शेवटी तुम्ही तिच्यावर मात करण्याचे शिकाल.

मी तुम्हाला भीतीवर विजय मिळवायला सांगत आहे याचा अर्थ असा नव्हे की तिचा विनाश करायचा. जेव्हा तुम्ही कुणावर तरी विजय मिळवता तेव्हा तुम्ही त्याचे

नियंत्रण स्वत:कडे घेता आणि त्यावर हुकूमत कशी गाजवायची ते शिकता. कुणीच भीतीचा संपूर्णपणे नायनाट करू शकत नाही तर मग तुम्ही कसा करू शकाल? तुम्हाला आवडो किंवा न आवडो हा मनुष्यस्वभावाचा एक भाग आहे.

माझी खात्री आहे की आत्तापर्यंत तुम्हाला हे समजले असेल की भीती ही धाडसाच्या विरोधी नसून भीती ही धाडसाची पूर्वअटच आहे. जर धाडसाच्या उलट खरोखर काय असेल तर त्यासाठी एक सरळसरळ योग्य शब्द आहे 'निरुत्साहीपणा' भीतीप्रमाणेच निरुत्साहीपण सुद्धा थेट मनात प्रवेश करते आणि आपण जे काही करणार असतो त्यावर अनिष्ट परिणाम घडवून ती कृती आपल्या हातून घडू देत नाही.

व्यवसायात कुठलेही अवघड काम हे सहसा अनेक टप्प्यांमध्ये करायचे असते आणि मगच ते शेवटी आपल्याला आपल्या ध्येयापर्यंत घेऊन जाते. उदाहरणार्थ एखादी कंपनी स्थापन करणे हे तुमची भरभराट होणार याची हमी आहे. त्या मार्गामध्ये तुम्ही अनेकदा तुमच्या ध्येयापासून परावृत्त होण्याची शक्यता असते. कदाचित विक्री तुमच्या अपेक्षेप्रमाणे वेगाने वाढत नाही, तुम्ही जे नोकर नेमले आहेत ते तितकेसे कार्यक्षम नाहीत. किंवा तुमच्या एखाद्या उत्पादनात काहीतरी दोष आढळला आहे; तुमचा माल मार्केटमधून परत बोलवला गेला आहे, या यादीला अंत नाही. तुम्ही नेहेमी हे लक्षात ठेवलं पाहिजे की निराश होणे, निरुत्साही होणे हा या खेळाचाच एक भाग आहे. तुम्हाला अनेकदा गलितगात्र झाल्यासारखे वाटेल. परंतु हीच वेळ आहे की तुम्ही जास्तीत जास्त धाडस दाखवायचे आहे.

असे समजा की तुमच्यावर कंपनीच्या उत्पादनांच्या विक्रीची जबाबदारी आहे. या महिन्यात तुमची विक्री अत्यंत निचांकी झाली आहे आणि आता तुमचा बॉस तुमच्यावर खवळणार आहे. अशा वेळी तुम्हाला खूप निराश वाटू लागते आणि तुमची उत्पादकताही कमी होते. तुम्हाला असे वाटते की यापेक्षा काहीच चांगले घडणार नाही. इथेच या प्रक्रियेची सुरुवात होते. तुम्ही हे ओळखले पाहिजे की आता निराशा तुमच्या भोवती फास आवळत आहे. हे ओळखा की तुम्ही आता तुमच्या ध्येयापासून परावृत्त होत चालला आहात.

आता तुम्ही हे तुमच्या मनाला बजावायला पाहिजे, तुमच्या डोक्यात पक्के केले पाहिजे की ही निराशा तुम्हाला पुढे नेऊ शकणार नाही; ती तुम्हाला अधिक रसातळाला नेईल. म्हणून ताबडतोब उठा आणि कामाला लागा. त्याची तुमच्यावरची पकड घट्ट होऊ देऊ नका. जितक्या लवकर तुम्ही त्यापासून मुक्तता मिळवाल आणि तुमच्या ध्येयाप्रती आगेकूच कराल तितके ते अधिक बरे होईल. तुम्ही हे कसे करू शकाल? चांगला प्रश्न आहे. उत्तर आहे प्रोत्साहनामधून!

याचा अर्थ असा नव्हे की डल्लास काऊबॉइजना चिअर लीडर्स म्हणून

भाडेतत्त्वावर आणायचे. प्रोत्साहन हे आपल्या अंतरंगातून आले पाहिजे आणि ते येऊ शकते. तुमच्या आयुष्यात तुम्ही निश्चितच अनेक उत्तम गोष्टी मिळवल्या असतील. तुम्ही शाळेत असताना अनेक बक्षिसे मिळवली असतील. ऑलिम्पिकमध्ये भाग घेतला असेल किंवा तुमच्या आवडीच्या विषयात 'ए' ग्रेड मिळवली असेल. नुकतेच तुमच्या कंपनीमध्ये तुम्ही सर्वांत अधिक विक्री केली असेल. हे सगळे यश प्राप्त करण्यासाठी तुम्हाला धाडसाचीच आवश्यकता होती. सगळ्यात महत्त्वाचे हे की हे सगळे यश तुम्ही खूप प्रयत्नांती मिळवले होते आणि त्यापासून तुम्हाला कुणीच रोखू शकत नाही. जर तुम्ही पुन्हा अशी आव्हाने पूर्वी स्वीकारली आणि यशस्वी झालात तर आज का नाही ते करू शकणार?

स्वत:ला सांगा की, फार मोठे यश मिळवण्याची तुमची क्षमता आहे. स्वत:ला सांगा की, तुम्ही किती हुशार आहात. स्वत:ला सांगा की, तुम्ही तुमची ध्येये नक्कीच गाठलीत, कारण त्यासाठी लागणारे कष्ट घेण्याची तुमची तयारी आहे आणि सगळ्यात महत्त्वाचे हे की तुमची कृती दर्जेदार आहे आणि तुम्ही अविस्मरणीय व्यक्ती आहात; पूर्वीही होतात, आत्ताही आहात आणि पुढेही असणार आहात.

इतर अनेक भावनांप्रमाणेच धाडस आणि भीती या दोन्हीही भावनांची सवय होते. तुम्हाला नेहमीच भीतीच्या छायेत वावरायची सवय आहे का? हे फार धोकादायक असते कारण त्या भीतीच्या छायेमागची भीती तर तुम्ही पाहूही शकत नाही. तुम्हाला असे वाटते की तुम्ही तुमच्या कम्फर्ट झोनमध्ये आहात परंतु खरा कम्फर्ट झोन, तुमची जी मन:स्थिती, जिच्यामध्ये तुम्हाला राहायची इच्छा असते ती प्रत्यक्षात तुमच्यापासून कोसो दूर असते.

अगदी कम्फर्ट झोन या शब्दामध्ये सुद्धा शांतावण्याचे गुण आहेत; खरे ना? कम्फर्ट झोन हा शब्द उच्चारल्याबरोबर तुम्हाला नजरेसमोर येते की तुफान थंडीच्या रात्री आपण उबदार शेकोटीसमोर बसलो आहोत. खरोखर विसावणारी आणि मन शांत करणारी ही परिस्थिती असते याविषयी शंका नाही. परंतु सावधान; कधीतरी कामातून विसावणे आणि कम्फर्ट झोन, ज्याचा भय हाच पाया आहे. या दोन्हींमध्ये फरक आहे.

कम्फर्ट झोन म्हणजे काय? तर त्यामध्ये आपल्या दैनंदिन जीवनातील आपल्या सवयींच्या चिरपरिचित गोष्टींचा समावेश असतो. आता मनश्चक्षूंसमोर असे एक वर्तुळ आणा ज्यामध्ये तुम्ही कोणतीही गोष्ट सहज, सुखाने करू शकता. तिथे तुमच्यासाठी कोणत्याही आश्चर्यदायक गोष्टी नाहीत. जर तुमचा बॉस सकाळी तुमच्याजवळ आला आणि तुम्हाला त्याने एक परिचित अहवाल कम्प्युटरमध्ये दाखवायला सांगितला, जे तो रोज करतो तर तुम्हाला घाम फुटणार नाही; कारण

ते तुम्ही यांत्रिकपणे सुद्धा करू शकाल. खरोखर त्यामध्ये घाबरण्यासारखे काही नाही. फक्त त्याने तुम्हाला तुमच्या या कम्फर्ट झोनच्या पलीकडे जाऊन काही करायला सांगू नये आणि ते किती भयप्रद असते हे तुमच्या मनातही येत नाही.

जर एखाद्या सकाळी तुमचा बॉस तुमच्याकडे आला आणि त्याने तुम्हाला एखादा अहवाल अगदी अथ् पासून इतिपर्यंत नव्याने बनवायला सांगितला तर काय होईल? समजा अशा वेळी तुम्हाला असे एखादे कम्प्युटरचे पुस्तकही वापरायचे आहे जे यापूर्वी तुम्ही कधी पाहिलेही नव्हते आणि समजा ते तुम्हाला दुपारच्या आत पूर्ण करायचे आहे अशा वेळी तुम्हाला कसे वाटेल? याचे उत्तर निश्चितच असे आहे की तुम्ही अस्वस्थ व्हाल आणि घाबरालसुद्धा! वास्तविक ही चांगलीच गोष्ट असेल कारण त्यामुळे तुम्ही वास्तवाच्या अधिक जवळ याल.

बहुतांशी लोक जेव्हा त्यांना त्यांच्या कम्फर्ट झोनच्या बाहेर असलेल्या आव्हानांना तोंड द्यावे लागते तेव्हा उदास होतात आणि गोंधळून जातात. त्यांची प्रतिक्रिया काहीशी अशी असते, 'मी हे करू शकत नाही. मी हे वेळेवर कधीच संपवू शकणार नाही. मला हा ताण सहन होत नाही. मीच का हे सहन करायचे. पुढच्या केबिनमध्ये बसलेल्या माझ्या सहकाऱ्याने हे का नाही सहन करायचे?'

परंतु जे दर्जेदार कृती करणारे लोक असतात ते अशी आव्हाने हसतखेळत स्वीकारतात. ते म्हणतात आम्ही कृती करण्यातूनच हे शिकणार आहोत. लहान मुले जेव्हा चालायला शिकतात तेव्हा ते काही इतरांकडे पाहून शिकतात का? नाही! ते स्वत: उभे राहण्याचा प्रयत्न करतात आणि तोल सावरायला शिकण्यापूर्वी शेकडो वेळा पडतात. ज्या गोष्टी करण्यासाठी त्रास होतो आणि ज्या नवीन आहेत त्या करण्याने तुमचा कम्फर्ट झोन अधिक विस्तारतो. त्यामुळे अवघड काम तुम्ही अधिक साहसाने करू शकता, म्हणजे थोडी धाकधूक होतेच परंतु ती भीती तुमच्या नियंत्रणात असते.

जी गोष्ट आपण करू शकणार नाही असे तुम्हाला वाटते ती केल्याने तुम्हाला असे वाटेल की आपला लवचीकपणा, आपला आशावाद, आपला रुबाब आणि आपले साहस अधिक बळकट झाले आहे. जेव्हा असे क्षण येतात आणि तुम्ही योग्य निवड करता तेव्हा ज्या लोकांना तुम्ही मानता अशा लोकांना तुमच्या साहसाची प्रचिती येईल. जेव्हा इतर लोक हे पाहतील की तुम्ही भीती सोडून दिली आहे आणि तुमच्या लेखी साहस अधिक महत्त्वाचे आहे तेव्हा ते सुद्धा साहस करायला शिकतील. आपल्यामध्ये साहस नाही याची त्यांना भीती वाटेल.

म्हणून कृती करणे हेच गरजेचे आहे. परंतु शून्यातून तर कृती जन्म घेत नाही. असे समजा की तुम्हाला आता व्यायामाला सुरुवात करायची आहे आणि शरीर योग्य मापात आणायचे आहे. यासाठी तुम्हाला आधी योग्य ते आणि तेवढेच

खायची सवय लावावी लागेल. नियमितपणे जिमला जावे लागेल आणि प्रशिक्षण घेताना काटेकोर नियम पाळावे लागतील. पुरेशी झोप घ्यावी लागेल आणि सर्वसामान्यपणे आठवड्यातील काही ठरावीक तास हे त्याच कामासाठी काढून ठेवावे लागतील. यामध्ये सगळ्यात कठीण भाग आहे तो म्हणजे सुरुवात करणे. यशस्वी आणि अयशस्वी सुरुवात यामध्ये फरक कसला असेल तर तो साहसाचाच! तुम्हाला एका अशा पातळीपर्यंत साहस बाळगावे लागेल जिथून तुम्ही प्रत्यक्षात काहीतरी कामगिरी करू शकाल.

कम्फर्ट झोनच्या पिंजऱ्यात न अडकता तुम्ही बाहेर राहू शकाल यासाठी साहस आवश्यक असते. जरी जिममध्ये तुम्ही खूप चांगली कामगिरी करत असाल तरी अल्कोहोल, चॉकोलेट आणि केकपासून स्वत:ला दूर ठेवण्यासाठी आणि ज्या गोष्टी तुमचे वजन वाढवतील अशा गोष्टींपासून दूर राहण्यासाठी साहसाचीच गरज आहे.

आत्मविश्वास आणि आशावाद या गोष्टीसुद्धा खूप गरजेच्या आहेत. तुम्ही कितीही अंधकारमय वातावरणात असाल आणि परिस्थितीशी झगडत असाल अशा वेळी आशावादी राहणे हे साहस आहे. नेल्सन मंडेला सत्तावीस वर्षे तुरुंगात राहिले. ते कधीतरी नाउमेद झाले असतील असे मला वाटते. परंतु तरीही साउथ आफ्रिकेला एक ना एक दिवस बहुवंशीय लोकसत्ताक पद्धती नक्की मिळेल, या आत्मविश्वासाला त्यांनी कधीही तडा जाऊ दिला नाही. तुरुंगातील त्यांच्या सोबत असलेले काही आफ्रिकन नॅशनल काँग्रेसचे सदस्य नक्कीच म्हणाले असतील की, 'नेल्सन तू फार मोठी चूक करतो आहेस. तुझी आशा फारच हास्यास्पद आहे. तुझा आशावाद इथे अनाठायी आहे.' मंडेलांच्या अंतर्मनात खोलवर कुठेतरी या शंका असतीलच; परंतु जोपर्यंत तुम्ही तुमचा आशावाद जागृत ठेवता तोपर्यंत तुम्हाला तुमच्या प्रतिकूल परिस्थितीवर मात करण्यासाठी धाडस मिळतेच.

सगळ्यात महत्त्वाचे हे की प्रतिकूल परिस्थितीला तोंड देण्यासाठी अंगी साहस अरू द्या. त्याचे चांगले परिणाम तुम्हाला दिसतील आणि हातपाय गाळण्याचीही अनेक कारणे तुमच्याकडे असतील. चांगले परिणाम म्हणजे फक्त तुम्हाला मिळालेले यश नव्हे, तर ज्यामुळे संपूर्ण समाजाची प्रगती होते ते!

उलट कृती न करण्याची तुम्ही जी कारणे शोधता त्यामुळे तुम्ही तुमच्या कम्फर्ट झोनमध्ये राहू शकता ज्याचा कुणालाच काही उपयोग होत नाही. पण, परंतु या शब्दांनी आपण कारणे द्यायला सुरुवात करतो. कोणत्याही भाषेतील हे शब्द धोकादायक आहेत. हे शब्द आपल्याला कम्फर्ट झोन मधून बाहेर पडू देत नाहीत. हा एक असा पडदा असतो ज्याच्यामागे भीती दडलेली असते. एकदाच कायमसाठी तो पडदा ओढण्याचे धाडस दाखवा.

१६

पैसा आणि दर्जेदारपणा

या दोन शब्दांमधील गूढ नातेसंबंधांमुळेच अशा विषयावरील हे पुस्तक शक्य झाले आहे. दर्जेदारपण ही गोष्ट निव्वळ श्रीमंत होणे एवढ्या पुरतीच मर्यादित असती तर जोपर्यंत पैशांचा संबंध गुंतवणुकीशी नाही तोपर्यंत या विषयावर काहीही लिहिण्यात किंवा त्याबद्दल ऐकण्यात काहीच तथ्य नाही. जर स्वत:ला अविस्मरणीय बनवण्यामागचे गुपीत श्रीमंत होणे हे असते तर तुम्ही तुमचा वेळ एखाद्या बिझीनेस स्कूलमध्ये नाव नोंदवण्यात घालवणे उत्तम ठरले असते.

वास्तव हे आहे की, पैसा हे तुम्हाला दर्जेदार बनवण्याचे प्रवेशद्वार असले तरीही बऱ्याच अंशी ते दर्जेदार बनवण्यामध्ये अडसरसुद्धा असतो. पैशाचा हा स्वभाव आहे. तो प्रवाही आहे, द्रव आहे. तो ज्या वातावरणात राहतो तेथील आकार धारण करतो. एक अविस्मरणीय व्यक्ती अशी ओळख तुम्हाला हवी असते तेव्हा फक्त नवीन गाडी घ्यायची किंवा आलिशान घर घ्यायचे यापेक्षा तुमच्या अपेक्षा नक्कीच अधिक हव्या. या गोष्टी तर हव्यातच पण आलिशान गाडी किंवा आलिशान घर म्हणजेच काही सर्वस्व आहे का? नक्कीच नाही. पैशाचा विनियोग आपण आणखी चांगल्या प्रकारे करू शकतो. आपण या प्रकरणामध्ये त्या विषयीच अधिक जाणून घेणार आहोत.

काही लोकांचा असा विश्वास असतो की पैसा म्हणजेच सारे काही! तर काही लोकांचा असा विश्वास असतो की पैसा म्हणजे काहीच नाही. आणि त्या दोघांचेही म्हणणे बरोबर आहे. पैसा म्हणजे सर्वस्व म्हणजेच पैशाच्या बदल्यात आपण काहीही खरेदी करू शकतो; मग ते ब्रेडचा पुडा असू दे, फेरारी गाडी असू दे किंवा जीव वाचवणारी शस्त्रक्रिया असू दे. त्याच प्रमाणे पैसा म्हणजे काहीच नाही, एक

केवळ कागदाचा तुकडा, पैशाला त्याची उपजत किंमत नाही. तो केवळ किंमतीचे एक बोधचिन्ह आहे जे खरेदी करू शकते.

हजारो वर्षांपर्यंत मौल्यवान धातूलाच पैशासारखी किंमत होती. आदान-प्रदानाचे ते एक साधन होते आणि हा जो अर्थव्यवस्थेचा पाया होता तो अचानक कसा अविश्वसनीय ठरवला जाणार! परंतु असे का होऊ शकणार नाही याचेही कोणतेच तर्कशुद्ध उत्तर नाही. दरम्यानच्या काळात नोटांच्या स्वरूपात असलेले पैशांचे मूल्य सातत्याने बदलत राहिले. विशेषत: त्यामध्ये घसरणच झाली. इ.स. १९१३ मध्ये फेडरल रिझर्व सिस्टीम असताना डॉलर्सची जी किंमत होती ती आता त्यापेक्षा पाच टक्क्यांनी कमी झाली आहे.

पैशाचे हे संभ्रमित करणारे स्वरूप त्या विषयीच्या संभ्रमित भावना निर्माण करतात. आपण आपल्या पैशाबद्दल सुसंगत विचार करायला हवा. अर्थशास्त्राचे शास्त्र मात्र तसेच तर्कशुद्ध दिसते. तरीही ते काही अतार्किक गृहीतकांच्या पायावर उभे आहे. उदाहरणार्थ पैशाचे मूल्य पारंपरिक पद्धतीने सोने किंवा चांदी यांच्या मूल्यांवर आधारित होते. परंतु सोने आणि चांदी हेच मौल्यवान का? त्या मागचे तर्कशुद्ध कारण काहीच नाही. या संपूर्ण व्यवस्थेच्या पायाबद्दल कधीच काही बोलले गेले नाही. हा तर अनाकलनीय करार आहे की काही विशिष्ट गोष्टीच मौल्यवान का आहेत आणि बाकीच्या का नाहीत? पैशाचा पाया हा मानसशास्त्रीय किंवा काहीसा आध्यात्मिक आहे; त्याचा कार्यकारणभावाशी किंवा तर्कशास्त्राशी फारसा संबंध नाही.

आहे की नाही हे मजेशीर? आपण यावर गंभीरपणे विचार करू. पैशाच्या इतिहासाची पाळेमुळे खणून काढण्याने काही तुमच्या किंवा माझ्या क्रेडिट कार्डाची बिले भरली जाणार नाहीत किंवा तुमच्या मुलांच्या शाळा, कॉलेजचे शुल्क भरले जाणार नाही आणि अर्थव्यवस्थेमध्ये कितीही नकारात्मक बदल झाले तरी तुमची बँकेची खाती काही जतन करून ठेवली जाणार नाहीत. हे पुस्तक तुम्हाला नेमके इथेच मदत करणार आहे.

पैशांच्या व्यवहारात नेहमी चढ-उतार असतात. तेजी आणि मंदीचे हे एक कधीही न संपणारे चक्र असते आणि ते प्रत्येक क्षेत्रात असते, अगदी सोन्याच्या किंमतीपासून ते दुधाच्या किंमतीपर्यंत. काही वेळेस किंमतीतील हे बदल अगदी अचानक आणि नाट्यमय सुद्धा असतात. काही वेळेस प्रचंड तेजी असते मात्र त्या पाठोपाठ अचानक मंदी येते. परंतु तेजी जितकी फायदेमंद असते त्यापेक्षाही अधिक नुकसानकारक मंदी असते. हे अत्यंत महत्त्वाचे आहे की तुम्ही तुमच्या व्यक्तिगत संपत्तीचे अर्थकारणामध्ये कितीही उतार असला तरी रक्षण केले पाहिजे.

तुमच्या नोकरीचे रक्षण करा – तुमच्या भविष्यातील आर्थिक बाबीचे संरक्षण होण्यासाठी तुमच्या हाती सध्या असलेल्या नोकरीला जपायला पाहिजे. तुमच्या नोकरीचे रक्षण करण्याची इच्छा तुम्हाला आधी होणे गरजेचे असते. सर्वच जण काही इतके भाग्यवान नसतात की त्यांना त्यांची नोकरी आवडत असते. सगळ्यांनाच असे काम मिळत नाही की जे ते मौजमजेने करू शकतील. परंतु जर तुम्हाला तुमची नोकरी आवडत नसेल आणि दररोज तुम्ही तसे व्यक्त होत असाल, तर तुम्ही तुमची नोकरी जपण्यात यशस्वी होणार नाही कारण तुम्ही हे कबूल करा किंवा करू नका, तुमची खरोखरच नोकरी जपण्याची मनापासून इच्छा नाही. तुम्हाला मनापासून तिथे राहायचेच नाही.

बहुधा ही नोकरी तुम्हाला कायमस्वरूपी करायची नाही. पण तुमची इच्छा असेपर्यंत तुम्ही ही नोकरी टिकवू शकता. मग नोकरी असेपर्यंत तुमचे तेथील अस्तित्व आनंददायी बनवण्याचा प्रयत्न करा.

स्वत:ला प्रश्न विचारा की केवळ एवढ्याचमुळे मी इथे आहे का? मी दुसरीकडे कुठे जाण्यासाठी घाबरतो आहे का? असे जर असेल तर दुसरीकडे जरूर नोकरी शोधा. तुम्हाला नेमके कुठे जाण्याची इच्छा आहे त्याचा शोध घ्या आणि तिथेच जा.

पण खरोखरच फक्त पैसे मिळवण्याच्या हेतू व्यतिरिक्त तुम्ही दुसऱ्या कारणासाठी काम करत असाल तर मग तुमची नोकरी तुमच्या सर्व क्षमतेनुसार जपा. ते काही तितकेसे अवघड नसते. पुन्हा एकदा सकारात्मक दृष्टिकोन महत्त्वाचा आहे. कारण अनेक लोकांमध्ये तो नसतो. म्हणून केवळ फक्त चेहऱ्यावर हसू आणून तुम्ही स्वत:ला इतरांपेक्षा अधिक चांगले भासवू शकता. किंवा निदान नाक तरी मुरडू नका.

बहुतेक कंपन्यांमध्ये नकारात्मकता, तक्रारी आणि कुचाळक्या चालतात. बहुतांशी असेच घडते आणि खासकरून जेव्हा आर्थिक चढ-उतार होतात तेव्हा तर हे हमखास घडते म्हणून तुम्ही वेगळ्या दिशेने जा. सकारात्मक गोष्टींवरच आपले लक्ष केंद्रित करा. जाणीवपूर्वक निर्णय घेऊन नकारात्मक लोकांना टाळा. तुम्हाला अशीच माणसे अधिक भेटतील पण तुम्ही अपवादांना शोधत राहा. जर कुणीच सकारात्मक नसेल तर तुम्ही स्वत:च अपवाद बना. तुम्ही पूर्णपणे शक्यतेच्या नियंत्रणात याल, त्या नियंत्रणाचाच फायदा घ्या.

पण तुम्ही अनेक गोष्टींवर नियंत्रण मिळवू शकत नाही. कॉर्पोरेट वातावरणामध्ये तुम्ही तुमच्या निरीक्षकाचे आणि व्यवस्थापकाचे मूड आणि खुळचट कल्पना ओळखू शकत नाही. संचालक मंडळाने घेतलेले निर्णय बहुधा तुमच्या हातात नसतात. पुन्हा मला तेच सांगायचे आहे की तुम्ही फक्त कशावर नियंत्रण ठेवू

शकता; तुमचे काम, तुमचे शब्द, तुमची कृती आणि तुमचा दृष्टिकोन.

यासाठी प्रथम हे निश्चित करा की, कामाच्या ठिकाणी तुम्ही कोणत्या गोष्टींवर नियंत्रण ठेवू शकता आणि कोणत्या गोष्टी तुमच्या नियंत्रणाच्या बाहेर आहेत. तुमच्या वरिष्ठांची वागणूक, कंपनीची प्रगती, कंपनी तुमच्यावर कोणते नियम लादते आहे, या सगळ्या गोष्टी अशा आहेत की त्याबाबत तुम्हाला काहीही बोलण्याचा अधिकार नाही. तुम्ही कशावर नियंत्रण ठेवू शकता तर स्वत:वर, तुमच्या वर्तणुकीवर, तुमच्या कृतीवर, तुमच्या दृष्टिकोनावर आणि सगळ्यात महत्त्वाचे म्हणजे तुम्ही भोवतालच्या गोष्टींवर ज्या प्रतिक्रिया देता त्यावर!

एकदा का तुम्ही मनाशी खूणगाठ बांधली की तुम्ही याच नोकरीमध्ये टिकून राहणार आहे तर पुढील काही विशिष्ट गोष्टी कायम लक्षात ठेवा.

तुमच्या कंपनी विषयी संपूर्ण माहिती मिळवा. तुम्ही ज्या ठिकाणी काम करता त्याविषयी खरोखर तुम्हाला कितपत माहिती आहे? तुमच्या उत्तरामध्ये कंपनीची उत्पादने, सेवा किंवा नफा-नुकसान याच्या पलीकडेसुद्धा अनेक गोष्टींचा समावेश व्हायला हवा. तुम्ही काम करत असलेल्या ठिकाणाविषयी पुढील प्रश्नांची उत्तरे देऊ शकता का? जर देऊ शकत नसाल तर शक्य तेवढ्या लवकर परिस्थितीमध्ये बदल करण्यासाठी काहीतरी कृती करा.

- *तुमच्या कंपनीचे ब्रीदवाक्य काय आहे? जर नसेल तर कोणत्या प्रकारचे ब्रीदवाक्य तुम्ही सुचवले असते?*
- *तुम्हाला तुमचे काम उत्तम रीतीने करण्याच्या मार्गात कोणत्या अडचणी येतात?*
- *तुम्हाला कामासाठी उद्युक्त व्हावे म्हणून कंपनी कोणती मदत करते? जर कंपनीकडून तशी मदत मिळत नसेल तर तुम्ही स्वत:ला कोणत्या प्रकारे उद्युक्त करता?*
- *निर्णय घेण्यासाठी व सर्जनशील राहण्यासाठी कंपनी तुम्हाला सक्षम बनवते का? तुम्हाला सक्षम बनण्यासाठी कंपनी काय करते? (की तुम्हाला तसे काही वाटतच नाही)*
- *तुमच्या कंपनीमध्ये नुकतेच तसे काही बदल झाले का, ज्यामुळे तुमच्या प्रेरणांवर प्रतिकूल परिणाम झाला?*
- *कंपनीची अंतर्गत व बाह्य प्रतिमा एकमेकांशी सुसंगत आहे का? तसेच तुमचीही अंतर्गत व बाह्य प्रतिमा सुसंगत आहे का?*
- *तुमची कामाबद्दलची ध्येये आणि कंपनीची ध्येये एकमेकांशी सुसंगत*

आहेत का?

- *इतर कामगारांना कंपनीविषयी काय वाटते?*

आत्मविश्वास बाळगा – अधिक हिरीरीने असा विचार करा की तुम्ही तुमच्या कंपनीसाठी जास्तीत जास्त चांगले काय करू शकता आणि मग त्या विचारांना कृतीची जोड द्या. सयुक्तिक आणि सहेतूक चुका करण्यास घाबरू नका. असा कामगार की जो नेहमी बचावात्मक धोरण स्वीकारतो तो फारशा बढतीची अपेक्षा धरू शकत नाही. आपल्या कामाच्या परिसरात ले-ऑफ आणि कपात हे पाहणे खूप वेदनादायी असते. परंतु तुम्ही तुमची कामे योग्य रीतीने केली तर तुमच्याबरोबर अशी आपत्ती घडू शकत नाही.

ग्राहक आणि बॉस या दोघांवर लक्ष केंद्रित करा – ग्राहकाला बॉस आणि बॉसला ग्राहक समजून विचार करा. कारण वास्तव तसेच आहे. तुमची प्राथमिक जबाबदारी आहे, ग्राहकांना त्यांच्या गरजा पुरवणे. याचा अर्थ असा नव्हे की त्यांच्या अवास्तव मागण्यांपुढे नमते घ्यायचे. फक्त एवढी जाणीव असू द्या की वरिष्ठांबरोबर सकारात्मक गोष्टी घडल्या तर त्याचा अर्थ ते तुमच्यासाठी सुद्धा सकारात्मक असेल. पुष्कळशा वरिष्ठांना फक्त पुढे-पुढे करणारे लोक आवडत नाहीत. मॅनेजर्सना त्यांच्या न्याय्य गरजांकडे लक्ष पुरवलेले आवडते. जे कामगार या गरजा पुरवतात त्यांना त्याचे फळ मिळते; इतके साधे आहे हे!

लोकांपर्यंत पोहोचा – आता नेटवर्किंग हा शब्द खूप जास्त प्रमाणात वापरला जातो, परंतु या नेटवर्किंगमधून तुमच्या कामाच्या ठिकाणी तुम्ही जास्तीत जास्त लोकांशी सकारात्मक नातेसंबंध प्रस्थापित केले पाहिजेत. तुमच्या जवळच्या सहकाऱ्यांव्यतिरिक्त सुद्धा निरनिराळ्या विभागातील आणि सर्व पातळीवरील जबाबदार व्यक्तींबरोबर तुमचे संबंध हवेत. तुम्हाला हे माहीत नसते की कोण कधी उच्च पदावर बढती घेऊन जाईल आणि कोणत्या प्रकारे तुम्हाला मदत करू शकेल, म्हणून कामाच्या ठिकाणी अशी माणसे तुमच्याशी अपरिचित असू नये.

स्वतःच स्वतःची टिमकी वाजवा – तुम्ही स्वतःच्या कामगिरीची टिमकी वाजवल्याशिवाय तुमच्या बॉसला तुम्ही केलेल्या उत्तम कामगिरीची आणि तुमच्या भरीव सहभागाची जाणीव होणार नाही. मॅनेजर बरोबर प्रेमाचा आणि जिव्हाळ्याचा संवाद असणे आणि केवळ आपल्या कामगिरीविषयीच्या माहितीचे आदान-प्रदान करणे यामध्ये फार फरक आहे. म्हणून त्यामधील फरक समजावून घेऊन योग्य

पावले टाकणे गरजेचे आहे. आपल्या कामकाजातील यशाबद्दलचा आढावा इ-मेल द्वारा कळवणे हा एक चांगला मार्ग आहे. काही लोक तुम्ही केलेल्या कामाचे श्रेय लाटण्याचा प्रयत्न करतील; हे होऊ नये म्हणून तुम्ही कधी, कोणते काम केले याचा सज्जड पुरावा निर्माण करा.

तुमची नोकरी टिकवून धरण्यासाठी तुमचे चौफेर लक्ष असायला हवे. पण हे तुम्हाला वाटते तितके अवघड नाही. मात्र एक खात्री हवी की तुमची नोकरी टिकवून धरण्याइतकी चांगली हवी.

कर्ज कमी करा

अमेरिकेमध्ये कर्ज ही एक अत्यंत गंभीर समस्या प्रकर्षाने वाढू लागली आहे. त्या विषयीची आपण काही वास्तव आणि आकडेवारी जाणून घेऊ. सरासरी एका अमेरिकन कुटुंबाकडे बारा हजार डॉलर्स कर्ज करू शकणारे एक क्रेडिट कार्ड असते आणि अशी नऊ क्रेडिट कार्ड त्यांच्याकडे असतात. एखाद्या विशिष्ट क्रेडिट कार्डमध्ये दोन हजार डॉलर्स इतकी रक्कम असते आणि ते कर्ज फेडण्याची बारा वर्षांची मुदत असते; त्यावर एकोणीस टक्के इतके व्याज असते. जर तुम्ही दर महिन्याला ते हप्ते फेडायचे ठरवले तर चार हजार डॉलर्सइतका हप्ता येईल.

जे लोक हे कर्ज उचलतात त्यांना कर्जाच्या भरमसाठ रकमा आणि त्यावरील अवाजवी कर्ज दर यामुळे मोठ्याच संकटाला तोंड द्यावे लागते; त्यामुळे त्यांना पैसे वाचवणे आणि बचत करणे अधिकाधिक अवघड होत जाते. त्या शिवाय आणखी असे की कर्ज तुमच्यावर मोठ्या प्रमाणावर शारीरिक आणि भावनिक बोजा टाकते.

तुमच्यावर असलेला कर्जाचा बोजा कमी करणे ही सर्वांत जास्त सकारात्मक, फलदायी आणि आयुष्याला कलाटणी देणारी अशी कृती आहे. तुम्ही जर तुमचे कर्ज कमी करू शकलात तर त्यामुळे तुमचे आरोग्य सुधारेल, तुमच्यावरील ताणतणाव कमी होईल, तुमचा रक्तदाब कमी होईल आणि तुमची डोकेदुखी वारंवार डोके वर काढणार नाही. तुमचे कर्ज कमी असेल तर तुम्हाला अधिक मोकळीक वाटेल आणि तो वेळ तुम्ही मौजमजेसाठी किंवा अधिक उच्च शिक्षण घेण्यासाठी वापरू शकाल आणि तुम्ही तुमचा नोकरी-व्यवसाय बदलण्याची संधी मिळवू शकाल.

या देशातील लाखो लोकांप्रमाणे तुम्हालाही असे वाटेल की तुम्ही कर्जाच्या डोंगराखाली गाडले जात आहात आणि आता त्यातून बाहेर पडण्याचा कोणताच मार्ग नाही, परंतु तुम्ही जर विचारपूर्वक कृती केली तर कर्ज कमी करणे ही गोष्ट जमण्यासारखी आहे. त्यासाठी आम्ही खाली काही मार्गदर्शक तत्त्वे दिली आहेत ती आचरणात आणा.

प्रथम वास्तव स्वीकारा. लोकांसाठी ही गोष्ट काही अघटित नाही की त्यांना त्यांच्या आर्थिक परिस्थितीची योग्य जाणीव नसते. परंतु ते जाणीवपूर्वक भ्रामक कल्पना करून घेतात ज्यामुळे त्यांचे आयुष्य अधिक गुंतागुंतीचे बनते. म्हणून त्यांनी स्वत:च ठोस पावले उचलली पाहिजेत. पहिले पाऊल समस्येची जाणीव करून घेणे आणि धैर्याने तोंड देणे.

अशा प्रकारे नियोजनपूर्वक पुढच्या कृती केल्या पाहिजेत.

आता तुम्ही ज्या कंपन्यांकडून कर्ज घेतली आहेत त्यांची यादी करा (क्रेडिट कार्डस, कार लोन्स, दुकानाची क्रेडिट कार्डस्, शैक्षणिक कर्ज वगैरे) त्या सगळ्यांची बेरीज करा आणि महिन्याला तुम्ही किती रुपये फेडायचे आहेत त्याचा विचार करा. तो आकडा पाहून तुम्ही चकित व्हाल, कदाचित गर्भगळितसुद्धा व्हाल. परंतु निदान तुम्हाला त्याची जाणीव तरी होईल आणि तुमच्या आर्थिक मोकळिकीकडे आणि मन:शांतीकडे तुम्ही उचललेले ते पहिले पाऊल असेल.

ज्या क्रेडिट कार्डांची तुम्हाला गरज नाही त्यांच्या पासून मुक्तता मिळवा. जितकी तुमच्याकडे कमी क्रेडिट कार्ड असतील तितका तुम्हाला खर्च करण्याचा मोह कमी होईल. अशा कार्डांचे तुकडे-तुकडे करा आणि नंतर त्या कंपनीला फोन करून कळवा की त्या कार्डाची तुम्हाला गरज नाही. त्यामुळे त्या क्रेडिट कार्डचा दुरुपयोग होण्याची भीती राहणार नाही. त्या बदल्यात नवीन कार्ड घेऊ नका.

एकच कार्ड ठेवा. हे कार्ड तुम्हाला अडीअडचणींच्या प्रसंगात किंवा प्रवासात उपयोगी पडेल. हे कार्ड असे निवडा की ज्याचा व्याजाचा दर सर्वांत कमी असेल आणि त्याची वार्षिक फी सुद्धा सगळ्यात कमी असेल. जेव्हा तुम्ही कोणते कार्ड वापरायचे याची निवड कराल तेव्हा त्या कार्ड सोबत कोणकोणती बक्षिसे आहेत या बद्दल अजिबात विचार करू नका. कारण ती गोष्ट दीर्घकाळ फायदेमंद नसते. दर महिन्याला जे बील येते तेव्हा त्याची प्रत काळजीपूर्वक वाचा आणि कोणते कार्ड सर्वांत कमी खर्चिक आहे ते ठरवा. कोणती बिले भरण्याला प्राधान्य द्यायचे ते ठरवा. ज्याचा व्याजदर अधिक आणि जे सुरक्षित आहे ती बिले आधी द्या. यामध्ये तारण ठेवून घेतलेले कर्ज आणि गाडीचे हप्ते येतील. जेव्हा कधी शक्य असेल तेव्हा ठरलेल्या मासिक रकमेपेक्षाही अधिक रकमा भरून कर्ज कमी करण्याचा प्रयत्न करा. असे केल्याने तुम्हाला व्याज कमी द्यावे लागेल, तुमची बचत होईल आणि कर्ज अधिक लवकर फेडले जाईल.

शक्य तेवढे जास्तीत जास्त कर्ज एकत्रित करण्याचा प्रयत्न करा. ते सर्व तुमच्या अशा क्रेडिट कार्डामध्ये जमा करा ज्याच्या व्याजाचा दर सर्वांत कमी असेल. असे करणे तुम्हाला खूप कटकटींचे वाटेल परंतु जर तुम्ही कर्जाचा दर थोडासा जरी कमी करू शकलात तर तुम्ही आश्चर्यकारक रक्कम वाचवू शकाल.

अशा प्रकारे कर्ज कमी करण्याच्या तुमच्या प्रयत्नांना यश आले तर वाचवलेले हे पैसे तुमच्या इतर ऋणांसाठी तुम्ही वापरू शकता. पूर्णपणे कर्जमुक्त होणे हेच तुमचे अंतिम ध्येय असले पाहिजे. हे तुमचे प्रथम क्रमांकाचे ध्येय असले पाहिजे जे तुमच्याच फायद्यासाठी असेल. कोणत्याही मर्यादेपर्यंत जाऊन शक्य तेवढ्या लवकर कर्जमुक्त होण्याची तुमची तयारी हवी; ती ही कायमस्वरूपी.

टेबलापासून स्वतःला जरा मागे सारा

जेव्हा आपले अर्थकारण उत्तम रीतीने चालू असते तेव्हा साहजिकच आपण असा विचार करतो की हे चिरकाल टिकणारे आहे. एकदा का परिस्थिती बदलली की आता ही कधीच सुधारणार नाही असे वाटते. हे कुणीच सांगू शकत नाही की आपल्या अर्थकारणात कधी काय उलथापालथ होईल, ठीक आहे ना! असे होऊ शकते. खरा महत्त्वाचा मुद्दा हा आहे की जे काही घडेल त्याला तोंड देण्याची आणि मिळालेली माहिती शक्य तेवढ्या अधिक ताकदीने वापरण्याची क्षमता तुमच्यात आहे का?

आर्थिक बदलांना लोक खूप वेगवेगळ्या प्रकारांनी प्रतिसाद देत असतात. काही जण मुद्दामच वेड घेऊन पेडगावला जातात आणि त्यांना आता प्राप्त परिस्थितीशी जुळवून घ्यावे लागेल हे वास्तव स्वीकारण्यास नकार देतात. अधिक स्पष्टपणे सांगायचे तर त्यांना काटछाट करावी लागते.

प्रतिकूल परिस्थितीतही तग धरून राहण्याचे कौशल्य हे जेवणाच्या टेबलावरून मागे सरकायचे परंतु आपला भूकबळी होणार नाही याची काळजी घेण्यासारखे असते. तुम्ही नेमके कोणत्या परिस्थितीत आहात याचे योग्य मूल्यमापन, आपण अनेक गोष्टींपासून वंचित आहोत किंवा आपल्याला अनेक कमतरता आहेत असा दृष्टिकोन न ठेवता करता आले पाहिजे.

आता तुमचे पैशांबरोबर कसे नाते आहे हे तपासून पाहण्यास सुरुवात करा. तुमची काय अपेक्षा आहे की पैशापासून तुम्हाला काय मिळेल? जर तुमच्याकडे पूर्वी जेवढा जास्त पैसा होता तेवढा आज नसेल तर तुम्हाला कसली भीती वाटते की तुम्ही काय गमावणार आहात? मग अधिक तपशिलात शिरा.

तुम्ही तुमच्या जीवनशैलीशी कोणत्या मुद्द्यांवर तडजोड करू शकत नाही याची जाणीव तुम्हाला आहे का? तुमची वीज बिले, टेलिफोन बिले, घराचा मेन्टेनन्स वगैरे? गाडीचे हप्ते? घरभाडे किंवा घराचे हप्ते? आश्चर्यकारक गोष्ट अशी की अनेक लोकांना प्रत्यक्षात त्यांच्या आर्थिक जबाबदाऱ्या कोणत्या आहेत याचे भान नसते. जेव्हा आर्थिक परिस्थिती बिकट असते तेव्हा अगदी श्रीमंत असलेल्या

व्यक्तीलासुद्धा आपल्या आर्थिक परिस्थितीविषयी गाफील राहून चालत नाही. या बाबतीत गोष्टी फार भराभर बदलतात. निदान छोट्या कालावधीत सहसा हे बदल फारसे चांगले, फायदेशीर नसतात.

एकदा का तुमच्या डोक्यात काय चालले आहे याचे सुस्पष्ट चित्र तुमच्या नजरेसमोर उभे राहिले तर तुम्ही तुमच्या ज्या आर्थिक जबाबदाऱ्या बदलू शकत नाहीत त्यांचा विचार न करता ज्या बदलू शकता त्यांच्यावर तुमचे लक्ष केंद्रित करता. आता अगदी साधी गोष्ट आहे की, जेथे तुम्ही काटकसर करू शकता त्या गोष्टींची यादी बनवा आणि तुम्हाला पूर्वी ते जितके दु:खद वाटत होते तेवढे तर ते आता नक्कीच तसे वाटणार नाही. उलट तुम्हाला स्वत:वर मर्यादा घातल्यासारखे न वाटता आता तुम्हाला अधिक मोकळे वाटण्याची शक्यता आहे. सहसा असे होते की ज्या गोष्टी आपण सुरुवातीला चैन म्हणून वापरू लागतो त्या पुढे गरजेच्या बनतात. परंतु हे निव्वळ आपण सुखलोलुपतेच्या पिंजऱ्यात प्रतिष्ठेच्या नावाखाली अडकल्यामुळे घडते.

नव्याने आलेली ही सजगता म्हणजे बचतीच्या दिशेने टाकलेले एक पाऊल आहे. ही एक स्वत:ला नियंत्रणामध्ये ठेवण्याची संधी आहे. जी तुमच्या आपण बळी पडलो आहेत किंवा दुर्बल झालो आहोत या नकारात्मक भावनेशी लढा देऊ शकते, ज्या नकारात्मक भावना आर्थिक पिछेहाटीमुळे येतात. तुमच्या खर्चांकडे सडेतोड वृत्तीने पाहून आणि वास्तवतेकडे कानाडोळा न करता तुमच्यामध्ये बांधिलकी आणि बदल घडवण्याची दुर्दम्य इच्छासुद्धा अंगी बाणवली गेली पाहिजे. घरे, शेअर मार्केट आणि इतर गुंतवणुकींच्या बाबतीत बाजारातील स्थिती फार गुंतागुंतीची असते. परंतु म्हणून तुम्ही त्यांच्यापासून दूर न राहता त्याचा अभ्यास करा. या सगळ्यासाठी महत्त्वाच्या बाबी म्हणजे कॉमन सेन्स, सजगता आणि सकारात्मक कृती करण्यासाठी घेतलेला निर्णय.

तुमच्या पडत्या काळामधील असुविधांना शक्य तेवढ्या कमीत कमी नाराजीने पार करताना एखादे वैशिष्ट्यपूर्ण कुटुंब नक्कीच आपल्या खर्चांना कात्री लावेल आणि काही वेळेस हे सर्व नाट्यमय पद्धतीने घडते. प्रथम जीवन-मरणाची बाब नसेल अशा खर्चिक गोष्टींची यादी करा. ज्यामध्ये अती खर्चिक सुट्ट्या, नवीन गाड्या घेणे, नवनवीन खेळांवर खर्च करणे - अशा गरजेच्या नसणाऱ्या पण आवडत असलेल्या गोष्टी असतात. तुम्ही आवश्यक वैद्यकीय औषधांची यादी किंवा लाइट बील यांच्याकडे दुर्लक्ष करू शकत नाही परंतु या चैनीच्या गोष्टींवर नक्कीच फुली मारू शकता.

आता तुम्हाला खर्च कमी करण्याचे काही मार्ग सांगतो. अनेक आहेत, जरा तुमच्या मित्रमंडळींबरोबर आणि कुटुंबातील सदस्यांबरोबर चर्चा करून बघा, तुम्हाला

आणखीही काही बचतीच्या युक्त्या सुचतील.

इंटरनेट, केबल आणि फोनसेवा – या गोष्टींची बिले जर तुम्ही बारकाईने तपासून पाहिली तर तुमच्या असे लक्षात येईल की तुम्ही त्याचा जेवढा वापर करता त्यापेक्षा कितीतरी अधिक पैसे भरता. तुम्ही ज्या गोष्टींचा वापर करत नाही त्यांच्यासाठी पैसे देणे थांबवा.

जलद गतीची इंटरनेट सेवा ही आजच्या काळातील आवश्यक गोष्ट झाली आहे. वीज किंवा इंधन यासारखीच ती जीवनावश्यक गोष्ट झाली आहे, परंतु ही सेवा देणाऱ्या कंपन्यांमध्ये काही विशिष्ट बाबतीत फरक आहेत आणि काही कंपन्या पुरवत असलेल्या सगळ्याच सेवांची तुम्हाला गरज नाही. जर तुम्ही वेबवर स्वत:ची नोंद केली आणि तुमचा इ-मेल आयडी टाकला तर कदाचित तुम्हाला हवी असलेली प्रत्येक गोष्टच तुम्हाला मिळेल. जर तुम्हाला तुमच्या सेवा मिळण्यामध्ये काही समस्या आढळली – जवळपास सर्वांनाच ती आधी किंवा नंतर जाणवते – तर खुशाल तुमच्या सेवा पुरवणाऱ्याच्या ते कानावर घाला. अशा वेळी बरेचदा ते तुमच्या बिलांमध्ये कपात करतात, खास करून जर त्यांना असे वाटले की तुम्ही रागावून आता त्यांची सेवा घेणे बंद करणार आहात.

जर तुम्ही तुमचा सेलफोन खूप प्रमाणावर वापरत असाल तर मग तुमचा लॅन्डलाइन फोन बंद करणे हेच इष्ट ठरेल. हे ही लक्षात असू द्या की, स्काइप इंटरनेट फोन सेवा ही घरगुती वापरासाठी फुकट असते, वर्ल्डवाईड सर्व्हीससाठी महिन्याला कमीत कमी मोबदला भरावा लागतो.

अन्न – कित्येक वर्षांपासून ग्राहकांची पसंती जगप्रसिद्ध ब्रॅन्डेड स्टोअर्स मधून खरेदी करण्याची आहे. एके काळी हा निर्णय शहाणपणाचा वाटत असे, परंतु आता तसे वाटत नाही. ब्रॅन्डेड स्टोअर्स मधील उत्पादने सारख्याच प्रतीची असतात - प्रत्यक्षात ते एकाच होलसेल स्रोताकडून येतात आणि वीस ते पन्नास टक्क्यांनी किंमत कमी असते. मटण, चिकन, फिश यांचा सेल कुठे चालू आहे का बघा! त्यामधून वाचणारा पैसा हा बऱ्यापैकी नक्कीच असतो. विशेषत: तुम्ही मोठ्या प्रमाणावर खरेदी करून ते फ्रीजरमध्ये ठेवता.

गॅसोलिन – जर तुमच्याकडे फेरारी नसेल तर सामान्य गॅसोलिन पेक्षा अन्य इंधन वापरण्यात काही मतलब नाही आणि जर तुमची स्वत:ची फेरारी असेल तर तर आता ती विकण्याची योग्य वेळ आहे.

डॉक्टरांनी लिहून दिलेली औषधे – तुम्हाला जी औषधे लिहून दिली गेली आहेत ती जेनेरिक फॉर्ममध्ये उपलब्ध आहेत किंवा नाहीत याची तुमच्या डॉक्टरांकडे किंवा केमिस्टकडे चौकशी करा. ब्रॅन्ड नेम आणि जेनेरिक फॉर्म यांच्या प्रतीमध्ये काहीही फरक नसतो, परंतु किंमतीमध्ये मात्र प्रचंड तफावत असते.

घर उबदार राखण्यासाठी – दिवसभरात आठ तासांसाठी घर उबदार राहावे म्हणून एक डिग्री थर्मोस्टॅट खाली आणा म्हणजे तुमचे हिवाळ्यातील बील पाच टक्क्याने कमी येईल.

मासिक बिले – कम्प्युटरवर वाचन करणे तुमच्यासाठी सोईचे व आनंददायी असेल तर तुमच्याकडे येणारी वृत्तपत्रे व मासिके यांचे पैसे भरणे बंद करून टाका आणि ते सर्व ऑनलाइन वाचा. तुम्हाला अधिक पर्यायसुद्धा उपलब्ध होतील. अलीकडे अनेक प्रकाशक त्यांच्या मुद्रित प्रत बंद करून संपूर्ण प्रकाशन इलेक्ट्रॉनिक करण्याच्या मार्गावर आहेत.

संशोधन असे दाखवते की, साठ टक्के अमेरिकन हे पैसा न पुरवण्याच्या विवंचनेत डुबलेले आहेत. काळजी करण्याऐवजी त्याविषयी काहीतरी करायला हवे. नुसता विचार करण्याऐवजी कृती करा, बचत करा, अनावश्यक खर्चांना कात्री लावा आणि संवर्धन करा. तुम्ही प्रत्यक्षात किती बचत करता हे महत्त्वाचे नाही; फक्त त्या मार्गावरचे प्रयत्नच तुमची दुर्बलतेची भावना झटकून टाकेल आणि आर्थिक प्रतिकूलतेमुळे जे दुष्परिणाम घडतात त्याला तुम्ही बळी पडणार नाही.

शांत राहा, सकारात्मक राहा

आर्थिक आव्हाने जेव्हा समोर उभी ठाकतात, लोक सर्वसामान्यपणे संभ्रमित होतात आणि समस्येमध्ये गुंतून पडतात. त्यांची ही प्रतिक्रिया आपण समजू शकतो. परंतु दुर्दैवाने या प्रतिक्रियेमुळे परिस्थिती अधिकच वाईट होते. जोपर्यंत तुमच्या बाह्य परिस्थितीमध्ये सुधारणा होत नाही आणि परिणामकारकरीत्या तुम्ही त्या वादळावर आरूढ होऊ शकत नाही तोपर्यंत अगदी शांत आणि सकारात्मक राहा आणि जर तुम्हाला असे वाटत असेल की, 'सांगणे सोपे असते पण प्रत्यक्ष कृती करणे तितकेच अवघड' तर बघू या आपण काय करू शकतो ते!

जेव्हा आपण शांत राहण्याचे अधिक परिणामकारक मार्ग कोणते याचा शोध घेतो तेव्हा 'अंतर्गत आणि बाह्य आयुष्य' या संज्ञा नीट समजून घ्या. अंतर्गत आयुष्य

म्हणजे आपल्या डोक्यात काय चालू आहे, मनात कोणते विचार चालू आहेत, आपल्या भावना आणि आपला दृष्टिकोन हे सर्व येते. तर बाह्य आयुष्य म्हणजे प्रत्यक्षात तुम्ही काय करता, तुमच्या कृती, तुमच्या प्रतिक्रिया आणि तुमची इतर वर्तणूक.

अंतर्गत आयुष्य

स्वत:शीच दयाळूपणे वागण्यापासून सुरुवात करा. कुणीच परिपूर्ण नसते. आपल्या सर्वच बाबी परिपूर्ण असतील हा हट्ट सोडा आणि इतरांकडूनही तशी मागणी करू नका. कोणत्याही दिवशी तुमच्या परीने तुम्ही उत्तम असणे हे पुरेसे असते. तुम्ही जर तुमच्या अपेक्षा कमी करण्याचा प्रयत्न केलात आणि अपरिपूर्णतेचा स्वीकार करून आनंदाने त्याच्यातही मौज शोधलीत तर तुम्हाला असा अनुभव येईल की तुमचा ताणतणाव कमी झाला आहे आणि तुमचे आयुष्य आणि तुमची नोकरी अधिक सुकर होते आहे.

तुमचे भिंग जरा बाजूला ठेवा, राईचा पर्वत करण्याने फक्त तुमची डोकेदुखी वाढेल. सर्व गोष्टी त्यांच्या योग्य जागेवरच ठेवण्याचा प्रयत्न करा. तुम्ही जर एखाद्या संकटाला तोंड देत असाल किंवा मनाच्या दोलायमान अवस्थेत असाल तेव्हा स्वत:ला प्रश्न विचारा, खरोखर हे तितकेसे महत्त्वाचे आहे का? तुम्हीच प्रश्नांना जितके अधिक मोठे बनवाल तितके ते सोडवणे अधिक जटिल होऊन बसेल.

चालढकल विनाश घडवते. आपल्या सर्वांनाच अशी सवय आहे की आपण शेवटच्या मिनिटापर्यंत गोष्टी हातातून जाऊ देत नाही. प्रामुख्याने जे लोक कामात खूप मग्न असतात आणि क्रियाशील आयुष्य जगतात त्यांच्या बाबतीत हे खरे असते. परंतु त्यांना त्यामुळे जो ताणतणाव येतो तो अपेक्षेपेक्षा खूप जास्त असतो. तुमचा वेळ आणि तुमचे शिक्षण यांचे व्यवस्थापन संपूर्ण जगाला एक नवीन उमेद देईल अशा कामासाठी करा.

बाह्य आयुष्य

खोल श्वास घ्या. अनेक लोक श्वासोच्छ्वास योग्य पद्धतीने करत नाहीत. ते वरवर, उथळपणे श्वास घेतात किंवा अजाणतेपणाने श्वास काही काळासाठी रोखून धरतात. असे करण्याने ते स्वत:च त्यांच्या निरोगी राहण्याची आणि विसावण्याची संधी घालवतात. तुमच्या श्वासोच्छ्वासाकडे लक्ष द्या. दिवसभरामध्ये थोड्या वेळासाठी तरी तुम्ही जे काम करत आहात ते थांबवून खोल श्वास घ्या. तुमची फुफ्फुसे हवेने

भरून घ्या आणि एक क्षणभरासाठी श्वास रोखून धरा; आता नाकाने उच्छ्वास सोडा. त्याचा परिणाम असा होईल की तुम्हाला शांत वाटेल आणि तुम्ही परिणामकारक काम करण्यास प्रेरीत व्हाल.

सगळ्यांशी हसून-खेळून राहा – अनेक लोकांसाठी इतर लोकांशी गप्पा गोष्टी करणे हा दररोजच्या दिनचर्येचा आनंददायी भाग असतो. 'जगा आणि जगू द्या' हा शांततामय सहचर्याचे गुपीत हेच आहे की तुमच्यामध्ये मंत्र ते प्रभावीपणे सुचित करतात असा समजूतदारपणा हवा की, आपल्या या छोट्याशा आयुष्यात आपण दुसऱ्याला बदलू शकत नाही. तुम्ही फक्त एवढेच करू शकता की तुम्ही त्यांना आहे तसे स्वीकारा आणि त्यांच्याशी शक्य तेवढ्या सुस्पष्टपणे संवाद साधा. ही गोष्ट लक्षात ठेवा की कुणीही समोरच्याचे मन वाचू शकत नाही.

व्यायाम करा – ही गोष्टसुद्धा चकित करणारी आहे की तुम्ही व्यायाम केला तर तुमच्या भावना शांत होण्यास त्याचा किती उपयोग होतो. तुम्ही बहुधा 'एन्डॉरफिन्स' या संप्रेरकाबद्दल ऐकले असेल, ही रसायने व्यायामाच्या दरम्यान मेंदूमधून स्त्रवतात आणि आपल्याला सुखद भावना देतात. आपण स्वतःची काळजी घेतल्यामुळे आपला स्व-आदर वाढतो आणि एन्डॉरफिन्स त्यासाठी मदत करतात. त्यासाठी अगदी दोन-दोन तास व्यायाम करण्याची गरज नाही किंवा मॅरेथॉनमध्ये भाग घेण्याची गरज नाही. साधे आपल्या घराच्या भोवताली जॉगिंग केले तरी तुमचा नकोसा वाटणारा ताणतणाव आणि राग यांच्यापासून तुमची मुक्तता होईल.

शांत झोप – आणखी एक शांततेचा मूलभूत स्त्रोत म्हणजे शांत निद्रा. वरवर पाहता हे तर खूप क्षुल्लक वाटते, परंतु झोपेचे महत्त्व जे लोक ताणतणावाखाली आहेत त्यांच्याकडून दुर्लक्षित होते. परंतु रात्रीच्या शांत झोपेमुळे जितकी ऊर्जा साठवली जाते व विचार सुस्पष्ट होतात तितके दुसऱ्या कशानेच होत नाही; शिवाय अपुऱ्या झोपेमळे तब्येतीवर आणि कामकाजावर जितके अनिष्ट परिणाम होतात तितके कशानेही होत नाही. झोपायला जाण्यापूर्वी कॅफेन आणि अल्कोहोल यांचे सेवन करू नये. झोपताना शांतवणारे पुस्तक वाचल्याने किंवा उबदार पाण्याने अंघोळ केल्याने रात्री शांत झोप लागते. त्याशिवाय आणखी असे की रात्रीची शांत झोपायची सवय लावून घेतली तर दुपारी झोपण्याची गरज वाटत नाही. तो वेळ कामासाठी वापरता येतो.

शांत राहिल्यास त्याचा परिणाम सकारात्मक राहण्यावर होतो, ज्याचे अंतर्गत आयुष्य आणि बाह्य आयुष्य असे भाग पडतात.

अंतर्गत आयुष्य

तुमची विचारसरणी तपासून पाहा, अनेक नकारात्मक विचार हे चुकीच्या विचारसरणीवर आधारलेले असतात. लोकांना भविष्यात काही तरी वाईट घडणार असाच विचार करण्याची सवय असते. म्हणूनच तुम्ही आत्ता ज्या परिस्थितीत आहात ती परिस्थिती सुस्पष्टपणे आणि तर्कशुद्धपणे त्यातील वास्तवासह तपासून पाहा. सहसा तुम्ही जर त्या विचारसरणीतील भावना वगळून टाकल्या तर तुम्हाला जे चित्र दिसेल ते अधिक वास्तववादी आणि आशादायी असेल.

वाईटच होणार असे चित्र रेखाटणे – पण तुमच्या या सवयीचासुद्धा तुम्ही सदुपयोग करून घेऊ शकता. तुमच्या मनाला प्राप्त परिस्थितीतून वाईटात वाईट काय होईल याची कल्पना करण्यास परवानगी देऊन टाका. त्या परिस्थितीला न घाबरता तपासून पाहा. त्यानंतर तुम्ही पुन्हा वास्तवात आलात की तुम्हाला असे वाटेल की अरे, आपण तर इतक्या कठीण प्रसंगाला तोंड दिले आहे; पण प्रत्यक्षात तर परिस्थिती इतकी वाईट नाही. या अनुभवामुळे तुम्ही संकटांना सुद्धा यशस्वीपणे तोंड देऊ शकाल.

सकारात्मक चित्रे रंगवा – आत्ताच तुम्ही तुमच्या कल्पनाशक्तीने वाईट चित्रे नजरेसमोर आणली. आता त्याच तुमच्या जादूई कल्पनाशक्तीने त्याच्या उलट चित्रे नजरेसमोर आणा. आता येणारी परिस्थिती कशी असेल— कल्पना करा की अगदी जसे तुम्हाला हवे तस्सेच छान-छान घडते आहे. त्यामध्ये तुम्हाला स्वत:ला पाहा. बघा, सगळे कसे सुरळीतपणे चालले आहे. त्या चित्रामध्ये शक्य तेवढे सगळे बारीक तपशील जोडा. सारे कसे अगदी खऱ्यासारखेच वागले पाहिजे. तुम्हाला जेव्हा कधी इच्छाच होईल तेव्हा हे करून पाहा. विशेषत: सर्वांत उत्तम वेळ तर झोपी जाण्यापूर्वीचीच असेल.

बाह्य आयुष्य

तुम्ही जे बोलता त्याचे काळजीपूर्वक निरीक्षण करा – तुम्ही जे संदेश पाठवता ते तुमचा मेंदू ऐकतो आणि त्यावर विश्वास ठेवतो. तुम्ही जे बोलता किंवा जो विचार करता भले ते कितीही हास्यास्पद किंवा अवास्तव असेल तरी तुमच्या मनाच्या कुठल्या तरी कोपऱ्यात ते तुम्हाला सत्यच वाटत असते. म्हणून ही एक चांगली कल्पना आहे की तुमच्या विचारांकडे व शब्दांकडे लक्ष द्या; जेव्हा तुमच्या नकारात्मक संदेशांच्या बाबतीत सजग असता तेव्हा त्यांचे सकारात्मक संदेशात रूपांतर करा. या गोष्टी सरावाने जमतील परंतु तुम्ही पुन्हा-पुन्हा तुमच्या विचारसरणीत

बदल करू शकता जिचा तुमच्या संपूर्ण आयुष्यावर प्रभाव पडेल.

तुमच्या भावनांकडे दुर्लक्ष करू नका – जेव्हा तुमच्या मनात नकारात्मक भावना येतात आणि ज्या तुम्ही दाबून ठेवता किंवा त्यांच्याकडे दुर्लक्ष करता तेव्हा त्या तुमच्या शरीरात घर करून राहातात आणि तुमचा दाबून ठेवलेला राग कधीतरी उफाळून येतो. या तुमच्या जाणिवा अजूनही भावनांनी भरून वाहत असतात आणि एखादे जड ओझे असल्यासारखे तुम्हाला ते सदोदित वाहून न्यावे लागते. अशा भावनांवर प्रक्रिया करण्याचा उत्तम उपाय किंवा त्यांच्याकडे जाणीवपूर्वक दुर्लक्ष करण्याचा उपाय हाच की असे कुणीतरी शोधा ज्यांच्याशी तुम्ही याविषयी बोलू शकाल, असे कुणीतरी ज्यांच्यावर तुमचा विश्वास असेल; एखादे मित्र-मैत्रिण, सहकारी किंवा नातेवाईक, अगदी एखादा समुपदेशकसुद्धा! परंतु स्वत:ला या ओझ्यातून मुक्त करा. नकारात्मक भावना मनामध्ये साचून ठेवणे हे तुमच्यासाठी चांगले नाही. त्यामुळे नक्कीच तुम्हाला अधिक पैसे मिळणार नाहीत.

स्वत:मध्ये गुंतवणूक करा

यशस्वी, श्रीमंत व्यावसायिकांचे एका गोष्टीवर एकमत असते ते म्हणजे असे की महाविद्यालयीन शिक्षणानंतर सुद्धा शिक्षण थांबत नाही. त्यांना हे माहीत असते की आज ते जिथे आहेत तिथे पोहोचण्यामागचे कारण हेच की, त्यांची स्वत:ची आपले ज्ञान विस्तारण्याची आणि स्वत:ला सुधारण्याची स्वत:शी असलेली बांधिलकी.

शिकणे ही नेहमीच व्यवसाय धंद्याला प्रोत्साहन देणारे असते. परंतु आर्थिक संघर्षाच्या काळात हे विशेष महत्त्वाचे असते; कंपन्यांचा विस्तार आक्रसला किंवा नोकऱ्या गेल्या आणि मालकवर्गाने त्यांच्या कामगारांबाबत कठीण धोरणे अवलंबिली की अशा वेळी त्यांच्या नोकऱ्या टिकण्यासाठी ही गुणवत्ता उपयोगी पडते.

हा काळ खूप जोखमीचा आणि अटीतटीच्या स्पर्धेचा असतो. अशा वेळी कंपनीला तुमची अधिक गरज वाटेल असे काहीतरी तुमच्यामध्ये असले पाहिजे. ही जोखीम कमी करण्याचा आणि तुमची किंमत वाढवण्याचा सर्वांत उत्तम उपाय हा की तुमच्या स्वत:मध्ये गुंतवणूक करा. याचा अर्थ असा की, नवीन कौशल्ये शिका. तुमच्या ओळखी अधिक चांगल्या लोकांशी वाढवा आणि तुमचे ज्ञान विस्तारा. हे यश संपादन करण्यासाठी तुम्हाला खूप उत्साहाने कार्यरत व्हावे लागेल. संधी तुम्हाला शोधत येईल अशी वाट पाहत बसू नका, तुम्ही संधीला शोधा.

तुमची स्वतःच्या कंपनी पासूनच सुरुवात करा

तुमच्या कंपनीमध्ये नक्कीच मानव संसाधन विभाग असेल. व्यावसायिक उत्कर्षासाठी काही योजना आखतात आणि आर्थिक पाठबळसुद्धा पुरवतात. बाहेर कुठे शिक्षण घेणे खूप महागडे ठरते त्यापेक्षा हे श्रेयस्कर आहे.

शिक्षण चालू ठेवा

तुमच्या मॅनेजरला तुम्हाला असा एखादा प्रकल्प तुम्हाला द्यावासा वाटेल की ज्यामुळे तुमचाही फायदा होईल व त्यांचाही. तुमच्या कंपनीला अशी विनंती करा की तुमच्या पुढील शिक्षणाचा त्यांनी खर्च करावा. परंतु त्यासाठी तुम्हाला कंपनीला हे निःसंशयपणे पटवून द्यावे लागेल की तुमचे हे शिक्षण कंपनीच्या कसे फायद्यासाठी आहे आणि हे करणे तसे फारसे अवघड नाही. कंपनीला सुद्धा असे खर्च करणे तोट्याचे नसते कारण त्यामुळे त्यांना करांमध्ये सवलत मिळते. फक्त तुमची ही योजना सुचवण्यापूर्वी तुमच्या योजनेची शहानिशा करून घ्या.

तुम्हाला कदाचित पुढील अभ्यासासाठी कामातून वेळ काढणे शक्य होणार नसेल. तर यापैकी बऱ्याच गोष्टी तुम्ही ऑनलाइनसुद्धा करू शकता. थोडा खर्च होईल परंतु तुम्ही तुमच्या कंपनीला असे पटवू शकता की पुढील शिक्षण हे तुलनेने पूर्वीपेक्षा कमी पैशात मिळू शकते आणि ते अधिक फायदेशीर ठरते.

नेटवर्किंग

तुमच्या स्वतःच्या आणि कंपनीच्या फायद्यासाठी आता तुम्ही अधिक लोकांपर्यंत वेगवेगळ्या मार्गांनी पोहोचू शकता.

- ***व्यावसायिक भेटीगाठींचे प्रसंग*** – बड्या कंपन्या सातत्याने अनेक सेमिनार्स आणि कॉन्फरन्स आयोजित करतात. परंतु तुमच्या भागातील असे एखादे छोटेसे सेमिनार तुम्हाला खूप काही शिकवून जाते. त्यांच्याबद्दल माहिती मिळवत राहा.
- ***स्थानिक चेंबर ऑफ कॉमर्सची मीटिंग*** – व्यावसायिक दृष्टीने फायदेशीर ठरणाऱ्या भेटीगाठी आणि तुमच्या कंपनीसाठी काही नवीन धोरणे ठरवण्यासाठी याचा उपयोग होतो. सहसा यासाठी काही खर्च करावा लागत नाही.
- ***खास हेतूने घडवलेली संमेलने*** – तुमच्या स्वतःच्या शहरात असे विशिष्ट हेतूने घडवून आणलेली 'व्हेंचर-कॅपिटॉल फोरम्स' ही तुम्हाला वाटते त्यापेक्षा अधिक फायदेशीर ठरतात.

- ***बिझिनेस लंच –*** तुमच्या कंपनीला अशा प्रकारची अनौपचारिक बिझिनेस लंच बद्दल माहिती असेल, जे आजकाल फारच सर्वत्र झाले आहेत. तुम्हाला काय करायचे आहे तर फक्त त्याबद्दल विचारायचे आहे. यामुळे तुम्हाला ऑफीसच्या औपचारिक वातावरणापासून निदान दोन तास तरी दूर राहायला मिळते.

वैयक्तिक स्व-उन्नती

स्वत:मध्ये सुधारणा करण्याचा सर्वांत कमी खर्चाचा मार्ग म्हणजे विस्मृतीच्या गर्तेत चाललेली वाचनकला. तुमच्या सवडीने तुम्ही कधीही वाचन करू शकता, ते कमालीचे स्वस्त आहे आणि तुम्हाला तुमच्या पुस्तकाला भिंतीत प्लग सुद्धा करावे लागत नाही.

म्हणून चला, आपण तुमच्या शहरातील वाचनालयात किंवा ग्रंथभांडारात जाऊ. पुस्तके चाळण्यासाठी थोडा वेळ काढा. तुम्ही हे पाहून चकीत व्हाल की तुमच्या रुचीच्या विषयांबद्दल सुद्धा किती काय-काय लिहिले गेले आहे. दर महिन्याला किमान एक तरी पुस्तक वाचीन असे स्वत:ला वचन द्या. पुस्तक निवडीसाठी तुम्ही 'न्यू यार्क टाइम्स बेस्ट सेलर' ची यादी वाचून काय घ्यायचे ते ठरवू शकता. दर रविवारी येणाऱ्या पुस्तक-परिचय किंवा पुस्तक-परीक्षण हे रकाने वाचत चला; तुम्हाला तुमच्यासाठी फायदेशीर ठरणारी किती पुस्तके आहेत हे कळल्यावर अचंबा वाटेल.

तुमचे भविष्य सुरक्षित ठेवण्यासाठी स्वत:मधील गुंतवणूक खूप फायद्याची ठरेल. कबूल आहे की तुमचा फावला वेळ आणि ऊर्जा यांच्यावर ते कब्जा करतील. परंतु कशाला प्राधान्य द्यायचे हे तुम्हाला समजले पाहिजे. त्यामुळे तुम्हाला नवीन लोकांना भेटायला मिळेल, नवीन मित्र भेटतील आणि तुम्ही काही तरी शिकाल. हा एक उत्तम सौदा आहे.

मदत मिळवा

आर्थिक समस्यांपासून बचाव करण्यासाठी मदत मिळावी म्हणून अनेक स्रोत उपलब्ध आहेत आणि जेव्हा अशी गंभीर स्थिती उद्‌भवते तेव्हा काय करायचे या विषयीचे मार्गदर्शनही मिळते. अर्थातच मित्रमंडळी आणि कौटुंबिक सदस्य ही आपली पहिली निवड असणार आहे. पण तुमच्या आर्थिक अडचणी तुमच्या नातेवाइकांना आणि मित्रमंडळींना सांगाव्यात असे तुम्हाला वाटत नाही. खरे तर असे का घडते हा एक गहन प्रश्न आहे, परंतु आपल्याकडे त्याला उत्तर नाही. त्या

ऐवजी आपण आर्थिक प्रश्न सोडवण्यासाठी बाहेरून मदत घेतो.

आर्थिक किंवा वित्त सल्लागार

तुमच्या पैशांचे नियोजन करून देणारे तुमचे वैयक्तिक वित्त सल्लागार असतात; तुमच्यासाठी स्थावर-गुंतवणुकीचे नियोजन करणारे, तुमच्या आर्थिक करांविषयी आणि काही वेळेस कर्जाविषयीचे नियोजनसुद्धा ते करतात. परंतु अनेकदा तुमचे वित्त सल्लागार तुमच्या कठीण परिस्थितीचे व्यवस्थापन करत नाहीत. ते अधिक श्रीमंत पक्षकारांच्या कामात दंग असतात. बरेचदा असे घडते की ते त्यांच्या पक्षकाराच्या फक्त आर्थिक परिस्थितीचे मोजमाप करतात असे नाही, तर ते त्यांच्या गळ्यात एखादी गुंतवणूकसुद्धा मारतात. त्यामध्ये चुकीचे किंवा अनैतिक असे काही नाही, परंतु त्यामुळे फक्त ठरावीक वर्गाच्या गरजा भागतात, इतरांच्या नाही. बरेचदा वित्त सल्लागाराबरोबरची एखादी भेट सुद्धा खूप खर्चिक असते.

प्रशिक्षण

अनेक लोकांना वैयक्तिक आर्थिक प्रशिक्षक असावा या गोष्टीचे आकर्षण असते. हे जे कोच असतात त्यांचे पक्षकार काही नेहमीच उच्च आर्थिक गटातील नसतात आणि कोच सर्वसाधारणपणे गुंतवणुकीच्या बाबींची जाहीरात करत नाहीत. वैयक्तिक आर्थिक प्रशिक्षकांची प्रमाणित संघटना नाही किंवा वैयक्तिक आर्थिक नियोजक सुसंघटित नाहीत. या कारणासाठीच तुमच्या गरजा आणि अपेक्षा या सुस्पष्टपणे व्यक्त करणे आणि तुम्ही ज्या प्रशिक्षकाची नेमणूक केली आहे त्याची गुणवत्ता काळजीपूर्वक तपासून पाहिली पाहिजे.

उत्तम प्रशिक्षकाकडे जी गुणवैशिष्ट्ये लागतात ती व्यावसायिक वित्त सल्लागारापेक्षा वेगळी असतात. इथे प्रशिक्षकाची काही कौशल्ये देत आहोत. तुम्हाला अशा प्रशिक्षकाची गरज पडण्यापूर्वीच तुमच्या पैशांचे व्यवस्थापन योग्य होण्यासाठी तुम्हाला ते समजले पाहिजे.

लक्षपूर्वक ऐकणे – प्रशिक्षकासाठी प्रत्यक्षात बोलण्यापेक्षा लक्षपूर्वक ऐकणे हे जास्त महत्वाचे असते. आपल्या बोलण्याकडे संपूर्णपणे लक्ष पुरवले जात आहे हे जाणवल्यावर लोकांची भीती कमी होते; त्यांच्या प्रश्नांकडे वस्तुनिष्ठपणे पाहिल्यास आणि त्यांच्याकडे संपूर्ण लक्ष देऊन त्यांना भरभक्कम आधार दिल्यास लोकांना मदत होते. याचा परिणाम असा होतो की, पक्षकारांच्या मनात अंत:प्रेरणेने असे प्रश्न

निर्माण होतात ज्यामुळे प्रत्यक्षात काय घडते आहे ते त्यांना समजते. सध्या सुरू असलेल्या कोणत्याही आर्थिक व्यवस्थेबाबत बोलण्याआधी तुम्हाला हे जाणवले पाहिजे की तुमचा प्रशिक्षक उत्तम श्रोता आहे. जर श्रवणकौशल्य नसेल तर काहीच होऊ शकत नाही.

संवाद कौशल्य – प्रशिक्षण ही दुहेरी प्रक्रिया आहे. जसे लक्षपूर्वक ऐकणे हे खूप महत्त्वाचे असते तितकेच बोलण्याचा अर्थ लावणे आणि त्याची प्रत्त्युत्तरे अशा प्रकारे देणे ज्यामुळे अडथळे, पूर्वग्रह आणि नकारात्मकता दूर होईल. सुसंवादामुळे दोन्ही पक्षाकडे विश्वास आणि अर्थपूर्ण सामंजस्य प्रस्थापित होईल.

भावना आणि अर्थ या दोन्ही गोष्टी प्रशिक्षक संवादाद्वारे पोहोचवू शकतात, त्याच बरोबर त्यामध्ये समाविष्ट असलेल्या गोष्टीही सांगू शकतात. त्यामध्ये खूप मोठा फरक आहे. एखाद्या प्रशिक्षकासाठी वैयक्तिक पार्श्वभूमी बाजूला ठेवून, कशानेही प्रभावित न होऊन, न्यायनिवाडा करणे आवश्यक असते, विशेषत: जेव्हा तुम्हाला लोकांच्या चिंता, आशा आणि स्वप्ने यांच्याविषयी सल्लामसलत करायची असते.

चांगले प्रशिक्षक ते असतात जे संवादाद्वारे पक्षकारांना उत्तरे देत नाहीत तर त्यांना स्वत:लाच उत्तरे शोधण्यासाठी मदत करतात.

उत्तम नातेसंबंध जपणे – प्रशिक्षणार्थी लोकांबरोबर नातेसंबंध उत्तम रीतीने जपण्याची क्षमता जबरदस्त असली पाहिजे. सर्वसाधारणपणे ही क्षमता लोकांना मदत करण्याच्या तीव्र इच्छेतूनच उदयाला येते. प्रशिक्षणाच्या दरम्यान अशा प्रकारचे लोकांबरोबरचे जिव्हाळ्याचे संबंध जपणे अधिक सोपे होते. कारण त्या प्रशिक्षकाचे सर्व लक्ष फक्त त्या पक्षकारावरच केंद्रित झालेले असते. जेव्हा प्रशिक्षक एखाद्या व्यक्तीला अशा प्रकारे आधार देतो तेव्हा साहजिकच त्यांच्यामध्ये जिव्हाळ्याचे संबंध प्रस्थापित होतात.

चालना देणे आणि स्फूर्ती देणे – प्रशिक्षक लोकांना प्रेरित करतात. हे करण्याची क्षमता खरे तर आपल्या सर्वांमध्येच असते. दुसऱ्याला मदत करणे आणि आधार देणे हे उपजतच असते. जे लोक इतरांना मदत करण्यास सदैव तयार असतात ते लोक इतरांना स्फूर्ती देऊ शकतात, प्रेरित करू शकतात. जेव्हा लोकांना अशा प्रकारचे प्रशिक्षणाचे विशेष लक्ष मिळते आणि प्रशिक्षक त्यांच्या भल्यासाठी आणि विकासासाठी प्रयत्न करतो त्यातूनच चालना मिळते.

आपल्या जवळील सर्व देणे किंवा निदान काहीतरी देणे

तुम्ही या प्रकरणातून कोणती गोष्ट शिकली असाल तर ती म्हणजे 'पैसे काही आयुष्याचे साध्य नव्हे,' पैसे महत्त्वाचे आहेतच पण ते केवळ साधन म्हणून, मात्र हे साध्य ठरवणारे तुम्हीच आहात. काही लोकांचा पैसे कमावण्याचा मुख्य उद्देश हा असतो की, आपल्या मुलाबाळांसाठी संपत्ती राखायची. त्यामागचा त्यांचा युक्तिवाद हा असतो की, 'मी ज्या यातनांमधून गेलो आहे त्या यातना माझ्या मुलांना भोगायला लागू नयेत.' तर काही लोकांची अशी इच्छा असते की आपली मालमत्ता कराच्या स्वरूपात सरकारच्या घशात जाऊ नये. आपण आपल्या पैशाचे काय करू शकतो यापेक्षा संधी मिळाल्यास ते पैसे ऐऱ्यागैऱ्याच्या ताब्यात जाणार नाहीत ना याची त्यांना चिंता असते. तिसऱ्या प्रकारचे लोक पैशाकडे यापेक्षा वेगळ्या दृष्टिकोनातून पाहतात. काही श्रीमंत लोकांना असे वाटते की त्यांची संपूर्ण संपत्ती त्यांच्या वारसांनी उपभोगू नये; त्यामागे त्यांची अंधश्रद्धा अशी असते की त्यांना असे पैसे पचायचे नाहीत. त्यांनी त्यांच्या कष्टाचे खावे; स्वतः घाम गाळून कमावलेला पैसाच त्यांना सुख देईल.

अशी विचारप्रणाली असणारी सुप्रसिद्ध व्यक्ती म्हणजे वॉरेन बफे, स्टॉक मार्केटचा बादशाहा, जगातील सर्वांत श्रीमंत व्यक्तींपैकी एक. खरे तर बफेसुद्धा कर कमी असावेत याच विचारांचा पुरस्कर्ता होता परंतु त्याला एक अपवाद आहे. 'वारसा कर' शंभर टक्के असावा असे त्याला वाटत होते, तरच प्रत्येक व्यक्ती स्वतःच्या बाहूंमधील सामर्थ्य आजमवण्याचा प्रयत्न करेल. मग त्याच्या वाडवडिलांनी काय केले ही गोष्ट दुय्यम ठरेल. या प्रणालीमुळे प्रत्येक जणच कामाला लागेल आणि संपूर्ण समाजच लाभार्थी ठरेल. तो असे सांगत नाही की वारसांना त्यांच्या संपत्तीमधून पूर्णपणे बेदखल करावे. परंतु तो या मतावर ठाम होता की त्यांच्या उपभोगाला काही मर्यादा असाव्या. अनेकदा त्याने हे सांगितले आहे की गर्भश्रीमंत पालकांनी आपल्या मुलांसाठी आवश्यकतेनुसार संपत्ती जरूर ठेवावी, परंतु ते आयतोबा होतील इतकी संपत्ती मात्र ठेवू नये. त्याने स्वतः सुद्धा बिल आणि मेलिंडा गेट्स फाउंडेशनला एकतीस अब्ज डॉलर्स दान केले आहेत. इतकी मोठी रक्कम जी कायमस्वरूपी त्याच्या कुटुंबाकडे परत कधीही येऊ शकणार नाही. वॉरेन बफेने 'सांपत्तिक वारसा' संबंधी बुद्धिवंतांमध्ये काही मतभेद निर्माण केले आहेत. तुमची मुले, नातवंडे, पतवंडे बिघडू नयेत म्हणून त्यांच्यावर काही मर्यादा घालणे योग्य की त्यांच्या कर्तृत्वावर विश्वास दाखवत त्यांनाही काहीतरी भव्य-दिव्य उभारण्याची संधी देणे योग्य? शेवटी निर्णय तुमचाच आहे. प्रत्यक्षात वॉरेन बफेने व्यवहारात कोणती प्रणाली अवलंबली याचे अनेक अहवाल सादर झाले आहेत. तुम्ही तुमच्या

संपत्ती विषयी कोणता निर्णय घ्यायचा— जसे की एखादी संस्था स्थापन करायची, की सेकंड होमसाठी पैसे साठवायचे, की त्याचा विनियोग मुलांच्या शिक्षणासाठी करायचा हे तुम्ही ठरवायचं.

पहिली गोष्ट तर ही लक्षात घ्या की आर्थिक नियोजनाविषयी तुमचे विचार काय आहेत? आपली आर्थिक ध्येये ठरवणे हे एखादी ट्रीप आखण्यापेक्षा वेगळे काही नाही. तुम्ही तुमच्या पैशाच्या साहाय्याने कुठेतरी पोहोचू इच्छिता, तुमच्या विशिष्ट ध्येयापर्यंत तुम्ही पोहोचू शकता - आणि तुम्हाला तुमचे ध्येय माहीत असणे याचाच अर्थ तुम्हाला तुमच्या व्यवस्थापनाबद्दल सारे काही समजते. कुठे पोहोचायचे आहे हे तुम्हाला समजणार नाही आणि मग वाटेत येणाऱ्या संकटांवर मात कशी करायची हेसुद्धा तुम्हाला समजणार नाही. खरे सांगायचे तर संकटे कशाला म्हणायचे हेही तुम्हाला समजणार नाही.

दुसरे असे की तुम्हाला ज्या इच्छित ठिकाणी पोहोचायचे आहे तिथे जायला किती वेळ लागतो हे तुम्हाला माहीत हवे. तुम्ही तो वेळ ज्याप्रमाणे ठरवाल त्यावरून तिथे पोहोचण्याची किती निकड आहे हे ठरेल. हेसुद्धा एखादी ट्रीप आखण्यासारखेच आहे. एकदा तुम्हाला समजले की तुम्हाला किती दूर जायचे आहे तर तुमच्या हातात जो वेळ आहे तो कसा वापरायचा ते तुम्हाला समजेल आणि तुम्ही निवांत असाल. तुम्हाला तुमच्या हाती असलेला वेळ वाढवावा लागेल किंवा तुम्हाला तुमच्या ध्येयाबरोबर वेळेची मर्यादा पाळण्यासाठी काही तडजोडी कराव्या लागतील.

वेळ हा गुंतवणुकीबाबतचा एक मोठा घटक आहे. तुमच्या नियोजनाच्या संदर्भात तुमच्या हातातील वेळ आणि तुमचे ध्येय यांच्यामधील नाते महत्त्वाची भूमिका बजावते. जर पाचशे कि.मी. जाण्यासाठी तुमच्या हातात पाच तास असतील तर तुम्ही तुमची ट्रीप वेगळ्या प्रकारे आखाल आणि जर पाच तासात तुम्हाला त्याच्या १:१० अंतर म्हणजेच पन्नास कि.मी. कापायचे असेल तर तुमची ट्रीप वेगळी असेल. पैशांच्या बाबतीतही नेमके हेच घडते. तुम्हाला हे माहीत असायला हवे की कोणत्या चौकटीत राहून तुम्हाला कुठपर्यंत पोहोचायचे आहे. आपल्या इच्छित स्थळी पोहोचण्याचा तो एक बुद्धिमान मार्ग आहे.

तिसरा मुद्दा असा आहे की, तुमच्या आर्थिक जीवनात आत्ता सध्या तुम्ही कुठे आहात? आत्ता या क्षणाला तुम्ही तुमच्या ध्येयाप्रती किती पैसे गुंतवू शकता? तुमची सुरुवात तुम्ही कुठून करणार आहात? त्या प्रश्नांची उत्तरे दोन भागात देता येतील. तुमच्या मालमत्तेची एकूण रक्कम वजा तुम्हाला कर्जापोटी परतफेड करायची रक्कम आणि दर महिन्याला तुमच्याकडे येणारी रोख रक्कम म्हणजे तुमचे मासिक उत्पन्न व तुमचा मासिक खर्च, हे म्हणजे तुमच्या आयुष्यात येणारा पैसा

आणि खर्च होणारा पैसा यांचा स्नॅपशॉटच असेल. जेव्हा ही माहिती तुमच्या मनात सुस्पष्ट असेल तेव्हाच तुम्ही तुमचे निर्णय घेऊ शकता. उदा. तुम्हाला जर दोन लाख डॉलर्सची संपत्ती जमवायची असेल तर ते ध्येय गाठण्यासाठी आत्ता या क्षणाला तुम्ही किती पैसे बाजूला काढू शकता? तुमच्याकडे आत्ता पंचवीस हजार डॉलर्स निवृत्तीसाठी असतील आणि पंधरा हजार डॉलर्स तुमच्या खात्यात जमा असतील, परंतु तुम्हाला तुमच्या निवृत्तीसाठीच्या पैशांना हात लावायचा नाही, तर तुम्ही तुमच्या बचत खात्यातील पैसे तुमच्या ध्येयासाठी गुंतवू शकता. जे तुमच्या मुलांच्या कामी येतील.

चौथा आणि शेवटचा मुद्दा म्हणजे दिलेल्या वेळेत तुमची ध्येये साध्य करण्यासाठी तुम्ही कोणती आर्थिक साधने वापरणार आहात. जेव्हा तुम्ही ट्रीप आखता तेव्हा तुम्हाला किती दूर प्रवास करायचा आहे आणि त्यासाठी किती वेळ लागणार आहे हे तुम्हाला माहीत असते. त्याप्रमाणेच तुम्ही तुमचे वाहन आणि मार्ग निवडता. गुंतवणूक व मालमत्तेविषयीचे तुमचे निर्णय सुद्धा तितकेच सुस्पष्ट असायला हवे. तुमची तुमच्या संपत्तीविषयी ध्येये तयार असली पाहिजेत आणि तुम्हाला तिथे पोहोचवणाऱ्या वाहनांची माहिती तुमच्याकडे असली पाहिजे.

तुमच्यामागे संपत्तीचा वारसा सोडून जाण्याच्या नियोजनाविषयी खूप काही सांगता येईल. तसेच पैसा आणि दर्जा या विषयी सुद्धा बोलण्यासारखे खूप आहे. १७ व्या प्रकरणात दर्जेदार जीवनशैली आत्मसात करून आरामदायी आयुष्य कसे जगावे हे आम्ही सांगणार आहोत. आरामदायी आयुष्य फक्त बाह्यत: नव्हे तर तुमच्या अंतरंगातसुद्धा!

१७

चिंता सोडा, दर्जेदार बना

गेल्या अनेक वर्षांपासून ध्येय निश्चित करण्याविषयी खूप काही लिहिले गेले आहे. जवळपास प्रत्येक व्यक्तिमत्त्व विकासाच्या पुस्तकामध्ये या विषयावर एक स्वतंत्र प्रकरण असते. त्यामागे एक कारण आहे. लोकांना ध्येय निश्चित करणे किती महत्त्वाचे आहे हे समजते आणि त्यांना ते योग्य पद्धतीने करायचे असते. मग आपले अंतिम ध्येय ही एक दर्जेदार कृती असावी आणि आपण अविस्मरणीय व्यक्ती म्हणून लोकांच्या लक्षात राहावे यासाठी आपली ध्येय निश्चिती आणि त्याची परिपूर्णता यशस्वीपणे करण्यासाठी कोणत्या गोष्टींवर अधिक लक्ष देणे गरजेचे आहे ते आपण पाहू.

वैयक्तिक किंवा व्यावसायिक ध्येय निश्चिती ही मुळातच यशदायी गोष्ट आहे. तथापि ध्येय म्हटले की जोखीम आलीच! जर तुम्ही जबाबदारींकडे पाठ फिरवली किंवा त्यांच्यात तडजोड करून हेतू साध्य करण्याचा प्रयत्न केलात तर त्याची फार मोठी किंमत मोजावी लागेल.

याशिवाय आणखी महत्वाची गोष्ट अशी सांगायची की तुमची ध्येये इतकी पण उच्च असू नयेत की तिथे पोहोचणे दुरापास्त होईल किंवा ती इतकीही हीन असू नये की ज्यातून काहीच साध्य होणार नाही.

सुरुवातीपासूनच शेवटाकडे पाहा – जेव्हा तुमच्या हातात ओक वृक्षाचे फळ असते तेव्हा तुमच्या दृष्टिसमोर ओक वृक्ष येतो का? ते संयुक्तिकसुद्धा नाही. परंतु तुम्हीही जाणता की हे घडू शकते. जेव्हा एखाद्या पेपर नॅपकिनच्या मागे तुम्ही तुमची नवीन कल्पना लिहिता तेव्हा तुमच्या नजरेसमोर कोट्यावधी रुपयांच्या कंपनीचे चित्र

येते का? हो, हेसुद्धा घडू शकते पण ते सर्वस्वी तुमच्यावर अवलंबून आहे. अनेक लोकांच्या नॅपकिनच्या मागे लिहिलेले शब्द हवेत विरून जातात. तसेच प्रत्येक ओक वृक्षाच्या फळांच्या बियांमधून ओक वृक्षाची निर्मिती होत नाही. अनेक लोकांच्या नॅपकिन्सच्या मागील बाजूस लिहिलेल्या कल्पना फोल ठरतात. प्रत्येक ओकचे फळ वृक्ष बनू शकत नाही.

काही पुस्तकांमध्ये काही संज्ञांची गल्लत केली जाते. जसे की ध्येय आणि स्वप्न या दोन वेगळ्या गोष्टी आहेत. ध्येये जी असतात ती वास्तवतेला धरून असतात. ती साध्य करण्याजोगी असतात. कागदावरून प्रत्यक्षात उतरवणे शक्य असते. स्वप्नांनासुद्धा निश्चितच त्यांचे स्थान असते. तुमच्यातील द्रष्टेपणाची ताकद नक्कीच तुमचे आयुष्य बदलवून टाकेल. परंतु तुमचा संपूर्ण दिवस विनाकारणच यूएस ओपन टेनिसची मॅच जिंकण्याच्या आशेने वाट पाहत घालवू नका. अर्थात तुम्हाला जर कधी कुणी सांगितले असेल की ते काहीतरी खास आहे तर गोष्ट वेगळी.

तुमच्या ध्येय निश्चितीतून तुम्हाला वास्तवात काही चांगली फळे मिळत आहेत असे तुमच्या नजरेसमोर आले, मानसिक पातळीवर तुम्ही राहत असलेल्या जगात तुमची ध्येये पूर्ण होत आहेत असे तुम्हाला दिसले तर निश्चितच तुमच्या ध्येय निश्चितीच्या टप्प्यात तुम्ही महत्त्वाच्या पायरीवर आहात. तुमच्या अंतरंगातील हा सिनेमा नक्कीच खूप मोलाचा आहे. हा सिनेमा विनोदी असू शकेल परंतु ती कार्टून फिल्म मात्र नक्कीच नसेल.

तुम्ही प्रत्यक्षात कोणती पावले उचलणार आहात त्याची यादी करा – अशी यादी करणे ही तुम्हाला तुमच्या स्वप्नाळू जगतातून वास्तव जगतात आणणारे पुढचे पाऊल ठरेल. या दृष्टीमुळे तुम्हाला नेमक्या कोणत्या गोष्टी करणे गरजेचे आहे आणि कोणत्या गोष्टी निरुपयोगी आहेत याचे स्पष्ट चित्र समोर येईल. काही लोक असे असतील की बाजारात नवीन करीअर घडवण्यासाठी वेबसाइट शोधतील आणि स्वत:चा बायोडाटा त्यावर देतील. जसजशी तुमची यादी वाढत जाईल त्या वेळी ही जाणीव असू द्या की तुम्हाला फक्त नवीन नोकरी हवी आहे. एवढे म्हणणे पुरेसे नाही. जेव्हा तुम्ही एखादे ध्येय निश्चित करता तेव्हा तुम्हाला नेमके कुठे जाऊन पोहोचायचे आहे हे तुम्ही निश्चित करायचे असते. फक्त प्राप्त परिस्थितीतून बाहेर कसे पडायचे नाही. केवळ सहा महिन्यात मला नवीन नोकरी हवी आहे, असे लिहिणे म्हणजे अतिशय त्रोटक आहे. असे केल्याने कदाचित तुम्हाला मिळणारी नोकरी ही सध्यापेक्षाही अधिक वाईट असेल. अशा वेळी तुमची ध्येयपूर्ती झाली असे तरी कसे म्हणणार? जर हीच यादी तुम्ही अधिक काळजीपूर्वक केलीत तर तुम्हाला

नेमके काय हवे आहे यावर प्रकाश पडेल आणि ती गोष्ट मिळवण्याच्या मार्गातील ती पुढची पायरी असेल.

तुमच्या मार्गातील अडथळे ओळखा आणि त्याप्रमाणे नियोजन करा – तुमच्या ध्येयपूर्तीच्या मार्गात येणारे अडथळे हे विविध प्रकारचे आणि विविध आकारांचे असू शकतात. ते तुमचे इरादे डळमळीत करतात परंतु तुम्ही त्यांच्यावर मात करून पुढे जात राहिलात तर ते निष्प्रभ होतात. याचा अर्थ असा नव्हे की तुम्ही फक्त अशाच एखाद्या गोष्टीवर लक्ष केंद्रित करायचे जी तुमच्या विरोधात आहे. आयुष्यात अनेक विस्मयजनक घटना घडत असतात आणि त्यापैकी काही अडथळे अटळ असतात. परंतु तुम्ही इतके शहाणपणाने वागले पाहिजे की या समस्यांशी लढताना तुम्ही तुमच्या ध्येयापासून दूर जाऊन कोलमडून पडाल.

उदाहरणार्थ तुम्ही जर घरासाठी पैसे साठवत असाल तर अनपेक्षित येणारे आर्थिक संकट तुमचे नैतिक धैर्य धोक्यात आणेल. म्हणून अनपेक्षित गोष्टींचीसुद्धा अपेक्षा ठेवा. अणीबाणीच्या प्रसंगासाठी एक खास निधी असू द्या. प्रत्येक महिन्याला त्या खात्यात पैसे टाकत राहा. मग ती बऱ्यापैकी जमलेली रक्कम अडीअडचणीच्या काळात तुम्हाला दिलासा देईल.

तुमच्या प्रगतीचा मागोवा घ्या – एक नोंदवही ठेवा आणि तुमच्या ध्येयाप्रती तुम्ही मिळवत असलेल्या यशाची त्यात नोंद ठेवा. संगणकावर फाइल बनवा किवा हार्ड कॉपी बनवा. ती वारंवार अद्ययावत करा, अनेकदा किंवा आठवड्यातून एकदा तरी! याच वहीमध्ये तुमच्या विशेष नोंदी करा किंवा तुमच्या ध्येयातील प्रसंगानुरूप बदल नोंदवा आणि तुमच्या छोट्या-छोट्या विजयाची पण नोंद करा ज्यायोगे तुमची ही वही तुम्हाला पदोपदी प्रेरणा देत राहील. विशेषत: जेव्हा तुम्ही तुमच्या ध्येयापासून विचलित व्हाल तेव्हा ती तुम्हाला प्रोत्साहन देईल की तुम्ही आता तुमच्या ध्येयाजवळ येऊन पोचला आहात. तुम्हाला अविस्मरणीय व्यक्ती बनायचे असल्यास ध्येय निश्चित करणे आणि ध्येयपूर्ती करणे या दोन मूलभूत गोष्टी करायला हव्या आणि त्या अव्याहतपणे चालूच राहाणार आहेत. जरी तुमची सध्याची ध्येये पूर्ण झाली असली तरी तुम्ही केवळ त्यातच समाधान मानायला नको. खाली तुम्हाला नवीन संधी ओळखण्याच्या आणि तुमच्या आखण्याच्या काही युक्त्या सुचवत आहोत.

नवीन संधी शोधण्याची नित्य गरज असते हे ओळखा – बहुतांश लोक जेव्हा त्यांच्या आयुष्यात पाठीमागे डोकावून पाहतात तेव्हा त्यांच्या लक्षात येते की काही

क्षण असे आले होते की संधी त्यांचा दरवाजा ठोठावत होती परंतु ते त्यांना कळलेच नाही. ठीक आहे. प्रत्येकाच्याच आयुष्यात हे घडते, परंतु निदान याच्यापुढे तरी तुमच्या आयुष्यात असे घडायला नको. तुमची खात्री आहे का, आज जर ही संधी तुम्हाला शोधत आली तर तुम्ही ती कशी ओळखाल? बरेचसे लोक त्यांचा वेळ ॲटोमॅटीक पायलटवर घालवतात म्हणजे 'असेल माझा हरी तर देईल खाटल्यावरी'. त्यांची मने त्या संधीचे स्वागत करण्यास उत्सुक नसतात. जे त्या संधीचा स्वीकार करण्यास उत्सुक असतात त्यांचे भाग्य नक्कीच फळफळते.

नवीन संधी ओळखण्याची पहिली पायरी म्हणजे तुमच्या वैयक्तिक जीवनात किंवा करीअरमध्ये सध्या आहे त्यापेक्षा वेगळे काही केल्यास अधिक चांगले काही घडू शकेल का? हे मान्य करण्यासाठीसुद्धा तुमचा तसा दर्जा असावा लागतो. तुम्ही ते सत्य कबूल करण्यासाठी स्वत:शी प्रामाणिक असावे लागता की तुम्ही आयुष्यात आत्तापर्यंत जी कामे केली त्यांच्यात अधिक सुधारणा केल्यास तुम्हाला फायदा होऊ शकतो; आणि अशा संधी शोधल्या की त्याच तुम्हाला ध्येयपूर्तीकडे नेतील.

इतरांकडून स्फूर्ती घ्या – इतर स्त्री-पुरुषांनी नवीन संधी कोणत्या परिस्थितीत शोधून काढल्या याबद्दल स्वत:ला प्रशिक्षित करा. प्रत्येक महान पराक्रमामागे – मग तो आयझॅक न्यूटन असू दे किंवा बिल गेट्स असू दे – प्रचंड परिश्रम, सद्‌भाग्य आणि लोकांनी ज्या चुका केल्या त्या जाणून घेऊन त्यापासून आपण कोणता धडा शिकायचा याबद्दलच्या त्या सुरस कथा असतात.

आपल्या कम्फर्ट झोन मधून बाहेर पडा – तुम्ही जिथे आहात तिथेच राहिलात तर नव्या संधी तुमच्या आसपास फिरकणेही अशक्य असते. भीती, टाळाटाळ किंवा अनौत्सुक्य हे सर्व संधीचे शत्रू आहेत. वैयक्तिक पातळीवर आणि व्यावसायिक पातळीवर आपल्यापैकी जवळपास सर्वच जण आपल्या सुरक्षित कवचामध्ये स्वत:ला बंदिस्त करून घेतात, ज्यामुळे नव्याने निर्माण होणाऱ्या संधी आपल्यापासून लांबच राहातात. हे सुद्धा आश्चर्यकारक आहे की आपण एखाद्या नोकरीमध्ये शिरलो की आपल्याला तिथेच बरे वाटते आणि त्यात काही बदल होणार असेल तर आपण उद्विग्न होतो, कदाचित तो बदल आपल्या भल्यासाठी असला तरीसुद्धा. पण यालाच तर कम्फर्ट झोन म्हणतात. परंतु सर्वांगिण विचार करता तो आपल्यावर मर्यादा घालणारा आणि विनाशकारी असतो. तुम्हाला खुणावणाऱ्या संधी जाणून घ्यायच्या असतील आणि तुमच्या आयुष्यात काही बदल घडवायचे असतील तर प्रथम कम्फर्ट झोनमधून बाहेर पडत अनकंफर्टेबल झोनमध्ये जा.

तुमच्या जुन्या कल्पना मोडीत काढा – जर तुमच्यासमोर अशी एखादी संधी आली की जी तुमच्या आत्तापर्यंतच्या समजुतींना बगल देणारी आहे तर 'ते कदाचित फलदायी होणार नाही' असे विचार केवळ नवीन कल्पना आहेत म्हणून हद्दपार करा. किंवा 'हे खूप महागडे आहे' म्हणून सोडून देऊ नका. याच्यामध्ये खूप जोखीम आहे, हे खूप निराशेने भरलेले आहे म्हणून त्याच्याकडे पाठ फिरवू नका. संधी जाणून घेण्याच्या मार्गातील सर्वांत मोठी अडचण आहे, तुम्ही अजाणतेपणाने करून घेतलेले गैरसमज. तुमच्या नकारात्मकतेवर मात करा आणि त्यांच्याकडे सकारात्मकतेने पाहा. त्या लाभदायक असतील किंवा नसतीलसुद्धा, परंतु त्याकडे दुर्लक्ष करण्याजोगी किंवा टाळण्याजोगी ती नसते; कारण शेवटी ती संधी असते.

उदाहरणार्थ, कदाचित तुम्हाला असे वाटत नसेल की तुमची सध्याची नोकरी हीच तुमच्यासाठी उत्तम आहे. परंतु तरीही सध्याची आर्थिक स्थिती पाहता तुम्ही मनाची समजूत पटवाल की निदान तुमच्या हातात आज नोकरी आहे हे काय कमी आहे? असा विचार करण्यामध्ये वरवर पाहता चुकीचे काही नाही. हे शहाणपणाचेच आहे. परंतु या विचारसरणीमुळे इतर संधींकडे दुर्लक्ष करणे चुकीचे आहे. हाती आलेल्या क्षणाचे सोने करण्याची संधी तुम्ही दवडत आहात. तुम्हाला हातातील नोकरी सोडणे हे फार भयप्रद आहे असे तुम्हाला वाटून तुम्ही संधी नाकारता हे चुकीचे आहे. तुमच्या हातातील नोकरीकडे तुम्ही लाइफ-बोट म्हणून पाहताय आणि त्यापेक्षा वेगळे काही धोकादायक आहे असे गृहीत धरताय; त्यापेक्षा नवीन संधी, ज्या संकटकाळी उपलब्ध होतात त्या तुमच्या भल्यासाठी असतील, असे का समजत नाही?

हे खरे आहे की, अशी नवीन कल्पना राबवण्यात जोखीम असते. परंतु उत्तम ध्येये आणि सयुक्तिक जोखीम या एकाच नाण्याच्या दोन बाजू आहेत. आपण जेव्हा काही ध्येये निश्चित करतो तेव्हा इतरांशी त्याबद्दल बोलतो, तेसुद्धा त्यांच्या ध्येयांविषयी सांगतात. परंतु अशा नवीन मार्गावरून चालत जाणे प्रत्यक्षात अवघड असू शकते. आपल्यापैकी बरेच जण तर फक्त अपयशाबद्दलच बोलत राहतात. हे काहीसे घाबरवणारे असते कारण आपल्याला स्वत:बद्दल खात्री नसते. हे स्वाभाविकच आहे, कारण ही ध्येये आहेत, हो ना! आपल्यामध्ये नावीन्याचा शोध घेण्याची एक नैसर्गिक प्रवृत्ती असते, अपरिचित प्रदेशात सफर करण्याची इच्छा असते आणि नवीन क्षितिजे शोधून काढण्याची ऊर्मी असते.

जोखीम घेणे अवघड असते पण गरजेचे असते. अविस्मरणीय व्यक्ती बनण्यासाठी तुम्ही तुमच्या आयुष्यात अनेक गोष्टी करू शकता परंतु जेव्हा तुम्ही त्यांच्याकडे वळून पाहता तेव्हा तुमच्या असे लक्षात येते की तुमच्या हाती फारसे काही लागले नाही; परंतु तुम्ही जी जोखीम पत्करलेली असते त्याचे मूल्यमापन मात्र नक्कीच

खालील प्रमाणे केले जाते.

तुमच्या गुंतवणुकीवरची फळे लक्षात घ्या – तुमच्या कोणत्याही कृतीमध्ये जोखीम काय आहे हे जरूर समजून घ्या, पण या जोखमीशी थोडी चेष्टा-मस्करी करायला काय हरकत आहे? केवळ अशी कल्पना करा की तुम्ही ती जोखीम पत्करली आहे आणि तुम्हाला प्रचंड यश मिळाले आहे. बारीकसारीक तपशिलांसह ते नजरेसमोर आणा; आता तुम्हाला कसे वाटते आहे? तुम्हाला आता कसली चव किंवा वास जाणवतो का? तुम्ही जेवढे बारकावे नजरेसमोर आणाल, तेवढे तुम्हाला अधिक छान वाटेल. तुम्ही हे उत्तेजक चित्र नजरेसमोर तयार केले तर तुमच्या लक्षात येईल की काहीतरी नवीन करून बघणे- भले त्यामध्ये जोखीम असण्याची शक्यता असली तरी किती आनंददायी आहे. आता तुम्हाला तुमच्या 'का' चे उत्तर मिळाले आहे.

याशिवाय दुसरे असे की, जोखमेबरोबर जरा मौजमस्ती करण्याने तुमचे लक्ष नकारात्मक गोष्टींपेक्षा सकारात्मक गोष्टींवर अधिक रेंगाळते. काहीतरी नवीन सुरू करणे थोडेसे घाबरवणारे असते. परंतु तरीही तुम्हाला काहीतरी भव्यदिव्य मिळवायचे आहे ही मनाला पुन्हा आठवण करून द्यावी लागेल ना की, 'वाईटात वाईट काय होईल?'

शेवटी तुम्हाला हे सांगायचे आहे की, तुमच्या ध्येयांच्या संपर्कात राहण्याने तुम्ही योग्य दिशेने जात आहात याची खात्री होते आणि त्याप्रमाणे जोखीम पत्करण्यासाठी मानसिक पातळीवर तुम्ही सुसज्ज राहता. असे लक्षात घ्या की प्रथमच तुम्ही पाहुण्यांसाठी डिनर बनवत आहात आणि तुमच्या नजरेसमोर ग्रोसरी शॉपमधील हॉट डॉग तुम्ही विकत घेत आहात, असे आले तर तुम्ही नक्कीच यशाच्या मार्गावर आहात. तुम्ही नक्कीच यशस्वीपणे डिनर बनवणार आहात; पण तुगच्या हृदयातले ध्येय पूर्ण होणार नाही. जर तुम्ही ही जोखीम पत्करली तर कदाचित तुम्ही अयशस्वी व्हाल, परंतु तुम्ही जोखीम पत्करलीच नाही तर तुम्ही आत्ताच अयशस्वी झाला आहात.

अवघड गोष्टी जाणून घ्या – आता तुम्ही ठरवलेच आहे की जोखीम घेण्याची तुमची इच्छाच आहे, परंतु अजून तुम्ही कोणतेही पाऊल उचलले नाही. का बरे? आता तुम्ही जी जोखीम घेणार आहात तिचा आणि तुमच्या मार्गात येणाऱ्या अडचणींचा विचार करा. आता तुमच्या नजरेसमोर अडचणींचे डोंगर उभे राहतील, सुरुवातीला तुम्ही उदास व्हाल, याचे कारण तुम्ही आणि तुमचे ध्येय यामधील गोष्टी, अडचणी शोधण्यासाठी तुम्हाला वेळ मिळाला नाही. जोखीम घेण्यासाठी

तुम्हाला ज्या अडचणींवर मात करायची आहे त्यांचा तपशील तुमच्याकडे हवा. या अडचणी काही वेळेस मूर्त स्वरूपातील असतील (जसे की पैशांची कमतरता किंवा योग्य साधनांची कमतरता) तर काही वेळेस या अडचणी अमूर्त स्वरूपाच्या असतील. (जसे की अज्ञाताची भीती किंवा नवीन काही सुरू करण्यासाठी वेळेचा अभाव!)

असे समजा की तुम्हाला एखादे वाद्य वाजवायला शिकायचे आहे. आधी असा विचार करा की इतके दिवस तुम्ही ते वाद्य वाजवायला का शिकला नाहीत, मग तुमच्या असे लक्षात येईल की तुमच्याकडे गिटार नाही, त्याविषयी तुम्हाला काही माहीत नाही. ती विकत घेण्यासाठी तुमच्याकडे पैसे नाहीत आणि कुठे शिकायला जायचे हेही तुम्हाला माहीत नाही. एकूणच तुमच्या मार्गात बऱ्याच अडचणी आहेत; पण आता निदान तुम्हाला काय करणे गरजेचे आहे हे तरी समजले आहे. तिथूनच तुमच्या इच्छाशक्तीचा आणि सर्जनशीलतेचा प्रारंभ होईल आणि तुम्ही समस्या सोडवायला सुरुवात कराल. तुमच्या नकळतच तुमचे मन समस्या सोडवेल. तुमचे बेसावध मन फक्त काय करू शकत नाही तर तुम्ही आणि तुमचे ध्येय यामध्ये असलेल्या भीतीच्या भावनेत शिरू शकत नाही; म्हणून त्याकडे दिवसाच्या लख्ख प्रकाशात बघा, तुमच्या मित्रांपैकी एखाद्याकडे कपाटात गिटार धूळ खात पडला असेल, हो ना?

सुरुवात तर करा! मार्क ट्वेन म्हणतो, 'प्रगतीपथावर जाण्याचा मार्ग म्हणजे चालवण्यास सुरुवात करणे' – बदल होण्याच्या मार्गातील सर्वांत मोठा अडथळा म्हणजे आपला अंतर्गत प्रतिकार! एखाद्या नवीन कल्पनेचे विश्लेषण करणे, त्यावर काथ्याकूट करणे आणि तुमचे ध्येय साध्य करण्यासाठी अनेक आराखडे बनवणे हे सगळे ठीक आहे. तथापि एक क्षण असा येतो की तुम्ही प्रत्यक्ष कामाला सुरुवात करणे गरजेचे असते. हाच सर्वांत कठीण क्षण असतो आणि दुर्दैवाने यासाठी तुम्हाला कोणती क्लृप्ती सांगणे अशक्य आहे. त्यासाठी तुमची इच्छाशक्ती महत्त्वाची असते. म्हणूनच आम्ही तुम्हाला कळकळीने हे सांगत आहोत, एकदा का तुम्ही जोखीम घेण्यास तयार झालात तर प्रत्यक्ष कामाला सुरुवात करा, मग भलेही ती सुरुवात खूप कष्टप्रद असेल. छान-छान दिवास्वप्ने पाहत बसण्यापेक्षा अशी परिपूर्ण सुरुवात अधिक चांगली, कोणतीतरी कारणे देण्यापेक्षाही निश्चितच चांगली.

इच्छाशक्तीवर स्वार व्हा! त्याची मजा लुटा, संकटांना मिठी मारा आणि ध्येयाप्रती मार्गस्थ व्हा – सहसा यश ताबडतोब मिळत नाही, परंतु केवळ

ध्येयाप्रती मार्गस्थ झाल्याने सुद्धा तुम्ही यापूर्वी कधी नव्हता इतके तुमच्या स्वप्नांच्या जवळ येऊन पोहोचता. तुम्ही ज्या ज्या योग्य गोष्टी कराल त्याचे फळ मिळेलच, जोखीम घेण्याचा तो एक महत्त्वाचा भाग आहे. तुम्ही एका चांगल्या कार्याला सुरुवात केली याबद्दल अभिमान बाळगा.

तुमचे अवसान गळणे हे कोणत्याही छोट्याशा अडथळ्यामुळे होऊ शकते; म्हणून सदैव सकारात्मक राहा, तुमच्याशी कर्तव्यनिष्ठ राहणाऱ्या लोकांची यादी बनवा. त्यांच्याशी तुमच्या अडचणींच्या काळात तुमच्या ध्येयाविषयी बोला. तुम्हाला माहीत असलेल्या सर्वांशीच तुमच्या ध्येयाविषयी बोला, अगदी कामाच्या ठिकाणी, दुकानातल्या मुलीशी वगैरे! त्यामुळे ते लोकसुद्धा तुमच्या ध्येयाविषयी विचारतील, त्यामध्ये रुची दाखवतील, तुम्ही सुद्धा त्यांना त्यांच्या ध्येयाविषयी विचारा. तुम्हाला आश्चर्य वाटेल की किती कमी लोकांना त्यांच्या ध्येयांविषयी सुस्पष्ट विचार मांडता येतात! त्यामुळे तुम्हाला अधिकच प्रेरणा मिळेल. तुम्ही त्या फार थोड्या लोकांमध्ये एक असाल जे काही तरी भव्यदिव्य प्राप्त करण्याचा प्रयत्न करतात.

काही नवीन सुरुवात करणे हे खरोखर खूप अवघड असते; परंतु तेच काहीतरी इतिहास घडवते. जोखीम घेण्यामुळे तुम्हाला जगाविषयी आणि स्वत:विषयी सुद्धा नवीन माहिती मिळते. त्यामुळे वेगळाच आनंद आणि यश मिळते. तुमची क्षितिजे विस्तारतात आणि तुमच्यासाठी एक नवे जग खुले होईल. तुम्ही फक्त तुमच्या सोफ्यावर बसून राहिलात आणि कोणतीही जोखीम स्वीकारली नाहीत तर यापैकी कोणत्याच गोष्टी तुमच्याबरोबर घडणार नाहीत. म्हणून डोक्यावर तुमचे हेल्मेट चढवा आणि सर्व शक्तीनिशी जोमाने तुमच्या बाइकवर आरूढ होऊन जीवनाच्या खेळात भाग घ्या. त्याचा उपभोग घ्या आणि यापुढे काय करायचे आहे तेसुद्धा ठरवा. कारण तुम्ही तुमच्या ध्येयावर जितके अधिक लक्ष केंद्रित कराल तितके काळजीपूर्वक नियोजन केलेले ध्येय सफल होईल.

या सगळ्यात 'चल' गोष्ट कोणती असेल तर वेळ आणि वेळेमध्येही 'चल' गोष्ट कोणती असेल तर 'सतत बदल' आणि रूपांतर. बदलाला बदलता येते, दुरुस्त करता येते, आपल्या मापात बसवता येते किंवा उद्ध्वस्तही करता येते; परंतु त्याची नेहमीच विविध रूपे असतात. फारच कमी लोकांना ते आवडते आणि त्याहूनही कमी लोकांना ते त्यांच्याबरोबर घडलेले चालते. पूर्वीच्या काळी लोकांच्या आयुष्यात वर्षानुवर्षे कोणताच बदल होत नसे. ते ज्या शेतावर जन्म घेत तिथेच मरून जात; पण आजच्या जगात आपल्याबरोबर असे घडत नाही आणि एखाद्या नवीन मॉडेलच्या आय-फोन च्या लाँचिंग इतके ते उथळ नसते.

बदल या संज्ञेत समाविष्ट असणारी सामान्य उदाहरणे –

- *तुम्ही तुमच्या घरापासून दूर जाणे.*
- *तुमचा व्यवसाय बदलणे.*
- *जिव्हाळ्याचे नातेसंबंध संपुष्टात येणे.*
- *काही शारीरिक बदल आणि आजारपण - अगदी वजनवाढीच्या समस्येपासून किंवा केसगळतीपासून कोणत्याही गंभीर दुखण्यापर्यंत.*

बदलांचा चिरंतन सत्य म्हणून स्वीकार करा – कोणत्याही महत्त्वाच्या प्रक्रियेमध्ये स्वीकार ही शेवटची पायरी असते, पहिली नव्हे. परंतु बदलाबरोबर संघर्ष करताना स्वीकार ही गोष्ट नेहमीच मूलभूत असते कारण भिंतीवर डोके आपटण्याचा अर्थ विरोध किंवा नकार हे फक्त अटळ गोष्टी लांबवतात एवढेच.

मग अविस्मरणीय व्यक्तींनी स्वीकाराप्रत कसे पोहोचावे? पहिली गोष्ट, नकार देणे टाळा किंवा त्याहीपेक्षा बदलाचा तुमच्यावर पडलेला प्रभाव सौम्य आहे, असे आहे असे त्या परिस्थितीत शांत राहून दर्शवा. त्याच वेळी, तुम्ही तुमच्या दैनंदिन वेळापत्रकातील किमान काही गोष्टी चालू ठेवा. आहेत ते नातेसंबंध टिकवा. नेहमी ज्या लोकांना भेटत असाल त्यांना भेटणे चालूच ठेवा. कायम हे लक्षात ठेवा की बदलाला सामोरे जाताना आणि जुन्या सवयी सोडताना तुम्हाला पूर्वीच्या सर्वच गोष्टींचा त्याग करायचा नाही. जशी लाटांची भरती आणि ओहोटी असते त्याप्रमाणेच बदल ही एक तात्पुरती अवस्था आहे असे मानून त्याचा स्वीकार करा.

ताणतणावाचे व्यवस्थापन विकसित करा – आम्ही एक संपूर्ण प्रकरण ताणतणावाचे विध्वंसक परिणाम आणि त्यापासून कसे दूर रहावे यावर खर्ची घातले आहे. जर तुमचे आयुष्य सध्या बदलाच्या उंबरठ्यावर असेल तर ते प्रकरण पुन्हा-पुन्हा वाचा. अगदी वैश्विक पातळीवर लोक हेच मानतात की बदल हा एक काटेरी, खाचखळग्यांचा रस्ता आहे. त्याच्यामध्ये अनेक अडचणी आहेत किंवा अनपेक्षित येणारी संकटे आहेत; म्हणून आधीपासूनच सावधगिरी बाळगा. अशा अडचणी येण्यापूर्वीच त्यांचे निवारण कसे करायचे याच्या युक्त्या शिकून घ्या.

ताणतणावाच्या व्यवस्थापनाचे नियोजन हे सहसा तुम्ही यापूर्वी कसे केले होते याचा विचार करून सुरुवात करतात, परंतु कदाचित आता मात्र तुम्हाला ते भयंकर वाटते. पूर्वीचे उपद्रवी उपचार म्हणजे स्वत:च्याच मनाने अल्कोहोल किंवा ड्रग्ज घेणे, सिगारेट पिणे, झोपूनच राहणे किंवा शक्य तितक्या चांगल्या गोष्टी न करणे चुकीचे आहे हे तुम्हाला समजते. ताणतणावापासून मुक्त होण्याचे हे तात्पुरते उपचार होते जे तुम्हाला पुढे जाऊन दु:खाच्या खाईत लोटणारे होते.

जेव्हा तुम्ही ताणतणावाच्या व्यवस्थापनाचा प्लॅन बनवता व बदलांना सुखाने

सामोरे जाण्याचे ठरवता तेव्हा तुम्हाला स्वत:ला विसावणारी तंत्रे शिकून घेणे गरजेचे असते. तसेच शारीरिक पातळीवरच्या हालचाली वाढवण्याची आणि अधिक सकस आहार घेण्याची गरज असते. जसजसे तुम्हाला एकंदर बरे वाटू लागेल तसतसा ताणतणावांचा प्रभाव निवळेल.

सकारात्मकतेचा शोध घ्या – दर्जेदार जीवनशैली जगण्याचे काही महत्वाचे धडे हे अगदी साधे-सरळ-सोपे आहेत आणि ते खरोखर अगदी साधे आहे, 'अर्धा ग्लास भरलेला आहे की अर्धा रिकामा आहे?' या प्रश्नाचे उत्तर ग्लास पाहिल्यानंतर कसे द्याल यावरून तुम्ही कसे आहात ते समजते.

जर वायरर्समध्ये प्रतिरोध झाला नसता तर विद्युतशक्ती शक्य झाली नसती. टेनिसमध्ये नेटचा वापर झाला नसता तर शॉट मारणे अशक्य झाले असते. कोणतेही मूल शंभर वेळा पडल्याशिवाय चालणे शिकत नाही. खरे सांगायचे तर आपल्या आयुष्यातील प्रत्येक गोष्ट ही संकटे, संघर्ष आणि यश हे एकमेकांमध्ये कसे गुंतलेले आहे याचेच स्पष्टीकरण देते. म्हणून असे म्हणावे लागेल ग्लास अर्धा रिकामाही नाही किंवा अर्धा भरलेलाही नाही. एकाच वेळी तो भरलेला व रिकामा आहे, पूर्वीही ते तसेच होते आणि या पुढेही ते तसेच असणार आहे.

आवश्यक त्या बदलांवर काम करायला सुरुवात करा – आता तुम्ही बदलांचा स्वीकार करायला लागला आहात. आता तुम्ही जे ताणतणाव अटळ आहेत ते सहन करून त्यांचे नियोजन करण्याचे शिकला आहात आणि या बदलामुळे होणारे सकारात्मक परिणाम तुम्हाला दिसू लागले आहेत. थोडक्यात प्रतिकूल परिस्थितीही तितकीशी त्रासदायक वाटत नाही असे छोटे-छोटे बदल तुमच्यात झाले आहेत.

तुमच्यातील या बदलांच्या साहाय्याने प्राप्त परिस्थितीशी दोन हात करण्यासाठी तुम्ही सज्ज आहात. मग ते पेपरवर्क असू दे किंवा काही गोष्टींची विल्हेवाट लावायची असू दे, महत्त्वाचे निर्णय घेण्याची वेळ आलेली असू दे किंवा कुणाला सामावून घेऊन त्यांच्याशी मिळते-जुळते घ्यायचे असेल, या कामांमध्ये स्वत:ला बुडवून घ्यायला लागू दे, तुम्ही तयार आहात. आता मात्र नाकर्तेपणाचा मार्ग घेऊ नका, 'बघू, वेळ येईल तेव्हा मी ते करीन.' मनावर हे बिंबवा की बदल हा काही ताबडतोब होत नसतो. वेळ तुम्हाला साथ देईल, म्हणून वेळेला तिचे तिचे काम करू द्या.

जेव्हा प्रत्यक्ष कामे होतील तेव्हा तुम्ही चुका करणार आहात. पण आपण त्याविषयीही बोललो आहोत की तुमच्या निर्णयामध्ये चुका झाल्यास तुम्ही स्वत:ला

माफ करणार आहात. परंतु इतर पातळींवरच्या चुका माफ करणे अवघड असणार आहे, कारण तुम्ही स्वत:ला अविस्मरणीय व्यक्ती बनवायच्या प्रयत्नांमध्ये आहात. काही गोष्टींबद्दल तुम्हाला प्रचंड खेद होईल. काही कृतींमुळे तुमच्यामध्ये अपराधीपण येईल. कदाचित हे अपराधीपण बरेच वर्षे टिकेल; मग त्यासाठी तुम्ही काय करणार आहात?

मनावर इतके ओझे घेऊन जगणे यातनामय असते आणि जेव्हा तुम्हीच स्वत:ला आरोपीच्या पिंजऱ्यात उभे करता आणि त्यावर उपाय तुम्हाला सापडत नाही तेव्हा आयुष्य अधिक कठीण होऊन बसते. एक चांगली बातमी अशी की, तुमची सद्सद्विवेकबुद्धी पुन्हा स्वच्छ करण्यासाठी तुमची सदसद्विवेकबुद्धीच तुम्हाला मदत करणार आहे. तुम्ही बेफिकीर सोशिओपॅथ नाही की ज्यांच्या लेखी लोकांची काही किंमत नसते. तुम्ही समाजाभिमुख व्यक्ती आहात ज्याने काही चुका केल्या आहेत. तुम्ही काही दर्जेदार कृत्ये केली आहेत आणि म्हणूनच तुम्ही दर्जेदार आहात.

तुमच्या सदसद्विवेकबुद्धीवरील मळभ नाहीसे करणे, भावनिक पातळीवर व अगदी आध्यात्मिक पातळीवर सुद्धा तुम्ही स्वत:ला माफ करणे हे सहसा सोपे नसते. परंतु तसे करणे खूप गरजेचे आहे. इथे आम्ही तुम्हाला काही सूचना देत आहोत.

ज्या गोष्टी तुम्हाला त्रास देत असतील त्यांना शून्यावर आणा – तुमच्या मनावरचे ओझे उतरवण्याची पहिली पायरी तर ही की जी गोष्ट तुमचे मन खात असेल तो विचार मनातून काढून टाका. काही वेळेस नेमकी कोणती गोष्ट मन खाते आहे हेच कबूल करणे अवघड जाते. परिणामी मनावर हे विचार एखाद्या विषारी काळ्या ढगाप्रमाणे तरंगत राहते. जितके हे विचार आपण टाळायचे प्रयत्न करू तितके अधिक तीव्रतेने ते मनाला कुरतडू लागतात. त्यामुळे त्या विचारांकडे बिनधास्तपणे पाहा आणि त्यांना तुमच्या मनावरचे ओझे बनू देऊ नका; तरच तुम्हाला त्यांना घालवणे शक्य होईल.

शेक्सपिअरच्या 'किंग रिचर्ड-३' या नाटकामध्ये अगदी शेवटच्या अंकापर्यंत राजाच्या सदसद्विवेकबुद्धीचा संघर्ष दाखवला आहे; त्याचे मन त्याला कसे खाते ते दाखवले आहे. त्याच्या स्वप्नामध्ये त्याने त्याच्या राजा बनण्याच्या मार्गात येणाऱ्या ज्या लोकांना ठार केले ते एक-एक करून त्याच्या पुढ्यात येतात आणि त्याला इशारा देतात की दुसऱ्या दिवशी युद्धात तो मरणार आहे. तो घाबरून जागा होतो व ओरडतो, 'हे माझ्या दुबळ्या मना, तू मला का यातना देतोस!' परंतु आता खूप उशीर झालेला असतो. जर त्याच्या मनातल्या राक्षसांना तो लगाम घालू शकला असता तर त्याला रात्री चांगली झोप लागली असती आणि चांगली विश्रांती मिळाल्यामुळे तो युद्धभूमीवर रिचमंडला चांगली टक्कर देऊ शकला असता, त्या

ऐवजी त्याने फक्त मुकुट गमावला असे नाही तर जीवसुद्धा गमावला. खरे सांगायचे तर त्याने हे आधीच गमावले होते. तुमच्याबरोबर असे घडू देऊ नका.

सुरक्षितपणाची कबुली द्या – तुमच्या मनात अपराधीपणाची भावना डाचत असेल तर सुरक्षित वेळ आणि जागा पाहून कबूल करा. जोपर्यंत तुम्ही तुमच्या मनात ही अपराधाची भावना कोंडून घ्याल तोपर्यंत ती तुमच्या जीवनातील ऊर्जा संपवत राहील. तुम्ही ते थांबवायला हवे. तुमच्या मनातल्या खोलवरच्या भावना पृष्ठभागावर आणा. परंतु हे अत्यंत सुरक्षितपणे आणि नियंत्रित पद्धतीने करा. याचा अर्थ असा की अगदी जवळच्या मित्र-मैत्रिणींशी, पालकांशी, शिक्षकांशी, थेरपिस्टशी या विषयावर संवाद साधा. अगदी मनाशीसुद्धा. एखाद्या वहीत त्याबद्दल लिहून संवाद साधू शकता. तुम्ही जो काही मार्ग निवडाल ते करताना तुम्ही फक्त घडलेल्या घटनांबद्दल लिहायचे किंवा सांगायचे असे नाही, तर त्याच्याबरोबर जुळलेल्या भावनांविषयी सुद्धा सांगायचे आहे. तुम्ही निवडलेल्या सुरक्षित वातावरणात तुम्ही जर कधी दुखावले गेले असाल तर त्याबद्दल लिहा. जितक्या तुमच्या मनातल्या भावना तुम्ही व्यक्त करू शकाल तेवढे अधिक चांगले; त्यामुळे तुमच्या मनावर आलेल्या दडपणाचा, काळ्या ढगाचा निचरा होईल.

परंतु हा मार्ग अवलंबताना काळजी घ्या. पुन्हा एकदा सांगायचे की शेक्सपिअरच्या नाटकामध्ये हे प्रभावीपणे केलेले दिसते. रोमिओ ॲण्ड ज्युलिएट मध्ये ज्युलिएट तिच्या अनैतिक प्रेमाबद्दलची कबुली तिच्या नर्सजवळ देऊन मनाचा भार हलका करू पाहते; परंतु ती रोमिओच्या कानाला लागते आणि १६ व्या शतकातील या गॉसिपमुळे होणारे परिणाम तुम्ही पाहिलेच आहेत. हॅम्लेट मध्ये किंग क्लॉडिअस हॅम्लेटच्या वडिलांना मारल्याबद्दल त्याच्या सदसद्विवेकबुद्धीला प्रार्थनेच्या द्वारा पापशुद्धी करतो, परंतु ती प्रार्थना हॅम्लेटच्या कानांपर्यंत जाईल इतकी मोठ्याने म्हणतो.

प्रायश्चित्त घ्या – आपण केलेल्या एखाद्या नकारात्मक गोष्टीबद्दलच्या अपराधीपणाची भावना पुसून टाकण्यासाठी काहीतरी सकारात्मक गोष्ट करून त्याचा समतोल साधला पाहिजे. तुम्ही जी वाईट गोष्ट केली असेल त्याच्या उलट कृती करायची आहे. उदाहरणार्थ, तुम्ही तुमच्या शेजाऱ्याच्या कुत्र्याला लाथ मारली तर स्वेच्छेने काहीतरी त्याला खाऊ घाला. तथापि असे पहिल्या कृतीच्या उलट कृती करणे अव्यवहार्य ठरेल. त्यापेक्षा अशी एखादी पद्धत शोधा ज्यामुळे तुमच्या मनावर त्याचा अतिरिक्त बोजा पडणार नाही आणि तुम्ही दु:खी होणार नाही. मानसशास्त्रीय दृष्टिकोनातून हे एक महत्त्वाचे तत्त्व आहे.

तुमचे हात धुवा... अक्षरशः – कर्मकांडाला भावनिक बदलामध्ये महत्त्वाचे स्थान आहे, जरी ती कर्मकांडे अनौपचारिक स्वरूपाची असली आणि ती तुमची स्वत:ची निर्मिती असली तरीसुद्धा तुम्ही केलेल्या गैरकृतीचे प्रायश्चित्त घेतल्यानंतर आता तुमचे अंतर्मन स्वच्छ करा आणि तुमचे हात धुवून टाका.

निश्चितच या पायरीवर तुम्ही आनंदी झाला आहात. हा क्षण तुम्ही साजरा करत आहात. टोरांटो आणि शिकागो इथे केल्या गेलेल्या संशोधनानुसार 'शारीरिक पातळीवरील शुद्धीकरण तुमच्या अनैतिक वर्तणुकीच्या परिणामांची तीव्रता कमी करते आणि एखाद्याची नैतिक स्व-प्रतिमा मलिन न होऊ देण्याचा प्रयत्न करते.'

साहित्यामधील सर्वांत प्रसिद्ध आणि उद्विग्न झालेली हात स्वच्छ करणारी व्यक्तिरेखा कोण असेल तर ती म्हणजे लेडी मॅक्बेथ. ती झोपेत चालते आणि डंकन राजाला मारल्यामुळे तिच्या हातावर पडलेले काल्पनिक रक्ताचे डाग धुण्याचा ती सतत प्रयत्न करते. परंतु ती शापित स्त्री अपयशी ठरते आणि तिच्या झोपेतील बडबडीमुळे ती आणि तिचा नवरा खुनी म्हणून उघड होतात.

यामुळे कुणाला आश्चर्य वाटत नाही. तिच्या दुष्कृत्यांची कबुली प्रामाणिक भाषेत देण्याचे तिने नाकारलेले असते. ती सार्वजनिकरीत्या जाहीरपणे आपल्या पापाचा पाढा वाचते आणि जेव्हा ती सर्वांसमोर हात धुते तेव्हा ती साबण आणि पाणीसुद्धा विसरते.

पण समजा यापैकी काहीच उपयोगी ठरले नसते तर? तर मग काय?

'माझ्या मनातून हा विचार जातच नाही.' आपल्या सगळ्यांबरोबर ही उद्वेगाची परिस्थिती घडते. जेव्हा आपल्या कामाच्या ठिकाणी अडचणी येतात किंवा आपली मैत्रीण आपल्याला सोडून जाते किंवा डोक्यात तिडीक आणणारा एखादा प्रसंग घडतो. काहीही असो, आपण आपल्या विचारांमध्ये शांतता आणण्याचा प्रयत्न करतो.

हे सगळे निराशाजनक असते कारण ते तुमच्या शरीरांतर्गत घडत असते, तुमच्या भावनिक पातळीवर. तुमच्या चिंतेबरोबर तुमचे जिव्हाळ्याचे नातेसंबंध असले तरी परिस्थिती सुधारण्यास तुम्ही असमर्थ ठरता. शरीरशास्त्रीय दृष्टिकोनातून यामागचे कारण कदाचित हे असावे की मेंदूचा विशिष्ट भाग कुणाला प्रवेश करू देत नाही. ही खूप मजेशीर विचारसरणी आहे, पण त्यामुळे तुम्हाला बरे वाटत नाही हे खरे!

जगातील काही श्रेष्ठ आध्यात्मिक परंपरांनी याच्यावर मार्ग शोधला आहे. त्यांच्या ज्ञानदायी संकल्पनांमधून आपल्याला त्यांचे आणि इतर मानसशास्त्रीय उपचारांचे आकलन होते. मन:शांती मिळवणे ही खूप अवघड गोष्ट आहे. आपला मेंदू हा न्युरोप्लास्टिक अवयव आहे. जर तो वाईट गोष्टींसाठी बदलू शकतो तर तो

चांगल्या गोष्टींसाठी सुद्धा बदलू शकतो.

मग असा सकारात्मक बदल घडवण्यासाठी तुम्ही कोणते प्रयत्न कराल?

वेळ आणि अवकाश बाजूला ठेवा – ध्यानधारणा ही मनाला शांत करणारी पहिली पायरी आहे हे संपूर्ण विश्वाने स्वीकारले आहे. त्यासाठी तुम्ही फक्त वेळ आणि जागा ठरवा. खरे तर ध्यानधारणा हा शब्द खूप गंभीर वाटतो. पूर्वी तर पौर्वात्त्य देशांचा हा काहीतरी जादूटोणा आहे असेच वाटायचे. परंतु आता पाश्चिमात्य देशात सुद्धा त्याने विश्वासार्हता मिळवली आहे. ध्यानधारणा ही सार्वत्रिकपणे शारीरिक व मानसिक पातळीवरील परिणामकारक उपचारपद्धती मानली जाते. परंतु त्यासाठी तुम्हाला स्वत:च्या मनाचे सांत्वन करण्याची गरज वाटली पाहिजे आणि तुम्ही त्याच्याकडे गांभीर्याने पाहिले पाहिजे. त्यासाठी तुम्ही थोडासा वेळ आणि थोडीशी ऊर्जा बाजूला काढून ठेवली तर तुम्ही प्रामाणिकपणे प्रयत्न करत आहात हे दिसेल.

तुमच्या इच्छित स्थळाकडे सुस्पष्टपणे पाहा – आपण या प्रकरणाला सुरुवात केली ते ध्येय निश्चितीच्या चर्चेने आणि आता आपण मन शांत करण्याचे ध्येय निश्चित करून चर्चेच्या शेवटी आलो आहोत. मानसिक उपक्रमांचा हा संपूर्ण वर्णपट हे काही आपले ध्येय नाही किंवा वारंवार होणारे मानसिक आजार याबद्दल बोलायचे नाही. जरा पुढे जाऊन आपण आपल्याला क्रोधित करणाऱ्या विचारांना आणि प्रतिमांना रोखू, ज्या तुमचे मानसिक स्वास्थ्य घालवतात.

तुमचे चित्त एकाग्र करा – ही दुसरी पायरी आहे जी तुम्ही निवडलेल्या ध्येयावर तुमचे लक्ष केंद्रित करते. या मागचे तत्त्व सुस्पष्ट आहे. मानवी मन एका वेळी एकच विचार करू शकते. तुम्ही जर एकाच ध्येयावर पूर्णपणे लक्ष केंद्रित केले तर तुम्ही दुसऱ्या कशाचा विचारच करू शकणार नाही. शिवाय हे तत्त्व शब्दांबरोबर तसेच ध्येयांबरोबरही कार्यरत राहते. जर तुमचे चित्त एखाद्या शब्दावर किंवा अगदी एखाद्या अर्थशून्य अक्षरावर केंद्रित झाले तरीसुद्धा ते विचलित होत नाही किंवा काळजी करत नाही. याच्यामधून कोणत्या सामर्थ्यशाली गोष्टी सूचित होतात हे तुम्हाला समजले काय? एखाद्या तटस्थ चित्रावर किंवा आवाजाच्या दिशेने तुमच्या विचारांना सोपवून टाका. त्याबरोबर तुम्हाला अस्वस्थ करण्याची त्यांची ताकद संपुष्टात येईल.

ध्यानधारणेच्या इतर काही तंत्रांमध्ये सगळ्यात चांगले असे की आपल्या स्वत:च्या श्वासोच्छ्वासावर लक्ष केंद्रित करायचे. तांत्रिक दृष्टीने पाहता ही अधिक सोपी गोष्ट आहे. फक्त शांतपणे बसायचे आणि श्वास प्राणवायूने भरून घ्यायचा व

उच्छ्वासामार्फत शरीरातील कार्बनडाय ऑक्साईड बाहेर सोडायचा. परंतु तुम्हाला आश्चर्य वाटेल की जरी तुम्ही एखाद्या शांत खोलीत एकटे बसला आहात तरी श्वासावर लक्ष केंद्रित करण्याच्या मार्गात किती अडथळे येतात. तुमचे विचार जणू शर्यतीत पळाल्यासारखे पळत असतात. तोच तर मुद्दा आहे. जेव्हा तुमच्या मेंदूतून हे विचार झिरपत असतात तेव्हा हे असे का घडते आहे की तुम्ही उद्विग्न होता. परंतु तुमच्या आयुष्याचा तो एक अविभाज्य भाग आहे.

तुम्हाला आता स्वत:ला शांत करण्याचे किती फायदे आहेत हे समजले असेल. हाच तर ध्यानधारणेमागचा उद्देश आहे. ध्यानधारणेमुळे तुम्हाला स्वत:च्या पलीकडे पाहण्याची संधी मिळेल आणि तुमच्या मनातील अविरत येणाऱ्या विचारांकडे तुम्ही त्रयस्थपणे पाहू शकाल.

१८

यश, उत्पादकता आणि त्याही पलीकडे

व्यक्तिमत्त्व विकासाची बहुतेक पुस्तके ऐहिक जगातील यशावरच प्रकाशझोत टाकतात. ते वेगवेगळ्या स्वरूपात असते जसे की ध्येय निश्चिती, संपत्ती मिळवणे, कॉर्पोरेट जगतातील शिड्या भरभर चढून जाणे, वगैरे-वगैरे. परंतु आम्ही मात्र 'यश' या विषयावर सगळ्यात शेवटी बोलत आहोत. ते महत्त्वाचे नाही म्हणून नव्हे तर दर्जेदार कृतीचा तो कळस आहे म्हणून. दर्जेदार कृतीला फक्त ऐहिक बक्षिसे नको असतात, तर त्यांना दर्जेदार यश हवे असते आणि ते कसे मिळवायचे हेही त्यांना समजते. ते अपेक्षेपेक्षा जास्तच आणि अपेक्षित वेळेच्या आधीच देतात. जर त्यांना तसे करणे शक्य झाले नाही तर निदान ते त्यांच्या समोरील आव्हानांना आनंदाने तोंड देतात. थोडक्यात, दर्जेदार कृती करणारेही खऱ्या अर्थाने यशस्वी होतात. भावनिकरीत्या, आध्यात्मिकरित्या आणि बहुतांशवेळा नेहमीच आर्थिकदृष्ट्यासुद्धा! या प्रकरणाच्या शेवटी असे अपेक्षित परिणाम कसे मिळवायचे ते तुम्हाला समजेल आणि ते मिळवण्याची साधनेसुद्धा तुम्हाला मिळतील.

या जगात काही माणसे अशी आहेत की त्यांना खूप संपत्ती जमवण्यासाठीच त्यांचा जन्म झाला आहे असे वाटते. पण अनेक लोक असे आहेत की ज्यांच्या मनामध्ये याविषयी संघर्ष चालू असतो; अर्थात तोही त्यांच्या नकळत! त्यांच्यापैकी काही लोक हे सांपत्तिक दृष्ट्या यशस्वी असतात. काही लक्षाधीश असतात तर काही कोट्याधीश असतात. परंतु जर फक्त पैसे कमावणे हेच एखाद्याचे ध्येय असेल तर ते त्याच्या ऱ्हासाकडे आणि निराशेकडे नेते मग भले त्याच्याकडे कितीही पैसा असू दे! तुम्ही श्रीमंत असणे म्हणजे श्रेष्ठ किंवा दर्जेदार असणे नव्हे. निदान तुम्ही आनंदी तरी असायला पाहिजे.

या नियमाविषयी अधिक सांगायचे तर अत्यंत गर्भश्रीमंत लोकांची चरित्रे काढा आणि त्यांचा अभ्यास करा. उदा. जॉन डी रॉकफेलर, विल्यम रॅन्डॉल्फ हार्स्ट किंवा जे पॉल जेट्टी. त्यांच्याकडे खूप सारा पैसा असूनही त्यांचे वर्णन आपण 'सुखी माणसे' असे करू शकत नाही. अर्थात त्याला एक अपवाद आहे तो म्हणजे ॲन्ड्र्यू कार्नेगी याचा. ज्याने आपल्या आयुष्याला सुरुवात स्कॉटलंड आलेला एक परदेशी म्हणून केली आणि ज्याने 'कार्नेगी स्टील कंपनी' सारखे मोठे साम्राज्य बनवले. त्याची कारकीर्द १९ व्या शतकाच्या शेवटी होती, ज्या काळात अमेरिकन अर्थकारणामध्ये अतिश्रीमंत माणसांच्या एका छोट्याशा गटाचे वर्चस्व होते आणि कार्नेगी त्यांच्यामध्ये सर्वांत श्रीमंत होता. पण ज्यावेळी जॉन डी रॉकफेलर त्याची संपत्ती वाटत फिरत होता त्यावेळी ॲन्ड्र्यू कार्नेगीने त्याची अधिकतर संपत्ती संपूर्ण अमेरिकेत वाचनालये आणि इतर सांस्कृतिक कला केंद्रे उभारण्यात वाटून टाकली. या दोन माणसांमधले फरक पाहा, आयुष्याच्या शेवटच्या टप्प्यातील त्या दोघांचे फोटो पाहा; मला असे वाटते की हजार शब्दांपेक्षा एक चित्र अधिक काही बोलून जाते.

अनेक वर्षांपूर्वी एक प्रमुख बिझनेस स्कूलने काही यशस्वी कंपन्या आणि कॉर्पोरेशन्सचा अभ्यास केला, त्यापैकी एका अभ्यासाचे संशोधन या संस्थांच्या अस्तित्वामधील हेतूंशी निगडित होते. सुरुवातीला प्रत्येक कंपनीचे ध्येय हे फक्त नफा मिळविण्यापलीकडे सुद्धा होते. त्यांना कंपनीच्या मर्यादेपेक्षाही खूप अधिक नफा मिळवायचा होता. ज्या कंपन्या यशस्वी झाल्या त्या उच्च शिखरावर होत्या आणि दीर्घ काळ त्या तिथेच राहिल्या. त्या काही थोड्या काळापुरत्या नव्हत्या किंवा अदृश्य झाल्या नाहीत. उदाहरणार्थ सोनी कंपनी, ही कंपनी अशाच काही कंपन्यांपैकी एक होती आणि सोनी कंपनीची केवळ आर्थिक ध्येयांपेक्षा अनेक वेगळी ध्येये सुद्धा होती. त्यापैकी एक म्हणजे संपूर्ण जगभर जपानचे नाव उच्च संस्कृतीचा वारसा म्हणून उंचावायचे; परंतु महत्त्वाचे म्हणजे संपूर्ण जपानी लोकांचे नाव जगभर दुमदुमले. त्यांचा हेतू नक्कीच साध्य झाला आणि इतर प्रकारचे यश यापाठोपाठ मिळाले.

मूलत: यशासंबंधीचे नियम हे न्याय्य असतात. काही लोकांना नोकरी व्यवसायात सुरुवातीच्या काळात नशीब साथ देते किंवा देत नाही. परंतु कालांतराने गोष्टी बदलतात. एक मूलभूत नियम असा आहे की उत्पादकता आणि यश हे सम प्रमाणात असतात. तुमचा वेळ, तुमची कौशल्ये आणि तुमचे स्त्रोत यांच्या साहाय्याने तुम्ही जितके अधिक उत्पादक व्हाल तितके अधिक यश तुम्हाला मिळेल. म्हणून असा विचार करा की, प्रत्यक्षात तुम्ही किती मोठे उत्पादक होणार आहात ते महत्त्वाचे आहे.

तुम्ही जर इतर जास्तीत जास्त लोकांप्रमाणे असाल तर निश्चितच तुम्ही तुमची उत्पादकता कामाच्या ठिकाणी आणि इतर ठिकाणी सुद्धा वाढवू शकता. कामाच्या

ठिकाणी तुम्ही स्वत:ला कमीत कमी विरोध कसा होईल ते पाहा, स्वत:ला बळकट करा, कामाचा वेग वाढवा आणि तुमच्या जबाबदाऱ्या पार पाडा. मात्र जेव्हा तुम्ही काम करत नसाल तेव्हा खऱ्या अर्थाने आराम करा, जीवनाचा आनंद उपभोगा. म्हणजे जेव्हा तुम्ही पुन्हा काम करायला जाल तेव्हा तुमची कार्यक्षमता वाढलेली असेल.

या दोन गोष्टी लक्षात ठेवून आपण या प्रकरणाच्या पहिल्या भागातील कामाच्या ठिकाणची उत्पादकता वाढविण्याची कौशल्ये यावर लक्ष केंद्रित करणार आहोत. खासकरून सगळ्यात महत्त्वाचा स्रोत म्हणजे तुमचा वेळ आणि त्यानंतर या पुस्तकाचा शेवट आपण आपले वैयक्तिक जीवन आणि कामाचे ठिकाण यांच्यात अंतर कसे ठेवावे हे शिकून करणार आहोत. दर्जेदार कृती म्हणून हे दोन्ही घटक तुम्हाला समतोल करायचे आहेत.

तुमचा दिवस कसा असतो?

आत्ता या क्षणाला तुमच्या कामाविषयी विचार करा. तुम्ही सकाळी उठल्यावर पहिली गोष्ट कोणती करता? तुम्ही मध्ये-मध्ये किती वेळा विश्रांती घेता? तुम्हाला रिकामा वेळ मिळतो का किंवा तुम्हाला तुमच्यावर सोपवलेले काम संपवण्यासाठी पुरेसा वेळ मिळतो का? हे दोन्ही पर्याय म्हणजे वाईटच गोष्ट आहे. जर तुम्हाला रिकामा वेळ मिळत असेल तर तुम्ही काहीसे आळशी आहात आणि जर तुम्हाला तुमची कामे संपवायला पुरेसा वेळ मिळत नसेल तर थोड्याच दिवसात भावनिक आणि शारीरिक पातळीवर तुम्ही थकून जाल. थोड्याच दिवसात किंवा नंतरच्या आयुष्यात काम आणि आरोग्य यांचा उत्तम समतोल साधण्यासाठी आपण वाढीव उत्पादकतेबाबत काही दर्जेदार कृतींचा वेध घेऊ.

पहिली गोष्ट, फक्त सुसंघटित राहणे एवढेच करू नका तर कशाला प्राधान्य द्यायचे ते ठरवा. त्या क्षणाला ती गोष्ट कितीही महत्वाची वाटत असली तरी दीर्घकालीन विचार करता ती तेवढीशी महत्त्वाची नसते. टेक्नॉलॉजीतील सुधारणांमुळे आपल्याला प्रत्येक गोष्ट ताबडतोब हवी असते. फेडेक्स कंपनी इतर कोणत्याही कंपन्यांपेक्षा आपल्या वेगाचा उदो उदो करत असते आणि फॅक्स तर फेडेक्सवर सुद्धा मात करते, परंतु या कंपन्यांचे काम पत्रे इथून तिथे पोहोचवणे एवढेच असते. आतल्या मजकुराशी त्यांना काही देणे-घेणे नसते. कदाचित स्टाफ मीटिंगला जाण्यासाठी तुम्हाला चार मिनिटे उशीर झाला असेल परंतु मुळात ती मीटिंगच सगळ्यांचा वेळ वाया घालवणारी असेल.

या प्रक्रियेवर जोपर्यंत तुम्ही जाणीवपूर्वक नियंत्रण मिळवणार नाही तोपर्यंत, जरी तुम्हाला तितकी तातडीची गरज नसली तरी तुम्ही वरवर तुम्हाला किती निकड

आहे असेच दाखवाल. त्याही पेक्षा वाईट काय असेल तर तुम्ही काय महत्त्वाचे आहे हेसुद्धा विसरून जाल.

हे टाळण्यासाठी, दिवसभरातून स्वत:ला अनेकदा पडताळून पाहा. तुम्ही जे काही काम करत आहात ते थोडा वेळ थांबवून स्वत:ला प्रश्न विचारा, मला हे हवे आहे का? किंवा आत्ता या क्षणी माझा वेळ कशा पद्धतीने घालवण्याची गरज आहे तसेच हे चालू आहे ना? जर उत्तर 'होय' असेल तर पुन्हा तुमच्या हातातील काम सुरू ठेवा. तुम्ही जाणीवपूर्वक हा निर्णय घेतलेला असेल. इथे आणखी एक शक्यता आहे, पण आत्ता या क्षणी नव्हे! म्हणून आत्ता या क्षणी ते थोडा वेळ बाजूला ठेवा व अधिक संवेदनशील बाबीला वेळ द्या, जी गोष्ट डेडलाइनच्या तणावाखाली तुम्ही दूर ठेवली आहे. अशा प्रकारे तुम्ही डेडलाइनच्या तणावातून मुक्त व्हाल.

जर तुम्हाला ती गोष्ट करण्याची इच्छाही नाही आणि गरजही नाही— आत्ताही नाही आणि कधीच नाही, तर लगेचच थांबा. तुम्हाला आश्चर्य वाटेल परंतु जर काही दिवस तुम्ही हवे असणे आणि गरज असणे यामध्ये गुंतून पडलात तर ज्या गोष्टी तुम्हाला समाधान देत नाहीत त्याच गोष्टी तुम्ही करत बसाल. तुमच्या गरजा पुरवण्याचे अधिक चांगले मार्ग शोधण्यासाठी तुम्ही बदल करत राहाल.

आता पुढची गोष्ट म्हणजे वेळ ही समस्या कधी नाही ते ओळखा. जर स्टाफ मीटिंगला जाणे हे फारसे महत्त्वाचे नसेल आणि आनंददायीसुद्धा नसेल तर तुमच्या डोक्यावर डेडलाइन्स असलेल्या ताणतणावापेक्षा हे अधिक सोपे नाही का? आणि डेडलाइन्सचा सामना करणे हे तुमच्या नातेसंबंधातील समस्या सोडवण्यापेक्षा सोपे नाही का? सहसा आपण हाच मार्ग निवडतो जिथे आपल्याला प्रतिरोध नसेल; विशेषत; जर आपल्या समोर पर्याय असेल तर - जसे की, 'मला मीटिंगला जायचे आहे. डेडलाइनला आणखी पुढे ढकलू या.'

तुम्ही जे काही कराल त्यासाठी तुम्हाला अधिक वेळ मिळेल ही अपेक्षा सोडा. तुम्हाला अधिक वेळ कधीच मिळणार नाही, आहे तो वेळ गमावू नका. तुम्हाला त्या वेळेच्या परिघामध्येच जगायचे आहे. म्हणून कशा प्रकारे जगायचे आहे हे तुम्ही जाणीवपूर्वक ठरवा. वेळेचा उपयोग अत्यंत शहाणपणाने करा; कारण एका उपक्रमाचाच वेळ आपण दुसऱ्या उपक्रमाला देत असतो. दिवसाच्या चोवीस तासांचे आपण पंचवीस तास तर बनवू शकत नाही.

आपण यापूर्वीही चर्चा केल्याप्रमाणे, जाणीवपूर्वक आणि सर्जनशीलतेने केलेली कामांची यादी आपल्याला इथे उपयोगी पडते. जर तुम्हाला आठवड्यातून तीन वेळा हे करून पाहायचे असेल, जर तुम्हाला दीर्घकाळ पर्यंतचा एखादा व्यवसाय आणि आर्थिक नियोजन करायचे असेल, जर तुम्हाला तुमचे नातेसंबंध बळकट करण्याची

इच्छा असेल व इतर लोकांची तुम्ही पर्वा करत असाल तर या गोष्टींसाठी जरूर वेळ काढा. नाहीतर तुम्ही तिथपर्यंत पोहोचू शकणार नाही, किंवा जेव्हा तुमची ऊर्जा कमी झाली असेल आणि तुमची इच्छाशक्ती दुबळी झाली असेल तेव्हाच तुम्ही त्यांच्यापर्यंत पोहोचाल.

तुमचा प्राधान्यक्रम ठरवण्यासाठी आम्ही तुम्हाला आणखी एक जबरदस्त सूचना करत आहोत, जी वरवर पाहता सोपी वाटेल. एक छोटीशी वही खरेदी करा, जी तुमच्या खिशात किंवा पर्समध्ये सहज मावेल. जर इच्छा असेल तर तुम्ही लेदरचे डे-टायमरसुद्धा घेऊ शकता, परंतु स्वस्तातील वहीसुद्धा तेच काम करेल. आठवड्यातील पाच कामाच्या दिवशी तुमचा प्राधान्यक्रम लिहिण्यासाठी ती वही वापरा. त्यासाठी थोडी अधिक मेहनत घ्यावी लागेल. पण प्रयत्न करा-कारण बहुधा हीच एक सर्वांत महत्त्वाची गोष्ट तुम्ही आयुष्यातील तुमचा प्राधान्यक्रम ठरवण्यासाठी करणार आहात.

तुम्ही तुमचा दिवस कसा घालवता याकडे लक्ष दिल्यामुळे आपोआप तुम्ही त्यामध्ये काही बदल करू शकाल. आधुनिक पदार्थविज्ञानाचे हे अगदी मूलभूत तत्त्व आहे की निरीक्षणामुळे वास्तवता बदलते. असेही म्हणता येईल की निरीक्षण वास्तवता घडवते. आत्ता आपण एवढेच म्हणू की अशा प्रकारची डायरी बाळगल्यामुळे तुमच्या वर्तणुकीमध्ये काही सकारात्मक बदल होतील, अगदी खात्रीने! आणि हे केवळ पूर्वापार चालत आलेल्या टाइम-डायरीमुळे जिथे तुम्ही तुमचा वेळ कोणकोणत्या महत्त्वाच्या कामावर खर्च केला आहे किंवा कोणती महत्त्वाची कामे करणे तुम्ही टाळले आहे. पण आता आम्ही तुम्हाला आणखी काही चांगले बदल सुचवणार आहोत ज्यामुळे तुमच्या हातातील साधनांची ताकद मोठ्या प्रमाणात वाढणार आहे.

त्याचबरोबर तुमच्या फोन कॉल्सवर व भेटण्याच्या वेळांवर लक्ष ठेवण्यासाठी डायरी वापरा. यात आठवड्यातील स्वयंप्रेरित वर्तन व प्रतिक्रियात्मक वर्तन याची नोंद करा. यासाठी दोन रकाने करा. उदाहरणार्थ तुम्हाला एखाद्या क्लायंटने पंधरा मिनिटे होल्डवर ठेवले आणि तुम्हाला खूप राग आला; इतका की तुमची ऑर्डर हातून गेली तर ते वर्तन प्रतिक्रियात्मक वर्तन या रकान्यात लिहा. लिहू शकता आणि जर तुम्हाला दुसऱ्या कुणाबरोबर काही भागीदारी मिळाली आणि तुम्ही त्या संधीचा फायदा घेतला तर ते वर्तन स्वयंप्रेरित वर्तन या रकान्यात लिहा.

हे इतके सोपे आहे. पण तुम्हाला काय वाटते, की काय घडेल? मी तुम्हाला खात्रीने सांगतो की एखादा आठवडा उलटला की स्वयंप्रेरित वर्तनाची संख्या वाढेल आणि प्रतिक्रियात्मक वर्तनाची संख्या कमी होईल आणि त्यासाठी तुम्हाला कोणते वेगळे प्रयत्नही करावे लागणार नाहीत. अशा प्रकारे 'टाइम-डायरी' ही किती प्रभावशाली आहे बघा.

तुम्ही आता डायरी बाळगून एक आठवडा होऊन गेला. अगदी मन लावून डायरी वाचा, ही डायरी तुम्हाला काय सांगत आहे? तुम्ही तुमच्या प्राधान्यक्रमाबद्दल काय शिकलात? म्हणजे तुम्हाला काय वाटते की तो प्राधान्यक्रम काय आहे असे आम्ही विचारत नाही तर तुम्ही प्रत्यक्षात तुमचा वेळ कसा वापरलात हे विचारत आहोत. उदा. तुम्ही जर पालक आहात, तर तुम्हाला असे वाटेल की तुमचा सकारात्मक वेळ तुम्ही तुमच्या मुलांबरोबर घालवावा. अनेक पालकांना तसेच वाटते परंतु काहींना असे नव्याने जाणवते की त्यांना ज्या भावनांवर अधिक लक्ष द्यायचे होते ते राहून गेले. कदाचित तुम्हाला अशीही इच्छा झाली असेल की तुमच्यापेक्षा कमी भाग्यवंताना तुम्ही स्वयंस्फूर्तीने मदत करावी. पण तुमची टाइम डायरी तुम्हाला हे सांगते का की, तुमच्या मनीचा हेतू पूर्ण झाला आहे? अशीही शक्यता आहे की तुमचा बराचसा वेळ तपशिलांमध्ये गेला आहे. पण चिंता करू नका; तुम्ही ही डायरी पुन्हा दुसऱ्या आठवड्यातही वापरणार आहात आणि दुसऱ्या आठवड्यात तुम्ही स्वयंप्रेरणेने तुमचा वेळ अधिक चांगल्या प्रकारे वापरणार आहात.

अवकाश आणि वेळ

आइनस्टाईनने जगाला दाखवले की अवकाश आणि वेळ या संकल्पना प्रत्यक्षात एकमेकांपासून वेगळ्या करता येत नाहीत. तुम्ही तुमचा प्राधान्यक्रम जसा विचारपूर्वक ठरवता तसेच फिजिकल स्पेस जिच्यामध्ये तुम्ही वेळ घालवणार आहात तीही ठरवा. अव्यवस्थितपणामुळे तुमच्या उत्पादकतेवर नकारात्मक परिणाम होऊ शकतो. कामाची जागा नीटनेटकी व स्वच्छ असेल तर त्यापासून फायदाच होतो. कमी लोक फाइल्स नीटनेटक्या रचून ठेवण्यासाठी वेळ काढतात. म्हणून मी तुम्हाला सुचवीन की तुम्हीही तसेच करा, दिवसाच्या सुरुवातीला एक तास काढा आणि महत्त्वाच्या गोष्टींसाठी जागा शोधा. ते सगळे फाइलमध्ये ठेवा आणि अशा ठिकाणी ती फाइल ठेवा की जी हाताला सहज लागू शकेल आणि ती कुठे ठेवली आहे ते सहज आठवेल. जर एखादा कागद किंवा फाइल तुम्ही गेल्या तीस दिवसांपासून वापरली नसेल तर ती त्या जागेवरून हलवा, कदाचित त्यामुळे वाईट वाटेल परंतु हा योग्य उपाय आहे.

तुमच्या वैयक्तिक भानगडी योग्य प्रकारे जतन करा ज्या की तुम्हाला तुमच्या योग्य वेळी मिळतील. तुम्हाला कधीतरी येणारा खास फोन कॉल तुमच्या अंतरंगात धडकी भरवतो याची जाणीवही तुम्हाला नसेल. त्याचा परिणाम हानिकारक असू शकतो म्हणून वैयक्तिक अडथळ्यांबाबत सावध राहा म्हणजे तुमचे काम अधिक वेगाने होईल.

सकाळच्या वेळेस विचार करा आणि दुपारच्या वेळेस भरपूर काम करा. अनेक

लोकांची दुपारच्या जेवणापूर्वी बुद्धी तेज असते. म्हणून जी मानसिक पातळीवरील आव्हानात्मक कामगिरी असेल ती शक्य तेवढ्या लवकर करा. जर तुम्हाला काही आकडेमोड करायची असेल किंवा काही अहवाल लिहायचे असतील तर तुमच्या डेस्क जवळ पोहोचलात की लगेच करा. मीटिंग आणि कॉन्फरन्स दुपारच्या वेळात करा. आपल्या कल्पना वाटून घेण्याची आणि एकमेकांशी संवाद साधण्याची ही योग्य वेळ असते.

उत्तम संसदपट्टू बना. तुमच्याकडे लोकांची फौज व्यवस्थापनासाठी नसेल पण तरीही तुमच्या सहकाऱ्यांच्या मदतीचा जास्तीत जास्त चांगला उपयोग तुम्ही करून घेऊ शकता. तुमच्या सगळ्या कठीण कामगिरींवर एक नजर टाका आणि तुमच्या सहकाऱ्यांचा तुम्ही कुठे उपयोग करून घेऊ शकता ते पाहा.

लोकांना त्यांचे दोष सांगणे सोपे असते. दोषच ते, सगळ्यांनाच दिसतात आणि खरे सांगायचे तर म्हणूनच त्यांना विक पॉईन्ट म्हटले जाते. आपली दुर्बलता आपण लपवू शकत नाही; पण काही वेळेस ती स्वत:पासूनही लपवतो. पण जेव्हा एखाद्या विशिष्ट व्यक्तीबरोबर व्यवहार करताना जर तुम्ही स्वत:च्याच दुर्बलतेचा विचार करत राहिलात तर काय होईल? ज्यामध्ये सुधारणा होणे गरजेची आहे तिथेच तुम्ही समोरच्याचे लक्ष वेधाल आणि जशी ही टीका पूर्णपणे बरोबर असली तरी त्याचा परिणाम म्हणजे भीती आणि असुरक्षितता! मूलभूत पातळीवर सकारात्मक बदल घडून येणार नाही. चांगले काय होईल की थोडी सुधारणा होऊन पुढील टीका तरी टळेल. परंतु याला काही खऱ्या अर्थाने बदल म्हणता येणार नाही. खरा बदल घडवून आणायचा असल्यास नेत्याने प्रत्येक व्यक्तीच्या अंतरंगातील आकांक्षा समजून घेतल्या पाहिजेत, त्यांच्याशी एकरूप झाले पाहिजे आणि संपूर्ण संघटनेचे ध्येयही तेच असले पाहिजे.

हे अधिक सोप्या शब्दात सांगायचे तर तुम्हाला हे शोधून काढले पाहिजे की लोकांना काय हवे आहे आणि ते कशात निष्णात आहेत. मग त्यांना कामाच्या ठिकाणी त्यांची कौशल्ये दाखवण्यासाठी आमंत्रित करा. ते स्वत:साठी आणि संपूर्ण संघटनेसाठी काम करतील.

चूक आणि बरोबर यामधील फरक

काय चुकीचे आहे हे ठरवताना आधी काय बरोबर आहे हे शोधून काढणे योग्य ठरते. आपण आपल्या दुर्बलतेवर उपचार करण्याविषयी बोलत नाही तर आपली ताकद वाढवण्याविषयी बोलत आहोत. तुम्ही स्वत: आणि इतरांनाही हेच ध्येय निश्चित करायला सांगा. सतत स्वत:च्या चुका काढण्यामुळे नकारात्मकता अंगी येते, 'मी

नालायक आहे. मी निर्बुद्ध आहे, माझ्यात काहीच चांगले नाही.' असे विचार मनात येतात. आपण क्वचितच आपल्या बलस्थानांविषयी बोलतो किंवा आपल्याला काय आवडते, कशाची मजा लुटू शकतो याचा विचार करतो. जर तुम्हाला बेसबॉल खेळायला मजा येत असेल तर तुम्हाला या गोष्टीचे वैषम्य वाटणार नाही की तुम्ही लिगर इतके चांगले खेळत नाही. कारण प्रत्यक्ष बेसबॉल खेळणे हेच बक्षीस असते. पण असा विचार करा की, तुम्हाला बेसबॉल खेळणे सोडावे लागले आणि त्या ऐवजी बुक कीपिंग किंवा इलेक्ट्रीक वायरिंग किंवा पियानो ट्युनिंग ही कामे करावी लागली तर? समजा तुम्हाला पैसे मिळवण्यासाठी तुमच्या आवडीच्या गोष्टींचा त्याग करावा लागला आणि तीही अशी गोष्ट करावी लागली की ज्यामध्ये तुम्हाला फारशी गती नाही. तर त्याचा परिणाम काय होईल? तुम्हाला जबरदस्तीने कराव्या लागणाऱ्या कामाचा तिटकारा येईल आणि ज्यामध्ये तुमचे विशेष कौशल्य होते ते केवळ आता मनोरंजनासाठी किंवा स्वत:ला बुडवून घेण्यासाठी वापरावे लागेल.

पण आता असा विचार करा की तुम्हाला आवडणाऱ्या गोष्टींवरच तुम्ही सगळा वेळ खर्च करणार आहात. आता त्या गोष्टीकडे केवळ टाइमपास म्हणून बघण्याऐवजी कुणीतरी तुम्हाला समजावून सांगेल ती तुमचा छंद आणि तुमचे करीअर यांचे नाते कसे जोडायचे. तुमच्या कंपनीच्या ध्येयधोरणांशीसुद्धा त्याचा संबंध लावता येतो. जर असे घडले तर तुमच्या कामगिरीत लक्षणीय सुधारणा होईल, तुमची कौशल्ये वेगाने सगळ्यांच्या लक्षात येतील जे की केवळ रोजीरोटीसाठी तुम्ही जे काम करत होतात, तिथे तुम्ही अगदीच सामान्य होतात. त्यामुळे तुमचा स्वाभिमान सुखावेल आणि तुमच्या मालकाने तुम्हाला जी सुवर्णसंधी दिली त्याबद्दल तुम्ही कृतज्ञ राहाल.

जो कुशल व्यवस्थापक असतो त्याच्यामध्ये योग्य लोकांना योग्य ती संधी देण्याचे कौशल्य असावे लागते तरच तो अविस्मरणीय बनू शकतो. ज्या मालकांना खरोखर मनापासून असे वाटते की आपल्या कामगारांमधील सर्वोत्तम कला गुणांना वाव द्यावा ते कामगारांसाठी अशा संधी शोधून काढतात. जेव्हा हे गुण आणि वैशिष्ट्ये कामगिरीमध्ये उतरतात तेव्हा परिणामी उत्पादकता वाढते आणि प्रत्येकाचीच भरभराट होते.

आपण आत्तापर्यंत कामाच्या ठिकाणची उत्पादकता वाढवण्याविषयी खूप बोललो, परंतु फक्त काम म्हणजे आयुष्य नव्हे. काम करण्याचा एक उद्देश हा आहे की आपण आपल्या आयुष्याचा आनंद उपभोगू शकू. तुम्ही आतापर्यंत वाचलेल्या सूचना जर पाळल्या तर नक्कीच तुम्हाला मौजमजा करण्यासाठी अधिक वेळ मिळेल. आता बघू या की तुम्ही त्या वेळेचा जास्तीत जास्त चांगला सदुपयोग कसा कराल.

इथे आम्ही तुम्हाला एक गृहपाठ करायला देतो आहे जो तुम्हाला दिवसभरातील घटना अधिक मोठ्या करून दाखवेल. हा गृहपाठ तुम्हाला रोज करायचा आहे. बरेच

लोक आपले आर्थिक व्यवहार आणि करीअर यांसंबंधीच्या मुद्द्यांकडे अशा प्रकारे पाहतात जणू काही ते फक्त त्यांच्याच जगात आहेत. जर कामाच्या ठिकाणी आपल्या निरीक्षकाबरोबर काही वादविवाद झाला तर आपण त्याचा संबंध दुसऱ्या कशाशी जोडत नाही. तसेच आपल्या जोडीदारासोबत किंवा जवळच्या मित्राशी वादविवाद झाला तर त्याचा संबंध आपण कामाशी जोडत नाही. आपण कधी इलेक्ट्रिक बिल भरायला विसरलो तरी आपल्याला कुठली तरी काळजी होती म्हणून आपण बिल भरले नाही असे आपण म्हणत नाही. सगळ्यात महत्त्वाचे हे की, आपल्या हे लक्षात येत नाही की खूप छोट्या-छोट्या घटना या विशिष्ट माहिती देणारे फलक असतात. हा गृहपाठ बनवण्यामागे हेतू हा की आपण ज्या गोष्टींकडे दुर्लक्ष करतो त्यावर हा उपाय आहे आणि ते खूप साधे आहे. प्रत्येक दिवशी काम केल्यानंतर स्वत:ला एकच प्रश्न विचारा, 'आज मी काय शिकलो?' हा प्रश्न लिहून ठेवा आणि त्याचे उत्तर पण लिहा. ज्यावेळी तुम्ही दिवसभराचे काम संपवाल तीच हे सगळे करण्याची योग्य वेळ असते. कारण तुम्ही काम करताना काय शिकलात याच्यावर तुमचे लक्ष केंद्रित झालेले असते. तुम्ही तुमच्या उदरनिर्वाहासाठी काय केले? काही जण आयुष्याचा हा भाग दुसऱ्या भागांपासून वेगळा ठेवतात. तसेच काही त्यांच्या कुटुंबाप्रती, मित्रांप्रती असलेल्या भावनिक नात्यांबद्दल जास्त बोलत नाहीत. परंतु हीसुद्धा दर्जेदार कृती आहे. म्हणून शक्यतो असा प्रयत्न करा की तुमच्या कामाच्या दिवसाकडे पैशांच्या दृष्टिकोनातून बघू नका. गेल्या आठ ते दहा तासांपासून तुम्ही काम करत होतात त्यातून काय शिकलात? तुम्हाला काय संदेश मिळाला आणि मोठ्या कॅनव्हासवरील तुमच्या जीवनाशी तुम्ही त्याचा कसा संबंध जोडलात?

तुमची उत्तरे अनेक स्वरूपात येतील. हा व्यावहारिक धडा असू शकेल किंवा हे आध्यात्मिक बाबीपेक्षा अधिक काहीतरी असू शकेल. हे खूप दुर्दैवी असते जेव्हा लोकांची आयुष्ये अंधूकशी, अस्पष्ट ध्येय व स्वप्न यांनी भरलेली असतात. त्यातूनही ते त्यांच्या त्या ध्येयांशी व स्वप्नांशी असलेल्या नात्यांकडे दुर्लक्ष करतात. दररोज काय घडते याकडेही दुर्लक्ष करतात. म्हणून तुम्ही जे शिकलात ते लिहून ठेवणे हा त्यांच्यातील दुवा साधण्याचा चांगला मार्ग आहे आणि अविस्मरणीय बनण्याच्या मार्गावरची महत्त्वाची पायरी आहे. हा गृहपाठ नक्कीच तुम्हाला योग्य दिशेने नेईल.

आपण आता या पुस्तकाच्या शेवटाशी पोहोचलो आहोत. तुम्ही फक्त दर्जेदार कृतींमध्येच रुची दाखवली असे नाही तर तुम्ही दर्जेदार आहातच हे अनेक प्रकारे सिद्ध केले. संपूर्ण डेल कार्नेगी संघटनेच्या वतीने मी अशी आशा व्यक्त करतो की ही प्रकरणे तुम्हाला उपयुक्त आणि अविस्मरणीय वाटतील. तुमची भरभराट होण्यासाठी आणि तुम्ही पात्र असलेल्या परिपूर्णतेसाठी त्याची तुम्हाला मदत होईल अशी प्रार्थना.

समारोप

डेल कार्नेगी यांची जी देदीप्यमान कारकिर्द आहे त्यामध्ये जीवनाविषयीचे एकच सूत्र प्रामुख्याने सापडते आणि ते म्हणजे 'तुम्ही जसे घडवाल तसे तुमचे आयुष्य घडते.' तुमच्या भूतकाळात किंवा भविष्यकाळात जे काही दडले असेल ते तुम्ही आत्ता या क्षणाला कसा प्रतिसाद देता त्याचाच तो परिपाक असतो. तुम्ही प्रत्येक दिवस, प्रत्येक क्षण तुमच्या मर्जीप्रमाणे कसा जगता त्यावरच ते अवलंबून असते.

तुम्ही स्वत:साठी आणि तुमच्या सभोवतालच्या लोकांसाठी कशाची निवड करावी याचे मार्गदर्शन करण्यासाठी आम्ही डेल कार्नेगींची काही वक्तव्ये कथन करून पुस्तकाचा समारोप करत आहोत. ती पुढीलप्रमाणे -

तुम्हाला जर चिंता सतावत असेल तर तीन गोष्टी करा – पहिली, स्वत:ला प्रश्न विचारा, ज्या गोष्टीची मला चिंता वाटते आहे ती घडली तर वाईटात वाईट काय होईल? दुसरे असे की, जे काही घडणार आहे त्याचा स्वीकार करायला सज्ज व्हा आणि तिसरे असे की शांतपणे परिस्थिती सुधारण्याची उपाययोजना आखा.'

स्वत:ला कार्यमग्न ठेवणे ही इतकी साधी गोष्ट चिंतेवर कशी काय मात करू शकते? याचे कारण असे आहे की मानसशास्त्राचा हा मूलभूत नियम आहे की मानवी मनाला मग भले तो कितीही तल्लख मेंदू असू दे एका वेळी एका गोष्टीपेक्षा अधिक गोष्टींचा विचार करता येत नाही.

थकवा हा बहुतकरून शारीरिक परिश्रमामुळे येत नाही तर तो चिंता, नैराश्य आणि संताप यामुळे येतो.

कुणीही कितीही प्रयत्न केला तरी आपण घड्याळाचे काटे परत मागे फिरवू शकत नाही; भूतकाळ परत आणता येत नाही. म्हणून आपण हे लक्षात

ठेवू की, लाकडाच्या भुश्श्याला कापण्याचा वृथा प्रयत्न करू नका.

छोट्या-छोट्या गोष्टींचा बाऊ करू नका; किरकोळ गोष्टींना तुमचा आनंद नाहीसा करण्याची ताकद देऊ नका.

तुमच्या चिंताना 'स्टॉप लॉस' चा आदेश द्या. तुम्ही ज्या गोष्टीची चिंता करत आहात ती तेवढ्या लायकीची आहे का? असा प्रश्न विचारून त्याला अधिक महत्त्व देण्यास नकार द्या.

सरासरीचा नियम लावून तुमच्या चिंताना हद्दपार करा. स्वत:ला प्रश्न विचारा, 'ही गोष्ट घडण्याची शक्यता किती धूसर आहे.'

सत्य जाणून घ्या. आपण आपल्या समस्या सोडवण्यापूर्वी सर्व माहिती नि:पक्षपातीपणे गोळा करण्याची गरज असते.

कायद्याचे एक सुप्रसिद्ध तत्त्व असे आहे की, 'खूप छोट्या, क्षुल्लक बाबींमध्ये कायदा लक्ष घालत नाही.' आपणही मन:शांती हवी असल्यास किरकोळ गोष्टींकडे दुर्लक्ष करावे.

जर आपण वाईटातली वाईट गोष्ट स्वीकारली असेल, तर मग आता आपल्याकडे गमावण्यासारखे काही नाही आणि मग आपोआपच त्याचा अर्थ असा होतो की आपण प्रत्येक गोष्टच मिळवली आहे!

तुम्हाला एक वर्षापूर्वी कोणत्या चिंता होत्या, त्या तुम्हाला आता आठवतात का? मग त्या कशा नाहीशा झाल्या? तुम्ही त्यांच्यावर खूप ऊर्जा विनाकारण खर्च केली नव्हती का? बहुतेक गोष्टी आपल्या आपणच ठीक झाल्या ना?

तुम्ही आत्तापर्यंत 'चिंता' या विषयावरची मोठमोठ्या तत्त्ववेत्त्यांनी लिहिलेली सगळी पुस्तके वाचली असली तरी 'तुमचा वेळ भलत्यासलत्या गोष्टी भविष्यात घडतील याची काळजी करण्यात विनाकारण वाया घालवू नका. कारण बऱ्याच समस्या आपोआप मिटतात आणि उतू गेलेल्या दुधासाठी पश्चात्ताप करू नका.' यांच्या इतकी उपयुक्त विधाने तुम्ही अजून वाचली नसतील.

जर तुम्हाला काही चिंता असतील तर त्या घालवण्याचा उत्तम उपाय म्हणजे त्यांना बरोबर घेऊन फिरायला जा. आपोआप त्यांना पंख फुटतील व त्या उडून जातील.

जर तुम्ही झोपू शकत नसाल तर उठा आणि काळजी करत लोळत पडण्यापेक्षा काही तरी करा; कारण आत्ता काळजीने तुमच्या मनाचा ताबा घेतला आहे, झोपेने नाही.

तुमची समस्या सोडवण्यासाठी मन लावून विचार करा, शर्थीचे प्रयत्न

करा, परंतु एकदा का ती समस्या सुटली तर पुन्हा तिची चिंता करू नका. आपल्याला जे जे हवे तेते नाही मिळाले तर चिंता करून विनाकारण तुमचे दिवस संतापात वाया घालवू नका. आपण स्वत:शी चांगले वागूया. आपण अधिक विचारी, तत्त्वज्ञानी बनूया आणि एपिक्टेटस म्हणतो त्याप्रमाणे, 'त्या' तत्त्वज्ञानाचे सार असे असावे की, कोणत्याही माणसाने आनंदाने जगावे आणि त्याचा आनंद बाह्य गोष्टींवर अवलंबून असू नये.

चेहऱ्यावर एक रुंद, प्रामाणिक आणि निष्पाप हसू पसरू द्या. तुमचे खांदे मागे घ्या, एक मोठ्ठा श्वास घ्या आणि एखाद्या गाण्याची ओळ गुणगुणा. तुम्हाला शिट्टी वाजवता येत असेल तर शिट्टी वाजवा. तुमच्या असे लक्षात येईल की जेव्हा तुम्ही आनंदी असण्याची लक्षणे शारीरिक पातळीवर दर्शवत असाल तर नक्कीच शारीरिक पातळीवर तुम्ही उदास राहूच शकणार नाही.

जेव्हा आपण आपल्या शत्रूंचा तिरस्कार करतो तेव्हा खरे तर आपण त्यांना आपल्यावर सत्ता चालवण्याची संधी देत असतो. आपल्या झोपेवर, आपल्या भुकेवर, आपल्या रक्तदाबावर, आपल्या आरोग्यावर आणि आपल्या सुखावरसुद्धा! जेव्हा आपल्या शत्रूला कळेल की आपण चिंताग्रस्त आहोत तेव्हा ते आनंदाने बेभान होतील आणि आपला बदला घेतील. आपल्या तिरस्कारामुळे त्याचे काहीच नुकसान होत नाही; परंतु हा तिरस्कार आपली रात्रीची झोप घालवतो आणि आपले आयुष्य कमी करतो.

जर तुम्ही आणि मी, आपण स्वत:ला कामात मग्न ठेवले नाही व दिवास्वप्न पाहत बसलो किंवा शून्यात नजर लावून बसलो तर चार्ल्स डार्विनच्या 'बिबर-गिबर' संकल्पनेप्रमाणे अंडी उबवित बसू. थोडक्यात आपण निष्प्रभ होऊ आणि आपली काम करण्यातली ऊर्मी संपून जाईल.

आपल्या आयुष्यातील नव्वद टक्के गोष्टी या बरोबरच असतात आणि केवळ दहा टक्के गोष्टीच चुकीच्या असतात. आपल्याला जर आनंदी राहायचे असेल तर आपल्या नव्वद टक्के गोष्टींवरच लक्ष केंद्रित करावे आणि दहा टक्के चुकीच्या गोष्टींकडे दुर्लक्ष करावे. परंतु जर आपल्याला सतत चिंताग्रस्त राहायचे असेल, जगाबद्दल कडवटपणा मनात ठेवायचा असेल, पोटात अल्सर्स निर्माण करायचे असतील तरच आपण दहा टक्के गोष्टींवर लक्ष केंद्रित करू आणि नव्वद टक्के देदीप्यमान असलेल्या गोष्टींकडे दुर्लक्ष करू.

■